प्रतिकूल परिस्थितीवर मात करणाऱ्यांविषयी थोडंफार मला माहीत आहे, असं मला वाटतं – लोकांच्या उत्कृष्टपणे लिहिलेल्या गोष्टी वाचताना आपल्या पायाखालची जमीन सरकल्यासारखं वाटतं. रोमांचक, चित्तथरारक वैद्यकीय कलाकृती. कणव, आशा, रोमहर्षकता आणि आकांक्षा ही तर संजयची ओळख आहे.

– लान्स आर्मस्ट्राँग

मृत्यूच्या दाढेत असणाऱ्या माणसांना जीवनरक्षक प्रगतीने वाचवल्याच्या नाट्यमय घटनांचं डॉ. गुप्ता चित्रण करतात. हे पुस्तक हृदयाला स्पर्श करतं आणि साक्षात्कार घडवतं.

– जेरोम ग्रुपमन, एमडी, रेकानाती प्राध्यापक,
हार्वर्ड मेडिकल स्कूल आणि 'हाऊ डॉक्टर्स थिंक'चे लेखक

"प्रांजळ आणि वाचनीय... सर्वसामान्य लोकांना समजेल, रुचेल असं लिहिण्याच्या डॉ. गुप्तांच्या कौशल्याचं समर्पक प्रदर्शन...कथा उत्तम आहेत."

– न्यूयॉर्क टाइम्स बुक रिव्ह्यू

"लक्षवेधक...! वाचण्याची शिफारस केली जात आहे."

– वॉल स्ट्रीट जर्नल

" डॉ. गुप्ता वैद्यकीय क्षेत्रातील रोमांचक कलाकृतीचं आश्वासन देतात आणि सादर करतात.... जीवन-मृत्यूच्या संदर्भात वैद्यकशास्त्र, नीतिशास्त्र, धर्म, कायदा आणि अर्थशास्त्र यांवर टाकलेला अतिशय आकर्षक दृष्टिक्षेप."

– बुकलिस्ट

"Rx : वाहवा ! आश्चर्यकारक कथा !"

– ह्यूस्टन क्रॉनिकल

"माझ्या रोगमुक्ती आणि आरोग्यासाठी वैद्यकशास्त्रातील प्रगतीचा आणि तिला हातभार लावणाऱ्या असामान्य अशा आद्य संशोधकांचा मी ऋणी आहे. जीवन आणि मरणाच्या संदर्भात बऱ्याच गोष्टी आपल्याला ठाऊक आहेत, असं आपण समजतो. त्या सर्व गोष्टींना आव्हान देणाऱ्या, वैद्यकशास्त्रातील आगामी क्रांतीचं चित्तथरारक पूर्वावलोकन जागतिक दर्जाचे डॉ. संजय गुप्ता त्यांच्या या नवीन पुस्तकात सादर करतात. खरोखरच, कुतूहल जागृत करणारा आणि आकर्षक वाचनानुभव."

– राष्ट्राध्यक्ष बिल क्लिंटन

"विलक्षण, काळजाला घरे पाडणाऱ्या, प्रेरणादायी कथा... त्यातून जे साध्य झालं आहे, ते खरोखरच मती गुंग करणारं आहे. शेवटी हरण्याची शक्यता समोर दिसत असूनही मृत्यूशी झुंज देताना माघार घ्यायला नाकारणारे डॉक्टर आहेत, ही गोष्ट खरोखरच दिलासादायक आहे."

– पब्लिशर्स वीकली

"मी सांगत असलेलं एक छोटंसं गुपित लक्षात घ्या : 'हृदयाचे ठोके थांबणं, हा अंत नसतो.' हे वाक्य वाचूनही तुम्ही उरलेलं 'चीटिंग डेथ' अधाशीपणे वाचलं नाहीत, तर तुमच्या जिवंतपणाबद्दल शंकाच आहे."

– ओ, द ऑप्रा मॅगझिन

"लोकांच्या चित्तवेधक कथा आणि वैद्यकीय नाट्य यांची गुंफण डॉ. गुप्ता अतिशय कौशल्याने करतात... परंपरागत ज्ञानाला आव्हान देऊन, धाडसी विज्ञान आणि माणसाच्या शरीराची अवस्था यांचा धैर्याने स्वीकार करणारे डॉक्टर यांच्याविषयी वाचून तुम्हाला आश्चर्याचा धक्का बसेल."

– नॅन्सी एल. स्नायडरमन, एमडी एनबीसी न्यूज, प्रमुख वैद्यकीय संपादक, ओटोलॅरिंगोलॉजी – डोकं आणि मानेची सर्जरी, या विषयाच्या सहप्राध्यापक, युनिव्हर्सिटी ऑफ पेनसिल्व्हेनिया

“माहीतगार आणि सुगम.... डॉ. गुप्ता नेहमीच आकर्षक माहिती देतात.”

– कर्कस रिव्ह्यूज

“खिळवून ठेवणारं... आकर्षक... ज्या गुणांमुळे डॉ. गुप्ता लक्षावधी अमेरिकन लोकांचं आवडतं ‘मीडिया व्यक्तिमत्त्व’ झाले आहेत. व्यवहारज्ञान आणि समंजस संवाद या गुणांनी नटलेल्या त्या कथा डॉ. गुप्ता सांगत आहेत.”

– पेन पाथवेज

“उल्लेखनीय आणि जवळ-जवळ अतर्क्य रीतीने रुग्णांचा जीव वाचवणाऱ्या वैज्ञानिक प्रगतीचं इतिवृत्त डॉ. गुप्ता ‘चीटिंग डेथ’मध्ये नोंदवतात. हे विस्मयजनक पुस्तक आरोग्य व्यावसायिकांनी त्याचप्रमाणे सामान्य लोकांनीही अवश्य वाचावे. डॉ. गुप्तांनी काळजीपूर्वक, कळकळीने व तपशीलवार सांगितलेल्या या बदलांविषयी वाचून सर्वांनाच अत्यानंदाचा अनुभव येईल.”

– हेन्री एस. फ्रीडमन, एमडी, जेम्स बी. पॉवेल ज्यु.,
न्यूरोऑन्कॉलॉजीचे प्राध्यापक, उपसंचालक,
द प्रेस्टन रॉबर्ट टिश ब्रेन ट्युमर सेंटर

“या शोधांचा अर्थ आहे (जगण्याची) दुसरी संधी आणि (प्रेताच्या) पायाला लावलेलं लेबल यांतील अंतर. हे शोध खरोखरच चित्तवेधक आहेत.”

– ॲटलांटा मासिक

‘डॉ. गुप्ता, वैद्यकीय चमत्कारांवर एक-दोन बहुमोल धडे देत आहेत.”

– मायामी हेरल्ड

अभिप्राय

मृत्यूला चकवा दिलेल्या रुग्णांच्या कथा

तरुण भारत बेळगाव - २०/३/२०१६

आपल्या स्नेहीजनांना पुस्तके भेट द्या

'चीटिंग डेथ' या इंग्रजी पुस्तकाचा मराठी अनुवाद

मृत्यूवर मात!

प्रतिकूल परिस्थितीशी झगडून रुग्णांची आयुष्यं वाचवणारे डॉक्टर
आणि त्यांचे वैद्यकीय चमत्कार!

लेखक
संजय गुप्ता, एमडी

संशोधक
कॅलिब हेलरमन

अनुवाद
गौरी गाडेकर

मेहता पब्लिशिंग हाऊस

Please contact us at **Mehta Publishing House,** Pune 411030.
✆ +91 020-24476924 / 24460313
Email : production@mehtapublishinghouse.com
Website : www.mehtapublishinghouse.com

- *या पुस्तकातील लेखकाची मते, घटना, वर्णने ही त्या लेखकाची असून त्याच्याशी प्रकाशक सहमत असतीलच असे नाही.*

Translated into Marathi Language by Gauri Gadekar

मृत्यूवर मात ! / अनुवादित सत्यकथा

अनुवाद : गौरी गाडेकर

Email : author@mehtapublishinghouse.com

प्रकाशक : सुनील अनिल मेहता, मेहता पब्लिशिंग हाऊस,
१९४१, सदाशिव पेठ, माडीवाले कॉलनी, पुणे - ४११०३०.

अक्षरजुळणी : एच. एम. टाइपसेटर्स, ११२० सदाशिव पेठ, पुणे - ४११०३०.

मुखपृष्ठ : सतीश भावसार

प्रथमावृत्ती : जानेवारी, २०१६

P Book ISBN 9788184989502

नवीन सरहद्दीच्या धारेवर राहून
जीवन-मृत्यूमधील सीमारेषा पुढे
ढकलण्याकरिता, अथक परिश्रम करणाऱ्यांसाठी
आणि ऋषी, आकाश व सूर्य,
या कारणांसाठी मी दररोज मृत्यूला चकवतो.
त्यांना ठाऊक आहे की, मृत्यूला चकवणं
म्हणजे अमरत्व नव्हे;
तर त्याचा अर्थ आहे; असामान्य जीवन!

प्रस्तावना

मला माझ्या कार्यामधून अमरत्व मिळवायचं नाही. मला न मरून अमर व्हायचं आहे.

– वूडी ॲलन

हृदयाची धडधड थांबते, तो अंत नसतो. खरंतर ती फक्त संकटाची नांदी असते. असं आढळून आलं आहे की, जीवन आणि मृत्यू हे फक्त काळ्या आणि पांढऱ्या रंगांचं चित्र नाही. त्या दोन्ही रंगांच्यामध्ये एक करडा रंगही असतो. एक पुसटसा तटस्थ प्रदेश. तिथे माणूस धड मेलेलाही नसतो की, धड जिवंतही नसतो. यावर ताबा मिळवून मृत्यूला चकवण्यासाठी, प्रथम आपल्याला ती प्रक्रिया समजून घेतली पाहिजे.

झेयाद बाराझांजींना आठवणारी सर्वांत शेवटची गोष्ट म्हणजे शांतता. त्याच्या तीस सेकंद आधी ते नेहमीसारखा दुपारचा व्यायाम करत होते. धापा टाकत ट्रेडमिलवर जॉगिंग करता-करता मान वळवून 'सीएनएन'वर निवडणुकीचे निकाल बघत होते. अचानक त्यांचं टीव्हीवरचं लक्ष उडालं आणि त्यांच्या पावलांचा दाणदाण आवाज, यंत्राची घरघर, नेहमीच्या गतीने धावायचा प्रयत्न करताना पडलेल्या ताणामुळे जोरजोरात होणारा श्वासाचा आवाज या गोष्टींनी त्यांचं लक्ष वेधून घेतलं. त्या मंगळवारी त्यांना धावत-धावत डोंगर चढत असल्यासारखं वाटू लागलं. म्हणून त्यांनी वीस मिनिटांतच जॉगिंग आटोपून मशीन बंद केलं. वाङ्मयाचे निवृत्त प्राध्यापक असलेले बाराझांजी ब्रॉंक्सच्या स्पॉयटन डायविल विभागातील

त्यांच्या घराजवळच्या गजबजलेल्या जिममध्ये होते. आजूबाजूला इतरांची थट्टामस्करी चालली होती. वजनांचा खणखणाट ऐकू येत होता; पण तीस सेकंदातच सगळे आवाज बंद झाले. नीरव शांतता पसरली.

यानंतर काय झालं, ते त्यांना आठवत नाही. नंतर लोकांनी त्यांना सांगितलं, त्यामुळे त्यांना ते कळलं होतं. तेव्हा तिथे असणारी एक बाई तर जन्मात ही गोष्ट विसरणार नाही. आधीच्या मिनिटाला ती बाई व्यायाम करत होती आणि पुढच्याच मिनिटाला तिला डोळ्यांच्या कोपऱ्यातून अस्पष्ट दिसलं की, पांढरा बनियन आणि हेडबॅन्ड लावलेला सडपातळ वयस्क माणूस शेजारच्या ट्रेडमिलच्या तळाशी लोळागोळा होऊन पडला आहे. डझनभर लोकांनी त्यांना असं पडताना पाहिलं. दोघांनी आपल्या सेलफोनवरून मदतीसाठी फोन केला. ॲथलेटिक ट्रेनर आणि जिमचे व्यवस्थापक युआन एकेवारिया यांनी लगेचच भिंतीवरचा स्वयंचलित डिफिब्रिलेटर काढला आणि ते धावतच बाराझांजींच्या बाजूला गेले.

कोपराने गर्दीला बाजूला सारून एकेवारिया गुडघे टेकून बसले आणि त्यांनी डिफिब्रिलेटरची विद्युताग्रं (इलेक्ट्रोड्स) बाराझांजींच्या छातीला लावली. त्या उपकरणाचा सिग्नल मिळाल्यावर त्यांनी त्या बेशुद्ध माणसाच्या छातीवर शॉक दिला. विजेचे लागोपाठ दोन झटके – प्रत्येक झटका २०० जूलचा – दिल्यावर लोळागोळा झालेल्या त्या देहात हालचाल झाली. प्रत्येक झटका बाराझांजींच्या छातीवरच्या घर्मबिंदूंतून, छातीच्या हाडातून त्यांच्या निश्चल हृदयापर्यंत जात होता. त्या शॉकने हृदयाचं आकुंचन होत होतं. त्यापाठोपाठ अजून एक आकुंचन, मग आणखी एक. त्या ट्रेनरने श्वास रोखून धरला, तोच बाराझांजींच्या हृदयाचे ठोके आपणहून पडायला सुरुवात झाली. त्यांच्या हृदयाचं स्पंदन पुन्हा चालू झालं. जीवन-मृत्यूमधील सीमारेषा पुरेशी सरकली होती.

प्राध्यापक जरासे कण्हले. अजूनही ते बेसावध होते; पण त्यांच्या हृदयाने त्यांच्या त्रेसष्ट वर्षं वयाच्या धमन्यांमधून किंचितसा रक्तप्रवाह पाठवायला सुरुवात केली होती.

चार-एक मिनिटांतच आपत्कालीन वैद्यकीय तंत्रज्ञांचा गट हातात स्ट्रेचर घेऊन, बास्केटबॉल कोर्ट ओलांडून धावत-पळत आला. दोन मिनिटांतच श्वासाची नळी त्यांच्या घशात घालून, त्यांना स्ट्रेचरवर ठेवून ते लोक बाहेरच्या रस्त्याला लागले होते.

मृत्यूविषयी, मृत किंवा जिवंत अशा ठाम शब्दांत विचार करायची आपल्याला सवय आहे. म्हणजे आपण या क्षणी आहोत आणि लगेच आपण गेलो. आपल्या कल्पनेतील मृत्यूचा क्षण असा असतो : खलनायक किंवा नायक किंवा सैनिक धापा टाकत अखेरचे शब्द बोलतो, हात पुढे पसरतो... शेवटी डोळे फिरवतो आणि

आपल्याला कळतं की, सगळं संपलं आहे. अशीच एक कर्करोगाची रुग्ण. सभोवार तिचे कुटुंबीय बसले आहेत. तिच्या डोळ्यांआड ज्योत फडफडते आणि विझून जाते. हे सगळं आपण हजारो कथांमधून वाचलेलं आहे, सहस्रावधी चित्रपटांतून पाहिलेलं आहे, इआर (ER) या मालिकेच्या शंभर भागांमधून बघितलेलं आहे. धोक्याची घंटा वाजते. मॉनिटरवरील वर-खाली होणाऱ्या रेषा सपाट होतात. मृत्यूची वेळ : पहाटेचे २.१५.

जीवन निसटून जायला काही मिनिटांचा कालावधीही पुरेसा असतो. हृदयाचे ठोके थांबले की, हळूहळू रक्तप्रवाह थांबतो. मेंदू किंवा इतर अवयवांपर्यंत रक्त पोहोचू शकत नाही. दोन मिनिटांतच सगळं मंदावतं. गंमत म्हणजे आपल्या शरीराच्या आत चाललेल्या या प्रचंड उलथापालथीची आपल्याला जाणीवही नसते. रक्ताअभावी तडफडणारा सर्वांत पहिला अवयव म्हणजे मेंदू. सुदृढ अवस्थेत शरीरात घेतल्या जाणाऱ्या प्राणवायूपैकी वीस टक्के प्राणवायू एकटा मेंदू वापरतो. खरंतर त्याचं वस्तुमान अख्ख्या शरीराच्या फक्त दोन टक्के एवढंच असतं. प्राणवायूअभावी अवघ्या दहा सेकंदांतच मेंदूचं कार्य थंडावतं. प्राणवायूच्या अभावामुळे किंवा मेंदूकडून इशारे न मिळाल्याने इतर अवयवही ढासळू लागतात. श्वासपटलाचे स्नायू आकुंचन-प्रसरण पावायचे बंद झाल्यामुळे शरीरात हवा येत नाही. मूत्रपिंडांचं रक्तशुद्धीकरणाचं कार्य थांबतं. त्याच वेळी शरीरातील पेशींमध्ये रासायनिक प्रक्रियांची गुंतागुंतीची शृंखला सुरू होते आणि त्यात त्या पेशी बळी पडतात.

मरणाची प्रक्रिया ही अशी आहे. मोटार अपघात, रक्तवाहिनीतील अडथळा वा शरीरात एखाद्या जागी आलेली गाठ (ट्यूमर) अशा कोणत्याही कारणाने मृत्यू आला, तरी हृदयाची धडधड थांबली की, आयुष्य संपलं अशीच सर्वसाधारण समजूत असते. अशा प्रकारचे जीवनाचे अंत मी आजपर्यंत इतक्यांदा पाहिलेले आहेत की, त्यांची मोजदाद करणंही मी सोडून दिलेलं आहे.

मी पाहिलेला पहिला मृत्यू मला अजूनही आठवतो. तेव्हा मी मिशिगन विद्यापीठात मेडिकलच्या तिसऱ्या वर्षाला होतो. तो रुग्ण जवळजवळ माझ्याच वयाचा होता. इमर्जन्सी रेडिओवर पुकारा होत होता, 'तेवीस वर्षांचा बेलगाम ड्रायव्हर मोटारअपघातात जखमी. मोटारीची पुढची काच (विन्डशिल्ड) फुटलेली आणि स्टिअरिंग व्हील वाकलेले आढळले.' हा सर्व तपशील महत्त्वाचा आहे, हे त्या वेळीही माझ्या लक्षात आलं. छातीने स्टिअरिंग व्हील वाकवणं किंवा डोक्याने पुढची काच फोडणं यासाठी विलक्षण जोर लागतो. मला आठवतं आहे की, ट्रॉमा सर्जन्स, न्यूरोसर्जन्स आणि ऑर्थोपेडिक सर्जन्स सगळे धावत आले. या सर्वांनी त्याला ताब्यात घेतला. त्याचं रक्त बदलणं, रक्तस्राव थांबवणं, त्याच्या मेंदूतील दाब कमी करणं, यासाठी ते प्रयत्नांची शिकस्त करत होते. अगदी झंझावातासारखी

धडपड चालली होती त्यांची. आणि... अचानक त्याचं हृदय थांबलं ...आणि यांचे प्रयत्नही. तो अंत होता, हे सर्वांनाच ठाऊक होतं. शेवटी मेडिकल कॉलेजात आणि नंतरही प्रशिक्षणभर आम्हाला हेच तर शिकवलं होतं. पण ते खरोखरच तसं नसेल तर? त्या तेवीस वर्षांच्या तरुणाला आणि त्याच्यासारख्या लक्षावधी लोकांना जीवन-मरणामधील रेषा सरकवण्यासाठी आणखी थोडा वेळ देता आला असता तर? त्या तरुणाचा मृत्यू पाहिल्यापासून मी नेहमी हाच विचार करत आलो आहे : ती रेषा सरकवता येईल का?

झेयाद बाराझांजींनी आपण मृत्यूला कसं चकवलं, त्याची कथा मला आपुलकीने आणि अतिशय उत्साहाने सांगितली. आम्ही ब्रॉंक्स येथील त्यांच्या घरी होतो. आजूबाजूला त्यांचे मित्र आणि कुटुंबीय बसले होते.

बाराझांजी हे अनुवादक आणि कोलंबियातील निवृत्त प्राध्यापक होते. १९७०मध्ये ते सिरिया सोडून इथे येऊन स्थायिक झाले होते. त्यांचं दोन बेडरूम्सचं घर कलाकुसरींच्या वस्तू आणि स्मृतिचिन्हांनी भरलेलं होतं. न्यू यॉर्क आणि मध्यपूर्वेच्या दरम्यान आयुष्यभर केलेल्या प्रवासाची ती साक्ष होती. वातावरणात स्वादिष्ट वास दरवळत होता. त्यांची पत्नी राउआ सिरियातील खास पक्वान्नांच्या मेजवानीची तयारी करण्यात गुंतली होती. स्वयंपाक तयार होत आला होता. मी वाकून स्वयंपाकघरातील गजबजीचा, ग्लासांच्या किणकिणण्यांचा कानोसा घेतला. अधूनमधून आमच्या बोलण्यात खंड पडत होता. बाराझांजी मधे-मधे दार उघडायला उठत होते. आलेल्या मित्रांच्या पाठीवर थापा मारत होते, त्यांचे कोट हँगरला अडकवत होते.

मूर्तिमंत चैतन्य असलेला हा माणूस काही काळापूर्वी मृत होता, यावर विश्वास ठेवणं कठीण होतं. पण खरोखरच तसं घडलं होतं. त्यांचं हृदय रक्ताचं अभिसरण करू शकत नव्हतं. त्यांचा मेंदू सिग्नल पाठवत नव्हता. ते कसलाही विचार करू शकत नव्हते. निःसंशय हा मृत्यू आहे. कदाचित आपण त्याविषयी जो विचार करतो, तसा हा नसावा.

तत्काळ होणाऱ्या मृत्यूविषयी बरंच काही बोललं गेलं आहे : "सॉरी, ती लगेचच मरण पावली." वगैरे... पण प्रत्यक्षात तत्काळ मृत्यू असं काही नसतंच. एक डॉक्टर या नात्याने मी खात्रीपूर्वक सांगतो की, हृदयाची धडधड थांबणं, हा अंत नसतो. मृत्यू ही एकच घटना नसते, तर ती एक प्रक्रिया असते. या प्रक्रियेत खंड पाडता येतो. एवढंच नव्हे, तर ती प्रक्रिया उलट फिरवता येऊ शकते. आणि चित्तथरारक गोष्ट म्हणजे या प्रक्रियेच्या दरम्यान कोणत्याही क्षणी, अटळ वाटणारा हा गतिक्रम आपण बदलू शकतो. नेमक्या याच गोष्टींचा शोध आपण या पुस्तकात घेणार आहोत – मृत्यूला चकवण्याची शक्यता.

'बॅलीज टोटल फिटनेस'समोरच्या फुटपाथच्या बाजूने ॲम्ब्युलन्स कर्कश सायरन देत निघाली, तेव्हा बाराझांजी 'करड्या भागा'त होते. ते मरण पावले नव्हते; पण खऱ्या अर्थाने जिवंतही नव्हते. तोपर्यंत रक्तप्रवाहाअभावी गुदमरून त्यांच्या हृदयातील लक्षावधी पेशी मरण पावल्या होत्या. या इजेची परिणती, वाळवीने पोखरल्यामुळे कोसळणाऱ्या झाडासारखी होणार की काय, याचं अनुमान त्या वेळी करता येत नव्हतं. त्रेसष्ट वर्षांहून जास्त काळ सततच्या, प्राणवायूच्या आहारावर पोसलेल्या पेशींपैकी नक्की किती टक्के पेशी, सुरुवातीच्या काही मिनिटांच्या महत्त्वाच्या काळात उपासमारीने तडफडल्या तेही एवढ्यातच कळू शकणार नव्हतं. मृत्यूच्या दिशेने चाललेली वाटचाल उलट्या बाजूने फिरवता येईल का, हेही कळायला मार्ग नव्हता.

बाराझांजींच्या जागी तुम्ही, मी किंवा आपली आई वा वडीलही असू शकले असते. एका दृष्टीने पाहिलं तर बाराझांजींच्या बाबतीत जे घडलं, ते विलक्षण होतं. पण दुसऱ्या बाजूने पाहिलं, तर आपणा सर्वांच्या बाबतीत शेवटी हेच घडतं. आयुष्य ही ठरावीक मुदत असणारी अवस्था आहे, काहीही चिरंतन नसतं आणि आपल्या जन्माबरोबरच आपल्याला अंताकडे नेणारी दीर्घ वाटचाल सुरू होते, असं म्हटलं जातं. मला वाटतं, प्रत्येकाला आयुष्यात कधी ना कधी हा प्रश्न पडतच असेल, "हे सगळं असंच घडायला हवं का?" आपण जेव्हा बाराझांजींच्या कहाणीचा अभ्यास करतो, तेव्हा आपण तुमच्या-माझ्या मरणाला चकवण्याची शक्यता पारखत असतो.

तुमच्या हातात आहे, खळबळजनक आणि झपाट्याने बदलत चाललेल्या विज्ञानाच्या क्षेत्राचा शोध घेणारं, रोमांचक वैद्यकीय कहाण्यांचं पुस्तक. याच्या पानापानांतून तुम्हाला जाणवेल जीवन आणि मृत्यूमधील बारीकशी सीमारेषा आणि भेटतील सीमारेषेच्या अलीकडे रोग्यांना थोपवून धरण्यासाठी जिवाचं रान करणारे डॉक्टर. या सीमारेषेवर 'तळ्यात-मळ्यात' करून आलेल्या लोकांनी पाहिलेले-ऐकलेले त्यांचे अनुभव वाचून तुम्हाला त्या सीमेविषयी अधिक माहिती मिळेल. आश्चर्यकारक आव्हानं स्वीकारणाऱ्या शास्त्रज्ञांशीही आम्ही तुमचा परिचय करून देऊ. आपल्याला अजून सगळ्या प्रश्नांची उत्तरं मिळाली नसली, तरी कधी ना कधी ती नक्कीच मिळतील, असा विश्वास बाळगणारे हे निग्रही, आद्य संशोधक खरोखरच आशावादी आहेत.

अगदी गर्भाशयापासून ते पार मृत्युशय्येपर्यंत, जीवन-मरणाविषयीच्या आपल्या समजाला छेद देणारे आधुनिक विज्ञानाचे असंख्य मार्ग या पुस्तकात आढळतील. तुमच्या लक्षात येईल की, आरंभरेषा आणि समाप्तीरेषा या काळ्या दगडावरील रेषा नसतात. त्या वाळूवर काढलेल्या रेषा असतात. वैद्यकीय ज्ञान आणि तंत्रज्ञानाच्या

प्रत्येक नव्या लाटेबरोबर त्या सरकत जातात. मृत्यूला जाणून घ्यायच्या आणि त्याला पुढे ढकलायचा मार्ग शोधण्याच्या या प्रवासात आपण जीवन आणि त्यापलीकडे जे काही आहे ते, यांच्यामधल्या करड्या, तटस्थ प्रदेशाचा थांग लावण्याचा प्रयत्न करणार आहोत.

बाराझांजींचं काय झालं, ते सांगण्यापूर्वी आम्ही तुमचा परिचय दुसऱ्या एका शोधकाशी करून देणार आहोत. ती त्या 'करड्या' तटस्थ प्रदेशात गेली होती आणि ती कथा सांगायला ती जिवंत राहिली. त्या दूरवरच्या पर्वतउतारावर ती अपघातानेच पोहोचली. ते एक वेगळंच जग होतं. कडाक्याची थंडी आणि जवळजवळ अंधार अशा वातावरणातच काम करणं, खेळणं हे तिकडच्या लोकांच्या अंगवळणी पडलेलं असतं. तो डोंगरउतार हा आपल्या या असामान्य सफरीचा पहिला थांबा आहे.

अनुक्रमणिका

१

हिमडॉक्टर्स

मृत्यूची सर्व दर्शनी लक्षणं तिच्यात आढळत
होती. मृत्यूनंतर नेहमी होतो तसा तिचा चेहरा आक्रसलेला होता.
ओठ संगमरवरासारखे पांढरेफटक पडले होते. डोळे निस्तेज दिसत
होते. शरीरात ऊब नव्हती. नाडीचे ठोके बंद झाले होते.

– एडगर ॲलन पो, 'द प्रीमॅच्युअर बेरिअल'

मे १९९९मध्ये ॲना बॅगनहॉम ही एकोणतीस वर्षांची प्रशिक्षणार्थी डॉक्टर तिच्या दोन दोस्तांबरोबर उत्तर नॉर्वेतील नार्विकजवळ स्कीइंगसाठी गेली होती. ते दोस्त तिचे सहकारी होते. ती तिघंही जवळच्याच नार्विक हॉस्पिटल या छोट्याशा सामुदायिक रुग्णालयात प्रशिक्षण घेत होती. तेव्हा टॉरविंड नाशिम ॲनेस्थेटिस्ट होण्याचं प्रशिक्षण घेत होता. असा तज्ज्ञ नॉर्वेमध्ये इमर्जन्सी डॉक्टर म्हणूनही काम करतो. मारी फॉकनबर्गला पेडिॲट्रिक सर्जन व्हायचं होतं.

ऑर्थोपेडिक सर्जन बनण्याच्या दृष्टीने बॅगनहॉमचा अभ्यास सुरू होता. ती अनुभवी स्कीअर होती. नार्विकजवळील नेत्रदीपक पर्वतांवर जवळजवळ वर्षभर स्कीइंग करणं शक्य असतं. त्याच उद्देशाने तिने नार्विकमधील रुग्णालयाची निवड केली होती.

त्या घातवारी ती तिघं एका आडबाजूच्या रस्त्याने तीस-एक मिनिटं चढून वर गेली होती. या ठिकाणी ती तिघं यापूर्वीही कित्येकदा आली होती. आता ती तिघं जण एका ओढ्याच्या प्रवाहामुळे तयार झालेल्या घळणीवरून खाली उतरण्याच्या मार्गावर होती. त्या प्रवाहातील पाणी गोठून त्या घळणीवर बर्फाचा एक पातळसा

थर तयार झाला होता. त्या ठिकाणाच्या बऱ्याचशा भागावर सूर्यप्रकाश पोहोचत नसे. त्यामुळे ते ठिकाण मॉरखला किंवा कृष्णविवर म्हणून ओळखलं जाई.

काही महिन्यांनंतर अपघाताचा तपशील बॅगनहॉमच्या स्मृतीतून पुसला गेला; पण कसं का असेना, ती पडली आणि उताणी घसरत गेली. तिच्या दोस्तांना पहिल्यांदा ती साधीच पडल्यासारखी वाटली. पण जवळ आल्यावर पाहिलं तर काय? बर्फाचा काही भाग तुटून त्यात ती अडकली होती. तिच्या डोक्याच्यावरून कोसळणाऱ्या प्रवाहाच्या वर एक बर्फाचा सुळका टोपीसारखा आला होता. तो सुळका आणि खडक यांत तिचं डोकं घट्ट अडकून राहिलं होतं. फॉकनबर्ग आणि नाशिमने जे काही सांगितलं, त्यावरून बॅगनहॉम ही हवेच्या पोकळीत असावी. कारण तिची हालचाल चालू होती. अर्थात वेळ न दवडता लवकरात लवकर काहीतरी करणं आवश्यक होतं. दोघांनी तिचे दोन पाय धरून तिला खेचायचा प्रयत्न केला; पण प्रवाहाचा जोर खूप होता आणि कडाक्याच्या थंडीमुळे हाताची पकड घट्ट राहत नव्हती. सात मिनिटांनी त्यांनी ते प्रयत्न सोडले आणि सेलफोनवरून मदत मागवली. नार्विकमधील डिस्पॅचर (रुग्णवाहिनीचा प्रमुख) या त्यांच्या सहकाऱ्याने कळवलं की, मदतपथक निघालं आहे. पण त्या दोघांना तो वेळ युगासारखा वाटला. समोरच्या बॅगनहॉमची धडपड कमीकमी होत अखेर साफच बंद झाली. तिचं डोकं बर्फात घुसलं, त्याला आता चाळीस मिनिटं झाली होती.

एव्हाना बरोबरीचे स्कीअर्स आणि मित्रही गोळा झाले होते. त्यानंतर चाळीस-एक मिनिटांनी म्हणजे रात्री ७.३९ वाजता दुसरा एक मित्र पोलादाचं फावडं घेऊन आला. नाशिम आणि फॉकनबर्गच्या मदतीने त्याने प्रवाहाच्या थोड्या खालच्या बाजूचा जाडसर बर्फाचा थर कापून एक भोक पाडलं. बॅगनहॉमच्या पायाला दोर बांधला. पाण्याखालूनच तिला त्या भोकापर्यंत ओढत नेलं आणि तिथून तिला पाण्याबाहेर काढलं.

तेव्हा घेतलेल्या फोटोंमध्ये दिसतं, एक निर्जीव शरीर. चेहरा निळसर, फिकुटलेला. त्यावर मध्येमध्ये अस्पष्टसे जांभळट वळ आणि प्राणवायूच्या निस्तेज रेषा. बॅगनहॉम ओलीचिंब झाली होती. रूढार्थाने ती 'क्लिनिकली' मृत होती. नाशिम आणि फॉकनबर्गला बॅककंट्री वैद्यकीचा अनुभव होता. त्यामुळे ते आशा सोडायला तयार नव्हते. त्यांनी लगेचच सीपीआरला (कृत्रिम श्वासोच्छ्वासाला) सुरुवात केली.

काही मिनिटांतच हेलिकॉप्टरने दुसरं वैद्यकीय मदतपथक आलं. ते चॉपर वर घिरट्या घालत राहिलं आणि त्यातील एक मदतनीस खाली आला. त्याने बॅगनहॉमला बॅकबोर्डला (पाठीला बांधायची फळी) पट्ट्यांनी बांधलं. मग तिला हेलिकॉप्टरमध्ये खेचून घेण्यात आलं. रात्री ७.५६ वाजता ती, तिथून १५० मैलांवर असणाऱ्या ट्रॉम्सोमधील नॉर्थ नॉर्वे विद्यापीठाच्या हॉस्पिटलच्या वाटेवर होती.

अंधारत जाणाऱ्या आकाशातून त्यांचा प्रवास सुरू होता. मदतपथकातील लोक आळीपाळीने बॅगनहॉमच्या छातीवर सीपीआरच्या हताश तालावर पंपिंग करत होते. त्या तरुण डॉक्टरणीच्या शरीरात जिवंतपणाचं कोणतंही लक्षण नव्हतं; ना श्वासोच्छ्वास चालू होता ना नाडीचे ठोके लागत होते. थर्मामीटर लावला तर तिच्या शरीराचं तपमान फक्त ५६° फॅ. होतं. ५६°फॅ. तपमान असलेल्या पाण्याच्या बादलीत पाय बुडवले, तर एका मिनिटाच्या आत अपाय होतो. ५६°फॅ. तपमान असलेल्या पाण्यात उडी मारली, तर आपला श्वास कोंडतो. त्या पाण्यात दहा मिनिटं राहिलं तर हायपोथर्मिआचा त्रास होतो. बॅगनहॉम तर एका तासापेक्षा जास्त वेळ त्या गार पाण्यात होती आणि पुढचा एक तास चौदा मिनिटं ती हवेत, त्या रेस्क्यू चॉपरमध्ये होती.

आशेचा एकच अंधूकसा किरण होता. वैद्यकशास्त्रात म्हटलं जातं की, एखादी व्यक्ती जोपर्यंत उबदार आणि मृत नसते, तोपर्यंत ती मेलेली नसते. बॅगनहॉमला उबदार व्हायला बराच वेळ लागणार होता. मदतपथकाला माहीत होतं की, जी थंडी त्या तरुणीच्या जिवावर उठली होती, तीच शेवटी तिला वाचवणारही होती. त्यांना ठाऊक होतं की, विज्ञान त्यांच्या बाजूने होतं. फक्त त्यांना धीर धरावा लागणार होता. बॅगनहॉमच्या अंगावर ब्लँकेट न घालता, तिच्या शरीरात गरम आय.व्ही. द्रव न सोडता, ते हातावर हात घेऊन वाट बघत बसले.

खरंतर गारठ्यामुळे जीव वाचण्याची शक्यता वाढते, याचा शोध अपघातानेच लागला असला, तरी तो धडा आता कायमचा मनावर ठसला आहे. अगदी अलीकडची उदाहरणं द्यायची झाली, तर २००८च्या वसंत ऋतूतील गोष्ट.

मॅंडी इवान्स ही त्रेचाळीस वर्षांची ब्रिटिश महिला डोंगराळ पाऊलवाटेवरून गडगडली आणि जवळजवळ गोठत आलेल्या नदीत पडली. मदत मिळेपर्यंतचे नऊ तास ती तिथे पडलेली होती. तिच्या शरीराचं तपमान ७७°फॅ.पर्यंत कमी झालं होतं; पण एवढं होऊनही ती वाचली. कॅनडामधील एका छोट्याशा मुलीचं तपमान ५८°फॅ.पेक्षाही कमी झालं होतं; तरीही ती रात्रभर जिवंत राहिली. हिवाळ्याच्या मध्यावर रात्रीच्या वेळी, नुकतीच चालायला शिकलेली ती मुलगी कोणाच्याही नकळत घराच्या बाहेर गेली. आत येण्यासाठी तिला दरवाजा उघडता येईना. दुसऱ्या दिवशी सकाळी घरच्यांच्या लक्षात आलं. त्यांनी तिला तातडीने हॉस्पिटलमध्ये नेलं. काही दिवसांतच ती पूर्ण बरी झाली.

या उदाहरणांवरून स्पष्ट दिसून येतं की, विशिष्ट परिस्थितीत तग धरून राहण्यासाठी शरीर आपल्या गरजांमध्ये नाट्यपूर्ण परिवर्तन घडवून आणतं. या तत्त्वाचा उपयोग करून रोग्यांचे प्राण वाचवण्यासाठी डॉक्टरांनी त्यावर खूप अभ्यास केला आहे.

१९४० आणि १९५०मध्ये हायपोथर्मिआचा उपयोग उपचारपद्धती म्हणून करायला सुरुवात झाली. वॉल्ट लिलेहीसारख्या आद्य हार्ट सर्जन्सनी शस्त्रक्रियेसाठी उपलब्ध असणारा वेळ वाढवण्यासाठी हायपोथर्मिआचा उपयोग करायला सुरुवात केली. १९४०पूर्वी बऱ्याचशा 'ओपन हार्ट' शस्त्रक्रिया अशक्यप्राय वाटत होत्या. कारण प्राणवायूच्या अभावी हृदय आणि मेंदू जेमतेम काही मिनिटंच तग धरू शकतात आणि तेवढ्या वेळात एखाद्या साध्याशा दुरुस्तीपेक्षा मोठं काही पूर्ण करणं शक्य नसतं. रोग्याचं रक्त गारठवलं तर मौल्यवान मिनिटं आपल्या हाताशी येतात, असं लिलेहींना आढळून आलं. नेहमीच्या तपमानाला जेमतेम दहा मिनिटं चालू राहाणारं हृदय २०°सेल्सिअसला तासभर तग धरू शकतं.

हायपोथर्मिआचा उपयोग नक्की का व कसा होतो, याचं सोपं उत्तर अजून कळलेलं नाही. हा प्रश्न विचारायला मी पहिली निवड केली, ती डॉ. लान्स बेकर यांची. हे इमर्जन्सी फिजिशियन आणि संशोधक आहेत. 'दि युनिव्हर्सिटी ऑफ पेनसिल्व्हेनिया स्कूल ऑफ मेडिसिन' येथे ते 'द सेंटर फॉर रिससिटेशन सायन्स' चालवतात. बेकर म्हणतात की, ''हायपोथर्मिआची प्रक्रिया हे अजूनही एक गूढ आहे. आमची ठाम खात्री आहे की, यामागे फक्त एकच यंत्रणा नसावी. आम्ही पंचवीस-तीस कल्पना गृहीत धरून शोध घेतला. पण सत्य हेच आहे की, ते का व कसं कार्य करतं, ते कोणालाच माहीत नाही.''

एक गोष्ट मात्र स्पष्ट आहे. ती म्हणजे एक उपचारपद्धती म्हणून हायपोथर्मिआ जास्तीचा वेळ मिळवून देतो. मी त्याचं स्पष्टीकरण असं देतो – छातीवर दाब देणं आणि कृत्रिम श्वासोच्छ्वास यामुळे शरीराला आवश्यक असणाऱ्या प्राणवायूचा पुरवठा होतो; पण हायपोथर्मिआमुळे शरीरक्रिया मंदावतात. त्यामुळे शरीराची प्राणवायूची गरज कमी होते. त्यामुळे शरीरात अगोदरच असणाऱ्या प्राणवायूच्या साठ्यावर शरीर जास्त वेळ काम चालवू शकतं.

या विषयावर झालेल्या संशोधनात आढळून आलं आहे की, शरीराच्या तपमानात १°ने (सेल्सिअस) घट झाली तर पेशीच्या चयापचयात जवळजवळ पाच ते सात टक्के घट होते. बेकर यांचा अंदाज आहे की, चयापचयाची गती मंद झाल्यामुळे प्राणवायूच्या अभावी सुरू होणाऱ्या रासायनिक प्रक्रिया – ज्या पेशींसाठी हानिकारक असल्याचं सिद्ध झालं आहे – धिम्या होतात. हे सगळं गुंतागुंतीचं आहे, यात शंकाच नाही. गारठा आणि मंदगतीने चालणारं चयापचय यांचं नातं स्पष्ट करणारं उत्तम उदाहरण म्हणजे सुप्तनिद्रा. सुप्तनिद्रेत असणारे सस्तन प्राणी त्यांच्या शरीराच्या तपमानापेक्षा कितीतरी कमी तपमानात जिवंत राहू शकतात. एवढंच नव्हे तर जोमाने वाढतात. या प्राण्यांच्या बाबतीत बरणीतील काकवी घट्ट व्हावी त्याप्रमाणे गारठ्याने फक्त चयापचयच मंद होत नाही, तर त्यामुळे जीवरासायनिक

बदलांच्या मालिकेला सुरुवात होते.

सुप्तनिद्रेसाठी वेगवेगळे घटक कारणीभूत असतात. ते त्या-त्या प्राण्यावर अवलंबून असतात; पण शीत हवामान हा सुरुवात करून देणारा सामाईक घटक आहे. खारीचं उदाहरण घ्या. तपमान गोठणबिंदूच्या खाली जायला सुरुवात झाली की, खारी ग्लानीत जाऊ लागतात. एरव्ही मिनिटाला दोनशे असणारे, त्यांच्या हृदयाचे ठोके अगदी दहापेक्षाही कमी होतात. गरम रक्ताच्या खारीचे नेहमीचे तपमान ३७°सेल्सिअस असते, ते घसरून बाहेरच्या तपमानापेक्षा फक्त एक किंवा दोन डिग्रीने जास्त होते. तशा स्थितीत, अगदी कमीत कमी ऊर्जा वापरून त्या सहा महिन्यांहून जास्त काळ राहतात.

मानव म्हणजे खार नव्हे, हे मान्य आहे. तुमचा विश्वास बसणार नाही; पण आपल्याकडेही परिस्थितीशी जुळवून घेण्यासाठी स्वत:त बदल घडवून आणण्याची क्षमता आहे. उदाहरणार्थ, थंडगार पाण्यात बुडल्याबरोबर वेगाने खालच्या बाजूला जाणे ही सस्तन प्राण्याची प्रतिक्षिप्त क्रिया आहे. हे म्हणजे शरीराला अर्धसुप्तावस्थेत टाकण्यासारखं आहे. हातापायांकडे जाणारा रक्तप्रवाह हृदय आणि फुफ्फुसांकडे वळवला जातो. श्वासोच्छ्वास मंद होतो. हृदय आणि मेंदू त्यांच्या नेहमीच्या गरजेच्या तुलनेत अर्ध्याहूनही कमी प्राणवायू वापरतात. त्यामुळे जिवंत राहण्याचा काळ विस्तारतो.

बॅगनहॉमला तेव्हा कळणं शक्य नव्हतं; पण हेलिकॉप्टर जमिनीवर उतरू लागलं तेव्हा तिच्या आयुष्याला छेद देणार असणारे डॉक्टर त्यांच्या व्यावसायिक आयुष्यभर या ना त्या प्रकारे याच क्षणाची तयारी करत होते. ते होते ट्रॉम्सो येथील युनिव्हर्सिटी हॉस्पिटलमधील आपत्कालीन सेवेचे संचालक डॉ. मॅड्स गिल्बर्ट. त्यांच्या या रुग्णाप्रमाणेच तेही साहसी आहेत. जीव धोक्यात घालायची त्यांना आस आहे. रुळलेल्या वाटा सोडून इतर ठिकाणी स्कीइंग करण्याचा त्यांना ध्यास आहे. रानावनातून ट्रेक करण्याचा शौक आहे. 'ॲक्शन'चं वेड आहे. त्यांच्या घराला वेढून असणाऱ्या नॉर्वेच्या समुद्रकिनाऱ्याजवळील विस्तृत पर्वतराजीत ॲम्ब्युलन्सचं काम करणारी इमर्जन्सी हेलिकॉप्टर्स चालवणं त्यांना विशेष आवडतं. आताही बॅगनहॉमवर त्याच ठिकाणी उपचार करण्याकरता ते रेस्क्यू चॉपर घेऊन निघाले होते. पण त्याहून मोठं आणि जास्त सोयींनी युक्त असं हेलिकॉप्टर तिथे पोहोचतंच आहे, हे कळल्यावर ते परत फिरले.

गिल्बर्ट आपल्या सुट्टीचा काळ बर्मा आणि कुर्दिस्तानसारख्या ठिकाणी व्यतीत करतात. तिथे ते, जवळपास रुग्णालय नसणाऱ्या भागात राहणाऱ्या लोकांना;

तसंच अगदी माफक वैद्यकीय सामग्रीनिशी रणांगणावरील सैनिकांवर उपचार करणाऱ्या डॉक्टरांना आपत्कालीन उपचारपद्धतीचं प्रशिक्षण देतात. २००८मध्ये गाझा पट्टीवर झालेल्या इस्रायलच्या आक्रमणाच्या वेळी जगप्रसिद्ध होण्याची निसटती संधी त्यांना मिळाली. गाझा हॉस्पिटलमध्ये जखमी सैनिक व नागरिकांवर उपचार करत असताना त्यांची मुलाखत घेतली गेली. नागरिकांना हेतुपुरस्सर ठार केल्याचा आरोप त्यांनी इस्रायलवर केला. त्यावर पुराणमतवादी टीकाकारांनी त्यांना 'हमासचे समर्थक' आणि 'अतिरेकाला लपूनछपून मदत करणारे' असं म्हटलं.

दुसऱ्या शब्दांत सांगायचं, तर राजकारण असो वा वैद्यकशास्त्र, गिल्बर्ट वादवादंगांना अजिबात भीक घालत नाहीत. हे सगळं ते जागतिकदृष्ट्या प्रकाशझोतात यायच्या फार पूर्वीपासूनचं आहे. काहीजणांना त्यांचं हे धाडस धोक्याचं, अगदी अविवेकी वाटत असलं, तरी बॅगनहॉमच्या बाबतीत ते गरजेचं होतं. इतर डॉक्टरांनी माघार घेतली असती आणि ते वाजवीही होतं. तिच्या तब्येतीचा अंदाज घेत असताना 'तिचं काही खरं नाही', हे गिल्बर्टना जाणवलं. माझ्याशी बोलताना ते म्हणाले, " ती मुलगी चांगलीच धट्टीकट्टी होती; पण ती प्रेतासारखी दिसत होती." ॲना बॅगनहॉमला ऑपरेशन रूममध्ये आणलं, त्यापूर्वीचे तीन तास ती क्लिनिकली मृतावस्थेत होती.

बॅगनहॉमच्या केसविषयी मी पहिल्यांदा वाचलं, तेव्हा माझ्या डोळ्यांसमोर एक धाडसी डॉक्टर आला. बरं होण्याची थोडीशीही आशा नसणाऱ्या सुंदर रुग्णावर अवास्तव प्रयोग करणारा. पूर्णपणे निराश झालेला माणूसच अशा तऱ्हेने अशक्यप्राय गोष्टीच्या मागे लागू शकतो; पण ते अर्धसत्य असल्याचं निष्पन्न झालं. बॅगनहॉमला वाचवायच्या प्रयत्नांची सुरुवात घोर हताशपणातून झाली होती हे खरं; पण त्यातून मिळालेलं यश हा निव्वळ नशिबाचा भाग नव्हता, तर त्यामागे काळजीपूर्वक केलेला तार्किक विचार आणि अनुभव यांचा मोठा हात होता.

बॅगनहॉमच्या सुटकेपूर्वी गिल्बर्ट आणि त्यांच्या टीमने किमान पंधरा जणांना पुनरुज्जीवन देण्याचे प्रयत्न केले होते. त्या रुग्णांच्या नाडीचे ठोके बंद झाले होते आणि ते अपघाती हायपोथर्मिआची शिकार झाले होते. त्यांपैकी काही जण कोळी होते, तर काहीजण स्कीअर्स किंवा हायकर्स होते. कुणी समुद्रात बुडले होते, तर कोणी बर्फात पडले होते, तर कोणी हिमवर्षावात सापडून बर्फाखाली अडकले होते. कोणी नुसतेच पिऊन तर्र झाले, जंगलात वाट चुकले आणि त्या गारठ्यात गोठून गेले होते. त्यांपैकी कितीजण वाचले, असं मी विचारलं तेव्हा गिल्बर्टनी दूरवर एक कटाक्ष टाकला आणि नंतर ते विचारपूर्वक म्हणाले, "खरंतर एकही नाही. पण आम्ही यशाच्या जास्तजास्त जवळ जात होतो. ॲनाच्या अगोदरच्या रुग्णाची कथा तर अतिशय नाट्यमय आहे."

काही महिन्यांपूर्वीची घटना. गिल्बर्ट हेलिकॉप्टर घेऊन त्या धोकादायक मोहिमेवर गेले होते. विद्यापीठातील एक विद्यार्थी स्कीइंग करता-करता, अचानक कोसळलेल्या बर्फाच्या दरडीखाली गाडला गेला होता. ट्रॉम्सोच्या उत्तरेला असणाऱ्या अलस्टिन्डेन या, स्कीअर्समध्ये लोकप्रिय असलेल्या पर्वताच्या पायथ्याशी असलेल्या प्राकृतिक हिमक्षेत्राचं टेलिमार्किंग करताना तो विद्यार्थी आणि त्याचा साथीदार, अ‍ॅव्हालान्श व्हायला कारणीभूत झाले. तो मित्र त्यातून वाचला आणि कसाबसा खाली रस्त्यावर येऊन मदत मिळवण्याचा प्रयत्न करू लागला. दोन तरुण स्कीअर्सनी वरून तो अपघात होताना पाहिलं होतं. ते खाली आले आणि त्यांनी खणायला सुरुवात केली.

गिल्बर्ट यांचं रेस्क्यू चॉपर एका तासाच्या आतच आलं; पण दरीचा उतार एवढा उभा होता की, ते चॉपर खाली उतरवणं अशक्य होतं. त्यांना ते हेलिकॉप्टर डोंगरमाथ्यावर म्हणजे अपघाताच्या ठिकाणापासून शेकडो यार्डर उतरवावं लागलं. गिल्बर्ट, एक नर्स आणि एक स्थानिक पोलीस अधिकारी असे तिघे धडपडत दरीतून खाली उतरले. ते जेव्हा त्या तरुणापर्यंत पोहोचले तेव्हा स्की पोल आणि त्याचा एक बाहू एवढंच फक्त दिसत होतं. त्याला बाहेर काढून सीपीआर सुरू करायला बराच वेळ लागला. आतापर्यंत खूप वेळ गेला होता. खरोखर खूपच वेळ गेला होता.

परिस्थिती भीषण होती. त्या तरुणाची नाडी बंद होती. मदतपथकाची वाट पाहण्याशिवाय गत्यंतर नव्हतं. पायाखालील बर्फ खोल होतं, भुसभुशीत होतं. त्यामुळे त्याला फळीवर ठेवून घेऊन जाणं अशक्य होतं. त्या तीन तासांत, पर्वतउतारावरील त्या प्रखर थंडीत, गिल्बर्ट आणि त्यांच्या पथकाचे त्या विद्यार्थ्यात पुन्हा प्राण आणण्याचे प्रयत्न चालूच होते. गिल्बर्टनी त्याला श्वासोच्छ्वासाची नळी लावली आणि त्याच्या छातीवर पंपिंग करायला सुरुवात केली. त्यांच्या एका सहकाऱ्याने कॅम्पिंग सेटमधील इमर्जन्सी स्टोव्ह पेटवून चहा केला. तिघांच्याही शरीराला ऊब मिळण्यासाठी त्याची गरज होती; पण रुग्णाला मात्र त्यांनी गारच ठेवलं होतं. दर पाच मिनिटांनी पथकाचे सदस्य आपल्या जागा बदलत होते.

शेवटी एकदाचं हेलिकॉप्टर जमिनीवर उतरवणं शक्य झालं. त्या बेशुद्ध विद्यार्थ्याला घसरगाडीवर ठेवून त्या भयाण अंधारात उभ्या चढावरून अडखळत, ठेचकाळत ते हेलिकॉप्टरपर्यंत पोहोचले. बर्फाचे खडे कोसळण्याच्या भीतीने त्यांच्या मनाचा थरकाप होत होता. हेलिकॉप्टरमध्ये चढल्यावर त्यांनी पुन्हा सीपीआर द्यायला सुरुवात केली. त्याच्या शरीराचं तपमान जराही वाढणार नाही, याची सतत दक्षता घेतली जात होती. हॉस्पिटलमध्ये पोहोचल्यावरच त्यांनी त्याला बायपास मशिनला जोडलं आणि त्याच्या शरीरात ऊब आणली. आणि काय चमत्कार! त्या

विद्यार्थ्याच्या हृदयाची धडधड पुन्हा सुरू झाली. एवढंच नव्हे तर त्याची मूत्रपिंडं आणि फुफ्फुसंही कार्य करू लागली. डोळ्यांवर प्रकाश पडल्यावर त्याच्या डोळ्यांच्या बाहुल्या लहान झाल्या. हे चांगलं लक्षण होतं. त्याच्या मेंदूचं जे नुकसान झालं होतं, ते उपचारांनी बरं करता येण्याची शक्यता होती. " आम्हाला अतिशय आनंद झाला," गिल्बर्ट सांगत होते. "आम्हाला अगदी परमानंद झाला. वाटलं - 'आम्ही जिंकलो.' "

दोन दिवस त्या तरुणाच्या तब्येतीत सुधारणा होत होती; पण त्यानंतर मात्र अचानक त्याची तब्येत बिघडली. अगदी काही तासांच्या अवधीतच द्रवाच्या अतिरिक्त भाराने त्याचा मेंदू चेंगरला गेला. कवटीतील संकुचित जागेतील दबाव खूपच वाढला आणि त्याला मृत्यू आला. गिल्बर्ट आणि त्यांचं पथक उद्ध्वस्त झालं. एक अद्‌भुत यश त्यांच्या हाताशी आलं होतं; पण आधीच्यांप्रमाणेच याही बाबतीत विपरीत घडलं. " मला तर वेड लागायची पाळी आली. मी विचार करू लागलो - आम्ही नेमकी कोणती चूक केली? त्याच्या मेंदूला येणारी सूज आम्ही थांबवू का शकलो नाही?" ते म्हणाले.

प्रत्येक कसोशीच्या प्रयत्नांनंतर त्यांचं पथक तशा प्रकारच्या केसेसवरील नोंदी पडताळून पाहत असे. आताही ते पूर्वीच्या केसेसच्या नोंदींचा तुलनात्मक अभ्यास करत होते. याअगोदरच्या याच प्रकारच्या पंधरा केसेस पाहिल्यावर गिल्बर्ट यांच्या लक्षात आलं की, प्रत्येकाच्याच बाबतीत ईडिमा किंवा सूज ही समस्या निर्माण झाली होती. हा तरुण त्यांच्यापेक्षा जास्त काळ जिवंत राहिला हे खरं; पण हृदयाचे ठोके सुरू झाल्यानंतर मेंदूला सूज आलेला हा पहिलाच रुग्ण नव्हता. गिल्बर्ट यांच्या डोक्यात संशयाचा किडा वळवळू लागला की, हे अर्धवट गोठलेले रुग्ण विशेषकरून या प्रकाराला बळी पडतात. महत्त्वाची गोष्ट म्हणजे हायपोथर्मिआ रक्त पातळ करण्याचं काम करतो. त्यामुळे अशा रुग्णांच्या बाबतीत अंतर्गत रक्तस्राव होण्याची दाट शक्यता असते; पण यापेक्षाही जास्त चिंताजनक गोष्ट घडत होती. हायपोथर्मिआमुळे या सर्व रुग्णांना हृदयविकाराचा झटका आला होता किंवा बर्फाची दरड कोसळल्यामुळे किंवा बर्फाखाली गाडलं गेल्यामुळे ते अंशत: गुदमरले गेले होते. यांपैकी कोणत्याही बाबतीत त्यांचे मेंदू आणि शरीरं प्राणवायूअभावी तडफडली होती.

म्हणजे इथेच काहीतरी गोची होती आणि ती स्वाभाविक नसावी. वस्तुत: या सर्व रुग्णांना वेगवेगळ्या प्रमाणात का होईना, पण एकाच व्याधीनं ग्रासलं होतं. ती व्याधी होती रिपर्फ्युजन इंज्युरी - पुन:अभिसरण इजा. प्राणवायूच्या अभावी तडफडत असणाऱ्या ऊतींना (टिशू) पुन्हा प्राणवायूचा पुरवठा झाल्यावर त्यांना होणाऱ्या इजेला 'रिपर्फ्युजन इंज्युरी' असं म्हणतात. तसं पाहिलं, तर पुन्हा

प्राणवायूचा पुरवठा करणं ही चांगली गोष्ट आहे. पण रिपर्फ्युजन इंज्युरीच्या बाबतीत मात्र, त्यामुळे गुंतागुंतीच्या हानिकारक रासायनिक प्रक्रियांची शृंखलाच सुरू होते. ती यंत्रणा नेमकी कशी काम करते, ते अजून स्पष्ट झालेलं नाही. पण गिल्बर्ट म्हणतात की, संपूर्ण शरीरातील पेशींच्या आतील पटलाची झिरपण्याची क्षमता वाढते. त्यामुळे त्यातून *द्रव पाझरू लागतो* आणि तेच या सुजेमागील मुख्य कारण आहे.

आतापर्यंत ज्या रुग्णांना जवळजवळ गोठलेल्या स्थितीत ट्रॉम्सोला आणलं होतं, त्यांच्यावर पुनरुज्जीवनासाठी प्रमाणभूत असा औषधोपचार करण्यात आला होता. उदाहरणार्थ, हृदयाला चेतना आणण्यासाठी नॉरपाइनफ्राइन. रक्तदाब योग्य त्या प्रमाणात करण्यासाठी आणि तो तसाच राखण्यासाठी सलाइनचा द्राव. हे सर्व द्रवपदार्थ शरीरात सोडल्यामुळे शरीरातील द्रवाचं प्रमाण अधिकच वाढे आणि मेंदूसहित सर्व नादुरुस्त ऊतींवरील दबाव अधिकच वाढे, ही खरी समस्या होती. गिल्बर्ट आणि त्यांच्या ट्राम्सोमधील पथकाला यापासून एक महत्त्वाचा धडा मिळाला. जीवनरक्षक धडा. तो धडा म्हणजे हायपोथर्मिआच्या रुग्णाला आवश्यक तेवढीच औषधं आणि कमीत कमी द्रवपदार्थ द्यावेत. तसं केलं तरच त्यांची जगण्याची शक्यता वाढेल.

साधारणपणे रुग्णाला द्रवपदार्थ देणं हा, रक्तदाब ताब्यात ठेवण्यासाठी करण्यात येणाऱ्या आपत्कालीन औषधोपचारांचा मुख्य घटक असतो; पण गिल्बर्ट यांच्या डोक्यात वेगळंच काहीतरी होतं. सामान्यत: जीवनरक्षक असणारा द्रवपदार्थ त्या हायपोथर्मिक रुग्णांच्या जिवावर बेतत असावा. ''तुम्ही साधू आहात ना? मग घंटा वाजवत राहा – तीच तीच गोष्ट पुन्हापुन्हा करत राहा म्हणजे तुम्ही यशस्वी व्हाल,'' ते म्हणाले.

पुढच्या वेळी असं घडणार नाही. गिल्बर्टनी आपल्या पथकाला सांगितलं की, पुढच्या वेळी असा रुग्ण आला तर द्रवपदार्थाचा विचारदेखील करायचा नाही. त्याला सलाइन किंवा इतर औषधं द्यायची नाहीत. अगदी त्याची तब्येत खूपच ढासळायला लागली तर मग त्या बाबतीत विचार करता येईल. गिल्बर्ट म्हणाले,''पुढच्या या रुग्णाला मी अतिशय शुष्क, अगदी नियंत्रणात ठेवणार. द्रवपदार्थ देण्याशिवाय गत्यंतरच नाही, अशी वेळ येईपर्यंत मी त्याला द्रवपदार्थ न देण्याच्या बाजूने असेन.''

खरंतर हा जुगार होता; पण गिल्बर्ट स्थितप्रज्ञ होते. ते म्हणाले, ''नवीन ज्ञान हे वेगवेगळ्या प्रकारे निर्माण होत असतं. नवीन वैद्यकीय पायंडाही निरनिराळ्या

प्रकारे पडत असतो. त्यांपैकी एक दृष्टिकोन आहे सुनियंत्रित वैद्यकीय चाचण्या. दुसरा मार्ग आहे, प्रयोगशाळेत त्या समस्येवर मूलभूत संशोधन करून नंतर ते प्रत्यक्षात लागू करणं. पण ॲना बॅगनहॉमचा जीव वाचवण्याची शक्यता असलेला मार्ग तिसराच होता. तो म्हणजे प्रत्यक्ष औषधोपचारातूनच ज्ञान *उत्पन्न* करणं.''

हेलिकॉप्टर जमिनीवर उतरल्याबरोबर इमर्जन्सी डिपार्टमेंटच्या झुलत्या दारातून बॅगनहॉमला आत नेऊन लिफ्टमधून तडक ऑपरेशन थिएटरमध्ये नेण्यात आलं. तिथे कार्डिॲक सर्जन्सनी बॅगनहॉमच्या मांडीच्या रोहिणी व नीलेत नळ्या घातल्या आणि तिला हृदय-फुफ्फुस यंत्राला जोडलं. त्या यंत्रामुळे तिचं रक्ताभिसरण सुरळीत होऊन हळूहळू तिचं रक्त गरम होत जाणार होतं. रात्रीचे ९.५० झाले होते. अजूनही बॅगनहॉमच्या शरीराचं तपमान फक्त ५६°फॅ. (१३.३°डिग्री सेल्सिअस) होतं. यंत्रामुळे तिच्या रक्तात ऊब आली; पण तिच्या हृदयाची धडधड अजूनही सुरू झाली नव्हती. ते पथक तिला सीपीआर देतच होतं. त्यामुळे थोड्या प्रमाणात का होईना; पण प्राणवायू तिच्या ऊतींपर्यंत पोहोचत होता. रात्री दहाच्या सुमाराला त्यांना आशेचा किरण दिसला. अचानक बॅगनहॉमच्या हृदयातील विद्युत्कार्य एका झटक्यात सुरू झालं. पुढच्या पंधरा मिनिटांत तिचं थांबलेलं हृदय नियमित, तालबद्धतेने सुरू झालं.

बोलता-बोलता गिल्बर्ट क्षणभर थांबले आणि आतापर्यंत कोणालाही न सांगितलेली गोष्ट सांगू लागले. एका क्षुल्लक चुकीमुळे आतापर्यंतचे सर्व प्रयत्न धुळीला मिळायची वेळ आली होती. त्या जीवनरक्षक वैद्यकीय पथकामुळे त्या रुग्णाच्या जिवावरच बेतणार होतं. एक तरुण मदतनीस बॅगनहॉमच्या छातीत हृदयापर्यंत जाणारं कॅथेटर घालत असताना बॅगनहॉमच्या हाताला रक्तपुरवठा करणाऱ्या रोहिणीला भोक पडलं. त्याहूनही दुर्दैवाची गोष्ट म्हणजे त्या गोंधळात ते कोणाच्याही लक्षात आलं नाही. बॅगनहॉम मेल्यातच जमा असल्याने तिचा रक्तदाब जवळजवळ नसल्यासारखाच होता. त्या जखमेतून किंचितसं रक्त बाहेर आलं होतं.

एखाद्या निरोगी, सामान्य तपमान असलेल्या रोग्याच्या बाबतीत अशी चूक प्राणघातक ठरली असती. रक्तस्राव होऊन काही मिनिटांतच रोगी दगावला असता. शेवटी जेव्हा बॅगनहॉमच्या हृदयाचे ठोके पडायला सुरुवात झाली, तेव्हा तिचा रक्तदाब भराभर खाली उतरत असल्याचं डॉक्टरांना दिसून आलं. तेव्हा कुठे परिस्थितीचं गांभीर्य त्यांना जाणवलं. जेव्हा त्यांनी चेस्ट ट्यूब तिच्या छातीत घातली, तेव्हा लिटरभर रक्त बाहेर आलं. ते बघून त्यांच्या छातीत धडकी भरली. रक्तस्रावाचा उगम शोधण्यासाठी धडधडत्या काळजाने बॅगनहॉमचं हाड करवतीने कापून तिची छाती उघडली. त्यांनी वेळीच ती रोहिणी टाके घालून बंद केली म्हणूनच ती वाचली. मला आश्चर्य वाटलं – अशा क्षुल्लक वाटणाऱ्या दुर्घटनेमुळे

विलक्षण वैज्ञानिक प्रगतीची वाट लागू शकते.

बॅगनहॉमला पुनरुज्जीवन देण्याचं काम रेंगाळत चाललेलं असतानाच तिच्या शरीरात अजून एक प्राणघातक गुंतागुंत निर्माण झाली – एआरडीएस नावाची श्वसनासंबंधीची समस्या. यात फुप्फुसं नेहमीप्रमाणे वायूंची अदलाबदल करू शकत नाहीत. गिल्बर्ट यांच्या पथकाने तिला कृत्रिम फुप्फुसाचं काम करणाऱ्या इसीएमओ या उपकरणाला जोडलं. आता तिचं धडधडणारं हृदय रक्तदाब निर्माण करू शकत होतं, तिची मूत्रपिंडं मूत्र तयार करू शकत होती. तिच्या फुप्फुसांना, व्हेंटिलेटर हे कृत्रिम श्वासोच्छ्वासाला मदत करणारं साधन आणि इसीएमओ-यंत्र या दोन यंत्रांनी आधार दिला होता. शेवटी एकदाचे ते ऑपरेशन थिएटरच्या बाहेर पडू शकले.

असं असूनही गिल्बर्टना ठाऊक होतं की, संकटांनी अजूनही आपली पाठ सोडलेली नाही. ''आम्ही तिला ऑपरेशन थिएटरबाहेर आणलं, तेव्हा सकाळ झाली होती. खिडकीतून ऊन आत येत होतं. अचानक माझ्या लक्षात आलं की, तो तरुण विद्यार्थी ज्या खोलीत होता, त्याच खोलीत आम्ही आता होतो,'' गिल्बर्ट म्हणाले, (काही महिन्यांपूर्वी बर्फाची दरड कोसळल्यामुळे दगावला होता, तो विद्यार्थी.) ''मी मनाशीच म्हटलं, 'म्हणजे हे अजून संपलेलं दिसत नाही. खरंतर आताच संघर्षाला सुरुवात होत आहे.' ''

या वेळी ट्राम्सोच्या पथकाने खूपच संयमाने वागायचं ठरवलं. बॅगनहॉम शुष्क राहील, तिच्या अंगात कमीत कमी पाणी राहील याची त्यांनी दक्षता घेतली. तिच्या शरीराचं तपमान त्यांनी हळूहळू वाढवत नेलं. त्यांनी तिला अगदी थोडी औषधं दिली. शिरांमधूनही जास्तीचा द्रव तिच्या शरीरात जाऊ दिला नाही. काही काळ तिचा रक्तदाब अतिशय कमी झाला होता. याचा अर्थ निरोगी माणसाला आवश्यक असतो तेवढा प्राणवायू तिच्या ऊतींना मिळत नव्हता. पण गिल्बर्टनी अनुमान केलं की, बॅगनहॉमच्या त्या अवस्थेत तिला तेवढ्या प्राणवायूची गरज नसावी. नाहीतर दीड तास बर्फाखाली ती जिवंतच राहू शकली नसती.

बॅगनहॉमसाठी परतीचा प्रवास सोपा नव्हता. पहिले पाच दिवस तर तिला रक्तात प्राणवायू मिसळणारं यंत्र लावलं होतं. पुढचे कित्येक आठवडे ती रेस्पिरेटरवर (श्वसनाचं यंत्र) होती. ''दोन-तीनदा तर तिच्या तब्येतीत एवढा बिघाड झाला होता की, ती मरते की काय अशी आम्हाला भीती वाटली होती,'' गिल्बर्ट म्हणाले, ''भयंकर संघर्ष चालला होता त्या काळात.''

पण शेवटी या अथक परिश्रमांना फळ आलं. जगातील जवळजवळ सगळ्याच डॉक्टरांनी जिला मृत म्हणून सोडून दिलं असतं, अशी बाई चक्क जिवंत होती, स्वत:हून श्वास घेत होती.

पाच महिने तिच्या गळ्याखालचं शरीर लुळंपांगळं झालं होतं. तरीही अठरा

महिन्यांनंतर बॅगनहॉम पुन्हा कामावर रुजू झाली. अर्थात त्या वेळी तिचे हात पूर्णत: कार्यक्षम नव्हते. कारण काही मज्जातंतूंची अपरिमित हानी झाली होती. सर्जन बनण्याच्या आकांक्षेवर तिला पाणी सोडावं लागलं; पण आज ती एक परिपूर्ण, यशस्वी डॉक्टर आणि रेडिओलॉजिस्ट आहे. ज्या ठिकाणी तिचा पुनर्जन्म झाला, त्याच 'दि युनिव्हर्सिटी ऑफ नॉर्थ नॉर्वे हॉस्पिटल'मध्ये ती काम करते. गंमत म्हणजे, वेळोवेळी झालेल्या तिच्या तपासण्यांमध्ये आढळून आलं आहे की, अपघातानंतर दहा वर्षांनी तिचे मज्जातंतूही पुन्हा वाढायला लागले आहेत. त्या दिवशी तिच्याबरोबर असणारे साथीदारही त्याच हॉस्पिटलमध्ये नोकरी करतात. मारी फॉकनबर्गने लहान मुलांवर उपचार करण्याचं आपलं ध्येय गाठलं आहे. टॉरविंड नाशिम आता गिल्बर्ट यांच्या खांद्याला खांदा लावून काम करतो. ॲम्ब्युलन्स हेलिकॉप्टर चालवतो. ओपन हार्ट सर्जरीमध्ये कार्डिऑथोरॅसिक ॲनेस्थेटिस्ट म्हणून गिल्बर्टना मदत करतो. तो आता त्या पथकाचा सदस्य झाला आहे. हृदयविकाराचा झटका आलेल्या तसंच गोठून गेलेल्या अनेकांच्या शरीराचं तपमान वाढवण्यात त्यांच्या पथकाला यश आलं आहे.

जगाच्या दुसऱ्या बाजूलाही अशीच घटना घडली. झेयाद बाराझांजींनाही धोका पत्करणाऱ्या डॉक्टरची गरज होती. त्यांची गोष्ट ऐकल्यावर, ज्या ठिकाणी त्यांचा जीव वाचवला गेला होता, त्या ठिकाणी मी गेलो. छे छे! जिथे ते हृदयविकाराचा झटका येऊन कोसळले होते आणि त्यांच्यात पुन्हा चेतना आणण्यात आली ती ब्रॉन्क्स जिम किंवा त्यांना वेगाने रुग्णालयाकडे नेणाऱ्या ॲम्ब्युलन्सविषयी मी बोलत नाही. रुग्णालयातील ज्या खोलीत ते मृत्यूशी सावकाश, पण ठामपणे झगडले, त्या खोलीत मी गेलो.

मी तिथे असताना एक बझर वाजला आणि पाठोपाठ लाउडस्पीकरवरून आवाज आला, "त्वचाविज्ञानाचा मजला. इकडे लक्ष द्या. तत्काळ. त्वचाविज्ञान. लक्ष द्या. तत्काळ. त्वचाविज्ञान." आवाज दबलेलाच होता; पण संदेश तातडीचा होता – हृदयविकाराचा झटका. तत्काळ. त्वचाविज्ञान. दुसऱ्या कुठल्यातरी मजल्यावरील रुग्णाची तब्येत अतिशय बिघडली होती. तिचं हृदय बंद पडलं होतं आणि तिला मृत्यूच्या दाढेतून बाहेर काढण्यासाठी आधुनिक वैद्यकशास्त्रातील सर्व उपाय तिच्यावर केले जाणार होते.

हा टी.व्ही.वरील कार्यक्रम असता, तर सगळे डॉक्टर हॉलमधून, आपले पांढरे कोट फडकावत चढाओढीने त्या आपद्ग्रस्त रुग्णाकडे धावताना दाखवलं असतं. सगळीकडे अनियंत्रित गोंधळ उडालेला दिसला असता. पण इकडे 'न्यूयॉर्क -

प्रेस्बायटेरियन हॉस्पिटल / कोलंबिया युनिव्हर्सिटी मेडिकल सेंटर'च्या आठव्या मजल्यावर मात्र, मृत्यूशी चाललेल्या झगड्याचा संदेश अख्ख्या बिल्डिंगमध्ये प्रक्षेपित केला जात आहे, एवढंच जाणवत होतं.

मी मज्जातंतु विकाराच्या अतिदक्षता विभागात आहे. विसंगत वाटावं असं मैत्रीपूर्ण वातावरण असलेलं निवांत ठिकाण आहे हे. लिफ्टपासून थोड्या अंतरावरून उजवीकडे वळलं, नंतर डावीकडे वळलं की, मध्ये दरवाजाचासुद्धा अडसर न येता तुम्ही कॉफी ब्रेकमध्ये मिटक्या मारत असल्याचं तुम्हाला आढळेल. पिवळ्या भिंती आणि जमिनीवर नारिंगी आणि पांढऱ्या रंगाच्या मोठ्या चौरस टाइल्स. इकडचं सर्वच एवढं नवीन आहे की, त्यावर बहुतेक मोठ्या सिटी हॉस्पिटल्समध्ये आढळणारा जुनाट थर दिसत नाही की न्यूयॉर्क शहराच्या अप्पर वेस्ट साइडच्या टोकाच्या जुनाट भव्य इमारतींच्या बाहेर पसरलेले रेतीवाळूचे भरड कण दिसत नाहीत.

एका ठिकाणी नर्सेस बोलत उभ्या आहेत. त्या आयताकृती कॉरिडॉरच्या दुसऱ्या टोकाला सफेद कोटातील तरुणांचा घोळका. यातील बहुतेक जण पुरुष आहेत. कॉम्प्युटरच्या दोन मॉनिटर्सभोवती, फुटबॉलचा संघ करतो तसं, कोंडाळं करून तो घोळका उभा आहे. हास्याचे फवारे उडतात, शुभेच्छा दिल्या-घेतल्या जातात. काही मिनिटांनी लक्षात येतं – या सगळ्यात एका गोष्टीची उणीव आहे. ती म्हणजे रुग्ण.

अर्थात इथे रुग्णही आहेत. पण शेवटी तेही आपण त्याचा अर्थ कसा लावतो, त्यावर अवलंबून आहे. ''एखाद्यावर मज्जातंतु विकाराच्या अतिदक्षता विभागात दाखल व्हायची पाळी येणं, ही त्याच्या आयुष्यातील सर्वांत मोठी दुर्घटना आहे,'' त्या युनिटचे प्रमुख डॉ. स्टेफान मायर म्हणतात, '' इकडचे सर्व रुग्ण कोमाच्या वेगवेगळ्या पायरीवर आहेत. बहुतेक काळ, त्यांना कृत्रिमरीत्या जिवंत ठेवण्यात आलं आहे.''

खोलीच्या मध्यावर असलेल्या छोट्या काउन्टरवर दोन बाजूला दोन तुकतुकीत कॉम्प्युटर मॉनिटर्स आहेत. आता सकाळच्या वेळी, त्या काउन्टरभोवती कोंडाळं करून एक घोळका उभा आहे. ते सतत जागा बदलत आहेत. त्यात ज्येष्ठ डॉक्टर्स आहेत, प्रशिक्षणार्थी आहेत, आणि वैद्यकीय विद्यार्थीही आहेत. 'सनराइज क्लिनिकल मॅनेजर'मध्ये रुग्णांची तपशीलवार माहिती साठवलेली असते. मॉनिटर्सच्या पडद्यावर दिसणाऱ्या त्या माहितीकडे ते सगळे जण टक लावून पाहत आहेत. त्यातील जवळजवळ सर्वांनीच सफेद कोट घातले आहेत. त्यांच्या छातीवर डाव्या बाजूला निळ्या फर्डेशाहीत त्यांच्या विशिष्ट शाखांची नावं कोरलेली आहेत. उदाहरणार्थ, 'इंन्ट्राक्रॅनिअल मॉनिटरिंग', 'स्ट्रोक फेलो', 'पेडिॲट्रिक न्यूरॉलॉजी.'

या ड्रेसकोडला अपवाद फक्त एकच – मायर. खाकी पॅन्ट, निळा-पांढरा पट्ट्यापट्ट्यांचा शर्ट घातलेले मायर कॉलेजमध्ये नुकतंच पदार्पण केलेल्या युवकासारखे दिसतात. छोटा, साधा, तारेचा चष्मा त्यांच्या नाकावर स्थानापन्न झाला आहे. मित्रत्वाच्या, पण ठाम सुरात, जराशा अनुनासिक उच्चारात ते आपल्या हाताखालच्या लोकांना विचारतात,

"तिची ब्लडशुगर किती होती ते आठवतं?"

उत्तर नाही.

"अरे, बोला ना! मला वाटतं, तिची साखर खूपच कमी झाली असावी," ते स्वत:च चटकन उत्तरतात.

नोव्हेंबर २००६ मधील त्या रात्री हवेत जास्तच गारठा होता. मायरना मध्यरात्री फोन आला. फोनवर बोलणारी मुलगी त्यांच्या जास्त परिचयाची नसली, तरी थोड्याफार ओळखीची होती. भावुक, काळ्या केसांची ती मुलगी वैद्यकीय विद्यार्थिनी असताना म्हणजे आदल्याच वर्षी त्यांच्या युनिटमध्ये पाळ्या (रोटेशन) करत होती. त्यानंतर काही महिन्यांनी त्या युनिटमध्ये नोकरी करण्यासाठी तिची मुलाखत झाली होती. पण तिला घेण्याएवढी आर्थिक परिस्थिती बरी नसल्यामुळे तिला नोकरीत घेतलं गेलं नाही. शेवटी तिला सॅनफ्रान्सिस्कोला जावं लागलं. तशी माणसांची ये-जा चालू असतेच; पण अपरात्री आलेला फोन घेतानाच त्यांनी ओळखलं की, हा फोन फक्त जुन्या आठवणींना उजाळा देण्यासाठी आलेला नाही. जेव्हा जुजबी ओळख असलेली माणसं त्यांना अपरात्री फोन करत, तेव्हा त्यामागे त्यांचा काहीतरी हेतू असे.

फोनवर नोबल बाराझांजीचा आवाज सौहार्दपूर्ण असला, तरी ती तणावाखाली असल्याचं जाणवत होतं. तिचे काका वयस्कर असले, तरी तसे निरोगी होते. त्या दिवशी दुपारी त्यांना हृदयविकाराचा झटका आला होता आणि आता ते कोलंबियाशी संलग्न असलेल्या दुसऱ्या हॉस्पिटलमध्ये अतिदक्षता विभागात होते. अतिदक्षता विभाग चालवणाऱ्या डॉक्टरांवर तिचा विश्वास नव्हता. याचं मुख्य कारण म्हणजे त्यांना हायपोथर्मिआविषयी काहीही माहिती नव्हती. १६८व्या रस्त्यावरील हॉस्पिटलमध्ये बेड रिकामा होता का? " इकडच्या रुग्णांवर कशा प्रकारे उपचार केले जातात ते तिनं पाहिलं होतं, म्हणून तिने इकडे फोन केला," मायर म्हणाले. "तिने विचारलं - 'माझे काका तुमच्यापासून ३४ ब्लॉक्सच्या अंतरावर आहेत. तुम्ही त्यांना गार करू शकाल?' आणि अर्थातच मी उत्तर दिलं, 'नक्की!' "

नोबल बाराझांजी त्या रात्री आपल्या काकांविषयी सांगत होती, तेव्हा तिचं पूर्ण लक्ष त्यांच्या वैद्यकीय तपशिलावर केंद्रित झालं होतं. देशाच्या दुसऱ्या टोकाला राहून वडिलांच्या लाडक्या भावाला योग्य उपचार मिळण्यासाठी ती आकाशपाताळ

एक करत होती. त्याचा कोणताही ताण तिच्या बोलण्यात जाणवत नव्हता. ती स्वत: डॉक्टर असली तरी, आपले वयस्कर आई-वडील आपल्यापासून लांब राहत असल्यावर ज्या हृदयद्रावक समस्या समोर उभ्या ठाकतात – ज्यांचा आपल्यापैकी अनेकांना अनुभव आलेला असतो – त्यांचं तिने वर्णन केलं.

काकांना तपासणाऱ्या पहिल्या डॉक्टरांनी तिला सांगितलं की, त्यांच्यावर उपचार करण्यात काहीच अर्थ नाही. " ते म्हणाले की, ते काकांना अतिदक्षता विभागात ठेवून त्यांच्या हृदयाचं मूल्यमापन करण्याच्या विचारात होते. त्यानंतर ते मरतात की जागे होतात, याची प्रतीक्षा करणं एवढंच त्यांच्या हातात होतं म्हणे!" बाराझांजी म्हणाली, " मी त्यांना विचारलं की, त्यांच्यावर गारठ्याचा उपचार (कूलिंग थेरपी) करता येईल का? तर ते म्हणाले की, त्यांना त्याची नीटशी माहिती नव्हती. आणि त्यांच्या हॉस्पिटलमध्ये अशा प्रकारचे उपचार होत नसावेत."

तोपर्यंत मध्यरात्र झाली होती. तिच्याकडे फोन नंबरही नव्हता. मग तिने मज्जातंतु विकाराच्या अतिदक्षता विभागात फोन करून मायर यांचा सेलफोन नंबर विचारला. नंबर मिळेपर्यंत तिने फोन 'होल्ड' करून ठेवला होता, तेव्हा तिला क्षणन् क्षण हातातून निसटल्यासारखं वाटत होतं. सॅनफ्रान्सिस्कोमधील कॅलिफोर्निया विद्यापीठात, हृदयविकाराचा झटका आल्यानंतर एका तासाच्या आत रुग्णांना गार करायला सुरुवात करायचं प्रशिक्षण तिला मिळालं होतं. त्यानंतरच्या प्रत्येक तासागणिक त्याच्या वाचण्याची शक्यता कमी-कमी होत जाते, असं ती शिकली होती.

* * *

मायरनाही ही आकडेवारी ठाऊक होती. मायरनी हायपोथर्मिआच्या उपचारपद्धतीचा विडा उचलला होता. या उपचारांचा वापर करायला तयार नसलेल्या डॉक्टरांचा त्यांना राग येई. या उपचारपद्धतीचा प्रचार करण्यासाठी पुरेसे प्रयत्न न करणाऱ्या वैद्यकीय संस्थांची त्यांना चीड येई.

मायर यांचा हायपोथर्मिआशी पहिला संबंध आला तो एका वेगळ्याच संदर्भात. न्यूयॉर्कमधील वेस्टचेस्टर काउन्टीमधील जुन्यापुराण्या मनोरुग्णालयामुळे हा संबंध आला. ऑक्टोबर १९८६मधील गोष्ट. त्या वेळी मायर मेडिकल कॉलेजात तिसऱ्या वर्षात शिकत होते. कॉलेजच्या पहिल्या वर्षात शिकत असताना आलेल्या ताणतणावामुळे जगापासून तुटलेल्या तरुणांचा अभ्यास करण्यात त्या महिन्यातील बराच काळ त्यांनी व्यतीत केला. "औदासीन्य, दोन टोकांची जगं सांधताना आलेलं मानसिक अस्वास्थ्य (bipolar disorder), सीमारेषेवरील व्यक्तिमत्त्व अस्वास्थ्य (borderline personality disorder) – ते सगळे युवक पहिल्यांदाच घरापासून

दूर गेले होते आणि अतिशय तणावामुळे आपला समतोल गमावून बसले होते,'' ते म्हणाले.

एका रात्री डगला घातलेला एक युवक युनिटमध्ये आला. तो पूर्णपणे ढासळलेला (breakdown) दिसत होता. '' तो भयंकर चवताळलेला (psychotic rage) होता,'' मायर सांगत होते. ''आम्ही त्याला औषधाचे नेहमीचे डोस, मोठमोठे डोस देत होतो. थोरॅझिन, हॅल्डोल – असतील नसतील ती सगळी औषधं देऊन झाली. पण त्याच्यावर काहीच परिणाम झाला नाही. त्याचं चालूच होतं. मग कोणीतरी म्हटलं,''गार चादरी आणा.'' गार चादरी म्हणजे काय? त्यांचं काय करणार? – मला कळेचना.''

त्यानंतर डझनाहून जास्त डॉक्टर आणि परिचारक त्या बेफाम रुग्णाला धरून ठेवायचा प्रयत्न करत होते. मायरही त्यांना मदत करत होते. दुसरा एक माणूस बर्फाच्या पाण्यात चादरी भिजवून त्या रुग्णाभोवती गुंडाळत होता. सुरवंटाभोवती कोश विणावा तसा तो दिसत होता. ''आश्चर्य म्हणजे तो तत्काळ शांत झाला. इतर कशानेही हे होऊ शकलं नसतं. तेही इतकं ताबडतोब. तो तरुण 'आता मला बरं वाटतंय' वगैरे म्हणायला लागला.''

मायरांना कुतूहल वाटलं. त्यांनी चौकशी केली तेव्हा त्यांना कळलं की, विसाव्या शतकाच्या सुरुवातीच्या काळात मनोरुग्णालयात 'गार चादरी' सर्रास वापरल्या जात. तो प्रघात आता जवळजवळ बंदच झाला होता; पण मायर यांनी हा घटनापूर्ण शरद ऋतू ज्या संस्थेत व्यतीत केला, ती संस्था चालवणारे वयस्कर मानसोपचारतज्ज्ञ मात्र अजूनही त्याचा वापर करत होते. मायरांनी पाहिलेला प्रकार नक्की काय होता हे त्यांना नीटसं कळलेलं नाही; पण त्याचा ठसा मात्र त्यांच्या मनात खोलवर उमटला होता.

''मी तो प्रकार पुन्हा कधीच पाहिला नाही; पण एवढी साधी, स्वाभाविक गोष्ट एवढा परिणाम घडवून आणू शकते, यामुळे मी प्रभावित झालो. जणूकाही संतापाने त्याच्या मेंदूचा भडका उडाला होता आणि त्यांनी तो विझवला,'' मायर म्हणाले. ''अशा प्रकारच्या स्वाभाविक हस्तक्षेपाचा परिणाम मात्र जबरदस्त होता, असं मला वाटलं.''

या लहानशा गोष्टीतूनच एक दिवस त्यांच्या या जन्मभराच्या व्रताचा उदय झाला.

किशोरावस्थेतील मायर हा खूप मस्तीखोर मुलगा होता. मित्रांबरोबर शहरभर भटकणं हा त्याचा छंद होता. 'ब्लॉन्डी' आणि 'द रॅमोनस'सारखे नव्या पद्धतीचे बॅन्ड त्याला खूप आवडायचे. एकाग्रतेने अभ्यास करणारा विद्यार्थी तर तो कधीच नव्हता; पण तो हुशार, महत्त्वाकांक्षी होता. आपण डॉक्टर व्हायचं, हे त्याने

सुरुवातीपासूनच ठरवलं होतं. त्याने न्यूयॉर्कमधील इथाका या अतिशय थंडगार प्रदेशात असणाऱ्या कॉर्नेल विद्यापीठातील कॉलेजची निवड करण्याचं एक कारण म्हणजे तेथील गोठवणारा हिवाळा. आणि दुसरं कारण म्हणजे त्याची पहिली पसंती असलेल्या येलमध्ये किंवा दुसरी पसंती असणाऱ्या कोलंबियामध्ये त्याला प्रवेश मिळाला नाही.

नंतर मायरनी कोलंबियाच्या वैद्यकीय कॉलेजमध्ये प्रवेश मिळवला. नंतरच्या वर्षांमध्ये ते नावलौकिक मिळवण्याचे मार्ग शोधत होते. तसं सर्वसाधारण वैद्यकशास्त्र (internal medicine) चांगलं होतं. मायर सांगत होते,'' पण ते म्हणजे अगदीच साधं झालं असतं. एकीकडे मला न्यूरोसर्जरी करावंसं वाटत होतं. पण माझ्या हातांची कुवत मी चांगलीच ओळखून होतो. 'सामान्य'पेक्षा वरच्या स्तरावर मी जाऊ शकलो नसतो. या क्षेत्रात इतके मोठमोठे डॉक्टर आहेत की, जर मी न्यूरोसर्जरी केलं असतं, तर माझी वर्णी कोलंबियात नक्कीच लागली नसती. एखाद्या छोट्याशा गावातील छोट्याशा रुग्णालयात काम करण्यात माझी हयात गेली असती. 'न्यूरो क्रिटिकल केअर'मध्ये चांगली संधी आहे, असं मला वाटलं. त्या क्षेत्राकडे कोणी फिरकलेलंही नव्हतं. हे क्षेत्र नुकतंच उदयाला येत होतं, तेव्हा मी या क्षेत्रात शिरलो.''

कोलंबियाच्या न्यूरॉलॉजी विभागामध्ये मायर यांची नेमणूक झाली; पण लवकरच त्यांना त्याचा उबग आला. हे काम फक्त मेंदूशीच जखडलेलं आहे, असं त्यांना वाटे. बहुतेक रुग्ण कोमात, बेशुद्ध होते. त्यांच्यावर उपचार करणाऱ्या डॉक्टरांचा बराचसा वेळ पुस्तकी चर्चांमध्ये जात असे. मायर काहीतरी ठोस कार्य करण्यासाठी तळमळत होते. पुन्हा सर्वसाधारण वैद्यकशास्त्राकडे वळावं, असं त्यांना वाटत होतं.

१९९३च्या सुमाराला त्यांना रस वाटेल असा प्रकल्प त्यांनी शोधून काढला. मेंदूकडे जाणाऱ्या मध्य रोहिणीला झालेलं इन्फर्क्शन (middle cerebral artery) किंवा पक्षाघात झालेल्या रुग्णावर हायपोथर्मिआचा उपचार करणं कितपत सुरक्षित आहे, याची चाचणी करण्याच्या प्रयोगाचा आराखडा त्यांनी तयार केला.

मेंदूला रक्तपुरवठा करणाऱ्या तीन मोठ्या रक्तवाहिन्यांमधील मधली रक्तवाहिनी म्हणजे मधली महारोहिणी (middle cerebral artery). या महारोहिणीत जेव्हा अडथळे तयार होतात, तेव्हा मेंदूची जीवघेणी हानी होऊ शकते. त्या वेळी होतं असं की, रक्तपुरवठ्याअभावी मेंदूच्या पेशी किंवा मज्जापेशी मरू लागतात. त्याची प्रतिक्रिया म्हणून मेंदूला सूज येऊ लागते. पोटाला किंवा शरीराच्या इतर भागांना आलेली सूज गंभीर असू शकते; पण मेंदूला सूज येते तेव्हा त्याचा दाब कवटीच्या आतील कठीण भागावर पडतो. हे प्राणघातक असतं. मेंदूला कोणत्याही प्रकारे इजा झाली तर सूज आणि दाब यांचा सर्वांत जास्त धोका असतो. मॉंट्रियलजवळच्या

एका स्कीइंग उतारावरून पडून नताशा रिचर्डसन या अभिनेत्रीचा देहान्त झाला, तेव्हा बऱ्याच लोकांना या धोक्याची जाणीव झाली. सुरुवातीला तो अपघात साधाच वाटला; पण तिच्या डोक्याच्या आतील रक्तस्रावामुळे तिच्या मेंदूवरचा दबाव कमी न होता इतक्या भराभर वाढतच गेला की, काही तासांतच डॉक्टरांनी ती वाचण्याची आशा सोडली.

मायरनी जेव्हा हायपोथर्मिआच्या अभ्यासाला प्रारंभ केला, तेव्हा त्यांचं उद्दिष्ट होतं – मेंदूला दुखापत झाल्यावर येणारी सूज शीतोपचारामुळे कमी करता येईल का, निदान त्यामुळे होणारी हानी तरी कमी करता येईल का, एवढंच नव्हे तर या दोन्ही गोष्टी करणं शक्य होईल का, ते पडताळणं. ''काही दशकांपूर्वी, हायपोथर्मिआचा वापर फक्त निवडक, अतिशय जोखमीच्या अशा मेंदू व हृदयावरील शस्त्रक्रियांच्या वेळीच केला जात असे. कारण त्या वेळी अधिक काळाकरिता रक्ताभिसरण पूर्णपणे थांबवणं आवश्यक असे,'' मायर म्हणाले. हा आद्य हार्ट सर्जनांचा वारसा होता. सुरुवातीच्या काळात हायपोथर्मिआची दुश्चिन्ह अशी अपकीर्ती झाली होती. खरंतर हायपोथर्मिआमुळे धोकादायक शस्त्रक्रिया करणं शक्य झालं; पण रुग्णांवर त्याचे एवढे दुष्परिणाम झाले की, शेवटी डॉक्टरांना हायपोथर्मिआचा वापर थांबवावा लागला. ३०°सेल्सिअसपेक्षा कमी तपमानावर ठेवलेल्या रुग्णांची हृदयक्रिया अनियमित होण्याचा धोका असे. त्यांना पक्षाघात होण्याची शक्यता असे. त्याचप्रमाणे गार केलेलं रक्त नीट साखळत नाही. त्यामुळे इतर प्रकारचे अंतर्गत रक्तस्राव होण्याची शक्यता असे. हृदयविकाराची सुरुवात असलेल्या रुग्णांपैकी बरेच जण थोड्या अवधीत बरे होत; पण शेवटी न्यूमोनिआ होऊन मरत असत. याचं कारण म्हणजे १९४०च्या सुमारास कृत्रिम श्वासोच्छ्वासाला मदत करणारी साधनं नव्हती. त्यामुळे कोमातील रुग्णांना स्वत:लाच श्वसन करावं लागे. आणि त्यांची फुप्फुसं वेगवेगळ्या स्रावांनी भरून जात. एवढंच नव्हे तर हायपोथर्मिआमुळे रोगप्रतिकारशक्ती दडपली जाते. त्यामुळे ते रुग्ण प्राणघातक संसर्गजन्य रोगांना बळी पडू शकत असत.

पण काही वर्षांतच, ही गोष्ट सुरक्षितपणे पार कशी पाडावी याच्या खाणाखुणा मिळू लागल्या. उदाहरणार्थ, १९५८मध्ये मिनेसोटा विद्यापीठातील सर्जन्सनी एकावन्न वर्षांच्या एका कर्करोगग्रस्त रुग्णेवर शस्त्रक्रिया करताना तिच्या शरीराचं तपमान ४८°फॅ. पर्यंत कमी केलं आणि नंतर पुन्हा तिला नेहमीच्या तपमानाला आणलं. तेव्हा कोणतीही समस्या निर्माण झाली नाही. माकडांवर प्रयोग करणाऱ्या संशोधकांनाही अतिशय कमी तपमानाच्या संदर्भात चांगले परिणाम मिळाले. एवढंच नव्हे तर, काही डॉक्टरांनी हृदयविकाराच्या रुग्णांवरील उपचारांतही हायपोथर्मिआचा उपयोग करून त्यात यश मिळवल्याचे अहवाल आहेत.

सुरक्षिततेच्या कारणांसाठी बरेच जण हायपोथर्मिआच्या विरोधात असतानाही, १९९०च्या सुमाराला मायर आणि इतर काही डॉक्टरांनी त्यावर फेरविचार करायचं ठरवलं. मायरना शंका होती की, १९४० अणि १९५०मधील समस्या तपमान कमी करण्यात नसून नंतरची काळजी घेणं आणि नुकत्याच निघालेल्या जीवनरक्षक साधनसामग्रीचा दर्जा या असाव्यात. मायरना व इतर डॉक्टरांना वाटलं की, यांपैकी काही समस्यांवर मात करता येईल. महत्त्वाची गोष्ट म्हणजे रुग्णांना इतक्या कमी तपमानापर्यंत गार करायचंच नाही. ६०°फॅ. किंवा ७०°फॅ. ऐवजी ९०°फॅ.पर्यंत तपमान कमी केलं तरी योग्य तो परिणाम साधता येईल, अशी आशा त्यांना वाटत होती. दुसरी महत्त्वाची गोष्ट म्हणजे आधुनिक आपत्कालीन शुश्रूषा-व्यवस्थेमुळे, न्यूमोनिआसारख्या मूळ आजारात भर टाकणारे इतर आजार टाळणं किंवा त्यावर उपचार करणं शक्य झालं आहे.

पुढच्या दशकांत मायर यांनी आपल्या शैक्षणिक कारकिर्दीचे टप्पे पार केले. मूठभर डॉक्टरांच्या साथीने – विशेषत: जॉन्स हॉपकिन्समधील – मायर यांनी न्यूरोक्रिटिकल केअर स्पेशलिस्ट्सची पहिली सोसायटी स्थापन करायला, तसंच *'न्यूरोक्रिटिकल केअर'* हे जर्नल सुरू करायला मदत केली. हायपोथर्मिआवरील प्रयोग चालूच होते. २००१मध्ये प्रसिद्ध झालेल्या एका अहवालानुसार, तीव्र झटका आलेल्या रुग्णांवर केलेल्या अभ्यासात असं दिसून आलं की, तपमान कमी केलेल्या रुग्णांच्या तब्येती तपमान कमी न केलेल्या रुग्णांच्या तब्येतींपेक्षा जास्त वाईट नव्हत्या. डॉक्टरांच्या हातात फारसं काही करण्यासारखं नाही, या दृष्टीने पूर्वी चेताविज्ञानाच्या (न्यूरोसायन्स) क्षेत्राकडे पाहिलं जात असे. पण त्या परिस्थितीत शेवटी बदल होऊ लागला होता. त्यामुळे जीवनमृत्यूमधील रेषाही सरकू लागली होती.

वैद्यकीय शोधांच्या बाबतीत बहुधा हेच होतं की, नवीन उत्कृष्ट संशोधन हे आधी असलेल्या संशोधनावरच आधारलेलं असतं. उदाहरणार्थ, मायर यांच्या जर्नलमधील सुरुवातीचा एक लेख मी रेसिडेंट असण्याच्या काळात लागलेल्या शोधाविषयी होता. झटका आलेल्या रुग्णांसाठी टिशू प्लाझ्मिनोजेन ॲक्टिव्हेटर (Tissue plasminogen activator) किंवा टीपीए या औषधाचा वापर करण्यास 'द फूड ॲन्ड ड्रग ॲडमिनिस्ट्रेशन'ने (एफडीए) मान्यता दिली.

एका प्रकारच्या झटक्यात, रक्ताच्या गुठळीमुळे मेंदूच्या काही भागाकडे किंवा पुऱ्या मेंदूकडे जाणारा रक्तप्रवाह खंडित होतो. रक्तप्रवाहाअभावी मेंदूचा तो भाग मरतो. टीपीएचा उपयोग हा अतिशय चांगला पर्याय आहे. कारण ते तत्काळ

गुठळी मोडतं आणि मेंदूकडे जाणारा रक्तप्रवाह पूर्ववत चालू करतं. यात अडचण अशी आहे की, टीपीए लगेचच, म्हणजे लक्षणं सुरू झाल्यापासून तीन तासांच्या आत दिलं तरच त्याचा उपयोग होतो. यामुळेच प्रत्यक्षात पाच टक्क्यांपेक्षाही कमी रुग्णांना हे औषध दिलं जातं, असा अंदाज आहे. इथेच 'हिमडॉक्टरां'चा प्रवेश होतो.

हायपोथर्मिआ ही शस्त्रागारातील महत्त्वाची, जीवनावश्यक भर ठरेल असं मूठभर न्यूरॉलॉजिस्ट्सना – यात मायरही आलेच – वाटत होतं. आजारातून बरं होतानाच्या सुरुवातीच्या खडतर काळात मेंदूची प्राणवायूची गरज हायपोथर्मिआमुळे कमी होऊ शकेल आणि त्यामुळे कायमस्वरूपी नुकसानही कमी होईल, या सिद्धान्तावर त्यांनी प्रयोग करायला सुरुवात केली. मेंदूची प्राणवायूची गरज कमी झाल्यामुळे प्राणवायूअभावी होणारी हानी तर कमी झाली असती; शिवाय टीपीएसारख्या इतर उपचारपद्धतींची परिणामकारकताही वाढण्याची शक्यता होती. पूर्वीच्या कार्डिॲक सर्जन्सप्रमाणे रुग्णांना खूप गार न करता, मायर आणि या इतर हिमडॉक्टरांनी सौम्य स्वरूपात हायपोथर्मिआचा वापर करून रुग्णांच्या शरीराचं तपमान फक्त ५ ते १० अंश फॅरनहाइटने कमी केलं.

मायर शीतोपचाराचा विचार मेंदूसाठी करत होते, हे खरं. २०००मध्ये त्यांना अजून प्रोत्साहन मिळालं. डॉ. फ्रिट्झ स्टर्झ या ऑस्ट्रियातील आपत्कालीन औषधोपचार तज्ज्ञांच्या नेतृत्वाखाली संशोधन करणाऱ्या युरोपियन संशोधक पथकाच्या अहवालानुसार हृदयविकाराचा प्राणघातक झटका आलेल्या रुग्णांचं तपमान फक्त ७°फॅ. ने कमी केलं तरी त्यांच्यात अतिशय चांगली सुधारणा होते. जरा विचार करा. आपण किती वेळा म्हणतो – "त्याला किंवा तिला हृदयविकाराच्या झटक्याने मृत्यू आला." जगातील उत्तमोत्तम रुग्णालयांतील सर्व तंत्रज्ञानांची मजल एवढीच असावी! पण ७°फॅ. तपमान कमी करा...... मायर हे सगळं मला सांगत होते, तेव्हा एका न्यूरॉलॉजिस्टने देशभरातील हृदयरुग्णांच्या औषधोपचारात, शुश्रूषेत बदल करण्यासाठी स्वत:ला वाहून घ्यावं हे मला थोडंसं अस्वाभाविक वाटलं. पण तो हिमडॉक्टर त्यात गुंतून पडला होता.

विचार करण्यासारखी गोष्ट म्हणजे हायपोथर्मिआची कल्पना मायरना कितीही चांगली वाटली तरी ते स्वत:हून हृदयविकाराच्या रुग्णांना गार करायला सुरुवात करू शकत नव्हते. एखादा लेख प्रसिद्ध झाला म्हणजे त्यातील कल्पना प्रत्यक्ष कृतीत आणल्या जातील असं नाही. त्यात पुन्हा तो परदेशात प्रसिद्ध झाला असेल, तर ते अजिबात शक्य नाही. आणि जर तो कडक नियम व मार्गदर्शक तत्त्वांनी जखडलेल्या हृदयविकार शुश्रूषेसारख्या क्षेत्रासंबंधी असेल तर बघायलाच नको. अमेरिकेत कोणीही हायपोथर्मिआचा उपयोग करत नव्हते; पण युरोपमध्ये मात्र

त्याचा वापर वाढतच होता. एका दशकानंतर – वैद्यकशास्त्राचा विकास मंदगतीने होत असतो – मायरांसारखे लोक आणि लान्स बेकरच्या नेतृत्वाखालील पेन मेडिसिन पथकासारख्या उपासकांसाठी भरपूर सामग्री होती.

पुन्हा एकदा ऑस्ट्रियातील स्टर्झच्या गटाकडून अजून एक निष्कर्ष आला. या वेळी त्याचं शीर्षक होतं : 'हृदयविकाराच्या झटक्याच्या संदर्भात हायपोथर्मिआ'चा अभ्यासगट. डॉ. मायकल होल्झर आणि स्टर्झ यांच्या नेतृत्वाखाली ऑस्ट्रियन लोकांनी केलेल्या संशोधनाचा रिपोर्ट *'न्यू इंग्लंड जर्नल ऑफ मेडिसिन'*मध्ये प्रसिद्ध झाला. त्यात त्यांनी म्हटलं होतं की, हृदयविकाराचा झटका आलेल्या १३६ रुग्णांना त्यांनी थंड केलं आणि त्यातील ५५% लोकांच्या मेंदूचं कार्य व्यवस्थित चालू होऊन, ते बरे होऊन घरी गेले. हृदयविकाराचा झटका आलेल्या पण शीतोपचार न केलेल्या १३७ रुग्णांच्या नियंत्रित गटात फक्त ३९ टक्के लोकच बरे झाले. हा मोठा अभ्यास नसला तरी ते, अमेरिकेतील एका मोठ्या वैद्यकीय जर्नलमध्ये प्रसिद्ध झालेले बळकट निष्कर्ष होते. हायपोथर्मिआ हा प्रमाणभूत उपचार झाला पाहिजे, असे मायरप्रमाणेच इतरही अनेक डॉक्टरांना वाटत होते. त्यांच्यासाठी ही निर्णायक विजयपताकाच आहे, असं मायरना वाटलं.

पण त्याचा म्हणावा तसा उपयोग झाला नाही. हृदयविकार, झटके यांसारख्या मोठ्या प्रमाणावर आढळणाऱ्या प्राणघातक आजारांच्या बाबतीत डॉक्टर नवीन प्रयोग करायला तयार नसतात. ते घालून दिलेल्या नियमाबरहुकूम चालत असतात. विशेषत: अमेरिकेत खटल्याची टांगती तलवार डॉक्टरांच्या डोक्यावर असते. त्यामुळे ते शुश्रूषेच्या स्वीकृत प्रमाणापासून तसूभरही ढळायला राजी नसतात. फ्रिट्झ स्टर्झच्या आरंभीच्या युरोपियन अभ्यासाच्या प्रसिद्धीनंतरची तीन वर्षं अमेरिकन हार्ट असोसिएशनचा (एएचए), हृदयविकाराचा झटका आल्यावर करावयाच्या उपचारांच्या मार्गदर्शक तत्त्वांत शीतोपचारांचा आवश्यक उपचार म्हणून समावेश करायला विरोध होता. त्यामुळे काही अमेरिकन डॉक्टर संतप्त झाले होते.

स्टेफान मायर तर खूपच चिडले होते. त्यांच्या मते जोपर्यंत हायपोथर्मिआला प्रमाणभूत उपचार मानलं जात नाही, तोपर्यंत रुग्णालयं तो देण्याची टाळाटाळ करून वर त्याची कारणमीमांसा देत राहतील. शेवटी, एएचएला जर हायपोथर्मिआ अत्यावश्यक वाटत नसेल, तर खूप जण त्याच्याकडे दुर्लक्षच करतील. एएचएतर्फे, हृदयविकाराच्या झटक्यावरील उपचारांची मार्गदर्शक तत्त्वं दर पाच वर्षांनी पुन्हा लिहिली जातात. त्याप्रमाणे २००५ साली ती लिहिली गेली; पण त्यात त्यांनी हायपोथर्मिआला प्रमाणभूत शुश्रूषा न मानता फक्त त्याची *शिफारस* केली होती.

ही मधली सीमारेषा कायमची हालवण्यातील मुख्य अडथळा होता एफडीएचा. २००४मध्ये एफडीएच्या, वैद्यकीय उपकरणांची शिफारस करणाऱ्या पॅनेलची

बैठक भरली होती. त्यांचा उद्देश होता हायपोथर्मिआच्या पुराव्याविषयी चर्चा करणं त्याचप्रमाणे हृदयविकाराचा झटका आलेल्या रुग्णांवर उपचार करण्यासाठी म्हणून खास शीतोपचाराची साधनं बाजारात आणण्याचं काम कंपन्या करतील का, त्याची चाचपणी करणं. युरोपियन अभ्यास तसंच ऑस्ट्रेलियाच्या दुसऱ्या अभ्यासाची पाहणी झाली. दोन्हींच्या निष्कर्षावरून, शीतोपचारामुळे प्राण वाचवायला मदत होते, हेच दिसून आलं.

पण तरीही पुढच्या गोष्टी मात्र मायर आणि इतर अनेक डॉक्टरांच्या अपेक्षेनुसार झाल्या नाहीत. एफडीएच्या एका वजनदार प्रतिनिधीवर हायपोथर्मिआच्या फायद्याच्या पुराव्याचा प्रभाव पडला नाही. डॉ. ज्युली स्वाइन या प्रसिद्ध कार्डिऑलॉजिस्टनी दोन्ही अभ्यास विचारार्थ मांडले. त्यांचा युक्तिवाद असा होता की, दोन्ही अभ्यास इतक्या लहान प्रमाणावर केले गेले होते की, त्यावरून फायद्याचं खरं स्वरूप कळत नव्हतं. दुसरं म्हणजे रुग्णांच्या दुसऱ्या गटाला – हृदयविकाराचा झटका आलेले रुग्ण आणि डोक्याला दुखापत झालेले रुग्ण – हायपोथर्मिआचा काहीही फायदा झाला नाही, या गोष्टीकडे त्यांनी सगळ्यांचे लक्ष वेधले. एवढंच नव्हे, तर त्या म्हणाल्या की, त्या इतर अभ्यासातील रुग्णांना धक्का आणि रक्तस्राव यांसारख्या दुष्परिणामांना जास्त प्रमाणात तोंड द्यावं लागलं.

लान्स बेकर एक कुशल सल्लागार या नात्याने त्या बैठकीला उपस्थित होते. त्यांच्या मते त्या खोलीतील वातावरण तणावपूर्ण होते. हायपोथर्मिआ हा धोका पत्करण्याच्या योग्यतेचा आहे, हे पॅनेलमधील सदस्यांच्या मनावर बिंबवण्याचा बेकरनी प्रयत्न केला. त्यांनी युक्तिवाद केला की, अभ्यासगट तुलनेने लहान होते, कारण हृदयविकाराचा झटका आलेले बहुतेक रुग्ण रुग्णालयात पोहोचायच्या आधीच प्राणाला मुकतात. आपला मुद्दा पटवण्यासाठी त्यांनी हेही सांगितलं की, दोन्ही अभ्यासांचे निष्कर्ष एकत्र केल्यास फायद्याचे जेवढे पुरावे मिळतात, ते यापूर्वी स्वीकारल्या गेलेल्या अनेक उपचारपद्धतींच्या फायद्यांच्या पुराव्यांपेक्षा जास्तच आहेत. 'व्हर्जिनिया कॉमनवेल्थ विद्यापीठा'तील डॉ. जोसेफ ऑर्नेटो या दुसऱ्या सल्लागारांनी बेकर यांना पाठिंबा देऊन म्हटलं की, युरोपियन आणि ऑस्ट्रेलियन दोन्ही अभ्यास सुनियोजित होते आणि मोठ्या गटावर अभ्यास होण्याची प्रतीक्षा करणं हे चुकीचंच नव्हे, तर अतिशय अवघडही ठरेल.

पण खोलीतील गेलेला उत्साह काही परत आला नाही. कॉर्नेलचे डॉ. जॉन सॉमबर्ग हे तिसरे सल्लागार स्पष्टवक्ते होते. " *'न्यू इंग्लंड जर्नल'*मध्ये आलं-बिलं विसरून जा," ते म्हणाले. "हे दोन्ही अभ्यास एफडीए सल्लागार समितीच्या मंजुरीच्या प्रमाणानुसार आहेत, असं मला अजिबात वाटत नाही." सॉमबर्ग हे एफडीएच्या, निर्णय घेणाऱ्या कमिटीचे माजी सदस्य होते. त्यांनी या दोन अभ्यासांची

तुलना पत्त्यांच्या बंगल्याशी केली. शेवटी त्यांच्या मताचाच विजय झाला. स्टेफान मायरसारख्या डॉक्टरांच्या प्रयत्नांना न जुमानता, हायपोथिर्मिआचा, उपचारांचा आवश्यक भाग म्हणून स्वीकार झाला नाही.

तुम्हाला आश्चर्य वाटत असेल की, हिमडॉक्टरांच्या या हरलेल्या लढाईचा समावेश मी यात का करत आहे? यात वैद्यकशास्त्रातील एक मोठं आव्हान दडलेलं आहे. एखादा प्रायोगिक उपचार डॉक्टरांच्या पोतडीतील प्रमाणभूत अस्त्र केव्हा होतो? जर अतिशय सावकाश पावलं उचलली तर हजारो लोकांचे प्राण वाचवणारी उपचारपद्धती थोपवून धरल्यासारखं होतं. याउलट, घाई केली तर त्याच्या दुष्परिणामांचे धोके नजरेआड होण्याचा संभव असतो. व्हायॉक्सच्या बाबतीत काय झालं, ते पाहा. एफडीएने व्हायॉक्सला सांधेदुखीवरील औषध म्हणून मान्यता दिली. पण त्याचा हृदयावर दुष्परिणाम होतो, हे उघड झाल्यामुळे पाच वर्षांनंतर ते औषध बाजारातून मागे घ्यावं लागलं. एफडीएच्या म्हणण्यानुसार बहुधा व्हायॉक्समुळे ८८,०००पेक्षा जास्त लोकांना हृदयविकाराचा झटका आला. जर एफडीएने या औषधाला मान्यता देण्यापूर्वी त्याच्या सुरक्षिततेविषयी आणखी पुरावे मिळेपर्यंत धीर धरला असता, तर हे सगळं टळलं असतं.

स्वाइन आणि सॉमबर्गसारखे टीकाकार म्हणतात की, हायपोथर्मिआवरील संशोधन अल्प प्रमाणात झालं आहे. त्यात दडलेल्या जोखमीचा विचार करता, मोठ्या प्रमाणात त्याचा वापर करायचा झाला, तर त्याचं समर्थन करण्याच्या दृष्टीने हे संशोधन अपुरं आहे; पण खरोखरच यावर आणखी संशोधन करायचं म्हटलं, तर त्यात मोठे अडथळे आहेत. ते खरोखरच अशक्य आहे. शीतोपचार देऊन आणि शीतोपचार न दिल्याने रुग्णांवर काय फरक पडतो, याची एक पाहणी २००८ साली ड्युकमध्ये आयोजित करण्यात आली होती. पण 'नॅशनल इन्स्टिट्यूट ऑफ हेल्थ'ने (एनआयएच) ती अमान्य केली. कारण त्यांच्या मते रुग्णांना शीतोपचार न देणं हे नैतिकदृष्ट्या चुकीचं होतं. यात काहीतरी गोंधळ झाल्यासारखं वाटतं ना? बरोबर आहे तुमचं. एफडीए म्हणते की, हृदयक्रिया बंद पडलेल्या रुग्णांना शीतोपचार देणं चुकीचं आहे. कारण हायपोथर्मिआचा उपयोग होतो की नाही, हे आपल्याला ठाऊक नाही. एएचएच्या म्हणण्यानुसार हा उपचार देणं ही बहुधा चांगली कल्पना आहे, तर एनआयएचच्या मते तो पुरावा एवढा भरभक्कम आहे की, रुग्णांना गार *न* करणं हे अनैतिक आहे.

कारण काही का असेना, अमेरिकेतील रुग्णालयं आणि डॉक्टर्स तो उपचार स्वीकारायला फारसे उत्सुक नव्हते. भरपूर प्रमाणात उपयोगात आणली जाणारी रोगनिवारक (therapeutic) कूलिंग पॅड्स बनवणाऱ्या मेडिव्हॅन्स (Medivance) या कंपनीच्या सांगण्यानुसार, अमेरिकेतील जवळजवळ सहा हजार रुग्णालयांपैकी

फक्त शेकड्यांत मोजता येतील एवढ्याच रुग्णालयांनी आवश्यक ती सामग्री बसवली आहे. शीतोपचाराचा स्वीकार करणाऱ्या संस्थांना, रुग्णांना जीवदान देण्यात मिळालेल्या यशाचा विचार करता, हा मंद प्रतिसाद आपली मती गुंग करून टाकतो. एकच उदाहरण : २००६मध्ये हायपोथर्मिआ हा प्रमाणभूत उपचार असावा, हा नियम केल्यानंतर 'व्हर्जिनिया कॉमनवेल्थ युनिव्हर्सिटी मेडिकल सेंटर'ने दिलेल्या अहवालानुसार हृदयक्रिया बंद पडलेल्या रुग्णांच्या मृत्यूचं प्रमाण निम्म्यावर आलं.

या पुस्तकासाठी माझं संशोधन चालू असताना, या जीवनरक्षक उपचाराकडे एवढ्या लोकांनी दुर्लक्ष केलं, यावर माझा विश्वासच बसत नव्हता. या संदर्भात जेव्हा मी माझ्या मित्रांशी आणि सहकाऱ्यांशी बोललो, तेव्हा त्यांना हा जुलूमच वाटला. पण याचं कारण काय होतं? 'सेंटर फॉर रिससिटेशन सायन्स'मधील डॉक्टर आणि संशोधक डॉ. रायना मर्चंट यांनी याचा खुलासा करण्याचा प्रयत्न केला. हायपोथर्मिआ आणि इतर उपचारपद्धतींच्या वापराविषयी अनेक रुग्णालयांशी व डॉक्टरांशी संपर्क साधून, मर्चंटनी अनेक पाहण्या व सर्वेक्षणं केली आहेत. मर्चंट या एकतीस वर्षाच्या, निष्णात डॉक्टर आहेत; पण लहान चण, 'स्कॉलर'सारखा चष्मा आणि जास्त करून व्यवस्थित काळा ड्रेस यांमुळे त्या पदवीपूर्व विद्यार्थिनीच वाटतात. त्या आफ्रिकन-अमेरिकन आहेत. त्यामुळे त्या अग्रगण्य इमर्जन्सी डॉक्टर्स आणि कार्डिऑलॉजिस्ट्समध्ये उठून दिसतात. मी विषयालाच हात घातला. हायपोथर्मिआ जीवनरक्षक आहे, असा पुरावा मिळूनही जास्त डॉक्टर त्याचा उपयोग का करत नाहीत? "सुरुवातीला आम्हाला वाटायचं की, मार्गदर्शक तत्त्वांत त्याचा समावेश नसल्यामुळे तसं होत असेल," त्या म्हणाल्या, "पण २००५मध्ये त्याचा समावेश झाला." 'अमेरिकन हार्ट असोसिएशन'ने केलेल्या मर्यादित शिफारसीविषयी त्या बोलत होत्या.

तुम्हाला वाटेल की, त्याची किंमत खूप असेल. पण मर्चंट यांच्या मते ती खरी समस्या नाही. डॉक्टरी व्यवसायाबाहेरच्या माणसांना मी आयसीयूमध्ये नेऊन हायपोथर्मिआची साधनसामग्री दाखवली, तर ते चकित होतात. त्यांच्या डोळ्यांसमोर आधुनिक तंत्रज्ञानाचा उपयोग करून बनवलेला, बर्फाचा टब; त्यातील निळसर द्रव रुग्णांच्या रक्तप्रवाहातून वाहत आहे वगैरे गोष्टी येतात, पण खरं पाहिलं तर हायपोथर्मिआमध्ये म्हणण्यासारखं तंत्रज्ञान वगैरे नाही. यात रुग्णाच्या नसांमधून थंडगार सलाइन पंप केलं जातं किंवा धड आणि हातापायांभोवती थंडगार द्रवाने भरलेली पॅड्स गुंडाळली जातात. गरम पाण्याची बाटली असते ना, तिच्या बरोबर उलट.

स्पष्ट सांगायचं तर, बर्फाचं प्रवाही मिश्रण थंड आणि पंप करण्यासाठी

लागणाऱ्या बॉक्सची किंमत २५,००० डॉलर्स आहे. २५,००० डॉलर्स ही रक्कम ऐकताना जास्त वाटली, तरी डायलिसिससारख्या उपचारांच्या तुलनेत हे स्वस्तच आहे. खर्च आणि त्यातून मिळणारा फायदा यांच्या निरीक्षणांवरून आढळून आलं की, बॉक्समुळे प्रत्यक्षात पैशाची बचत होते. मर्चंट म्हणाल्या, " फक्त एका रुग्णाला थंडगार केलं आणि आजारात भर पडण्यापासून वाचवलं तरी डझनभर बॉक्सेसच्या किमतीपेक्षाही जास्त पैसे वाचतात. रुग्णाला थंडगार न करण्यापेक्षा थंडगार करणं जास्त स्वस्त पडतं." आणि खरंतर बॉक्सही अत्यावश्यक आहे, असं नाही. बर्फाच्या थैल्या वापरूनही आपला हेतू साध्य करता येतो. फक्त यात तपमान नियंत्रित करणं कठीण जातं. लान्स बेकर सांगतात की, रशियातील हार्ट सर्जन रुग्णाच्या छातीच्या पोकळीत बर्फ भरून रुग्णाची हृदयक्रिया थांबवता येईल एवढं थंड करत. ही पद्धत कित्येक वर्षांपासून चालू आहे. फ्रिट्झ स्टर्झ या ऑस्ट्रियन डॉक्टरांनी युरोपमध्ये हायपोथर्मिआचा उपयोग करायला सुरुवात केली. ते एका केसची कथा सांगतात – वाण्याच्या दुकानात कोसळलेल्या माणसाला, त्यांनी त्या दुकानातील फ्रीझरमधील गोठवलेल्या भाज्यांच्या पिशव्या वापरून थंड केलं.

दुसऱ्या शब्दांत सांगायचं झालं तर, हायपोथर्मिआ ही शिफारस केलेली, काटकसरीची उपचारपद्धती आहे. मग माझ्या तोंडून आलंच, "मग आपण वापरत का नाही?" मर्चंट यांच्या मते हायपोथर्मिआचा प्रसार मोठ्या प्रमाणात होण्यातील मोठा अडथळा हा मानसिक आहे. पेनसिल्व्हेनिया विद्यापीठाच्या इमर्जन्सी डिपार्टमेंटमधील त्यांचे सहकारी डॉ. बेन ॲबेलांनी स्पष्ट केलं, "हा आमूलाग्र बदल आहे. ज्यांचे डोळे पिवळे झाले आहेत आणि जे हालचाल करत नाहीत, अशा लोकांच्या बाबतीत आम्ही हे वापरतो. अशा लोकांना चोवीस तास थंड ठेवा, मग दिवसभर गरम ठेवा आणि नंतर त्यांना कॅथ लॅबमध्ये न्या, असं डॉक्टरांना सांगतो. जे लोक मृत झाल्यासारखे दिसतात, मृत झाल्यासारखे वाटतात, मृत झाल्यासारखे वागतात त्यांच्यासाठीच हे सगळं केलं जातं. हे थोडं अतीच होतं."

१९३०च्या सुमाराला अगदी आरंभीच्या केमोथेरपी उपचारपद्धतीला झालेल्या प्रतिकाराला हे समांतर आहे, असं ॲबेलांना वाटतं. त्या काळात एकदा कर्करोगाचं निदान झालं की, खरोखरच त्या रुग्णाविषयी आशेला जागा नसे. बरेच डॉक्टर त्या बाबतीत पराभववादी होते. "तेव्हा असा समज होता की, 'सगळे जण मरणारच आहेत. मग उगीच पैसे आणि वेळ फुकट का घालवा?' " ते म्हणाले.

आशेच्या अभावाची परिणती मानसिक शैथिल्य आणि उदासीनता यात होते, असं असू शकेल. पण मी जसजसा खोलात शिरत गेलो तसतशी, रोगनिवारक हायपोथर्मिआ लोकप्रिय व्हायला वेळ का लागत होता, त्याची अजूनही काही

कारणं माझ्या लक्षात येत गेली. त्यातील एक कारण ऐकलंत तर कदाचित तुम्हाला राग येईल. हायपोथर्मिआ हा स्वस्त आणि परिणामकारक असेलही; पण ते एखादं नवीन अद्‌भुत औषध बाजारात आणण्याएवढं सोपं नाही. या बाबतीत, स्वस्त असणं ही मालमत्ता (asset) नाही तर ती अव्यक्त जबाबदारी आहे. उदाहरणार्थ, समजा एखाद्याने एक औषध शोधून काढलं. मग तो, ती गोळी आणि प्लॅसीबो (औषध नसलेली गोळी) यांचा तुलनात्मक अभ्यास करेल, त्याचे निष्कर्ष प्रसिद्ध होतील. आणि समजा, त्या गोळ्या परिणामकारक आहेत असं सिद्ध झालं, तर त्याचं विक्रीपथक डॉक्टरांना त्याची माहिती देईल. डॉक्टरांना ते पटलं तर ते प्रिस्क्रिप्शन्स लिहायला सुरुवात करतील. मग पैशाचा पाऊस पडणार, यात शंकाच नाही.

याच्या उलट, एक एकटा डॉक्टर – तो कितीही प्रेरित असेना का – तो असाच आपला हायपोथर्मिआसाठी प्रिस्क्रिप्शन्स लिहीत सुटू शकत नाही. त्याला किंवा तिला रुग्णालयात जाऊन, त्यांना ती साधनसामग्री विकत घेण्याविषयी पटवावं लागेल. ती इतर वैद्यकीय साधनसामग्रीप्रमाणे अवाच्या सव्वा महाग नसेलही. तरीसुद्धा खरेदी समितीचा समावेश होण्याएवढी तिची किंमत नक्कीच आहे. ते आणखीही गुंतागुतीचं होत जातं. हृदयक्रिया बंद पडलेल्या रुग्णावर न्यूरॉलॉजीचा रुग्ण म्हणूनही उपचार होण्याची शक्यता असते. दोन्ही बाबतीत त्याच्या किंवा तिच्या उपचाराची सुरुवात इमर्जन्सी विभागामधूनच होते. त्यामुळे हायपोथर्मिआचा उपयोग होईल यावर तिन्ही विभागांचं एकमत व्हावं लागतं. एवढंच नव्हे, तर ही साधनसामग्री विकत घेण्यासाठी पैशाची व्यवस्था कशी करायची यावरही त्यांचं एकमत व्हावं लागतं. नंतर या उपचारांचा उपयोग होऊ शकेल असे रुग्ण ओळखण्यासाठी त्यांना नियमावली बनवावी लागेल. तो उपचार व्यवस्थित करण्यासाठी लोकांना प्रशिक्षण द्यावं लागेल. रुग्णालयाच्या एकाच विभागामध्ये हे करायचं म्हटलं, तरी ते खूप कठीण आहे. मग दोन किंवा तीन विभाग यात गुंतलेले असतील, तर ते मांजरांना कळपात आणण्यासारखं आहे. नवीन औषधाच्या पाठीशी असणारे लक्षावधी डॉलर्स जर हाताशी नसतील, तर कल्पना कितीही चांगली असली तरी ती वर येऊ शकणार नाही. वैद्यकीय प्रगतीचीही कधीकधी काळी बाजू असू शकते. आणि हे त्याचं एक उदाहरण आहे.

पेन (Penn) मेडिसिन वेबसाइटवर बेकर आणि त्यांच्या सहकाऱ्यांनी दोन डझनांपेक्षाही जास्त वैद्यकीय केंद्रांची, हायपोथर्मिआची नियमावली पोस्ट केली आहे. त्यासाठी विशेष पात्रतेची आवश्यकता नाही. संस्थेतील कोणीतरी आपल्या संस्थेची मार्गदर्शक तत्त्वं ई-मेल करायला तयार असलं पाहिजे एवढंच. वेबसाइट स्थापित केल्यापासून 'द सेंटर फॉर रिससिटेशन सायन्सेस'कडे, स्वत:चा हायपोथर्मिआचा

कार्यक्रम सुरू करू इच्छिणाऱ्या रुग्णालयांकडून हजारो ई-मेल्स आल्या आहेत. हे सर्व तपशील सहजगत्या आणि सार्वजनिकरीत्या उपलब्ध करून बेकर आणि त्यांचे सहकारी इतरांनाही हायपोथर्मिआचा उपचार करण्याची प्रेरणा देतील आणि हायपोथर्मिआचा कार्यक्रम खूप गुंतागुंतीचा आहे, अशा सबबी सांगितल्या जाणार नाहीत, अशी आशा आहे.

रायना मर्चंटना आढळून आलं आहे की, रुग्णालयांनी हायपोथर्मिआच्या वापराला सुरुवात केली याचं सर्वांच्याच बाबतीत लागू पडणारं कारण म्हणजे तेथील एखादा डॉक्टर किंवा एखादी नर्स यांना हायपोथर्मिआची माहिती असते. त्यांच्याकडून ती त्यांच्या सहकाऱ्यांना कळते. असा तिकडचाच कोणी शूरवीर नसेल तर हे शीतोपचार वगैरे दूर राहतात. वैद्यकशास्त्रातील बऱ्याच गोष्टींची प्रसिद्धी तोंडोतोंडी होते, करकरणाऱ्या चाकासारखी. सोप्या शब्दांत सांगायचं, तर सगळं तंत्रज्ञान आणि कित्येक वर्षांचं संशोधन असूनही हायपोथर्मिआला स्टेफान मायरसारख्या कैवाऱ्यांची आवश्यकता लागतेच.

कोलंबियामध्ये मात्र हायपोथर्मिआचे उपचार अतिशय वेगात चालू आहेत. नोबल बाराझांजीचा मध्यरात्री आलेला फोन घेतल्यावर मायरनी, तिचे काका ज्या रुग्णालयात होते तिथे फोन केला आणि तिकडून त्यांना हालवण्याची व्यवस्था केली. तीस मिनिटांनंतर झेयाद बाराझांजी मायर यांच्या आयसीयूमध्ये होते. त्यांना कूलिंग पॅड आणि ब्लँकेटचे पट्टे लावले जात होते. त्यांचं तपमान कमी होत चाललं होतं. प्राध्यापकांच्या मेंदूच्या जखमी, प्राणवायूला वंचित झालेल्या पेशींमध्ये खदखदत असणारा गोंधळ त्यामुळे ताब्यात येईल, अशी आशा करणं एवढंच मायर यांच्या हातात होतं.

बाराझांजींची देखभाल करणाऱ्या नर्सचं नाव होतं मेरी ग्रेस सॅव्हेज. तिची पण एक कथा होती. त्या वर्षीच्या वसंत ऋतूत न्यूयॉर्क फायर डिपार्टमेंटमध्ये वरिष्ठ अधिकारी असलेल्या तिच्या पतीची हृदयक्रिया बंद पडली. त्या वेळी तो ब्रूकलिनमधील जिममध्ये होता. त्याच्या बरोबरच्या दोन बंबवाल्यांनी त्याची हृदयक्रिया सुरू करण्यासाठी सीपीआर केलं. पण त्याला स्थानिक रुग्णालयात नेलं, तरी तो बेशुद्धच होता. जेव्हा सॅव्हेजला हे कळलं, तेव्हा लगेचच तिने त्याला कोलंबियाला हालवलं. तिला खात्री आहे की, अजून एक-दोन तास गेले असते, तर तो वाचू शकला नसता. प्रत्यक्षात, आठ दिवसांतच तो रुग्णालयातून घरी गेला आणि सहा महिन्यांच्या आत कामावर रुजू झाला.

अशा यशोगाथा जसजशा झिरपत जायला सुरुवात झाली, तसतशी अलीकडे परिस्थितीला अनुकूल कलाटणी मिळत गेली. २००९च्या सुरुवातीला न्यूयॉर्क फायर डिपार्टमेंटने धाडसी योजना जाहीर केल्या. त्यात, हृदयक्रिया बंद पडलेल्या

रुग्णांना त्या प्रथमोपचार क्षेत्रावरच थंड करणं त्याचप्रमाणे ज्या रुग्णालयात शीतोपचार केले जातात, तिथेच त्यांना नेणं याचा अंतर्भाव होता. ''डिफिब्रिलेशननंतरची पहिली गोष्ट रोगनिवारक हायपोथर्मिआ असावी, अशी ती योजना आहे,'' एफडीएनवायचे वैद्यकीय संचालक जॉन फ्रीस म्हणतात, ''एकदा का श्वसनाची नळी आणि आय.व्ही. लावलं की सर्वांना फक्त दोन लिटर थंडगार सलाइन द्यायचं.''

याची पूर्वतयारी म्हणून फ्रीस यांना, प्रथमोपचार क्षेत्रावरून येणाऱ्या रुग्णांना कार्यक्षमतेने गार करू शकतील, अशी रुग्णालयं नक्की करावी लागली. शेवटी, हृदयक्रिया बंद पडलेल्या रुग्णांना त्यांच्या घरी गार करायचं आणि अर्ध्या तासाने, ते रुग्णालयात पोहोचल्यावर त्यांना पुन्हा गरम होऊ द्यायचं यात काहीच अर्थ नाही. ती सर्व प्रक्रिया तणावपूर्ण होती. एका मीटिंगमध्ये तर खूपच आरडाओरडा झाला. एका मोठ्या रुग्णालय समूहाचे प्रमुख म्हणाले की, वेगवेगळ्या रुग्णालयातील रुग्णांच्या बचावाच्या प्रमाणाची तुलना सार्वजनिकरीत्या करणं त्यांना मान्य नव्हतं. त्यामुळे कोणी पेचात येण्याची शक्यता होती. अशाच तऱ्हेचे प्रयत्न ॲरिझोना, विसकॉन्सिन, सिॲटलमध्येही चालू आहेत.

लान्स बेकर यांच्या मते हायपोथर्मिआविषयी शंका घेणारे लोक झाडाकरिता जंगलावर पाणी सोडतात. शीतोपचाराची जीवनरक्षणाची शक्ती पाहिली, तर त्याच्यापुढे त्याचे दुष्परिणाम नगण्य ठरतात. ''तुम्ही कोणत्याही दिशेने गेलात तरी, तुम्ही पुराणमतवादी असलात किंवा आक्रमक असलात तरी ते लोकांचा जीव नक्की वाचवेल, हे तुम्हाला मान्य करावं लागेल,'' बेकर म्हणाले. ''आपण हे अमलात आणायला एक-दोन वर्षं उशीर केल्यामुळे किती लोकांचे प्राण गेले? आम्ही आक्रमकतेने वागण्यात कमी पडलो म्हणूनच या लोकांचे बळी गेले, असं मला वाटतं.''

वैद्यकीय व्यवसायात सतत बदल होत असतात. नवीन शोध हे नेहमी चांगल्यासाठीच असतात, असं नाही. वाटल्यास, १९६०च्या सुमाराला मॉर्निंग सिकनेस दूर करण्यासाठी थॅलिडोमाइड (thalidomide) घेणाऱ्या स्त्रियांना विचारा. नवीन शोध हे सोपे कधीच नसतात – हृदयारोपणाचे सुरुवातीच्या काळातील रुग्ण हृदयारोपण झाल्यानंतर काही तासांत किंवा फारफार तर काही दिवसांतच राम म्हणत. त्यानंतरची हृदयारोपणाची फेरी मात्र चांगली झाली. पुढे आणखी सुधारणा झाल्या. आज तर हृदयारोपण केलेले हजारो रुग्ण समृद्ध जीवन जगत आहेत. याचं खरं श्रेय १९५०-६०च्या सुमाराला हे प्रयोग करणाऱ्या धाडसी संशोधकांकडे, सर्जन्सकडे आणि या प्रयोगासाठी तयार झालेल्या हिंमतवान रुग्णांकडे जातं. आत्यंतिक निराशा, साहसी उपाय, वरवर पाहता वाटणारा चमत्कार, त्याचं पूर्ण ज्ञान, नेहमीचा प्रघात हे चक्र वाळूतील रेषा सरकवत असल्याचा धडा मी यातून

घेतला आहे. वैद्यकशास्त्राची वाटचाल अशीच होते. मॅड्स गिल्बर्टनी निर्जीव, जवळजवळ गोठलेले रुग्ण पाहिले तेव्हा त्यांनी ''जे शक्य होतं ते ते आम्ही केलं'', असं म्हणून हात वर केले असते तर? ते असंयुक्तिक ठरलं असतं का?

हायपोथर्मिआ हा मृत्यूवरील रामबाण उपाय नाही किंवा ते हृदयक्रिया बंद पडण्यावरील औषध नाही. ते फक्त जास्त वेळ मिळवून देतं. आज ते मिनिटं किंवा तास मिळवून देतं. पण काही शास्त्रज्ञांच्या समोर याहून नाट्यमय उद्दिष्टं आहेत. नासासारख्याच (एनएएसए) असणाऱ्या युरोपियन स्पेस एजन्सीने सूर्यमालेच्या आरपार म्हणजे खूप खूप अंतर पार करून जाणाऱ्या अंतराळवीरांना सुरक्षित ठेवण्यासाठी टोकाच्या हायपोथर्मिआचा – क्रायॉनिक्सचा (cryonics) उपयोग होऊ शकेल का यावर संशोधन केलं असल्याचं कळतं. कारण हा प्रवास एवढा लांबचा आहे की, बरोबर पुरेसं अन्न, पाणी नेणं असंभव आहे. काही लोक म्हणतात की, टोकाचा गारठा वापरून गाठलेली विस्तारित सुरक्षितता हा एक दिवस नेहमीच्या वैद्यकीय उपचारांचा भाग होण्याची शक्यता आहे. आयुर्मर्यादा आमूलाग्र वाढवण्यासाठी मार्ग शोधणाऱ्या वैज्ञानिक संस्थेचे, ब्रिटिश नवमतवादी ऑब्रे द ग्रे भाकीत करतात की, भविष्यात संपूर्ण शारीरिक हानी वगळता इतर सर्व रोग बरे करता येतील. फक्त त्यासाठी, अशा तऱ्हेचं तंत्रज्ञान अस्तित्वात येईपर्यंत कसंही करून देह जतन करून ठेवावे लागतील. ग्रे म्हणतात की, क्रायॉनिक्स हे तंत्र या बाबतीत अतिशय यशस्वी ठरेल, अशी आशा वाटते : ''हे म्हणजे मेलेल्या माणसाला जिवंत करणं नव्हे, तर हे चिंताजनक प्रकृतीवर करायच्या उपचाराची पद्धत आहे.''

क्रायॉनिक्स सामान्य लोकांपर्यंत पोहोचायला सुरुवात झाली आहे. किमान दोन खासगी कंपन्यांनी – त्यांपैकी एक ॲरिझोनाची 'अल्कॉर लाइफ एक्स्टेंशन फाउन्डेशन' – त्यांना पैसे देणाऱ्या ग्राहकांना अतिशय कमी तपमानात जतन करण्यासाठी क्रायॉनिक्सचा उपयोग करायला सुरुवात केली आहे. अल्कॉर सांगतात की, या प्रक्रियेला व्हिट्रिफिकेशन (vitrification) म्हणतात. यात वापरण्यात येणाऱ्या अवयव जतन द्रवामुळे पेशींची हानी करणारे, बर्फाचे स्फटिक तयार न होता जलद गतीने तपमान कमी होतं. द्रवरूप नायट्रोजनच्या बुडबुडे येत असलेल्या छोट्या तलावाच्या तळाशी असणाऱ्या धातूच्या चमकत्या टाक्यांमध्ये हे देह ठेवलेले असतात. तो तलाव पाण्याचा असल्यासारखं वाटतं. पण तो गरम पाण्याचा टब नसतो. त्याचं तपमान उणे (-) १९६ अंश सेल्सिअसइतकं असतं. याची किंमत १,५०,००० डॉलर्स (किफायतीचा दर आहे ८०,००० डॉलर्स. हा न्यूरोजतनाकरिता – म्हणजे फक्त डोकं गोठवण्याकरिता आहे.) एवढी असूनही ऐंशीहून जास्त लोकांना आतापर्यंत गारठवलं आहे आणि जवळजवळ नऊशे सदस्य करारावर

सह्या करून त्यांचं अनुकरण करण्याच्या तयारीत आहेत, असं अल्कॉरनी सांगितलं. न जाणो, ही आवाक्याबाहेरील चैन असल्यासारखं वाटेल, ह्या भीतीने अल्कॉरच्या कार्यकारी संचालक जेनीफर चॅपमन स्पष्ट करतात की, यासाठी बहुतेक ग्राहक जीवन विम्याचे पैसे वापरतात.

अल्कॉरच्या वेबसाइटनुसार क्रायॉनिक जतनाची सुरुवात हृदय थांबल्यापासून पंधरा मिनिटांच्या आत होणं आवश्यक असतं. एक किंवा दोन मिनिटांत झाली तर उत्तम; नाहीतर मृत्यूच्या प्रक्रियेत पेशींची खूप हानी होते. याच तत्त्वावर, ॲना बॅगनहॉमच्या बर्फात घुसण्याच्या आकस्मिकपणामुळे ती वाचली असावी, असं मॅड्स गिल्बर्टना खात्रीपूर्वक वाटतं. "जर कोणी उबदार असतानाच गुदमरला तर ते गळफास लावण्यासारखं किंवा बुडण्यासारखं आहे,"ते स्पष्ट करतात. "मग इतर सर्व विसरायलाच हवं."

गिल्बर्ट यांच्या या निराशावादाचा उगम आहे १९८९मध्ये त्यांना आलेल्या एका अनुभवात. नेटोच्या (एनएटीओ) हिवाळी प्रशिक्षणाच्या दरम्यान ॲव्हलान्शमध्ये अडकलेल्या नॉर्वेच्या सैनिकांना मुक्त करायला ते मदत करत होते. सैन्याच्या एकतीस तुकड्या अडकल्या होत्या. त्यांपैकी सोळा तुकड्यांतील सैनिक मृत्युमुखी पडले. त्यांपैकी बहुतेकांच्या मृत्यूचं कारण होतं हायपोथर्मिआ. कारण त्या बर्फाच्या कोठडीत त्यांच्या शरीराचं तपमान *हळूहळू* कमी होत गेलं. जेव्हा शरीर थंडगार होतं, तेव्हा सर्व अवयवांची प्राणवायूची गरज कमी होते, हे खरं आहे; पण ही थंड होण्याची प्रक्रिया जेव्हा लांबत जाते तेव्हा प्राणवायूची मागणी जास्त असण्याचा काळ वाढतो, पण त्याचा पुरवठा कमी असतो. कारण श्वास घेण्याची क्षमता कमी होते. याचा अर्थ भरून न काढता येण्यासारखी हानी. जर ते सैनिक गोठलेल्या पाण्यात पडले असते, तर त्यांच्या शरीराचं तपमान आकस्मिक आणि नाट्यमयरीत्या कमी झालं असतं आणि त्याचा परिणाम वेगळाच झाला असता, असं गिल्बर्ट म्हणतात. "जेव्हा कोणी बर्फाच्या आत कोसळतो, तेव्हा श्वसन थांबण्यापूर्वीच तो गारठून जातो," ते म्हणाले. "ॲनाचं तेच झालं."

बॅगनहॉमला अपघाताच्या संदर्भात काहीही आठवत नाही. ती जागी झाली तेव्हा आपली परिस्थिती चिंताजनक असल्याचं तिला कळलं. वर्षभरानंतर एका मुलाखतीत ती म्हणाली की, ती अजून इथे आहे, याचं इतरांएवढंच तिलाही आश्चर्य वाटतं. "एखादा माणूस रुग्ण असतो, तेव्हा आपण मरणार असं त्याला वाटत नसतं. मी नक्की बरा होईन असंच त्याला वाटत असतं," बॅगनहॉम म्हणाली. "पण वैद्यकक्षेत्रातील व्यक्ती या दृष्टीने पाहिलं तर मी जिवंत आहे याचं मला आश्चर्य वाटतं."

तिने माझ्या पथकाला सांगितलं की, ती कधीही निराश झाली नव्हती. अगदी

ती अधू असताना अतिदक्षता विभागात होती, त्या उदास दिवसांमध्येही नाही. ''मी डॉक्टर असल्यामुळे, घडत असणाऱ्या बऱ्याच गोष्टी मला कळत होत्या. माझ्या पृष्ठमज्जारज्जूला (spinal cord) दुखापत झाली नव्हती. पुढे काय होणार त्याची मी फक्त वाट बघत होते. हळूहळू माझं सगळं लक्ष मी बरं होण्यावर केंद्रित केलं. ज्या गोष्टी मी करू शकत होते, त्या करायला सुरुवात केली. मी पुन्हा कामावर जाऊ शकणार नाही, असा विचार मी चुकूनसुद्धा मनात आणला नाही.''

ती वाचली हा चमत्कार नव्हता, असं गिल्बर्ट ठासून सांगतात : ''त्या सोप्या-सोप्या गोष्टी होत्या. त्यात कसलीही गुंतागुंत नव्हती.'' यश मिळालं त्याला प्रगत तंत्रज्ञान हे कारण नव्हतं. त्या यशाच्या मागे होते पंधरा वर्षांचे परिश्रम आणि अनुभवांतून, चुकांतून शिकत धारदार होत गेलेलं अंतर्ज्ञान. ''ती पूर्ण यंत्रणाच होती – अगदी स्थानिक लोकांमध्ये आम्ही जसे वावरलो इथपासून शेवटी रुग्णालयाला आम्ही सामील करून घेतलं तिथपर्यंत,'' गिल्बर्ट म्हणाले. ''इतर रुग्णांच्या बाबतीत आमच्या हातून चुका झाल्या होत्या. यश अगदी हाताशी आल्यासारखं वाटत होतं; पण आम्ही त्यांना गमावलं. ॲना आमच्याकडे आली तोपर्यंत उपचाराचा काही भाग, आम्ही आवश्यक ते बदल करून जुळवून घेतला होता.... त्या रात्री कामावर असलेलं पथक एकमेकांत ताळमेळ असलेलं, एकमेकांत गुंफलेलं, जोशपूर्ण, हिंमतवान आणि दुर्दम्य आशावादी असं होतं.''

बॅगनहॉम अजूनही हाइकिंगला आणि स्कीइंगला जाते – जवळजवळ रोजच! ती आणि गिल्बर्ट यांची छान मैत्री आहे. खरंतर शेवटी जेव्हा गिल्बर्ट यांनी आम्हाला बॅगनहॉमच्या केसचे सर्व तपशील सांगितले, तेव्हाचा वीकेन्ड त्यांनी ॲना आणि एका जवळच्या दोस्ताबरोबर स्कीइंग करण्यात व्यतीत केला होता – त्याच उतारावर! त्या उतारानेच त्यांच्या नैराश्यावर आणि प्रेरणेवर ठिणगी टाकली होती आणि त्यांच्या पदरात अतिशय प्रसिद्ध असं बचावाचं दान पडलं होतं.

२

हृदय थांबण्याचा क्षण

तो वर गेला आणि त्या मुलावर निजला. त्याच्या तोंडावर त्याने स्वत:चं तोंड ठेवलं. त्याच्या डोळ्यांवर स्वत:चे डोळे. त्याच्या हातावर स्वत:चे हात ठेवले. त्याच्या शरीरावर तो स्वत: पसरला आणि त्या मुलाचे शरीर हळूहळू गरम झाले.

- २ किंग्ज ४:३४ केजेव्ही

माइक मर्ट्झ, ॲरिझोनामधील ग्लेंडेल येथील एका शाळेचा बस ड्रायव्हर. मुलांना घरी सोडून तासभर होऊन गेला होता. आता तो कारने घरी चालला होता. कामावरून तडक घरी न जाता त्याला तासभर उशीर का झाला होता, ते माझ्याशी बोलताना त्याला आठवत नव्हतं. एकोणसाठ वर्षांच्या नीटनेटक्या मर्ट्झला आठवड्यातील बरेच दिवस दोन-तीन मैल धावायला आवडायचं. त्यामुळे तो जॉगिंगला गेला असावा असं त्याला वाटतं किंवा त्याच्या नेहमीच्या वाटेवरील पेट्रोलपंपापेक्षा इतर ठिकाणी स्वस्त दराने पेट्रोल मिळतं का, ते बघायला गेला असावा. किंवा त्याच्या 'सॅटर्न'मधून जाताना रस्त्यावर नव्याने घातलेले उंचाडे स्पीडब्रेकर्स चुकवण्यासाठी तो वेगळ्या रस्त्याने गेला असण्याची शक्यता आहे. कारण काही का असेना, तो कोणत्यातरी भलत्याच रस्त्याने जात का असेना, एक गोष्ट खरी की मर्ट्झ त्याच्या हाउसिंग कॉम्प्लेक्सच्या नेहमीच्या प्रवेशद्वाराने न जाता कॉलनीच्या मागच्या खासगी रस्त्याने गेला. बहुधा या बदलामुळेच त्याचे प्राण वाचले असावेत.

कॉरी ॲश हा युपीएस ड्रायव्हर त्या बुधवारी दुपारी माल पोहोचवत होता. अचानक त्याला इंजिनाचा भयानक आवाज ऐकू आला. तो आपल्याच गाडीचा असावा, असं त्याला वाटलं. म्हणून तो पटकन उडी मारून बाहेर आला. तेव्हा त्याच्या लक्षात आलं की, तो रस्त्याच्या पलीकडच्या बाजूला असलेल्या 'सॅटर्न'मधून येत होता.

अपघाताचं भयंकर दृश्य होतं ते. त्या छोट्याशा रुपेरी कारने ताडाच्या झाडाला धडक दिली होती. इंजीन कमाल गतीने चालत होतं. ताडाचं झाड आणि त्यापासून काही फूट अंतरावर असलेली, गिलावा दिलेली भिंत या दोघांमध्ये ती कार दामटून बसली होती. केवळ त्यामुळेच ती त्या जागी थांबून राहिली होती. ॲश धावतपळत तिकडे गेला आणि पाहतो तर काय? ड्रायव्हरचे डोळे बंद होते. तो बेशुद्ध असावा असं वाटत होतं. ड्रायव्हरचा पाय ॲक्सलरेटरकडे पाचरासारखा अडकून बसला होता. अडकलेली कार बाहेर निघाली असती तर ॲश चिरडला जाण्याची शक्यता होती. पण तिकडे दुर्लक्ष करून कोसळलेल्या देहाला ओलांडून तो पलीकडे गेला आणि त्याने इग्निशन बंद केलं. त्याने मर्ट्झला फरफटत ओढून कारच्या बाहेर काढलं आणि जमिनीवर झोपवलं. ९११ला फोन करून त्याने सीपीआरला सुरुवात केली. दोन महिन्यांपूर्वीच 'एअर नॅशनल गार्ड' प्रशिक्षण कार्यक्रमात तो सीपीआर शिकला होता.

मैलभराच्या अंतरावर असलेल्या ग्लेंडेल अग्निशामक केंद्र १५४ येथून वेगाने येणाऱ्या रुग्णवाहिनीचा सायरन कानी पडला तेव्हा तर ॲशने मर्ट्झच्या छातीवर आणखी जोराने पंपिंग करायला सुरुवात केली. हृदयविकाराचा झटका आल्यावर एखादा बघ्या मदतीला धावून आला तर तो रुग्ण बचावण्याची शक्यता कित्येक पटीने वाढते, असं या संदर्भात करण्यात आलेल्या अभ्यासात आढळून आलं आहे. तुम्ही खूप काही करत आहात असं बघताना वाटलं नाही तरी फक्त हृदयावर दाब देणं आणि रक्ताभिसरण चालू ठेवणं यामुळे अतिशय फरक पडतो. मर्ट्झला हाच फायदा मिळाला; पण त्याचं नशीब जोरावर होतं म्हणून तो ग्लेंडेलमध्येच कोसळला. आपत्कालीन शुश्रूषेत जे क्रांतिकारी बदल घडत आहेत, त्यात ग्लेंडेलमधील 'पॅरॅमेडिक्स' (वैद्यकीय काम करण्याचं प्रशिक्षण घेतलेले पण डॉक्टरीची पदवी नसलेले) आघाडीवर आहेत. वैद्यकीय संस्थांच्या कलाच्या विरोधात जाऊन अगदी साध्या-साध्या गोष्टींमुळेही, हृदयविकाराचा झटका आलेल्या रुग्णाची वाचण्याची शक्यता कशी वाढते, हे त्यांनी शोधून काढलं.

कर्कश आवाज करत आगीचा बंब थांबला. आणि त्यातून रूबिन फ्लॉरेझ या धष्टपुष्ट बंबवाल्याने फुटपाथवर उडी मारली. त्याच्या बरोबरीचे बंबवाले भराभर खाली उतरत असतानाच फ्लॉरेझने तातडीने आणि तालावर मर्ट्झच्या छातीवर

ठोसे मारायला सुरुवात केली. दोन मिनिटांत दोनशे वेळा दाब पडेल, याची तो काळजी घेत होता. तेवढ्यात मेडिकलचा एक विद्यार्थी आला. त्याने डिफिब्रिलेटरच्या पॅडलने मर्ट्झला विजेचे झटके दिले.

मग पुन्हा दोनशे वेळा दाब, त्यानंतर विजेचा झटका, पुन्हा दोनशेवेळा दाब, पुन्हा झटका. शेवटी ६०० वेळा ठोसे आणि डिफिब्रिलेटरने तीनदा झटके दिल्यानंतर नाडीचे अस्पष्टसे ठोके पडायला सुरुवात झाली. मर्ट्झ मृत्यूच्या दारातून परत आला. तोंडाने कृत्रिम श्वासोच्छ्वास एकदाही देण्यात आला नव्हता आणि माइक मर्ट्झला एकदाही श्वास मिळाला नव्हता. आश्चर्य म्हणजे तो वाचला त्याचं *खरं कारण* तेच असावं.

प्रत्यक्षात, रुग्णालयाबाहेर हृदयविकाराचा झटका आला तर तो रुग्ण क्वचितच वाचतो! कालपरवापर्यंत देशातील इतर भागांप्रमाणेच ॲरिझोनामधील, हृदयविकाराचा झटका आलेल्या रुग्णांचं दीर्घकालीन हानी न होता वाचण्याचं प्रमाण फक्त दोन टक्के होतं. पण २००५पासून ॲरिझोनाच्या आसपासच्या शहरातील लोकांनी काहीतरी नवीन करायला सुरुवात केली. अमेरिकन मेडिकल असोसिएशनची मार्गदर्शक तत्त्वं, तसंच मोठमोठी वैद्यकीय महाविद्यालयं व रुग्णालयं यात जे शिकवलं जातं, त्याच्या हे विरुद्ध होतं. १९७० सालापासून प्रत्येक वायएमसीए, अग्निशामक दल, शाळा, चर्च वगैरे ठिकाणी शिकवल्या जाणाऱ्या सीपीआरसारखी ही पद्धत नव्हती. थोडक्यात म्हणजे हा मूलगामी प्रयोग होता.

या प्रयोगाचा जन्म दोन वेगवेगळ्या विचारधारांमधून झाला : सीपीआरच्या तंत्रात फेरफार करण्याच्या उद्देशाने केलेले जनावरांवरील संशोधन आणि सार्वजनिक आरोग्याच्या दृष्टीने अधिक लोकांना सीपीआरचं प्रशिक्षण देण्याचा प्रयत्न. रस्त्यावरून चालत असताना एखाद्याचं हृदय बंद पडलं तर त्याचा जीव वाचवणारी सगळ्यात महत्त्वाची गोष्ट म्हणजे सीपीआरचं तंत्र अवगत असलेला एवढंच नव्हे तर मदत करायला तयार असलेला बघ्या, दुर्दैवाने अशी मदत मिळणं दुर्लभ झालं आहे. प्रसिद्ध झालेल्या संशोधनानुसार बघ्यांनी सीपीआर देण्याचं प्रमाण फक्त २० टक्के आहे. खोलात शिरल्यावर लक्षात येतं की, या आकडेवारीचा आणि मदत करायच्या इच्छेअनिच्छेचा काही संबंध नाही. खरंतर, आतापर्यंत या संदर्भात झालेल्या प्रत्येक पाहणीत आढळून आलं आहे की, दुसऱ्याच्या तोंडावर आपलं तोंड ठेवायची लोकांना भीती वाटते - न जाणो, मरणाच्या दारात पडलेल्या या व्यक्तीच्या आजाराचा संसर्ग आपल्यालाही व्हायचा.

आता या अनिच्छेवर मात करता येते. सिॲटलमध्ये १९७०पासून मोठ्या प्रमाणात प्रशिक्षण देण्यात आलं. लोकांना याबाबत माहिती देण्यासाठी अनेक मोहिमा राबवण्यात आल्या. तिथे बघ्यांनी सीपीआरची मदत देण्याचं प्रमाण ५०

टक्क्यांच्या जवळपास आहे. या शहरातील, हृदयविकाराच्या झटक्यानंतर बचावण्याचं प्रमाण जास्त आहे, त्याचं श्रेय याच गोष्टीला जातं. अलीकडच्या काही वर्षांत, जास्तीत जास्त लोकांना, मदत करायला उद्युक्त करणं हे 'अमेरिकन हार्ट असोसिएशन'चं उद्दिष्ट बनलं आहे. पण कसं? तोंडावर तोंड ठेवून श्वास द्यायचा नाही. बस एवढंच. पण खरंच ते पुरेसं आहे?

ट्यूसाँ येथील सर्व्हर हार्ट सेंटरमधील हृदयरोगतज्ज्ञ डॉ. गॉर्डन एवी आणि त्यांचे सहकारी वीस वर्षांहून अधिक काळ सीपीआरवर प्रयोग करत होते. आणीबाणीच्या प्रसंगी रुग्णाला नवजीवन देण्यात कृत्रिम श्वासोच्छ्वासाची भूमिका नक्की काय आहे, ते शोधण्यावर त्यांचा भर होता. आणि दशकाहून अधिक काळ 'कृत्रिम श्वासोच्छ्वासाची अजिबात आवश्यकता नाही', असा वाद घालून एवींनी अधिकारी व्यक्तींची त्रेधातिरपीट उडवली होती.

एवी भांडखोर आणि दुराग्रही आहेत. ते स्वत:च्या मतावर ठाम असतात. दुसऱ्या शब्दांत सांगायचं झालं तर ते शैक्षणिक वैद्यकशास्त्रातील बलशाली व्यक्तिमत्त्व आहे. व्यावसायिकदृष्ट्याही ते निश्चितच बलशाली आहेत. अर्थात त्यांचं ऑफिस झगमगाटापासून हजारो कोस दूर आहे. कॅन्सास विद्यापीठातून पदवी मिळवल्यानंतर त्यांनी जॉर्जटाउन येथे वैद्यकीय रेसिडेन्सी पूर्ण केली. १९७१मध्ये वॉशिंग्टन, डी.सी.मधील प्रशिक्षण पूर्ण केल्यावर, पश्चिमेकडील ट्यूसाँ येथील ॲरिझोना विद्यापीठाचं नवीन अध्यापन रुग्णालय सुरू होत होतं, त्याच्या उभारणीच्या कामात मदत करण्यासाठी ते तिथे गेले. त्यांनी १९९०पासून हृदयशास्त्र विभाग (कार्डिऑलॉजी डिपार्टमेंट) चालवला आहे. अख्ख्या अमेरिकेत हृदयशास्त्र विभागाचा प्रमुख म्हणून त्यांचीच कारकीर्द सर्वांत मोठी आहे.

लोकांना सीपीआरचं अचूक मार्गदर्शन मिळावं म्हणून एवींनी सीपीआरच्या संशोधनाला हात घातला. कित्येक वर्षं चालू असलेल्या पाहणीवरून दिसून आलं आहे की, सोप्या पद्धतीचं सीपीआर करण्यासाठी – उदाहरणार्थ तोंडावर तोंड ठेवून श्वासोच्छ्वास देण्याचा भाग सोडून फक्त छातीवर दाब देणं – लोक एका पायावर तयार असतात. एवींच्या दृष्टीने मार्गदर्शक तत्त्वांमध्ये बदल करण्यासाठी हे कारण पुरेसं होतं; पण बदललेलं तंत्र खरोखरच परिणामकारक होईल का याची खात्री करून घेण्यासाठी त्यांनी पाहण्यांतून मिळालेल्या माहितीचा बारकाईने अभ्यास केला, तेव्हा एक विलक्षण गोष्ट त्यांच्या लक्षात आली आणि त्यांना आश्चर्याचा धक्का बसला. फक्त छातीवर दाब दिलेल्या लोकांमधील हृदयविकाराच्या झटक्यानंतर बचावण्याचं प्रमाण हे एएचएची मान्यता मिळालेल्या पूर्ण सीपीआर केल्या गेलेल्या रुग्णांइतकंच नव्हे, तर त्यांच्यापेक्षाही जास्त होतं. सार्वजनिक आरोग्य मोहिमेच्या खात्यावर, केवळ अपघातानेच, हा शोध जमा झाला.

एवींच्या सीपीआरचा सिद्धान्त समजण्यासाठी हृदयविकाराच्या झटक्याचे तीन टप्पे समजून घेतले पाहिजेत. पेनसिल्व्हेनिया विद्यापीठाच्या 'सेंटर फॉर रिससिटेशन सायन्स'चे डॉ. लान्स बेकर हे आमचे स्नेही आणि जॉन्स हॉपकिन्स विद्यापीठाचे मायरन वायझफेल्ड यांनी हे तीन टप्प्यांचं मॉडेल विकसित केलं आहे. हे तीन वेगवगळे टप्पे आहेत – विद्युत, अभिसरणाचा आणि चयापचयाचा. त्यांपैकी पहिला टप्पा जवळपास चार मिनिटांचा असतो. या वेळात हृदयाचं स्पंदन त्याच्या स्वत:च्या विद्युत्शक्तीच्या जोरावर चालू असतं. पण रक्ताचं पंपिंग होत असतानाची तालबद्धता मात्र निर्माण होऊ शकत नाही. त्यानंतर येणारा अभिसरणाचा टप्पा, झटक्यानंतर जवळजवळ चौथ्या मिनिटापासून ते दहाव्या मिनिटापर्यंत असतो. रक्तात जो काही प्राणवायू होता, तो आतापर्यंत वापरून संपलेला असतो. प्राणवायूच्या अभावी हृदय विद्युत्शक्तीची निर्मिती करू शकत नाही. प्राणवायूअभावी पेशी साठवून ठेवलेल्या शक्तीकडे वळतात. त्यामुळे शरीरभर धोकादायक रासायनिक प्रक्रियांना सुरुवात होते. ठरावीक कालानंतर म्हणजे हृदयविकाराच्या झटक्यानंतर साधारण दहा मिनिटांनी – मध्ये काही हस्तक्षेप झाला नाही असं गृहीत धरल्यास – पेशींना मारणाऱ्या रासायनिक प्रक्रियांचं उधाण शिगेला पोहोचतं. ही मृत्यूच्या वाटेवरील तिसरी पायरी आहे. हा टप्पा चयापचयाशी संबंधित असून या काळात पेशींच्या खऱ्याखुऱ्या मृत्यूला सुरुवात होते.

यादरम्यान केलेल्या हस्तक्षेपाचा उपयोग का होतो, हे या नमुन्यावरून स्पष्ट होतं. विद्युत्टप्प्यात डिफिब्रिलेशन खूपच परिणामकारक ठरतं; पण त्यानंतर मात्र त्याचा विशेष उपयोग होत नाही. कारण डिफिब्रिलेशनमुळे हृदयाला त्याची गेलेली विद्युत्शक्ती मिळत नाही. ते फक्त त्याची तालबद्धता पुन्हा व्यवस्थित करून देतं. संधी मिळताच स्पंदनं पुन्हा सुरू होण्यासाठी हृदयाजवळ पुरेशी शक्ती असेल, तरच त्याचा उपयोग होतो. हे तसं कारच्या बॅटरीसारखं आहे. उसळी घेण्यासाठी आवश्यक ते इंधन त्यात असावं लागतं. नाहीतर आपण कितीही प्रयत्न केला, तरी कामातून पार गेलेली बॅटरी आपण पुन्हा चालू करू शकत नाही.

जेव्हा आपण सीपीआर देतो, तेव्हा आपण हृदयाच्या ऊतीकडे प्राणवायूमिश्रित रक्त पाठवत असतो. हे, डिफिब्रिलेटरची विद्युत्ज्योत प्रज्वलित करण्यासारखं आहे. परंपरागत सीपीआरमध्ये बघे आणि पॅरॅमेडिक्स यांना दिलेल्या प्रशिक्षणानुसार ते प्रथम रुग्णाचा श्वसनाचा मार्ग मोकळा आहे की नाही, ते तपासतात आणि नंतर आळीपाळीने छातीवर दाब आणि तोंडाला-तोंड लावून कृत्रिम श्वासोच्छ्वास असं देतात. याशिवाय पॅरॅमेडिक्सना श्वसनासाठी नळी आत घालण्याचंही प्रशिक्षण दिलेलं असतं. कृत्रिम श्वासोच्छ्वास हा रक्तात प्राणवायू मिसळण्यासाठी असतो, तर छातीवरचा दाब, त्या प्राणवायूचं अभिसरण व्हावं म्हणून असतो; पण यातले

थोडे परिश्रम अनावश्यक असतात, असं एवींच्या लक्षात आलं. तीन टप्प्यांच्या मॉडेलवरून आढळून येतं की, श्वसन थांबल्यावरही पुढची कित्येक मिनिटं रक्तप्रवाहात बऱ्याच प्रमाणात प्राणवायू असतो. मानवी शरीरात, आपल्याला जाणवतो त्यापेक्षा कितीतरी जास्त प्रमाणात प्राणवायूचा साठा असतो, आणि आपलं श्वसन थांबल्यानंतरही तो प्राणवायू आपल्या शरीरात टिकून असतो. इथेच नेहमीच्या सीपीआरला उलटंपालटं करणारा महत्त्वाचा धडा आपल्याला मिळतो : कदाचित कृत्रिम श्वासोच्छ्वासाची आवश्यकताही नसेल.

महत्त्वाची गोष्ट म्हणजे त्या प्राणवायूचं रक्तातून अभिसरण होणं आवश्यक आहे. जर हृदय बंद पडलं असेल, तर कोणीतरी मुद्दामहून छातीवर पंप केलं तरच प्राणवायूचं अभिसरण होईल. जेव्हा कृत्रिम श्वासोच्छ्वास दिला जातो, तेव्हा छातीवर दाब देण्यात खंड पडतो. तीच गोष्ट श्वसनाची नळी आत घालण्याची. ती प्रक्रिया थोडी गैरसोयीची असते आणि त्यात २० ते ३० सेकंद जातात. शॉकच्या बाबतीतही तसंच घडतं. शॉक दिल्यानंतर थोडा वेळ थांबून हृदयाचं स्पंदन तालावर होत आहे का, ते मोजून पाहावं लागतं. कारण त्यावरच शॉकचा उपयोग झाला की नाही, ते ठरतं. उपयोग झाला नसेल तर पुन्हा शॉक द्यावा लागतो. एवींच्या मते, या सगळ्या अतिरिक्त पायऱ्यांमध्ये वेळ वाया जातो. या मौल्यवान वेळापायी कितीतरी प्राणांची किंमत मोजावी लागली आहे.

खरंतर हृदयविकाराच्या झटक्यानंतर वेळ ही किती अमूल्य गोष्ट आहे, हे समजायला तीन टप्प्यांच्या मॉडेलची गरज नाही. प्रत्येक सेकंद निर्णायक असतो. अमेरिकन हार्ट असोसिएशननुसार सीपीआर किंवा डिफिब्रिलेशनचा प्रयत्न न होता गेलेल्या प्रत्येक मिनिटागणिक रुग्णाचा जीव वाचण्याची शक्यता ७ ते १० टक्क्यांनी कमी होते. दहा मिनिटं गेली तर रुग्ण वाचण्याची आशा नसते. विलंब म्हणजे फक्त वाचण्याची शक्यता कमी होणं एवढंच नसतं. रुग्ण जिवंत राहिला तरी प्राणवायूशिवाय जाणाऱ्या प्रत्येक क्षणामुळे मेंदूची हानी होण्याची शक्यता वाढते. प्रत्यक्ष हृदयालाही धोका असतो. कार्डिऑलॉजिस्ट्स म्हणतात त्याप्रमाणे "वेळ म्हणजे स्नायू." हृदयाचे स्नायू. जरी एखादा रुग्ण जिवंत राहिला, त्याचा मेंदू शाबूत राहिला तरी प्राणवायूवाचूनची जास्त मिनिटं म्हणजे हृदयाच्या जास्त ऊतींचा अंत. त्यामुळे हृदयाच्या शिरांच्या आजाराची (cardiovascular disease) तीव्रता वाढते आणि भविष्यात हृदयविकाराच्या झटक्याचा धोकाही वाढतो.

एवींच्या मते, छातीवर दाब देऊन रक्त आणि प्राणवायूचं वहन चालू ठेवणं हीच गोष्ट तेवढी महत्त्वाची आहे. सैद्धान्तिकदृष्ट्या या सर्व अतिरिक्त पायऱ्या आणि साधनं जीवनरक्षक आहेत; पण एवींच्या मते ती लक्ष विचलित करणारी असू शकतात. खरोखरच सिॲटलमध्ये रुग्णवाहिन्यांत डिफिब्रिलेटर्स लावले, तेव्हा

हृदयविकाराच्या झटक्यानंतर बचावणाऱ्या रुग्णांचं प्रमाण कमी झालं. याचा अर्थ डिफिब्रिलेटर्स उपयोगी नसतात, असा नाही. ते उपयोगी असतात. पण सीपीआरच्या प्रक्रियेचा वेग कोणत्याही कारणामुळे मंदावला, तर समोर एक नवंच आव्हान उभं ठाकतं. ''तुम्ही कशासाठीही थांबलात तरी अनर्थ होतो,'' असं एवी म्हणतात.

'सेंटर फार रिससिटेशन'मधील संशोधन संचालक आणि बेकरचे सहकारी डॉ. बेन अॅबेला थोडं कौतुकाने आणि थोडं खिजवण्याकरिता एवींना 'हृदय-दाब-वेडा' म्हणतात! त्यांचं हे वर्णन यथार्थ आहे. एवींकडून घ्यायचा संदेश हाच की, तुम्ही जर कोणाला हृदयविकाराच्या झटक्याने कोसळताना पाहिलंत तर शक्य तेवढ्या जलदगतीने त्याच्या छातीवर दाब द्यायला सुरुवात करा. मेंदू पूर्णपणे कार्यक्षम राखण्याच्या उद्दिष्टावर जोर देण्यासाठी त्यांनी या पद्धतीला सीसीआर म्हणजेच 'कार्डिओ सेरेब्रल रिससिटेशन' हे नाव दिलं.

एवी आणि कार्डिऑलॉजिस्ट डॉ. कार्ल कर्न यांच्या नेतृत्वाखाली 'सार्वर' पथकाने प्रयोगशाळेत प्राण्यांवर नियंत्रित प्रयोग केले. १९९३मध्ये त्यांनी हृदयविकाराच्या झटक्यानंतर ज्यांना फक्त छातीवर दाब मिळाले त्या प्राण्यांचा आणि ज्यांना छातीवरील दबावाबरोबरच कृत्रिम श्वासोच्छ्वासही दिला गेला अशा प्राण्यांचा तुलनात्मक अभ्यास केला. फक्त दबावाचा उपचार मिळालेल्या प्राण्यांच्या संदर्भात दुसऱ्या गटाएवढेच नव्हेत, तर त्याहूनही चांगले परिणाम झाल्याचं आढळलं. हे धक्कादायक निष्कर्ष प्रसिद्ध केल्यानंतरही ते पथक धिमेपणाने काम करत राहिलं. १९९३ ते २००२च्या दरम्यान त्यांनी आणखी सहा प्रकल्प केले. ते डुकरांवर केले होते. यात त्यांनी सीसीआर (फक्त छातीवर दाब) आणि सीपीआर (छातीवर दाब आणि कृत्रिम श्वासोच्छ्वास) यांचा तुलनात्मक अभ्यास केला. त्याचाही निष्कर्ष तोच निघाला : कृत्रिम श्वासोच्छ्वासामुळे कोणताही जास्तीचा फायदा झाला नाही.

एवींच्या निष्कर्षांना त्याच वेळी स्वीकृती मिळाली असती; तर मी वैद्यकीय महाविद्यालयात शिकत असताना मला वेगळ्याच पद्धतीचा सीपीआर शिकायला मिळाला असता; पण खरं सांगायचं तर त्यांच्या मार्गात अजून दोन अडथळे होते. पहिली समस्या म्हणजे त्यांनी प्रयोग केले होते ते डुकरांवर आणि डुकरांना जीवदान देण्याचा प्रयत्न करणाऱ्या डॉक्टरांमध्ये कोणालाही स्वारस्य नव्हतं. दुसरी समस्या म्हणजे इतर संशोधकांनी अशाच प्रकारचे प्रयोग केले आणि त्यांचे निष्कर्ष वेगळेच होते. त्यांची डुकरं मेली. आम्ही एवींना त्याविषयी विचारलं तर त्यांचं उत्तर तयारच होतं. ते म्हणाले, ''दुसरे प्रयोग फसले, कारण त्या संशोधकांनी डुकराच्या छातीचे स्नायू लुळे केले होते. त्यामुळे हृदयविकाराच्या झटक्याच्या वेळी धापा टाकत का होईना पण थोडासाही प्राणवायू त्यांनी आत घेतला नाही. 'वास्तव जगा'तील झटक्यात थोडातरी प्राणवायू श्वसनाद्वारे आत घेतला जातो.''

तरीही, हे निष्कर्ष चुकीचे आहेत म्हणून काही डॉक्टर वाद घालतच असतात. त्यातील माझ्या नजरेत भरलेला मुद्दा म्हणजे डुकराची श्वासनलिका आणि मानवाची श्वासनलिका यांच्या आकारात फरक असतो. त्यावर एवी म्हणतात की, "टीकाकारांनी अवाच्या सवा मापदंड लावले आहेत." एवी मला म्हणाले, "हृदयविकाराच्या झटक्यांच्या संदर्भात बोलायचं झालं तर लोकांवर स्वैर (randomized), नियंत्रित (controlled) चाचण्या घेणं कसं शक्य आहे?" डुकरांवर संशोधन करणं हा त्यांच्या मते चांगला पर्याय आहे. "आमच्या, प्राण्यांच्या नमुन्यावरून आम्ही सीपीआरच्या कित्येक पद्धती शोधून काढल्या आहेत आणि त्यामुळे माणसांना वाचवण्याचं प्रमाण वाढलं आहे."

अमेरिकन हार्ट असोसिएशनने लोकांना 'तोंडाला तोंड लावून' पुनरुज्जीवन देण्यास सांगणं बंद करावं, असं एवींचं म्हणणं होतं. पण बराच काळपर्यंत एएचएला त्यांचा दृष्टिकोन पटत नव्हता. मार्गदर्शक तत्त्वं तयार करताना एएचए सहा कसोट्या लावतं. त्यापैकी पहिली कसोटी – सर्वोत्कृष्ट प्रमाण म्हणजे माणसांवरील स्वैर आणि नियंत्रित अभ्यास. प्राण्यांवरील अभ्यासाचा क्रमांक सहावा लागतो. त्यांची मतं बदलण्यासाठी एवी आणि त्यांच्या सहकाऱ्यांनी खऱ्याखुऱ्या रुग्णांवर प्रयोग (real life experiment) करणं आवश्यक होतं. पण ते कसं जमणार? राष्ट्रीय वैद्यकीय संस्थांच्या मार्गदर्शनाशी टक्कर द्यायला कोण सुखासुखी तयार होईल? त्यांना आवश्यकता होती संस्थेबाहेरील व्यक्तीची आणि त्या व्यक्तीने विश्वासाने ही झेप घेण्याची.

आणि नोव्हेंबर २००२मध्ये ध्यानीमनी नसताना संधीने दार ठोठावलं. एवी आणि कर्न यांनी एएचएच्या मार्गदर्शनापासून विभक्त होण्याची इच्छा जाहीर केली. त्यानंतरच्या आठवड्यात ते अमेरिकन हार्ट असोसिएशनच्या, शिकागो येथील सभेला गेले होते. नेहमीप्रमाणेच ती सभा मोठी होती, एखादं छोटसं शहर असावं तशी सभोवार काचा लावलेल्या 'मॅक्कॉर्मिक प्लेस कन्व्हेंशन सेंटर'मध्ये ती भरली होती. गर्दीतून लांब टांगा टाकत पुढे आलेल्या त्या दांडग्या, चष्मिस डॉक्टरना ॲरिझोनाच्या एकाही डॉक्टरने यापूर्वी पाहिले नव्हते.

त्यांनी माइक केलम, इआर डॉक्टर अशी स्वत:ची ओळख करून दिली. सभेच्या ठिकाणापासून कारने दोन तासांच्या अंतरावर असलेल्या दक्षिण विस्कॉन्सिनहून ते आले होते. जवळजवळ दहा वर्षं ते मर्सी हेल्थ सिस्टिमचे इमर्जन्सी सर्व्हिसेस डायरेक्टर होते. या मर्सी हेल्थ सिस्टिममध्ये रॉक आणि वॉलवर्थ परगण्यांतील दवाखाने व छोट्या रुग्णालयांचा समावेश होतो. केलमनी विद्यापीठात काम केलं नव्हतं; पण फावल्या वेळात वैद्यकीय जर्नल्स वाचायची त्यांना आवड होती. एखाद्या तरुणाला लाजवेल अशी शक्ती त्यांच्या अंगात असली, तरी ते जवळपास

साठीचे होते. मृतप्राय व्यक्तीला संजीवन देण्याचं संशोधन करण्यात त्यांना प्रचंड रस होता. १९८०मध्ये त्यांनी एक लेख वाचला होता. मृतप्राय कुत्र्यांना कित्येक मिनिटं हार्ट मॉनिटरवर फ्लॅटलाइन करून त्यांच्यात पुन्हा चेतना आणण्यात यश मिळवलं, याविषयीचा तो लेख होता. तो वाचूनच त्यांना संजीवन संशोधनात रस निर्माण झाला होता.

बऱ्याच वेळा, हृदयविकाराचा झटका आलेल्या रुग्णावर तातडीने उपचार करण्यासाठी बोलावण्यात आलेल्या पॅरॅमेडिक्सनी रुग्णावर केलेल्या उपचाराचा विशेष फायदा होत नसे, याची केलमना जाणीव होती. एकापाठोपाठ एक केसरिपोर्ट चाळत, इएमएस डायरेक्टर म्हणून वाटणारी षंढपणाची जाणीव त्यांनी माझ्याशी बोलताना व्यक्त केली. "हृदयविकाराचा झटका आलेल्या रुग्णांचे केसपेपर्स पाहताना, त्यांचं पुनरावलोकन करताना हेच दिसतं – 'मृत झाला', 'मृत झाला,' एकापाठोपाठ एक हेच दिसतं – 'मृत,मृत,मृत,मृत'. आपण कोणालाही जिवंत करू शकत नाही, तर आपण एवढा वेळ फुकट का घालवत आहोत?"

ॲरिझोनामधून आलेले रिपोर्ट्स वाचून केलमना जाणवलं की, हे बदलता येऊ शकेल. एएचएच्या सभेच्या हॉलकडे जाणाऱ्या मार्गावर त्यांनी एवींना सांगितलं, "दक्षिण विस्कॉन्सिनच्या सपाट आणि अस्ताव्यस्त पसरलेल्या दुग्धशाळांमध्ये या नव्या मसुद्याचा उपयोग होतो का, ते मला पाहायचं आहे." लवकरच ते विस्कॉन्सिनच्या तीन इएमएस डायरेक्टरबरोबर ट्यूसॉंला गेले. अप्रसिद्ध डॉक्टरांचा तो छोटासा गट, आपत्कालीन वैद्यकशास्त्राला मोठं आव्हान द्यायला उभा ठाकला होता.

'मर्सी हेल्थ सिस्टिम' हे प्रतिष्ठित शैक्षणिक केंद्र नसलं तरी, मॅडिसनच्या दक्षिणेला तासाभराच्या अंतरावर असणाऱ्या रॉक आणि वॉलवर्थ परगण्यांतील वैद्यकीय सेवा देणारं महत्त्वाचं केंद्र आहे. यात ६३ प्रकारच्या सुविधा उपलब्ध असून वर्षाकाठी ८५,०००हून अधिक रुग्ण याचा फायदा घेतात. केलम यांच्या रुग्णवाहिन्यांच्या ताफ्याला बरीच जमीन चाकाखाली घालावी लागते. जोरजोरात सायरन वाजवत भरधाव गेली तरी जेन्सविलमधील मर्सीच्या मुख्य रुग्णालयापासून रॉक परगण्याच्या पार पश्चिम टोकाला पोहोचायला रुग्णवाहिनीला २० मिनिटं तरी लागतात.

केलमच्या प्रयोगाअगोदरच्या तीन वर्षांत आणीबाणी पथकाने, कोणाच्यातरी समक्ष आलेल्या हृदयविकाराच्या झटक्याच्या ९२ केसेस हाताळल्या होत्या. त्यापैकी फक्त १९ रुग्ण बचावले. त्यांपैकी फक्त चौदा जणांच्या मेंदूवर गंभीर दुष्परिणाम झाला नाही. केलमच्या सहकाऱ्यांनी लिहिलेल्या प्रबंधात म्हटलं आहे की, ही आकडेवारी फारच भयानक आहे. पण देशाच्या उर्वरित भागातील आकडेवारी पाहता ही आकडेवारी खूपच चांगली आहे, असं म्हणावं लागेल. कोणताही

मुलाहिजा न ठेवता सांगायचं झालं, तर उपचारांच्या स्वीकृत दंडकांमुळे बहुसंख्य रुग्ण मरण पावले.

परत आल्यावर केलम आणि इतर इएमएस डायरेक्टरांनी महत्त्वाचा निर्णय घेतला – आणीबाणीच्या स्थितीतील हृदयविकारग्रस्तांवर उपचार करण्याच्या पद्धतीत बदल करण्याचा. तोपर्यंत फक्त डुकरांवरच चाचण्या करण्यात आलेली पुनरुज्जीवनाची पद्धत या रुग्णांच्या बाबतीत अवलंबायचं त्यांनी निश्चित केलं. पॅरॅमेडिक्स, बंबवाले, पोलीस अधिकारी – परगण्याच्या ९११ इमर्जन्सी रिस्पॉन्स सिस्टिमचे जे जे म्हणून सदस्य होते, त्या प्रत्येकाला याचं प्रशिक्षण द्यायचं त्यांनी ठरवलं. मेंदूकडे जाणारा रक्तप्रवाह सुरळीत चालू राहील यावर सगळं लक्ष केंद्रित करायचं होतं. सगळे परिश्रम छातीवर दाब देण्यावर केंद्रित करायचे, मध्ये येणारे व्यत्यय कमीत कमी प्रमाणात ठेवायचे, असं त्यांनी ठरवलं. श्वासोच्छ्वास थांबलेल्या रुग्णाकडे पोहोचल्याबरोबर लगेचच त्याच्या छातीवर, पंधरा नव्हे, तीस नव्हे तर दोनशे वेळा जोराने व जलदगतीने दाब द्यायचा. त्यानंतर इमर्जन्सी रिस्पॉंडर्सनी डिफिब्रिलेटरने एकच शॉक द्यायचा. प्रमाणभूत वैद्यकीय कार्यपद्धतीप्रमाणे अनेक शॉक्स न देता फक्त एकच शॉक द्यायचा.

डिफिब्रिलेशन हे जीव वाचवणारं प्रभावी साधन आहे; पण प्रत्येक शॉकमध्ये मौल्यवान वेळ जातो. म्हणून प्रत्येक शॉकनंतर इमर्जन्सी रिस्पॉंडर दोनशे वेळा छातीवर दाब देईल. कृत्रिम श्वासोच्छ्वास पूर्णपणे टाळण्यात आला होता. जादा प्राणवायू पंप करण्यासाठी एक छोटं उपकरण तोंडाच्या आत घालायचं, पण नाडीचे ठोके सुरू होईपर्यंत किंवा शॉक आणि छातीवर दाब याच्या तीन फेऱ्या – म्हणजे एकूण सहाशे वेळा छातीवर दाब – होईपर्यत श्वसनाची नळी आत घालायची नाही.

२००४मध्ये वर्षभर केलम ट्यूसॉंला फोन करून अद्ययावत बातमी कळवत होते. सगळं खूपच छान चाललं होतं. नवीन तंत्राचा चांगला उपयोग होत होता, हे स्पष्टच होतं. पॅरॅमेडिक्सनी आतापर्यंत कधी नव्हे तेवढे जीव आता वाचवले होते. एवी अतिशय आनंदित झाले होते. पण एवढं पुरेसं नव्हतं. हे निष्कर्ष इतरांपर्यंत पोहोचणं आवश्यक आहे, असं एवींना वाटत होतं. त्यामुळे प्रत्येक वेळी केलमचा फोन आला की, त्यांनी हे निष्कर्ष शैक्षणिक जर्नलकडे पाठवावेत, असं एवी त्यांना तावातावाने सांगत असत. माझ्या समोरच्या खुर्चीत बसलेल्या एवींनी खुर्चीवरच उसळ्या मारत त्या फोनची नक्कल करून दाखवली. “ मी त्याला म्हणायचो, ‘माइक , तुला आकडेवारी तयार केलीच पाहिजे.’ बऱ्याच वेळा त्याने मला फोन केल्यावर मी त्याच्या अंगावर खेकसायचो, ‘तुला आकडेवारी तयार केलीच पाहिजे.’ तो म्हणायचा, ‘मी साधा इआर डॉक्टर आहे. मी हे करू शकणार नाही.’

पण अखेरीस मी त्याला भागच पाडलं,'' एवी म्हणाले.

शेवटी २००६च्या शरद ऋतूत केलम यांचा लेख (एवी हे सहलेखक होते) *'अमेरिकन जर्नल ऑफ मेडिसिन'*मध्ये प्रसिद्ध झाला. त्याला मिळणारा प्रतिसाद आश्चर्यकारक होता. मागच्या तीन वर्षांत रॉक आणि वॉलवर्थ परगण्यांतील, हॉस्पिटलबाहेर हृदयविकाराचा झटका आलेल्या ९२ रुग्णांपैकी फक्त १५ टक्के लोक वाचले होते आणि त्यांचे मेंदूही कार्यक्षम राहिले होते. नवीन पद्धत अमलात आणल्यानंतर हे प्रमाण तिपटीहूनही जास्त झालं. अचानक आलेल्या, हृदयविकाराच्या झटक्याच्या ३३ रुग्णांपैकी १९ लोक बचावले आणि त्यापैकी १६ जण – म्हणजे ४८ टक्के – धडधाकट होऊन स्वत:च्या पायांनी चालत घरी गेले. एवी मागच्या आठवणी सांगतात, ''हे प्रसिद्ध करताना आमच्या नाकी नऊ आले. हे एवढं चांगलं होतं की, कोणाचा त्यावर विश्वासच बसेना.'' पण या गोष्टीचा पाठपुरावा करणारा आणखी मोठा अभ्यास केल्यावरही पूर्वीच्याशी तंतोतंत जुळणारे निष्कर्ष मिळाले. त्या दरम्यान एवींना आपल्या सिद्धान्ताची चाचणी घ्यायला आणखी मोठं क्षेत्र मिळालं.

शिवाय त्यांना एक महत्त्वाचा मित्रही मिळाला – डॉ. बेंटली बॉब्रो. बॉब्रो हे गंभीर, लहान चणीचे, पस्तिशीच्या आसपासचे नीटनेटके गृहस्थ आहेत. ते ॲरिझोनाच्या इमर्जन्सी सर्व्हिसेसचे संचालक आहेत. ते पॅरॅमेडिक्सच्या प्रशिक्षणाचे पर्यवेक्षक आहेत. २००५ पूर्वीच त्यांना एवींच्या संशोधनाविषयी, एवढंच नव्हे, तर ट्यूसाँ आणि दक्षिण विस्कॉन्सिनमधील प्रत्यक्ष माणसांवर केलेल्या प्रयोगाविषयी चांगली माहिती होती. बॉब्रोंनी ठरवलं की, हा प्रयोग मोठ्या प्रमाणावर करायची वेळ आलेली आहे.

गॉर्डन एवींच्या उलट बॉब्रोचा स्वभाव आहे. आपल्या काळज्याही ते उघड बोलून दाखवतात – खास करून पत्रकार बंडखोर ठरवतील, असं त्यांना वाटतं, ते. एवींना तर 'एएचएची कायमची डोकेदुखी' असं म्हटलं जातं. प्रबळ विचारधारेतील स्वत:ला जे पटतं त्यावर बॉब्रो जोर देतात. ''दुसऱ्याने काय करावं ते मी त्यांना सांगणार नाही,'' ते म्हणतात. तथापि मुत्सद्दी बोलणं, क्रू-कट, नीटनेटका पांढरा पोशाख, टाय हे सगळं असूनही त्यांचं स्वत:चं वैशिष्ट्यही जाणवत राहतं. फक्त वैद्यकीय क्षेत्रात नव्हे तर इतरत्रही. उदाहरणार्थ, बायको व छोटा मुलगा असूनही त्यांच्या घरी टी.व्ही. सेट नाही. दुसरं म्हणजे ते स्पष्टवक्ते आहेत.

''अस्तित्वात असलेली मार्गदर्शक तत्त्वं डावलणं म्हणजे निष्काळजीपणा आहे, असं काही लोकांना वाटतं; पण जर त्या मार्गदर्शक तत्त्वांमुळे ९७ टक्के लोक मरत असतील तर काहीतरी नवीन पद्धत अजमावून बघणं हे आमचं कर्तव्य ठरतं, असं आम्हाला वाटतं,'' या शब्दात बॉब्रो या बाबतीतील निकडीचा खुलासा

करतात; पण ते 'काहीतरी नवीन' पटवायला कठीण होतं. ॲरिझोनामधील बऱ्याच शहरांत 'इमर्जन्सी रिस्पॉन्स'ची हाताळणी अग्निशामक दल करतं. बॉब्रोंनी अग्निशामकदलाच्या प्रत्येक स्टेशनला भेट दिली. तर तिकडचे डॉक्टर आणि बंबवाले त्यांच्यावरच उखडले. दोन दशकांहूनही जास्त काळ ते या पद्धतीने सीपीआर देत होते. तिथल्या काही पॅरॅमेडिक्सनी तर १९७०मध्ये ग्लेंडेलमध्ये घेतलेल्या सीपीआरच्या पहिल्या-वहिल्या वर्गात प्रशिक्षण घेतलं होतं. त्या वेळी सीपीआर एकदम नवीन आणि विलक्षण आशादायी वाटत होतं. ते पॅरॅमेडिक्स तर स्वत:ला वैद्यकीय व्यावसायिकच समजू लागले होते. आणि आता त्यांनी कृत्रिम श्वासोच्छ्वास द्यायचा नाही? *कोणी* असं करू तरी शकेल का?

पण बॉब्रोंनी धीर सोडला नाही. एकेक अडथळा पार करत, बॉब्रो नेटाने पुन्हापुन्हा प्रयत्न करत राहिले. ते पुन्हापुन्हा एकाच मुद्द्यावर येत होते : 'प्रयत्न करून बघण्यात काय नुकसान आहे? एवीतेवी ९७ टक्के रुग्ण दगावलेच आहेत. याहून काय वाईट होणार?''

खरोखर, बॉब्रो आणि एवी दोघांनाही खात्री होती की, यातून चांगलंच निष्पन्न होणार आहे. याविषयी त्यांनी इतक्या गोष्टी ऐकल्या होत्या की, त्यांना दुसरं काही पटणंच शक्य नव्हतं. एवींची सगळ्यात आवडती गोष्ट आहे, ती १९९०च्या मध्यावर घडली होती. सिॲटलच्या इमर्जन्सी डॉक्टरनी ती टेप एवींना ऐकवली होती. तो ९११ नंबरवर आलेला एका बाईचा फोन होता. तिचा नवरा खाली कोसळला होता व त्याचं श्वसन थांबलं होतं. रुग्णवाहिनी वेगाने तिच्या घराकडे निघाली होती आणि रुग्णवाहिनीचा डिस्पॅचर त्या बाईला सीपीआरचे मूलभूत धडे देत होता. गेल्या तीस वर्षांत ज्याने सीपीआरचं प्रशिक्षण घेतलं असेल त्याला हा सल्ला परिचयाचा असेल : नाडी बघा. डोकं मागे कलतं ठेवा. श्वसनमार्ग तपासा. श्वसन चालू आहे का बघा. नाक चिमटीत धरा. तोंडात दोनदा श्वास भरा. पंधरा वेळा छातीवर दाब द्या. पुन्हा तसंच करा.

"ते दृश्य किती भयानक असेल!'' ही गोष्ट सांगताना एवींना हसू आवरत नाही. ''इकडे ती काळजीने कासावीस झालेली बाई रुग्णवाहिनी कुठपर्यंत पोहोचली आहे असं विचारते आहे आणि तिकडे तो डिस्पॅचर तिला सीपीआर चालूच ठेवायला सांगतो आहे. थोड्या वेळाने ती बाई पुन्हा फोनजवळ आली आणि तिने विचारलं, ''प्रत्येक वेळी मी छातीवर दाबलं की तो डोळे उघडतो आणि ते थांबवून मी श्वास द्यायला लागले की, तो परत झोपतो. असं कशामुळे होतं?'' बोलता-बोलता एवी थांबले. त्यांच्या चेहऱ्यावर पश्चात्तापदग्ध हसू होतं. ''सेरेब्रल परफ्युजनविषयी (मेंदूपर्यंत रक्तप्रवाह पोहोचणं) आम्हाला जे पंधरा-वीस वर्षांच्या सीपीआर संशोधनानंतर कळलं ते त्या बाईला दहा मिनिटांत कळलं. या सगळ्या संशोधनातून एकच गोष्ट

सिद्ध होते. ती म्हणजे काहीही झालं तरी छातीवर दाब देणं थांबवू नका.''

मार्च २००७च्या सुमारास बॉब्रोचे, अग्निशामक दलातील लोक या प्रयोगांचे निष्कर्ष जाहीर करण्यासाठी सज्ज झाले होते. हे निष्कर्ष कोणी – बहुधा एवी सोडून – स्वप्नातही पाहिले नसतील, एवढे चांगले होते. रुग्णालयाबाहेर, हृदयविकाराचा झटका आलेल्या रुग्णांचं वाचण्याचं प्रमाण पूर्वीपेक्षा तिपटीहून जास्त झालं होतं. ज्यांची हृदयक्रिया कोणाच्यातरी पुढ्यात बंद पडली व त्या व्यक्तीने ९११ला फोन केला, अशा रुग्णांचं वाचण्याचं प्रमाण जवळजवळ चौपट झालं होतं. बॉब्रोंनी निष्कर्ष काढताना लावलेली कसोटी तशी कठीणच होती. मेंदूला विशेष इजा न पोहोचता जो माणूस स्वत:च्या पायांनी चालत रुग्णालयाबाहेर गेला, त्याचीच गणती त्यांनी 'वाचलेला' म्हणून केली. एवढी कडक कसोटी लावूनही, ज्या रोगाने ९५ टक्क्यांपेक्षा जास्त रुग्ण दगावतात, त्या रोगाचे चारांत एक या प्रमाणात रुग्ण काहीच घडलं नाही, अशा थाटात वावरत होते.

आम्हाला समजलं त्यानुसार ही विस्कॉन्सिन आणि ॲरिझोनासारख्या लहान शहरात घडलेली अपवादात्मक घटना नव्हती. बघ्यांनी मदत केल्यावर काय फरक पडतो, यावर जपानमधील संशोधकांनी मोठ्या प्रमाणात संशोधन केलं होतं. त्याचे निष्कर्ष त्यांनी २००७मध्ये जाहीर केले. हॉस्पिटलबाहेर; पण एखाद्या व्यक्तीच्या समक्ष अचानक हृदयविकाराचा झटका येऊन कोसळलेल्या व्यक्तींच्या केसेसचा त्यांनी अभ्यास केला. रुग्णवाहिनी येण्यापूर्वी मदत मिळाली नाही अशा लोकांपैकी फक्त ३ टक्के लोक वाचले. ज्या लोकांच्या तोंडाला तोंड लावून कृत्रिम श्वासोच्छ्वास आणि छातीवर दाब मिळाला त्यांचं वाचण्याचं प्रमाण ११ टक्क्यांवर गेलं. पण ज्यांना फक्त छातीवर दाब मिळाले त्यांचं वाचण्याचं प्रमाण याहून चांगलं म्हणजे १९ टक्के होतं.

केलम सांगतात की, त्यांनी या निष्कर्षांविषयी लोकांना सांगायला सुरुवात केली, तेव्हा कोणीही त्यांच्यावर विश्वास ठेवला नाही. एकदा तर ते एका वैद्यकीय गटासमोर सादरीकरण करण्यासाठी कॅंसासला गेले होते. त्याविषयी सांगताना ते म्हणाले, ''सर्वांत महत्त्वाचे तिघे जण जेवायला बाहेर गेले आणि म्हणाले, 'हा माणूस वेडा आहे, असं सर्टिफिकेट द्यायला हरकत नाही.' नंतर त्यांनी आकडेवारी बघायला सुरुवात केली आणि त्यांची तोंडं बंद झाली.''

ॲरिझोनामधील, हृदयविकाराच्या झटक्यातून वाचण्याचं प्रमाण तिप्पट होऊन, बॉब्रोंच्या पॅरॅमेडिक्सनी तीन वर्षांच्या निरीक्षणकाळातच शेकडो लोकांचे जीव वाचवले, असा बॉब्रोंचा अंदाज आहे. हे काम एखाद्या औषधाने केले असते तर ते अत्यंत लोकप्रिय झाले असते. बॉब्रो म्हणाले, ''ही एक अभूतपूर्व गोष्ट आहे. असं बघा, हे शिकवायला एक पैसासुद्धा खर्च झाला नाही आणि त्यातून जे निष्पन्न झालं ते

लक्षावधी डॉलर्स आणि मॅनअवर्स खर्च झालेल्या गोष्टींएवढंच नव्हे, मी तर म्हणतो – त्याहूनही चांगलं आहे.''

वैद्यकीय जगातील विरोधाभास म्हणजे एक वेळ एखादा गुंतागुंतीचा तोडगा – अगदी चाचण्यांनी सिद्ध झालेला नसला तरी – लोकांच्या पचनी पडेल; पण साध्या आणि स्वस्त गोष्टीवर ते विश्वास ठेवणार नाहीत. याची मीमांसा मी अशी करतो : वैद्यकीय जर्नल्स हजारोंनी निघत असतात. त्यांतून दर आठवड्याला नवीननवीन लेख प्रसिद्ध होत असतात. त्यांतून उपयोगी लेख शोधून काढणं हे दुष्कर काम आहे. दुसऱ्या बाजूने पाहिलं तर अमेरिकेत जवळजवळ ८ लाख डॉक्टर आहेत. त्यातील बहुतेक डॉक्टर फावल्या वेळात वैद्यकीय जर्नल्सना हातही लावत नाहीत. माहितीच्या या महासागरात एखादी कल्पना किंवा उपचारपद्धती कितीही यशस्वी आहे असं सिद्ध झालं असलं, तरी तिच्याकडे लोकांचं लक्ष वेधून घेण्याकरिता प्रयत्नांची पराकाष्ठा करावी लागते. याउलट, एखादं नवीन परिणामकारक औषध तयार करणारी कंपनी, त्या औषधाचे फायदे डॉक्टरांपर्यंत पोहोचवण्यासाठी लक्षावधी, नव्हे अब्जावधी डॉलर्स खर्च करायला तयार असते. उलटपक्षी, सीपीआरच्या नवीन पद्धतीसारख्या मूलभूत गोष्टीत कोणाचा स्वार्थ गुंतलेला असणार?

फेब्रुवारी २००८मध्ये ॲरिझोनाच्या हिवाळ्यातील एका स्वच्छ उजेड असलेल्या दुपारी माइक मर्ट्झ हसत हसत, त्याचा जीव वाचवणाऱ्या रुबेन फ्लॉरेझ आणि सहकाऱ्यांचे आभार मानायला ग्लेंडेल अग्निशामक केंद्र १५४मध्ये शिरला. बेंटले बॉब्रोही तिथे होते. डोकं नकारार्थी हालवत ते म्हणाले, ''हा खरोखरच गेला होता आणि आत्ता हा समोर उभा आहे, धडधाकट.''

वैद्यकशास्त्रात बऱ्याचदा दोन पर्याय असतात. पहिला पर्याय असतो परिचित क्रम, आरामशीर क्रम चालू ठेवण्याचा, मळलेल्या वाटेवरून चालण्याचा; दुसरा पर्याय असतो नवीन काहीतरी करून बघण्याचा. नवीन गोष्टींमुळे जीव वाचू शकतात; पण त्याच वेळी काही जिवांची किंमतही मोजावी लागते. वैद्यकशास्त्रात नेहमीच सावधगिरी बाळगली जाते. सर्वप्रथम, कोणाला इजा पोहोचता नये. तरीसुद्धा आपल्याला मिळणारं प्रगाढ ज्ञान हे कधीही अपयशी न होण्यातून मिळत *नाही*, तर आपण आपल्या चुकांमधून, अपयशावर मात करून शिकत जातो.

वातावरण हसतं-खेळतं होतं. काही मिनिटांतच कॉल आला आणि फ्लॉरेझला आगीचा बंब घेऊन निघावं लागलं.

अग्निशामक केंद्राबाहेर पडल्यावर तेथील नीरव शांततेत मर्ट्झ स्वतःशीच पण मोठ्याने बोलला – ''बापरे! मी दुसऱ्या रस्त्याने गेलो असतो तर – ?'' त्याला

जेव्हा रुग्णालयात नेलं गेलं तेव्हा डॉक्टरांनी त्याच्या मुलीला सांगितलं होतं – "याचं काही खरं नाही." "मी तर गेलोच होतो. खलास," तो म्हणाला. "तो युपीएसवाला तिथे पोहोचला नसता, तर आज मी इथे नसतो. मरणाच्या दारातून परत आलो मी."

त्याहीपेक्षा, गॉर्डन एवीसारख्या हिंमतवान डॉक्टरांचे चिकाटीचे प्रयत्न नसते, तर माइक मर्ट्झ बहुधा अग्निशामक केंद्रासमोर उभा राहिलेला दिसला नसता. त्याच्या शरीरात नव्याने लावलेलं डिफिब्रिलेटर नसतं आणि तो पुन्हा गोल्फ खेळायला जायची स्वप्नं बघू शकला नसता. त्याच्या त्या 'मृत्यू'नंतर सहा आठवड्यांनी मागे उरलेला एकमेव त्रास म्हणजे दुखणाऱ्या बरगड्या.

नियम मोडायला नसले तरी नियमांना आव्हान द्यायला उभं ठाकलेल्या मूठभर डॉक्टरांमुळे मर्ट्झला जीवनदान मिळालं आहे. 'यात नुकसान काहीच नाही,' असं जेव्हा डॉक्टर म्हणतात, तेव्हा त्यात तथ्य असतं. मूलभूत कृत्रिम श्वासोच्छ्वास १७००सालापासून सुरू आहे. त्यातील अभिनव तंत्र अर्ध्या शतकापासून वापरलं जात आहे; पण एक छोटंसं ओंगळ सत्य उरतंच : बहुतेक वेळा याचा उपयोग होत नाही. बहुतेक शहरांत रुग्णालयाबाहेर आलेल्या हृदयविकाराच्या झटक्यातून चांगल्या प्रकारे बऱ्या झालेल्या रुग्णांचं प्रमाण अजूनही २ टक्के आहे. काही ठिकाणी तर ते यापेक्षाही कमी आहे. डेट्रॉइटमध्ये २००२ साली सहा महिन्यांच्या कालावधीत पॅरॅमेडिक्सनी हृदयविकाराचा झटका आलेल्या चारशे रुग्णांवर उपचार केले. यशोगाथा सांगायची झाली तर त्यांपैकी एकाच रुग्णाची सांगता येईल. तो एकमेव रुग्ण रुग्णालयातून बाहेर पडेपर्यंत जगला.

काही ठिकाणी मात्र यावर तोडगा काढला गेला. ॲरिझोनामध्ये हृदयविकाराच्या झटक्यातून बचावलेल्या रुग्णांचं प्रमाण तिप्पट झालं. सिॲटलमध्ये प्रशिक्षित बघ्यांचं प्रमाण खूपच आहे, तसंच इमर्जन्सी मेडिसिनमध्ये नवीन उपक्रम राबवण्याची परंपरा आहे. तिथे या रुग्णांचं बचावण्याचं प्रमाण जवळजवळ २० टक्के आहे. आणि ज्या रुग्णांच्या हृदयाचं आकुंचन-प्रसरण 'बचाव होण्यासारख्या' तालात असलेलं पॅरॅमेडिक्सना आढळलं, त्या केसेसमध्ये हे प्रमाण अंदाजे ४० टक्के आहे. ॲरिझोनाप्रमाणेच सिॲटलमध्येही छातीवर दाब देऊन पुनरुज्जीवन देण्यावर भर दिला जातो. सिॲटलमध्ये अजून एक लक्षवेधक गोष्ट केली जाते. तिकडचे अधिकारी *जास्त* इएमटीजना न नेमण्याची दक्षता घेतात. इएमटीज जास्त झाले तर प्रत्येक इएमटीला पुरेसा सराव मिळत नाही आणि परिणामी रुग्णांचं वाचण्याचं प्रमाण कमी होतं.

यांपैकी कोणतीही गोष्ट रॉकेट सायन्स किंवा मेंदूवरील शस्त्रक्रियेसारखी अवघड, गुंतागुंतीची नाही. आपण जसजसा विचार करत जातो, तसतसं आपल्या

लक्षात येतं की, लक्षावधी लोकांचे जीव वाचवायला एखादा भपकेदार शोध लागावा लागतो, असं नाही. मृत्यूला चकवायचं म्हटलं तर उच्च तंत्रज्ञान वापरून केलेल्या औषधोपचारांच्या अवडंबरापेक्षा कधीकधी साधेसुधे उपायच जास्त महत्त्वाचे ठरतात. वैद्यकशास्त्राच्या जगातील मोठमोठे बदल कधीकधी केवळ अपघाताने घडतात. त्यात परंपरागत शहाणपण नाकारणाऱ्या काही बंडखोरांच्या परिश्रमांचा सिंहाचा वाटा असतो.

३

अविश्वासाला स्थगिती

माणूस खरोखर केव्हा मरतो? माझी खात्री आहे की,
या प्रश्नाचं नक्की उत्तर आपल्याला ठाऊक नाही.

- डॉ. लान्स बेकर

अफगाणिस्तानातील खोश्तजवळच्या पर्वतावरील एका लांबलचक खिंड. त्याच्यापलीकडे असणारी एक घळण. दूरवर लपून गोळ्या झाडणाऱ्या शत्रूची गोळी लागून एक सैनिक त्या घळणीत पडतो. त्याचे साथीदार दबकत-दबकत शत्रूच्या शोधात डोंगरउतार पालथे घालत आहेत. डॉक्टर सुरक्षितपणे जाऊ शकावा म्हणून समोर कोणी दिसत नसतानाही ते मशीनगन चालवत होते. डॉक्टर, घायाळ होऊन पडलेल्या सैनिकापर्यंत पोहोचण्याच्या प्रयत्नात. तशी घबराट नाही; पण तातडी मात्र नक्कीच आहे. डॉक्टर आपला पॅक फाडतो. त्यातील एका छोट्या सीरिंजच्या कडा बोटांनीच तोडतो. जड अंत:करणाने आकडे मोजतो, "एक, दोन, तीन ...." आणि त्या उघड्या मैदानातून धावायला सुरुवात करतो. इकडे त्याचे मित्र शत्रूच्या ठिकाणाच्या दिशेने फायरिंग करू लागतात.

जेव्हा तो कॉर्पोरल त्या पडलेल्या माणसाकडे पोहोचतो, तेव्हा तो त्याची नाडी बघतो; पण त्याला सापडलेली नाडी एवढी दुर्बल असते, की काही मिनिटांपेक्षा जास्त काळ ती चालू शकणार नाही, हे त्याला कळतं. सैन्याची तुकडी मदतीच्या ठिकाणापासून कित्येक डझन मैल दूर आहे. त्या जखमी सैनिकाला वाचवायला हेलिकॉप्टरही वेळेत पोहोचू शकणार नाही. डॉक्टर धैर्य गोळा करतो आणि त्या बेशुद्ध माणसाचं, गणवेषाचं जॅकेट करवतीने कापतो, त्याची पॅन्टही कापतो.

बंदुकीचे आवाज येतच असतात, तेही तसे जवळूनच. सैनिक अजूनही काही काळ इथेच अडकून राहतील, असा रंग दिसत असतो.

रेकल्यासारखा आवाज काढत, तो डॉक्टर आपल्या हातातील सीरिंज त्या जखमी साथीदाराच्या मांडीत खुपसतो. तत्काळ त्याचा परिणाम होतो. त्या सैनिकाची आधीच निस्तेज असलेली त्वचा काही क्षणातच करडी आणि नंतर पांढरीफटक पडते, थंड आणि शुष्क होतो. श्वास शांत होतो. नाडी स्तब्ध होते; पण डॉक्टर घाबरत नाही. त्याला माहीत आहे की, त्याचा मित्र बहुतेक बरा होईल. तो मेलेला नाही. त्याला सुरक्षित कोशात जपून ठेवलं आहे. त्याला स्थगित चैतन्य (suspended animation) म्हणा किंवा मंदगती (slow motion) म्हणा किंवा 'विरामा'चं बटण म्हणा. जर गस्त घालणारं सैन्य तालिबानच्या टोळ्यांना आणखी काही तास रोखून ठेवू शकलं, तर बग्रामच्या लष्करी विमानतळावरून येणारं जीवनरक्षक हेलिकॉप्टर पोहोचेपर्यंत धीर धरायला भरपूर अवधी मिळेल.

ही घटना प्रत्यक्षात घडलेली नाही. पण असं केव्हाही घडू शकतं. 'डिफेन्स ॲडव्हान्सड रिसर्च प्रॉजेक्ट एजन्सी' (डीएआरपीए) हे लष्करी ऑफिस खास, तंत्रज्ञानातील प्रगतीच्या संशोधनासाठीच आहे. तेथील अधिकाऱ्यांनी आमच्यासमोर हे चित्र उभं केलं. या ग्रहावरील अद्ययावत वैद्यकीय संशोधनांपैकी काहींना डीएआरपीए अर्थसाहाय्य करतं. मृत्यूच्या जबड्यातून जीवनाला ओढून काढायचे मार्ग शोधायचे असतील, तर या ठिकाणापासून सुरुवात करणं योग्य ठरेल.

मी जेव्हा डीएआरपीएच्या अधिकाऱ्यांना 'मृत्यूला चकवण्या'विषयी विचारलं, तेव्हा मी अफगाणिस्तानच्या पार दुसऱ्या टोकाला जाऊन पोहोचलो. सिॲटलच्या 'फेअरव्ह्यू ॲव्हेन्यू'च्या बाजूला पाण्यात उभ्या केलेल्या लक्झरी स्पीडबोटींच्या बाजूने मी चालत होतो. थंडीचे दिवस नसूनही वातावरणात खूपच गारवा होता. त्यामुळे मी कॉलर वर केली होती. शहर क्वचितच येणाऱ्या हिमवादळाला तोंड देण्याची तयारी करत होतं. आमच्या मागे उभी असलेली 'द स्पेस नीडल' खाली झुकलेल्या करड्या ढगांना स्पर्श करत असल्यासारखी वाटत होती. तिच्याशेजारी 'सायन्स फिक्शन म्युझियम'ची लालभडक आणि रुपेरी वळणं दिसत होती. जलाशयाशेजारच्या भागातून पुढे जाऊन आतल्या बाजूला वळल्यावर आम्ही 'फ्रेड हचिन्सन कॅन्सर रिसर्च सेंटर'च्या परिसरात पोहोचलो. ते सेंटर म्हणजे उभ्या चढाच्या टेकडीच्या पायथ्याशी बांधलेल्या विटा-काचांच्या पाच इमारती आहेत. पाणी आणि कॉंक्रीटचा पूल यांच्यामध्ये खोचल्यासारख्या दिसणाऱ्या.

अभिरुचिपूर्ण सजावट केलेल्या त्या अरुंद प्रतीक्षालयाच्या भिंतीवर काचेत

फ्रेम केलेल्या तीन तबकड्या (plaques) लावल्या होत्या. ती , 'द हच'मधील संशोधकांना मिळालेली नोबल प्राइझेस होती. मला त्यांचं अप्रूप वाटलं. पण प्रतीक्षालयात वावरणारी माणसं त्या फोटोंकडे कटाक्षदेखील टाकत नव्हती. मग माझ्या लक्षात आलं की, या ठिकाणी नवीन नवीन शोध लागतच राहणार.

मी हचमध्ये आलो होतो, कारण मला वैद्यकशास्त्रातील आत्तापर्यंतच्या सर्वांत मोठ्या नवकल्पनेचं, शोधाचं ओझरतं का होईना दर्शन घ्यायचं होतं. तो शोध म्हणजे मृत्यूला वाटेतच कसं थांबवावं, त्याचा मार्ग. आम्ही सगळे वरच्या मजल्यावरील प्रयोगशाळेत गेलो. तिथे एक काचेचं आच्छादन होतं. त्याच्याभोवती आम्ही कोंडाळं केलं. आत लोकरीसारखी त्वचा असलेला पांढरा उंदीर होता. त्याच्यावर प्रयोग होणार याची त्याला बिचाऱ्याला कल्पनाही नव्हती. अतिशय चपळ हालचाली असलेला तो प्राणी काचेच्या पेटीत अडकवून ठेवला होता. त्याच्या चकचकीत लाल डोळ्यांनी तो आमच्याकडे बघत होता. त्याच्या डोळ्यांत कुतूहल होतं.

मार्क रॉथ हे शास्त्रज्ञही त्या उंदराकडे बारकाईने पाहत होते. त्यांना न जुमानता विरळ होत असलेले लाल केस, उंच कपाळ आणि त्याखाली, बारकाईने बघत असल्यामुळे तिरळे वाटणारे डोळे. जेनिफर ब्लॅकवूड ही त्यांच्यापेक्षा वयाने लहान असणारी सहकारी. ढगळ कपडे घालून वावरणाऱ्या जेनिफरने त्या प्रयोगाला लागणारी साधनसामग्री तपासली. रॉथनी इशारा करताच ब्लॅकवूडने तबकडी फिरवली आणि त्या उंदराच्या पेटीत प्राणघातक असा हैड्रोजन सल्फाइड वायू भरायला सुरुवात झाली. ''त्याला बिचाऱ्याला कल्पनाच नाही,'' ती म्हणाली. तो वायू अदृश्य असतो. पण तो भरत आहे, हे कळत होतं. कारण तो उंदीर अचानक सावध झाल्यासारखा दिसू लागला. त्याने वरच्या बाजूला नाक करून रागाने, जोरजोरात श्वास घ्यायला सुरुवात केली.

सडक्या अंड्याला जो उग्र वास येतो, तो हायड्रोजन सल्फाइड या रसायनामुळेच. फक्त एक औंस हायड्रोजन सल्फाइड डझनभर लोकांना मारू शकतं. दशलक्ष भागात पाचशे भाग या तीव्रतेला तो कार्बन मोनॉक्साइडच्या चौपट विषारी असतो. पण तो उंदीर खूप घाबरलेला दिसत नाही. बरेच सेकंद तो फक्त जोरजोरात हुंगत राहतो. पण त्या पेटीशेजारच्या मॉनिटरवर मात्र परिस्थितीत होणारा बदल दिसून येत आहे. त्या उंदराच्या उच्छ्वासातून बाहेर पडणारा कार्बन डायॉक्साइड, त्याचं श्वसन, त्याचा चयापचय – सर्वांचं मोजमाप होत आहे. आणि ती रेषा खाली जात आहे. डॉ. रॉथ त्या उंदराला 'ऑफ' करत आहेत. लक्षात घ्या. पूर्णपणे 'ऑफ' नाही – पण बऱ्याच प्रमाणात. डिमर स्विचने दिवे मंद करावेत तसं. आणखी दोन मिनिटं आणि त्याची हालचाल जवळजवळ थांबली आहे. तो फक्त समोर एकटक बघतो

आहे. तसा तो थिजलेला नाही; पण त्याच्या सर्व गोष्टी अतिशय मंद गतीने चालल्या आहेत.

रॉथ जेव्हा खरोखर हा प्रयोग करत असतात, तेव्हा ते सहा तासांपर्यंत त्या उंदराला या स्थितीत ठेवू शकतात. बहुधा ते त्याहीपेक्षा जास्त काळ ठेवू शकत असावेत. पण आता मात्र त्यांनी हा प्रयोग बंद केला. "आम्ही आमचा मुद्दा सिद्ध केला," या शब्दांत त्यांनी मला सांगितलं. आणखी सहा तास आम्ही तिथे थांबणार नव्हतो. त्यामुळे दहा-एक मिनिटांनंतर ब्लॅकवूड ती तबकडी उलट दिशेने फिरवते. त्याबरोबर हायड्रोजन सल्फाइडचा झोत पेटीबाहेर पडतो आणि त्याची जागा प्राणवायू घेतो. डिमर स्विच उलटा फिरतो. उंदराची हालचाल सुरू होते. काहीही न घडल्यासारखा उंदीर वळवळत असतो.

डॉ. रॉथ हा उत्साही माणूस, शास्त्रज्ञ आहे असं वाटतच नाही. हसरा चेहरा, रोजच्यासारखं चार मैल जॉगिंग करून आल्यानंतर अजूनही न बदललेले निळे कॉन्व्हर्स स्निकर्स आणि पुलओव्हर शर्ट. रात्र मजेत घालवायची त्यांची कल्पना म्हणजे पत्नी, टीनएजर मुलगी आणि दहा वर्षांचा मुलगा यांच्याबरोबर बसून घरीच चित्रपट बघणं. त्यांच्या प्रयोगादरम्यान, जेव्हा पहिल्यांदाच, हायड्रोजन सल्फाइडच्या परिणामातून बाहेर येऊन उंदीर पूर्ववत झाला, तेव्हा रॉथने पहिली गोष्ट कोणती केली असेल? डीएआरपीए किंवा एनआयएचला फोन केला? अंहं. त्यांनी प्रयोगशाळेतील एकूण एक माणसांना गोळा केलं आणि रस्ता क्रॉस करून बीअर प्यायला नेलं. 'बीअर माउस'चं झेरॉक्स केलेलं चित्र अजूनही त्या भिंतीवर आहे. शिवाय इतरही विक्षिप्त स्टिकर्स आणि लेख आहेत. उदाहरणार्थ, कर्करोगाने मृत्यू पावलेल्या पत्नीला सहा वर्षं फ्रीझरमध्ये ठेवणाऱ्या माणसाविषयीचा लेख.

पण गैरसमज करून घेऊ नका. इथं बरंच काही होत असतं. अगदी नोबेल प्राइझच्या दर्जाचं. त्यामुळेच तर रॉथना मॅकऑर्थर फाउन्डेशनची तथाकथित अलौकिक बुद्धिमान फेलोशिप मिळाली.

असं पाहा की, उगीचच चाळा म्हणून उंदरांचा डिमर स्विच कमी-जास्त करणं हा यामागचा उद्देश नाही. तर लाइट्स जवळजवळ गेले असताना याचा उपयोग कसा करून घेता येईल, ही खरी विलक्षण गोष्ट आहे. मृत्यूला 'विराम' बटण दाबायचं झालं तर – अफगाणिस्तानातील सैनिकांना याचा खरोखर उपयोग होईल – भयानक गोष्टी कराव्या लागतील. गोळीने किंवा स्फोटात एखाद्या सैनिकाला जशा जखमा होतील तशा जखमा प्रयोगशाळेतील प्राण्यांना करून त्यांच्या शरीरातील रक्त वाहून जाऊ द्यावं लागेल. त्यात ते मरतील किंवा मरायला टेकतील. मग त्यांना पुन्हा बरं करण्यासाठी उपाय शोधावा लागेल. उंदराच्या शरीरातील रक्त वाहून जाऊ दिलं आणि त्याला सहा तास तसंच ठेवलं तर त्याला पूर्वस्थितीला आणणं शक्य

नसतं. पण रॉथने जेव्हा हायड्रोजन सल्फाइड देऊन त्यांना बेशुद्ध केलं, तेव्हा वेगळीच गोष्ट घडली. सगळे उंदीर पूर्वस्थितीला आले, ते सगळे जागे झाले त्यांना काहीही झालं नव्हतं.

डीएआरपीएमधील ते पथक किती आनंदित झालं, त्याची कल्पना करता येणार नाही. त्याप्रमाणे इतरही बऱ्याच लोकांना खूप आनंद झाला. सुरुवातीच्या प्रयोगांनंतर रॉथनी इकेरिया ही खासगी कंपनी स्थापन करून त्याद्वारे त्या विषारी वायूचा औषधोपचारासाठी वापर करायला सुरवात केली. २००७मध्ये ती एका मोठ्या कंपनीत विलीन झाली, तोपर्यंत त्या व्यवसायाची किंमत ६७०० लक्ष डॉलर्स झाली होती.

यामागची प्रेरणा कोणती, असं विचारल्यावर रॉथच्या चेहऱ्यावर मंद स्मित झळकतं. ते सांगतात, ''साधी गोष्ट आहे. लोक मरतात आणि त्यांना मरायचं नसतं. आम्ही त्यांचं हे जगणं वाढवायचा प्रयत्न करतो. डॉक्टरकडे जाऊन त्यांना विचारलं तर ते सांगतात, 'मृत्यू अमुकअमुक वाजता झाला.' मृत्यूचं कारण विचारलं तर बरेच डॉक्टर सांगतील की, ऊतींमध्ये पुरेसा प्राणवायू झिरपला नाही म्हणून. हृदयविकाराचा झटका असो वा कॅन्सर, अतिमहत्त्वाच्या इंद्रियांपर्यंत रक्त पोहोचण्याची असमर्थता, हेच मृत्यूचं कारण सांगितलं जातं,'' रॉथ सांगतात. ''पण हे खरं आहे का? मला माहीत नाही. मुळात माणूस मरतोच का, हेच मला समजत नाही. त्याविषयी मी खूप विचार करतो.''

रॉथ एक महत्त्वाचा प्रश्न उपस्थित करतात. एक *अत्यंत* महत्त्वाचा प्रश्न: गोळी लागून झालेली जखम असो वा कर्करोग, बुडणं असो की हृदयविकाराचा झटका असो, सगळ्या प्रकारच्या शेवटात आढळणारं साम्य कोणतं? तात्त्विकदृष्ट्या कोणत्याही दुखापतीमुळे किंवा आजारामुळे झालेलं नुकसान भरून काढता येतं. फक्त त्यासाठी पुरेसा वेळ मिळाला पाहिजे. मोठमोठ्या जखमा सांधता येतात. हृदयंसुद्धा बदलता येतात.

प्रश्न आहे तो वेळेचा. हृदयाचा ठोका चुकतो, तेव्हा वाळूचं घड्याळ सुरू होतं. आतापर्यंत आपण वेळ मोजत आलो आहोत सेकंदांत, मिनिटांत, तासांत, फार तर दोन तासांत. सीपीआर काही *मिनिटांकरिता* ती वाळू थांबवू शकतं. या अमूल्य मिनिटांचा सदुपयोग करून कोणीतरी छातीवर पंपिंग केलं आणि जीवनावश्यक इंद्रियांपर्यंत रक्तप्रवाह आणि प्राणवायू पोहोचवला म्हणून झेयाद बाराझांजी आणि माइक मर्ट्झ आज जिवंत आहेत. ॲना बॅगनहॉमला जास्तीचे तीन '*तास*' मिळाले. गोठवणाऱ्या प्रवाहात ती बुडून राहिली होती. त्यामुळे तिचा चयापचय एवढा मंद झाला की, तिच्या मेंदू आणि हृदयातील पेशी मरण्यापूर्वी तिला रुग्णालयात नेता येईल एवढा अवधी मिळाला. म्हणूनच ती जिवंत आहे.

सेकंद, मिनिटं, तास. जेव्हा एकेका सेकंदानेही फरक पडू शकतो अशा आणीबाणीच्या वेळी तर हे नक्कीच खूप मोठं यश आहे. आपण आपली कल्पना शक्ती अजून थोडी ताणू या. आपण त्या घड्याळातील वाळू पूर्णपणे थांबवू शकतो का? निदान तिची गती अति अति मंद करू शकतो का? असं करण्याचे मार्ग असू शकतील, अशी आशा दाखवणारी मूठभर उदाहरणं आहेत.

अशीच एक नाट्यपूर्ण घटना आहे उचिकोशीच्या बचावण्याची. मित्सुटाका उचिकोशी हा जपानमधील निशिनोमिया येथे राहाणारा ३५ वर्षांचा माणूस. ऑक्टोबर २००६मधील एके दिवशी दुपारी तो आपल्या सिटी ऑफिसमधील सहकाऱ्यांबरोबर हाइकिंग आणि बार्बेक्यूसाठी रोक्को पर्वतावरील कोबे शहराजवळील बागेच्या एका भागात गेला. जेवणानंतर उचिकोशी एकटाच फिरायला निघाला. दुर्दैवाने तो खाली पडला. त्याचं डोकं एक दगडावर आपटलं. तो कुणालाच सापडला नाही. पर्वताच्या कुशीत त्या अवस्थेत तो चोवीस दिवस पडून होता. चोवीस दिवसांनी तो सापडला तोपर्यंत तो बेशुद्धच होता. त्याची नाडी खूपच मंदावली होती. त्याचे बहुतेक अवयव काम करत नव्हते. त्याच्या शरीराचं तपमान फक्त ७१° होतं.

त्याला कोबे सिटी जनरल हॉस्पिटलमध्ये नेण्यात आलं. तिथे नेल्यावर काही तासांतच तो जागा झाला. आणि काही आठवड्यांनंतर तो घरीही गेला. घरी जाण्याअगोदर झालेल्या पत्रकार परिषदेत त्याने सांगितलं की, कसोटीच्या या पूर्ण कालावधीत तो शांत होता. "दुसऱ्या दिवशी, वर सूर्य होता. मी कुरणात होतो. मी आरामात होतो. यानंतरचं मला आठवत नाही." तीन आठवड्यांपेक्षाही जास्त काळ तो अन्नपाण्याविना, बेशुद्धावस्थेत कुरणात पडून होता. तो बांधाला अडखळून गडगडला आणि खडकावर जाऊन पडला असावा. त्याच्या डोक्याला गंभीर इजा झाली; पण तो त्यातून वाचला. भरपूर प्रमाणात रक्तस्राव आणि तीव्र स्वरूपाचा हायपोथर्मिआ यातूनही तो वाचला आणि शेवटी खडखडीत बरा झाला.

उचिकोशीसारख्या लोकांच्या गोष्टींवरून आपल्याला हाच धडा मिळतो की, मानवी शरीर हे आपल्या अपेक्षेपेक्षा जास्त प्रमाणात आणि जास्त काळ तग धरू शकतं. प्रश्न आहे की या स्थितिस्थापकत्वाला आपण कामाला जुंपू शकतो का? वाचण्याची ही पद्धत व्यवस्थितपणे हाताळून तिचा आपण इआरमध्ये उपयोग करून घेऊ शकतो का?

सुरुवातीच्या प्रकरणात मी म्हटलं की, मृत्यू ही एक प्रक्रिया आहे. एकापुढे एक घडत जाणाऱ्या घटनांची शृंखला आहे. योग्य प्रकारच्या हस्तक्षेपामुळे ती उलट फिरवता येऊ शकेल. मृत्यूचं थेट कारण प्राणवायूचा अभाव नाही तर प्राणवायूच्या अभावामुळे व शेवटी प्राणवायूचा पुरवठा पुन्हा सुरू झाल्यामुळे रासायनिक प्रक्रियांचा जो उद्रेक होतो, तोच मृत्यूला कारणीभूत होतो, असं आढळून

आलं आहे. सेंटर फॉर रिससिटेशन सायन्सचे संचालक लान्स बेकर मला म्हणाले , "आम्हाला वाटायचं की, हृदयक्रिया पुन्हा सुरू झाली की, आमचं काम झालं. हृदयविकाराच्या झटक्यातून रुग्ण बाहेर आला की पुन्हा त्याचा नेहमीचा जीवनक्रम सुरू. पण आता आमच्या लक्षात आलं आहे की, त्यामुळे दुखापतीचं एक मोहोळच उठतं ----- शरीराच्या पेशीपेशींमध्ये आणि सर्व शरीरभरही."

प्राणवायूशिवाय एकेक मिनिट जातं तसतशी ही दुखापत आतआत सरपटत जाते. पेशी झटकन त्यांच्या प्राचीन टेकू-व्यवस्थेकडे (backup system) वळतात : अनएरोबिक चयापचय. रसायनशास्त्राच्या पाइकांना ठाऊक आहे की, हा आंबण्याचा एक प्रकार आहे. नंतर पेशीच्या तंतूकणिका (mitochondria) या ऊर्जा उत्पन्न करणाऱ्या भागात काहीतरी भयानक व्हायला सुरुवात होते. बेकर यांच्या सहकारी डॉ. बेन ॲबेला म्हणतात, "अणुशक्ती ऊर्जा प्रकल्पाशी याचं साम्य आहे. अणुशक्ती प्रकल्पात उत्पादन पूर्णपणे बंद करणं ही अतिशय धोकादायक प्रक्रिया आहे. म्हणून तिथे नियंत्रक दांडे असतात. त्यामुळे ज्वलन मंद, नियंत्रित राहते. नक्की कारण अजून कळलेलं नाही; पण जेव्हा रक्तप्रवाह थांबतो आणि तंतूकणिका प्राणवायूला वंचित होतात, तेव्हा हे नियंत्रक दांडे निकामी होऊ लागतात."

आश्चर्याची गोष्ट म्हणजे या सगळ्या गोंधळात प्राणवायू पुन्हा आल्यावर – उदाहरणार्थ, यशस्वी पुनरुज्जीवनानंतर – तर परिस्थिती अधिकच बिकट होते. "तो तर टाइम बॉम्ब ठरतो," ॲबेला सांगतात. "प्राणवायू पुन्हा घुसतो, तेव्हा नियंत्रक दांडे हरवलेले असतात. सगळं पिसाटल्यासारखं होतं." या गोंधळात प्राणवायूची भर पडते, तेव्हा परिणामी जे नुकसान होतं त्याला 'पुन्हा व्यापण्यामुळे होणारी दुखापत' (reperfusion injury) असं म्हणतात. प्राणवायूचा शिरकाव पुन्हा झाल्यामुळे अनेक प्रकारची विषारी संयुगं तयार होतात. यात फ्री रॅडिकल्स, 'सायटोक्रोम सी'सारखी विविध प्रथिनंही असतात. त्यामुळे पेशींच्या मृत्यूच्या, अगोदरच तयार असलेल्या आज्ञावलीचा (preprogrammed) चाप ओढला जातो. अशा प्रकारे झालेल्या पेशींच्या मृत्यूला 'ॲपॉप्टॉसिस' असं म्हणतात.

आपल्या शरीरातील प्रत्येक पेशीवर सांकेतिक भाषेत ॲपॉप्टॉसिसच्या सूचना लिहिलेल्या असतात. हे जरी उपजत ज्ञानाशी किंवा उत्पादनक्षमतेशी विसंगत वाटलं तरी बहुतेक परिस्थितीत पेशींचा मृत्यू ही आपल्या हिताची आणि आवश्यक प्रक्रिया आहे. आपल्या शरीरात सतत नवीन पेशी तयार होत असतात. त्यामुळे जुन्या पेशींना जाणं भागच आहे. जेव्हा ॲपॉप्टॉसिसच्या कार्यात बिघाड उत्पन्न होतो तेव्हा त्याच्या परिणामी होते अनर्थकारक, अनियंत्रित वाढ : कर्करोग.

दुर्दैवाने प्राणवायूमुळे निर्माण होणाऱ्या या रिपर्फ्युजन दुखापतीच्या गदारोळात

अॅपॉप्टॉसिसची भूमिका मात्र खुन्याची असते. ही साखळीप्रतिक्रिया एकदा सुरू झाली की, थांबवणं अतिशय कठीण असतं. प्रतिक्रियांच्या या शृखंलेने वर्षानुवर्षं डॉक्टरांना आणि पॅरेमेडिक्सना मेटाकुटीला आणलेलं आहे. जवळजवळ तासाभरापर्यंत क्लिनिकली मृतावस्थेत असलेल्या रुग्णांना ते पुन्हा जिवंत करू शकले; पण फक्त हृदयाचे ठोके सुरु करणं पुरेसं नव्हतं. त्यापैकी बहुसंख्य रुग्णांच्या मेंदूचं कार्य नीटसं सुरू झालं नव्हतं. अशा आयुष्यापेक्षा मरणच बरं होतं.

"आम्हाला खरी गरज आहे 'रिसेट' बटणाची," बेकर म्हणतात. "कॉम्प्युटर रिबूट करतात, तसं शरीर रिबूट करता आलं तर आम्हाला लोकांना वाचवणं सहज शक्य होईल. जर आम्ही ते साध्य करू शकलो तर आपत्कालीन शुश्रूषेतील, खरंतर कोणत्याही प्रकारच्या शुश्रूषेच्या संदर्भातील आतापर्यंत घडलेली ती सर्वांत महान क्रांती असेल."

* * *

जेव्हा मार्क रॉथनी संशोधनाला नुकतीच सुरुवात केली होती, तेव्हा ते मृत्यूला पराभूत करणारे संशोधक होतील, अशी कोणी कल्पनाही केली नसेल. ते जेमतेम सात वर्षांचे असताना त्यांचे वडील वारले. त्यांना सहा भावंडं होती. एवढा मोठा परिवार संभाळणं कठीण झाल्यामुळे त्यांच्या आईने त्या सातही जणांची रवानगी पेनसिल्व्हेनियामधील हर्षी येथील अनाथाश्रमात केली. आयुष्य खडतर होतं. घाम गाळणं, शरीर शिणवणं हे त्यातल्या त्यात जमण्यासारखं होतं. तो शर्यतीत धावू लागला. त्यात त्याने एवढी प्रगती केली की, ओरेगॉन विद्यापीठाची ट्रॅक शिष्यवृत्ती त्याला मिळाली. १९७०च्या सुमारास ओरेगॉन विद्यापीठ म्हणजे लांब पल्ल्याच्या धावपटूंची पंढरी होती; पण त्याची शिक्षणातील प्रगती तितकीशी चांगली नव्हती. "अख्खा वेळ धावल्यामुळे मी दमलेला असायचो," ते सांगतात. त्यांनी जीवशास्त्रातील पदवी मात्र मिळवली. पण वैद्यकीय महाविद्यालयाच्या प्रवेशपरीक्षेत त्यांना एवढे कमी गुण मिळाले की, त्यांना कुठेही प्रवेश मिळाला नाही. " मी संशोधक व्हायचं असं ठरवून या क्षेत्रात आलो नाही," ते मला म्हणाले. "माझ्याकडे दुसरा पर्यायच नव्हता."

आण्विक जीवशास्त्रासारख्या (molecular biology) क्षेत्रात त्यांनी धिमेपणाने, सातत्याने काम केलं, त्यांना एनआयएचची अनुदानं मिळाली. त्यांनी जॉन्स हॉपकिन्समध्ये पोस्ट डॉक्टरेटही केलं; पण म्हणण्यासारखी प्रगती झाली नाही. त्यांना त्याचं विशेष काही वाटलं नाही. पण १९९६मध्ये असं काही घडलं की, त्यांचं आयुष्यच पालटून गेलं.

तोपर्यंत रॉथ सिअॅटलमध्ये राहायला आले होते आणि फ्रेड हचिन्सन कॅन्सर

रिसर्च सेंटरमध्ये काम करू लागले होते. ते, त्यांची बायको आणि मुलगी असा त्यांचा परिवार होता. नंतर त्यांना दुसरी मुलगी झाली आणि त्यांचं आयुष्यच बदलून गेलं. त्या बाळाला – हॅनाला – डाउन सिंड्रोम होतं आणि त्याच्या जोडीला इतरही बरंच काही. वर्षाची झाल्यानंतर थोड्या दिवसांनी तिला हॉस्पिटलमध्ये ठेवावं लागलं आणि तिथून ती बाहेर पडलीच नाही.

आताआतापर्यंत रॉथ यासंदर्भात इतरांकडे बोलतही नव्हते. मी त्यांना विचारलं की, तिची आठवण अजूनही त्यांच्या मनात ताजी आहे का ? त्यावर ते म्हणाले,''त्याचं कसं आहे? आपण एखाद्या प्रदेशातून जात असतो आणि मध्येच कुठेतरी थांबतो. आपण निघालोच नव्हतो, असं आपल्याला वाटतं. म्हणजे आपण जात असतो; पण तरीही आपण तिथेच असतो. आपला एक अंश तिथेच असतो. म्हणजे हे शब्दांत कसं मांडायचं, ते मला कळत नाही.''

मला वाटतं, मुलीच्या मृत्यूमुळेच या माणसाला, मृत्यूला थोपवण्याचे मार्ग शोधायची प्रेरणा मिळाली असावी. ते एवढं सोपं नाही, पण अगदी चुकीचंही नसावं. हॅनाच्या मृत्यूनंतर ते आत्म्याचा शोध वगैरे गूढ विषयांकडे वळले; पण लवकरच त्यांच्या लक्षात आलं की, हा काळाचा अपव्यय आहे. ''नोकरी टिकवायची असेल तर, आहे ती स्थिती बरी मानली पाहिजे आणि खाली मान घालून काम केलं पाहिजे,'' ते सांगत होते. ''आणि हेच खरं दुर्दैव आहे. अपयशाला तोंड द्यायची तयारी नसेल तर यश मिळण्याची शक्यता उरत नाही. जेव्हा माझी मुलगी गेली तेव्हा माझ्या लक्षात आलं की, मला थोडी जास्त जोखीम पत्करायला हवी. त्यात अपयश पदरात पडण्याची शक्यता होती; पण त्याची चिंता करण्यात अर्थ नव्हता. ठीक आहे.''

स्थगित चैतन्याच्या क्षेत्रात जाण्यापूर्वी रॉथनी आनुवंशिकताशास्त्रात काम केलं होतं. त्याही पूर्वी, म्हणजे मुलीच्या मृत्यूअगोदर त्यांना अमरत्वाच्या शास्त्रात रस होता. त्याचप्रमाणे कामानंतरच्या वेळात ते प्रयोगशाळेतून गजराचं घड्याळ घेऊन जात आणि अमरत्वाच्या संदर्भात विचार करत. ''पण तो माझा छंद होता,'' रॉथ सांगतात. ''ते माझं काम नव्हतं, माझं काम वेगळं होतं.''

हॅना गेल्यावर मात्र त्यांना त्या कामातील तातडीची जाणीव झाली. ''मी याचा नेटाने अभ्यास करायला सुरुवात केली. कारण माझ्या जीवनकालातच मला हे शोधून काढायचं होतं,'' त्यांनी मथितार्थ सांगितला, '' 'आत्ताच कर', हा माझा मंत्र झाला.''

यानंतर रॉथनी जे सांगितलं, ते खरोखरच चित्तवेधक होतं: सर्व वेदना सहन केल्यानंतर 'तातडी'ची ही जाणीव दिलासा देणारी होती. ''मला स्वातंत्र्य मिळाल्यासारखं वाटलं. त्या अनुभवानंतर माझ्या लक्षात आलं की, ज्या गोष्टींवर मी माझं लक्ष

केंद्रित केलंच नव्हतं, त्या गोष्टी करणं जास्त महत्त्वाचं होतं. मी त्या गोष्टींवर माझा लक्ष केंद्रित केलं नव्हतं, कारण मला अपयशाची भीती वाटत होती,'' ते सांगतात.

आणि अशा प्रकारे त्यांच्या छंदाचं रूपांतर त्यांच्या जीवितकार्यात झालं. ''अमरत्वाच्या आण्विक सिद्धान्तामध्ये मला खूप रस होता. बीजपेशी (germ line) हा शरीरातील पेशींचा एक छोटासा उपगट असतो. या बीजपेशींमध्ये पुढच्या पिढीकडे जात राहाण्याची क्षमता असते. ही बीजावली (germ cells) म्हणजे – आपल्या आतापर्यंतच्या ज्ञानानुसार – अमरपेशी. आपल्या माहितीनुसार, या अमरपेशी अनंतकाळापर्यंत संतती उत्पन्न करत असतात,'' रॉथनी माहिती दिली. बीजपेशीचं एक विलक्षण जीवनचक्र असतं. ती पुरुषाच्या शरीरात आहे की स्त्रीच्या, यानुसार तिचं रूपांतर शुक्र किंवा बीजांडात होतं. पुनरुत्पादन यशस्वीरीत्या झालं तर बीजपेशीचा प्रत्यक्ष अंश त्या अपत्याच्या शरीरात जिवंत राहतो. ही प्रक्रिया त्याच्या मुलांमध्ये आणि नंतरही अशीच चालू राहते.

दुसरी गोष्ट म्हणजे या बीजांडांचा एक मजेदार गुणधर्म असतो. ती वर्षानुवर्षं काहीही न करता तशीच बसून असतात. ही आश्चर्यकारक गोष्ट शरीराच्या इतर भागातही दिसून येते. त्वचेच्या पेशी एरव्ही काही काम करत नाहीत; पण एखादी जखम झाली तर त्या जास्त वेळ काम करतात आणि सगळ्या मिळून वाढत जाऊन ते भोक बुजवतात. हे असं नुसतं बसून राहाणं म्हणजे एका अर्थी 'स्थगित चैतन्य' किंवा रॉथ यांच्या आवडत्या संज्ञेनुसार 'निश्चलता' असते. ही निश्चलता चालू आणि बंद (ऑन आणि ऑफ) करायचा मार्ग शोधायचा, असं रॉथनी आयुष्याच्या या पुढच्या महत्त्वाच्या, काहीतरी साध्य करायच्या टप्प्यावर ठरवलं.

रॉथना सिनेमाची आवड आहे. त्यांचा आवडता चित्रपट आहे - 'द प्रिन्सेस ब्राइड'. त्यात एक उत्कृष्ट दृश्य आहे. कॅरी एल्विसने साकारलेला नायक वेस्टली याचा एवढा छळ केला जातो की, तो मरणाच्या दारात उभा असतो. जेवढे दिसते त्यावरून तो गेल्यातच जमा आहे. सुदैवाने त्याचे मित्र मिरकल मॅक्स – यांच काम बिली क्रिस्टलने केलं आहे – या किमयागाराला शोधून आणतात. ''झालं आहे ते असं की तुमचा हा मित्र *पुष्कळ अंशी* मेलेला आहे.'' मॅक्स त्यांना आश्वासन देतो. ''पुष्कळ अंशी मरणं आणि पूर्ण मरणं यात खूप फरक आहे. पुष्कळ अंशी मृत म्हणजे थोडासा जिवंत ....'' स्थगित चैतन्याच्या भक्ताला प्रेरणा देणाऱ्या दृश्यात मिरकल मॅक्स वेस्टलीला रामबाण औषध देतो. त्यामुळे वेस्टली त्याच्या खऱ्या प्रेमाचा – बटरकपचा – शोध चालू ठेवू शकतो.

रॉथ सांगतात की, हे दृश्य त्यांच्या प्रयोगशाळेत सजीव होतं. ''आमच्या प्रयोगशाळेतील विनोद म्हणजे हे करत असताना आम्ही विचारतो, 'ते खरंच मेले आहेत का?' तसं नक्की सांगता येत नाही. म्हणजे तुम्ही किती वेळ वाट पाहिली?

ते प्राणी कितपत मेलेले आहेत? थोडं हास्यास्पद वाटतं; पण आम्ही म्हणत असतो, 'अजून तेवढा मेलेला नाही हा. मालमत्तेचा हा तुकडा मी मृत्यूच्या तावडीतून हिसकावून घेऊ शकतो.' ''

विज्ञानाच्या दृष्टीने पाहिलं तर यातील इंगित आहे प्राणवायूची हाताळणी. असं पाहा, पेशीचा, ऊर्जा उत्पन्न करणारा भाग हा मंदपणे जळणाऱ्या मेणबत्तीसारखा असतो. यातील इंधन असतं प्राणवायू. हा प्राणवायू मंदपणे जळतो आणि त्याचं रूपांतर पाण्यात होतं. आपण श्वसनाद्वारे आत घेतलेल्या हवेत जवळजवळ २१ टक्के प्राणवायू असतो. जर हे प्रमाण सहा ते आठ टक्के झालं, तर श्वसन बंद झाल्यामुळे दहा मिनिटांच्या आत मृत्यू येऊ शकतो. रक्तातील कमी झालेलं प्राणवायूचं प्रमाण श्वसनाद्वारे पुन्हा भरून काढलं नाही, तर रक्तातही तोच परिणाम झालेला आढळतो. यामुळे सर्व पेशींमध्ये मृत्यूचं थैमान व्हायला सुरुवात होते.

इथेच रॉथना मृत्यूला चकवायची पळवाट सापडली : या प्राणघातक रासायनिक बदलांसाठी *काही प्रमाणात* प्राणवायू असणं आवश्यक असतं. या समीकरणातून प्राणवायू वजा केला तर त्याचा परिणाम काय होईल, अशी जिज्ञासा रॉथ यांच्या मनात निर्माण झाली. सुरुवातीला त्यांनी माशा आणि गोल कृमींवर प्रयोग केले. रॉथनी कार्बन मोनॉक्साइड देऊन त्यांना गुदमरवून टाकलं. त्यांच्या पेशींनी प्राणवायू शोषण्याऐवजी कार्बन मोनॉक्साइड शोषून घेतल्यामुळे प्राणवायू शोषण्यासाठी रिसेप्टरच (पेशीच्या पृष्ठभागावरील प्राणवायू शोषणारी जागा) उरला नाही. (म्हणूनच कार्बन मोनॉक्साइड प्राणघातक ठरतो). विचारात घ्यायची गोष्ट अशी की, प्राणवायू अजिबातच न मिळाल्यामुळे ते प्राणघातक रासायनिक बदल घडूच शकले नाहीत. जास्त प्रमाणात कार्बन मोनॉक्साइड दिल्यामुळे किडे गोठून गेले; पण त्यापैकी कोणीही मेलं नाही. हे रिमोटवर 'पॉज' बटन दाबल्यासारखंच होतं. हे किडे चोवीस तासापर्यंत जिवंत राहू शकले. त्यानंतर पेटीमधील कार्बन मोनॉक्साइड काढून त्याऐवजी प्राणवायू सोडल्यावर ते पूर्ववत झाले.

हा प्रयोग यशस्वी झाल्यानंतर रॉथनी झेब्राफिशकडे मोर्चा वळवला. माशा आणि गांडुळांप्रमाणेच झेब्राफिशही नमुनेदार प्राणी समजला जातो. कारण याचं जीवशास्त्र आणि विकासाचे टप्पे यांचं पूर्ण ज्ञान शास्त्रज्ञांना आहे. झेब्राफिशच्या गर्भाच्या विकासाचा अभ्यास करणं शास्त्रज्ञांना सोईस्कर पडतं, कारण त्याचं अंड्यातून छोट्या अळीत (larvae) रूपांतर व्हायला फक्त तीन दिवस लागतात. दुसरं म्हणजे त्याचा विकास आईच्या शरीराच्या बाहेर होतो. रॉथनी सिल करता येणाऱ्या पिशवीत झेब्राफिशचा गर्भ ठेवला. त्यांनी त्या पिशवीत एका रासायनिक द्रव्य घातलं होतं. त्या द्रव्याने त्या गर्भाच्या शरीरातील सर्व प्राणवायू शोषून घेतला व त्याचं पाण्यात रूपांतर केलं. प्राणवायूअभावी गर्भाची वाढ थांबली. त्याची

हृदयक्रिया थांबली; पण तो 'मेला' नाही. दुसऱ्या दिवशी रॉथनी पुन्हा प्राणवायू सोडल्यावर गर्भ जिथे थांबला होता, तिथूनच पुन्हा त्याचा विकासाची सुरुवात झाली. तिसऱ्याऐवजी चौथ्या दिवशी ते झेब्राफिशचं बाळ झालं. इतर झेब्राफिश आणि या झेब्राफिशमध्ये काहीही फरक नव्हता.''

रॉथ सांगतात, ''प्राणवायूचं प्रमाण ठरावीक मर्यादेपर्यंत कमी केलं, तर तो जीव मरतो. पण त्या *मर्यादेपेक्षा* शंभरपटीने प्राणवायूचं प्रमाण कमी केलं, तर त्या जिवाला काहीही होत नाही.'' जेव्हा पेशींमधील प्राणवायूची जागा कार्बन मोनॉक्साइडने घेतली, तेव्हा हानिकारक रासायनिक बदल होऊच शकले नाहीत. हे मला आग विझवण्यासारखं वाटलं. ज्वलन हीसुद्धा प्राणवायूची गरज असणारी रासायनिक प्रक्रिया आहे.

गोल कृमींच्या बाबतीतही तेच घडलं. रॉथ 'नाशकारी प्राणवायूचा तणाव' म्हणतात त्या, प्राणवायूच्या मध्यम तीव्रतेने (concentration) त्यांना रिपर्फ्युजन दुखापत होऊन ते मरतात. पण ०.१ टक्के प्राणवायू असलेल्या हवेत मात्र ''त्यांचं चैतन्य तात्पुरतं स्थगित होतं. त्यांना पुन्हा नेहमीच्या वातावरणात सोडलं की, मध्ये काहीही न घडल्याप्रमाणे त्यांची जीवनप्रक्रिया पुन्हा सुरू होते,'' रॉथनी सांगितलं.

ही विचित्र गोष्ट आहे. रॉथ यांच्या प्रयोगशाळेच्या मागच्या बाजूच्या खिडकीतून एक छप्पर दिसतं. ते काल्पनिक विज्ञानकथांच्या वस्तुसंग्रहालयाचं छप्पर आहे. तर त्या वस्तुसंग्रहालयात शोभून दिसेल अशी ही गोष्ट आहे. आताही ते आश्चर्याने मान हालवतात. ''आम्ही आठवडाभर काहीही न करता वाट बघतो आणि नंतर त्यांचं पुन्हा सुरू होतं. आणि आम्ही फक्त – वॉव !''

'पॉज' बटण दाबणं म्हणजे काय? ''थोडसं तत्त्वज्ञानासारखं होतं ते,'' ते सांगतात, ''जेवढं आम्हाला कळतं त्यावरून सांगतो. समजा, तुम्ही तो प्राणी आहात. तुम्ही इथे असता आणि नंतर तुम्ही इथे असता. कोणीतरी तुम्हाला सांगतं, 'तुला ठाऊक आहे? रविवार संपला. आज मंगळवार आहे, बॉब.' आणि तुम्ही म्हणता, 'ते मला काही माहीत नाही, माझ्यासाठी आज रविवारच आहे.' ''

किडे, माशा, झेब्राफिश झाल्यानंतर रॉथ सस्तन प्राण्यांवर प्रयोग करायचा विचार करू लागले. पण त्यापूर्वी त्यांनी काही बदल केले. मेक्सिकोमधील, हायड्रोजन सल्फाइड असणाऱ्या गुहांवरील अनुबोधपटापासून प्रेरणा घेऊन रॉथनी कार्बन मोनॉक्साइडच्या ऐवजी ते संयुग वापरायचं ठरवलं. हायड्रोजन सल्फाइड आणि कार्बन मोनॉक्साइड यांचे शरीरावर होणारे परिणाम सारखेच असतात. दोन्हीही तेवढेच प्राणघातक असतात; पण हायड्रोजन सल्फाइड हे रक्तातील तांबड्या पेशींना तेवढं घट्ट चिटकत नाही. त्यामुळे योग्य वेळी 'स्थगित चैतन्या'चा परिणाम उलट करणं सोपं जातं. (ह्याच कारणामुळे, कार्बन मोनॉक्साइडने गुदमरलेल्या

रुग्णापेक्षा प्राणघातक ठरणाऱ्या हायड्रोजन सल्फाइडने गुदमरलेल्या रुग्णाला बरं करणं सोपं जातं.)

याचा उपयोग होईल, असं रॉथना वाटलं त्यालाही कारण होतं. हायड्रोजन सल्फाइडच्या सान्निध्यात असणारे लोक – उदाहरणार्थ, कागदकारखान्यातील कामगार, गुहांची पाहणी करणारे लोक – अधूनमधून बेशुद्ध पडतात. त्या वायूचा झोत येतो, *फस्स* ! आणि ते बाद होतात. ते जर एकटेच असतील तर खेळ संपलाच. पण जवळपास कोणी असलं, त्याने त्यांना पडलेलं पाहिलं, आणि त्यांना मदत मिळून बाहेरच्या मोकळ्या हवेत आणलं की, ते चटकन पूर्ववत होतात. त्यांना ते आठवत नाही; पण इतर काही समस्याही नसतात.

किडे आणि मासे यांच्या बाबतीत ते खरोखरच स्थगित केलेलं चैतन्य होतं. रॉथनी दिवे पूर्ण बंद केले होते. उंदराच्या बाबतीत मात्र त्यांनी डिमर कमी केला होता; पण पूर्ण बंद केला नव्हता. थोडासा प्रकाश होता – स्टोव्ह बंद केला, तरी पायलट लाइट चालू ठेवावा तसं.

रॉथ यांच्या प्रयोगशाळेत त्यांनी तबकडी फिरवल्याबरोबर लगेचच हायड्रोजन सल्फाइडचा परिणाम झाला. हायड्रोजन सल्फाइड मिळालेल्या पहिल्या उंदराच्या चयापचयाचा वेग पाचच मिनिटांत निम्म्यावर आला. सहा तासांत तो नेहमीच्या वेगाच्या १० टक्के झाला. नेहमी मिनिटाला १२० श्वास घेणारा उंदीर जेमतेम दहा श्वास घेत होता. त्याच्या शरीराचं तपमान ३७° सेल्सिअसवरून (माणसाएवढंच) फक्त १५° सेल्सिअसपर्यंत उतरलं. नेहमीची हवा पुन्हा सोडल्यावर चार तासांनी उंदीर पुन्हा नेहमीसारखा झाला.

डीएआरपीए मध्य आशियातील नवीन रणांगणावरील वैद्यकीय कार्यक्षमता कशी वाढवावी, याच्या शोधात होतं. रॉथ यांच्या प्रयोगशाळेतील कामाने त्यांचं लक्ष वेधलं. 'सर्व्हायव्हिंग ब्लड लॉस प्रोग्रॅम' (रक्तस्त्रावाने मृत्यू होण्यापासून बचाव) हा कार्यक्रम अग्रक्रमांच्या यादीत होता. निदान यादवी युद्धानंतर, रक्तस्त्राव हे मृत्यूचं सर्वांत मोठं कारण होतं. पूर्वी जगभरात कुठेही झालेल्या युद्धांच्या मानाने इराक आणि अफगाणिस्तान येथील युद्धांतील जखमी सैनिकांचं वाचण्याचं प्रमाण खूपच वाढलं आहे. त्याचं श्रेय प्रतिसादाला लागणारा वेळ आणि युद्धभूमीवरील रुग्णालयं यांमधील सुधारणेला जातं; पण अजूनही रक्तस्त्रावामुळे खूपच नुकसान होतं. त्यामुळे बहुतांश वेळा सैनिकांचा मृत्यू तर होतोच; पण समजा तो वाचलाच तर रक्तस्त्रावामुळे होणाऱ्या प्राणवायूच्या अभावामुळे त्याच्या मेंदूला गंभीर इजा झालेली असते.

सैनिकांना मदत करायची म्हटली तरी, त्याला खास मर्यादा असतात. त्यासाठी आवश्यक असणारं साधन साधं आणि डॉक्टरच्या पॅकमध्ये मावण्याएवढं लहान

असावं लागतं. 'सर्व्हायव्हिंग ब्लडलॉस प्रोग्रॅम' या कार्यक्रमाचे कार्यक्रम संचालक जॉन मॉगफोर्ड म्हणतात की, एका सिरिंजमध्ये घालून देता येण्यासारख्या रजतगोळीच्या (silver bullet) शोधात लष्कर होतं. ''कल्पना करा, कोणीही मदतीसाठी येण्याची शक्यता नाही. शरीरातील द्रव गेले आहेत किंवा जवळजवळ संपुष्टात आले आहेत. त्या सैनिकाला वाचवण्यासाठी व त्यासाठी अवधी मिळण्यासाठी डॉक्टरना दुसरं एखादं साधन द्यावं असं आम्हाला वाटतं.'' तर अवधी मिळवणं हे उद्दिष्ट आहे. ''आपण अफगाणिस्तानातील पर्वतावर आहोत, अशी कल्पना करा आणि त्याची तुलना अमेरिकेतील इएमएस 'पिक-अप'शी करा,'' मॉगफोर्ड म्हणाले.

लष्कराच्या पंखाखाली असूनही डीएआरपीएला शैक्षणिक किंवा खासगी संशोधनाचेच नियम लागू पडतात. इतर कोणत्याही नवीन औषधाप्रमाणेच एफडीएची मंजुरी असल्याशिवाय एखादं नवीन औषध इकडचे डॉक्टर वापरू शकत नाहीत. याचा अर्थ असा की सुरुवातीला प्राण्यांवरच प्रयोग करावे लागतात. 'सर्व्हायव्हिंग ब्लड लॉस प्रोग्रॅम (रक्तस्रावाने मृत्यू होण्यापासून बचाव)' या कार्यक्रमाच्या पहिल्या टप्प्यात संशोधकांना उंदराचं ६० टक्के रक्त चाळीस मिनिटांत काढून टाकावं लागतं आणि पुनरुज्जीवनाचा प्रयत्न करण्यापूर्वी सहा तास उंदराला तसंच ठेवावं लागतं. या बाबतीत वैद्यकीय हस्तक्षेप झाला नाही, तर मृत्यूचं प्रमाण १०० टक्के असतं. पहिला टप्पा पार करण्यासाठी संशोधक पथकाला मृत्यूचं प्रमाण ७५ टक्क्यांवर आणावं लागतं. यासाठी नेमून दिलेला कालावधी आहे दोन वर्षं. रॉथ यांच्या प्रयोगशाळेने ते करून दाखवलं.

सुरुवातीला मिळालेल्या या यशानंतर हायड्रोजन सल्फाइड औषधोपचारासाठी वापरण्याच्या दृष्टीने इकेरियाने महत्त्वाची पावलं उचलली. उंदरांनंतर कुत्रे व डुकरांवर प्रयोग करण्यात आले. त्यात असं आढळून आलं की, हायड्रोजन सल्फाइडच्या वापरामुळे प्रयोगासाठी आणण्यात आलेल्या हृदयविकाराच्या झटक्यानंतर होणाऱ्या इजेचं प्रमाण कमी होतं. मोठ्या जनावरांच्या बाबतीत थोडी वेगळी पद्धत वापरली जाते. वायूऐवजी त्यांना सोडिअम सल्फाइडचा द्राव देण्यात येतो. तो द्राव रक्तात मिसळल्यावर लगेचच त्याचं विघटन होतं आणि हायड्रोजन सल्फाइड तयार होतं. त्याचा परिणाम तितकासा नाट्यमय नसतो. हे स्थगित चैतन्य *नसतं*. पण तरीही यशाची शक्यता जबरदस्त आहे.

आश्चर्याची गोष्ट म्हणजे माझं मन यावर एकाग्र करायच्या प्रयत्नात मी असतानाच हायड्रोजन सल्फाइडचा प्रयोग माणसावरही करण्यात आला होता. या सुरुवातीच्या वैद्यकीय चाचण्यांचा मुख्य उद्देश असतो सुरक्षिततेची खात्री करून घेणं आणि योग्य डोस ठरवणं. या चाचण्या केल्यानंतर म्हणण्यासारखे नुकसानकारक दुष्परिणाम दिसून आले नाहीत. '*चीटिंग डेथ*'चं लेखन चालू असताना, माणसांवरच्या

प्रयोगाची पुढची फेरी नुकतीच सुरू झाली आहे. यात हृदयविकाराचा झटका आणि विकोपाला गेलेली मूत्रपिंडाची दुखापत यांवर हायड्रोजन सल्फाइडचा प्रायोगिक उपचार केला जात आहे.

एमरी विद्यापीठाचे डॉ. डेव्हिड लेफर यांनीही हायड्रोजन सल्फाइडवर काम केलं आहे. त्यांचं कामही रॉथ यांच्या धर्तीचंच आहे. ते म्हणाले की, उंदरांपेक्षा मोठ्या प्राण्यांना 'स्थगित चैतन्या'मध्ये नेणं खूप कठीण असतं. हे त्यांच्या लक्षात आलं, तेव्हा त्यांना आश्चर्यही वाटलं आणि ते थोडे निराशही झाले. त्यांचा तर्क आहे की, डुकरांच्या किंवा माणसाच्याही शरीरात त्या औषधावर वेगळ्या प्रकारची प्रक्रिया होत असावी. ते म्हणाले की, भविष्यात कधीतरी 'स्थगित चैतन्या'चा पर्याय उपलब्ध होईलही; पण त्यासाठी बहुधा औषधांचा संयोग करावा लागेल आणि त्यासाठी खूप मोठ्या संशोधनाची आवश्यकता आहे. तरीही या शक्यतांविषयी त्यांना खूप उत्कंठा आहे. त्यांनी स्वत: केलेल्या प्रयोगात हायड्रोजन सल्फाइड दिलेल्या उंदरांना प्रयोगासाठी आणण्यात आलेल्या हृदयविकाराच्या झटक्याने त्यांची खूपच कमी हानी झाली. आश्चर्याची गोष्ट म्हणजे त्यांना अगदी छोटासा डोस देण्यात आला होता. एवढा छोटा की, १५ सेकंदांतच त्याचा ठावठिकाणाही लागणार नाही. तरी त्याचा संरक्षक परिणाम २४ तासांनंतरही दिसून आला. असा परिणाम जर मानवावरही दिसून आला, तर अवयवारोपण करणाऱ्या सर्जन्सना त्याची मोठी मदत होईल. रुग्णावर मोठी आणि जोखमीची शस्त्रक्रिया करायच्या आदल्या दिवशी ते रुग्णाला हायड्रोजन सल्फाइडचा डोस देऊ शकतील.

स्थगित चैतन्य असो वा त्याचं सामान्य स्वरूप असो, उद्देश कोणताही असला, तरी तत्त्व तेच आहे. जेव्हा शरीराला पुरेसा प्राणवायू मिळत नाही, तेव्हा प्राणवायूची गरज कमी केली जाते. यासाठी विषारी वायू वापरला जातो, हा भाग थोडा विचित्र वाटतो. रॉथ जेव्हा हे समजावून सांगत असतात, तेव्हा वैद्यकीय जर्नल वाचण्यापेक्षा आपण एखादा काल्पनिक विज्ञानपट पाहत आहोत असं वाटतं. "आपल्याला काय करायचं असतं माहीत आहे? रुग्णाच्या आजूबाजूचे लोक वेळाच्या खऱ्या गतीनुसार वावरत असताना रुग्णाच्या वेळाची गती मंद करायची असते," ते म्हणाले.

स्थगित चैतन्याला विज्ञानकथेचं वलय असलं, तरी त्यामागची मूलभूत संकल्पना अनोखी नाही. सुप्तनिद्राच (hibernation) घ्या. अस्वल हिवाळ्याचे दिवस झोपेतच घालवतं, हे सर्वश्रुत आहे; पण सुप्तनिद्रा ही प्राण्यांच्या अनेक प्रकाराच्या प्रजातींमध्ये आढळून येते. यांत बेडकांपासून कासवांपर्यंत, बार हेडेड गूससारख्या काही पक्ष्यांपासून ते खारी, अस्वलं, साळूसारख्या सस्तन प्राण्यांपर्यंत बऱ्याच प्राण्यांचा समावेश आहे. ज्या काळात अन्न दुर्मीळ असतं आणि ऊर्जेची

आवश्यकता शरीर उबदार ठेवण्यासाठी जास्त असते, अशा काळात ही जनावरं तग धरून राहाण्याच्या अवस्थेत (survival mode) जातात. काही प्राणी तर साध्या सुप्तनिद्रेच्या पलीकडे जाऊन स्वत:त, परिस्थितीशी जुळतील असे बदल घडवून आणतात. आर्क्टिक ग्राउंड स्क्विरल ही उत्तर ध्रुवाजवळील प्रदेशातील खार एक रासायनिक द्रव्य तयार करते. त्या द्रव्यामुळे तिच्या शरीराचं तपमान गोठणबिंदूपेक्षाही कमी होतं आणि त्याचा तिच्या शरीरावर कोणताही दुष्परिणाम होत नाही.

प्रातिनिधिकदृष्ट्या सुप्तनिद्रा ही दोन गोष्टींशी जोडलेली असते: थंडी किंवा शरीरातील चरबी, शरीराचं तपमान ठरावीक पातळीपेक्षा खाली गेलं किंवा हिवाळाभर पुरतील एवढे उष्मांक त्या प्राण्याने जमा केले की 'तग धरून राहाण्याच्या अवस्थे'चा चाप ओढला जातो. त्यामुळेच सुप्तनिद्रेचा काळ बदलू शकतो. हिवाळा संपेपर्यंत तग धरता येईल एवढी चरबी साठेपर्यंत अस्वल खातच राहतं. जर हिवाळ्यात हवामान तुलनेने उबदार असेल तर काही जातीच्या खारी सुप्तनिद्रेत जातच नाहीत. जर हिवाळ्यात खूपच गारठा असेल, तर अगदी नोव्हेंबरपासून ते मार्चपर्यंत त्या सुप्तनिद्रेत असतात.

साधारणपणे, सुप्तनिद्रा ही अशी स्थिती आहे, ज्यात ऊर्जेची आवश्यकता मुळातच कमी झालेली असते. ग्राउंड खारीत चयापचयाचं प्रमाण नेहमीच्या तुलनेत एक टक्का होतं. एक खार झाडावरून (किंवा आपल्या माळ्यावरून) धावतपळत हिवाळ्यासाठी कठीण कवचाची फळं (नट्स) गोळा करत असते, तेव्हा पंधरा मिनिटांत ती जेवढा प्राणवायू आणि जेवढे उष्मांक जाळते, तेवढा प्राणवायू आणि तेवढे उष्मांक सुप्तनिद्रेतील खार अख्खा दिवस आणि रात्र मिळून जाळते. विज्ञानातील ही माहिती मनोरंजक तर आहेच; पण मानवाला वाचवायच्या संदर्भात ती किती मोलाची आहे, हे खरोखरचं विचार करण्यासारखं आहे. हृदयविकाराच्या झटक्यानंतर प्राणवायूच्या अभावामुळे शरीराच्या पेशींमध्ये भयंकर उत्पात घडवणाऱ्या रासायनिक प्रक्रियांची शृंखला सुरू होते आणि त्यात हृदय आणि मेंदूच्या ऊती मरतात. जर आपल्या शरीराची प्राणवायूची गरज नेहमीच्या मानाने १/१००० एवढी असती तर ही प्रक्रिया अतिशय मंद गतीने झाली असती. रुग्ण रुग्णालयात पोहोचून डॉक्टरांनी उपचार करून त्याला पुन्हा जिवंत करेपर्यंतच्या वेळात त्या हानिकारक प्रक्रियांची शृंखला कदाचित सुरूही झाली नसती.

आताआतापर्यंत असा समज होता की, माकड, वानर, मानव यांसारखे श्रेष्ठ जातीचे प्राणी (Primates) अशा प्रकारचं नाट्यपूर्ण परिवर्तन करू शकत नाहीत; पण २००४मध्ये जर्मनीतील मारबर्ग येथील प्राणी शरीरविज्ञानशास्त्रज्ञांनी आफ्रिकेजवळील मादागास्कर बेटावर राहणाऱ्या ठेंगू लीमरच्या (lemur) सुप्तनिद्रेचा पुरावा सादर केला. '*नेचर*' या जर्नलमध्ये त्यांनी लिहिलं की, हे छोटे प्राइमेट्स वर्षातील

कित्येक महिने झाडाच्या ढोलीत डुलक्या घेत असतात. त्यांच्या शरीराचं तपमान बाहेरील हवेच्या तपमानानुसार कमी-जास्त होत असतं. आता इथे एक गोष्ट लक्षात घेतली पाहिजे. सुप्तनिद्रेची ही स्थिती गारठ्यामुळे सुरू झालेली नाही. खरंतर, मादागास्करचं हवामान वर्षभर छान असतं. ५०° फॅरनहाइटपेक्षा तिथे क्वचितच थंड होतं.

हे सुस्तावलेले लीमर आपल्यापेक्षा खूपच लहान असतात आणि त्यांच्या अंगावर लोकर असते. पण निसर्गाच्या परिवारात लीमर हा मानवाचा अगदी जवळचा नातलग आहे. मॅरबर्गच्या संशोधनाच्या निष्कर्षावरून एक कुतूहलजनक कल्पना सुचते. ती म्हणजे इतर प्राइमेट्सच्या – अगदी मानवाच्याही – जीन्समध्ये सुप्तनिद्रेच्या सूचना सांकेतिक लिपीत लिहिलेल्या असतील. वस्तुत: आपल्यात आणि माकडातच नव्हे, तर ग्राउंड खार धरून इतर प्राण्यांमध्ये काहीतरी साम्य असल्याचं आढळून आलं आहे.

डॉ. मॅट अॅन्ड्र्युज हे ड्युलथमधील मिनेसोटा विद्यापीठात जीवशास्त्र विभागाचे प्रमुख आहेत. त्यांचा बराच वेळ ग्राउंड खारींचं निरीक्षण आणि मनन करण्यात जातो. ऑक्टोबर हा त्यांचा सर्वांत आवडता महिना आहे. या महिन्यात थंडीची तयारी म्हणून खारी लठ्ठ होत जातात आणि एकेक करून सुप्तनिद्रेच्या अधीन होतात. हे पाहायला अॅन्ड्र्युजना आवडतं. त्यांच्या चेहऱ्यावर खोडसाळ हास्य असतं. त्यांची विनोदबुद्धीही वेगळीच आहे. त्यांच्याशी फोनवर बोलताना पहिल्या पाच मिनिटांतच मला विलक्षण माहिती मिळाली – युएमएन स्पोर्ट्स टीमचा मॅस्कॉट असणाऱ्या गोल्डी गॉफरची शारीरिक वैशिष्ट्यं तंतोतंत तेरा रेषांच्या ग्राउंड खारीसारखी आहेत. लॉरेन्स वेक ग्राउंड खारींची शिकार करायचा. तिचं कातडं राज्याच्या शिकार अधिकाऱ्याला दिलं की, एक डॉलर मिळायचा. असे पैसे जमवून त्याने त्याचा पहिला अॅकॉर्डिअन विकत घेतला. मिनेसोटामध्ये ग्राउंड खारीला उपद्रवकारक समजलं जात असे. अजूनही काही लोक तसं समजतात, पण आता ती मोठमोठ्या संशोधनांच्या केंद्रस्थानी आहे.

अॅन्ड्र्युज आणि त्यांचे युएमएनमधील दोन सहकारी व्हाइटलमेडिक्स या कंपनीचे सल्लागार आहेत. या व्हाइटलमेडिक्सला डीएआरपीएकडून (मार्क रॉथना स्थगिती चैतन्याचे सुरुवातीचे प्रयोग करण्यासाठी अर्थसाहाय्य करणारी लष्करी एजन्सी) आर्थिक साहाय्य मिळतं. अॅन्ड्र्युज सध्या 'आर्मी अॅन्ड नेव्ही ड्रग डेव्हलपमेंट ऑफिसेस'मध्ये काम करतात. व्हाइटलमेडिक्स मानवातील सुप्तनिद्रेची 'कळ' दाबण्याची पद्धत विकसित करण्याच्या प्रयत्नात आहे. खार हा संशोधनासाठी अतिशय योग्य प्राणी आहे : खारी सहज मिळू शकतात, त्यांना कुठेही ठेवता येतं आणि त्या काहीही खातात. मिनेसोटा गट, त्यांच्या खारींना प्युरिना रॅट चाऊ हे

पाळीव प्राण्यांचं खाणं देतो. त्यांच्याबरोबर काम करणं फारसं कठीण पडत नाही - निदान काही प्राण्यांच्या तुलनेत. "आम्ही अस्वलाचा वापर करत नाही. कारण प्रयोग करताकरता ते आम्हालाच खाऊन टाकायचे!" ॲन्ड्र्युज म्हणाले.

सुप्तनिद्रेच्या अभ्यासाने एका अर्थी ॲन्ड्र्युजच्या बाबतीत एक वर्तुळ पुरं झालं. १९७०च्या शेवटी सेंट्रल मिशिगन विद्यापीठात पदवीपरीक्षेसाठी शिकत असताना ते, शरीराचं तपमान अतिशय कमी असताना हृदयाचं कार्य कसं चालत असेल, याचा अभ्यास करत होते. त्या संशोधनाचा भाग असलेल्या आण्विक जीवशास्त्रात, विशेषत: जीन्स परिणामकारकरीत्या चालू आणि बंद कसे होतात, यात त्यांना रस निर्माण झाला.

सुप्तनिद्रेचा जननशास्त्रीय पाया १९९८च्या पेपरमधून घातला गेला. खारीच्या शरीरातील चरबीचं प्रमाण विवक्षित पातळीवर आलं की, जे जीन्स सुप्तनिद्रेच्या दिशेने कार्यान्वित होतात, ते जीन्स त्यांनी शोधून काढले होते. ॲन्ड्र्युज सांगतात, "त्यानंतर माणसात नसणारा एकही जीन आम्हाला ग्राउंड खारीच्या जीन्स श्रेणीत आढळला नाही."

अर्थात जीन्स असणं म्हणजे सर्व काही झालं असं नाही. नाहीतर आपण सगळेच थँक्सगिव्हिंग डिनरनंतर सगळं गुंडाळून झोपी गेलो असतो, ते एकदम ईस्टरच्या सुमाराला उठलो असतो! विज्ञान आणि वैद्यकशास्त्राच्या अनेक क्षेत्रांत आपण पाहिलं आहे की, जीन्सच्या क्रमाएवढीच (genetic sequence) महत्त्वाची असते त्या संबंधित जीन्सना कार्यान्वित करणारी गोष्ट. मिनेसोटा पथकातील लोक हेही जाणून होते की, कारच्या अपघातात घायाळ झालेल्या किंवा रणांगणावर जखमी झालेल्या माणसाच्या बाबतीत जीन उपचारपद्धतीचा वापर करणं, हे अवास्तव आहे. त्यांच्या बाबतीत सोपी पद्धत वापरणं आवश्यक असतं. बचाव करण्याच्या अवस्थेत (survival mode) शिरण्याच्या, शरीराच्या आज्ञेचं पालन करणारा अणू शोधून काढणं गरजेचं होतं.

"२००२मध्ये डीएआरपीएने आमच्याशी संपर्क साधला. या दृष्टिकोनातून, जखमी सैनिकांना मदत करण्याचे मार्ग शोधून काढायला त्यांनी आम्हाला सांगितलं," ॲन्ड्र्युज तपशीलवार सांगतात, "एखाद्या सैनिकाला अतोनात रक्तस्राव झाला, तर आम्ही त्याला अशा पदार्थांचं मिश्रण द्यावं की, ज्यायोगे मूलत: त्या जखमी सैनिकावर उपचार करायला अवधी मिळेल – सीपीआरमुळे मिळणाऱ्या काही मिनिटांच्या आणि हायपोथर्मिआमुळे मिळणाऱ्या काही तासांच्या अवधीपेक्षा जास्त अवधी . एकाएकी घडवून आणलेल्या स्फोटक साधनांच्या (improvised explosive device) स्फोटामुळे अफगाणिस्तानात जखमी झालेल्यांपासून ते मिनेसोटामधील कार अपघातात घायाळ झालेल्या लोकांपर्यंत सर्वांवर उपचार करण्यासाठी पूर्वीपेक्षा

जास्त अवधी मिळावा, यासाठी डीएआरपीए प्रयत्नशील होतं.'' थोडक्यात ते तातडीच्या सुप्तनिद्रेच्या शोधात होते.

व्हाइटलमेडिक्सने एक औषध तयार केलं. त्याचं नाव टॅमियासिन (Tamiasyn). त्यात दोन जीवनावश्यक घटक आहेत. पेशींमधून प्राणवायू काढल्यावर जी हानिकारक रासायनिक प्रक्रियांची शृंखला सुरू होते, ती मंदावण्याचा प्रयत्न करणारं ॲन्टिऑक्सिडंट हा एक घटक आणि दुसरा, प्राणवायूच्या अभावी पेशी मरू नयेत, म्हणून पर्यायी ऊर्जास्रोत. पर्यायी इंधन शोधणं हे विशेष कठीण आव्हान होतं; पण ॲन्ड्र्युजने त्याचं चित्तवेधक उत्तर शोधून काढलं. सुप्तनिद्रेतील प्राण्यांमध्ये त्यांना जास्त प्रमाणात किटोन बॉडीज (ketone bodies) आढळून आल्या होत्या. पचनक्रियेदरम्यान फॅटी ॲसिडचं विघटन होतं, तेव्हा निसर्गत:च किटोन बॉडीज हे जोडउत्पादन तयार होतं. सुप्तनिद्रेच्या काळात पचनक्रिया अतिशय मंद गतीने होत असते किंवा अजिबात होतच नसते, त्या वेळी किटोन बॉडीज अतिरिक्त ऊर्जास्रोताचं काम करतात. आणि अचानक स्थगित चैतन्य हे काल्पनिक विज्ञान कादंबरी न वाटता ते जीवरसायनशास्त्राचं पाठ्यपुस्तक वाटू लागतं.

व्हाइटलमेडिक्सचे दुसरे सल्लागार आहेत डॉ. ग्रेग बीलमन. हे मिनेसोटा विद्यापीठात सर्जरीचे प्राध्यापक आहेत आणि आर्मी रिझर्व्हसमध्ये कर्नल आहेत. इराक आणि कॉसोवोमध्ये युद्धात जखमी झालेल्या सैनिकांवर त्यांनी डझनावारी शस्त्रक्रिया केल्या आहेत. ''माझी या विषयाची आवड वैयक्तिक पातळीवर आहे,'' ते म्हणाले. ''२००० साली कॉसोवोमध्ये नेमणूक झाल्यावर मला यात रस उत्पन्न झाला. तिथे आम्ही दोन गोष्टींवर काम केलं : रणांगणावरील लोकांना पुनरुज्जीवित करायचे चांगले मार्ग आणि रणांगणासारख्या जागी उपलब्ध असलेल्या साधनसामग्रीचा चांगल्या प्रकारे वापर कसा करावा, ही दुसरी गोष्ट. म्हणजे मला असं म्हणायचं आहे की, अफगाणिस्तानात, युद्ध-रुग्णालयापासून सहा तास अंतरावर असताना रक्तस्राव थांबवण्याचा सर्वांत चांगला उपाय कोणता?''

हातात कूलिंग बॉक्स आणि थंडगार सलाइनच्या साठ्याचं ओझं वाहत अफगाणच्या पर्वतरांगांची पायपीट थोडीच करणार? काळ्याकुट्ट अंधारात, गोळ्यांच्या वर्षावातही वापरता येईल असं काहीतरी, डॉक्टरकडे असलं पाहिजे. जे पटकन आणि सहज देता येईल असं औषध. उंदीर आणि डुकरांवर प्रयोग केले, तेव्हा टॅमियासिनमध्ये आशेचा किरण दिसला. रक्तस्रावाने बेशुद्ध झाल्यावर; पण पुनरुज्जीवनाचा प्रयत्न होण्यापूर्वी प्राण्यांना हे औषध देण्यात आलं. दोन्ही प्रकारच्या प्राण्यांच्या बाबतीत या औषधामुळे त्या प्राण्यांचा बचावकाळ वाढला. आणि अवयवांचं कार्य तर बिघडण्याऐवजी उलट सुधारलं.

स्थगित चैतन्य आणि सुप्तनिद्रा हे तर जबरदस्त जखमी झालेल्या लोकांना

वाचवण्याचे दोन प्रायोगिक मार्ग आहेतच; पण याशिवाय इतरही काही उपाय आहेत. त्यापैकी एक आहे फीमेल हॉर्मोन. हे चमत्कारिक वाटलं, तरी खरं आहे. यावरील एका अभ्यासाच्या वेळी, ॲटलांटा येथील ग्रॅडी मेमोरिअल हॉस्पिटलमधील काही सहकाऱ्यांबरोबर मी स्वत: सहलेखक होतो. डोक्याला मार लागलेल्या लोकांना प्रोजेस्टेरॉन हे संप्रेरक (हॉर्मोन) दिल्यावर त्या लोकांमध्ये चांगलीच सुधारणा झाल्याचं आम्हाला आढळून आलं. प्राण्यांमधील संशोधन आणखी पुढे गेलं आहे. यासाठी डीएआरपीएकडून आर्थिक साहाय्य मिळत आहे. बर्मिंगहॅम येथील अलाबामा विद्यापीठातील डॉ. इर्शाद चौधरींनी निष्कर्ष काढले आहेत की, प्रोजेस्टेरॉन या फीमेल हॉर्मोनचे छोटे डोस दिल्यावर सेप्सिस (जखमेत पू होणं) पासून रक्तस्राव आणि हृदयविकाराचा झटका यापर्यंतच्या सर्व रोगांतून रुग्णाची चांगल्या प्रकारे सुधारणा होऊन तो वाचण्याची शक्यता वाढते.

सस्तन प्राण्यात मुलाच्या जन्माच्या वेळी मातेला बराच रक्तस्राव होतो. त्या रक्तस्रावापासून संरक्षण देण्याचं कार्य करण्यासाठी प्रोजेस्टेरॉन विकसित झालं आहे, असं काही डॉक्टर मानतात. डीएआरपीएचे जॉन मॉगफोर्ड म्हणतात की, प्रोजेस्टेरॉनची क्रिया खरंतर हायड्रोजन सल्फाइडपेक्षा जास्त गुंतागुंतीची आहे. ''तो बहुधा सूज येऊ न देणारी यंत्रणा, पेशींचा मृत्यू टाळणं आणि रक्तप्रवाह नियंत्रित करणं या सर्वांचा संयोग असतो. रक्तस्रावामुळे आलेल्या शॉकमध्ये ते कसं काम करतं, ते आम्हाला ठाऊक नाही; पण त्याने जीव वाचायला मदत होते, असं मानायला हरकत नाही.''

तुमच्या लक्षात आलं असेल की, आणखी एका पद्धतीत टोकाच्या हायपोथर्मिआचा वापर केला जातो. मॅसेच्युसेट्स जनरल हॉस्पिटलमधील हसन आलम या सर्जननी आम्हाला एक शस्त्रक्रिया बघू दिली. ही शस्त्रक्रिया डुकरांवर करण्यात आली. आलम त्यांना भूल देऊन बेशुद्ध करतात, महारोहिणीचा तुकडा कापून ती उघडतात; कधीकधी दुसरा एखादा महत्त्वाचा अवयवही कापून उघडतात आणि लगेचच त्या डुकराचं ६० टक्के रक्त काढून टाकतात. नंतर तीस मिनिटं थांबून थेट त्या महारोहिणीत कॅथेटर घालतात आणि पंप चालू करून त्या प्राण्याचं हृदय व रक्ताचा साठा, थंडगार केलेल्या, अवयव जतन करण्याच्या द्रावाने भरून टाकतात. हा द्राव म्हणजे इलेक्ट्रोलाइट्स आणि ॲन्टिऑक्सिडन्ट्सचं मिश्रण असतं. त्याचा उपयोग अवयवारोपण शस्त्रक्रियेच्या वेळी अवयवाचं आयुष्य वाढविण्यासाठी केला जातो. माफक प्रमाण वगैरे सोडाच. आलम त्यांचं तपमान चक्क १०° सेल्सिअस (किंवा ५०° फॅरनहाइट) पर्यंत खाली आणतात. डुकरांना तेवढं गार करायला तासभर लागतो.

आता त्यांचं खरं काम सुरू होतं. ''मी पंप (हृदय) थांबवू शकतो. त्यांच्या

अंगात रक्त जवळजवळ नसतंच. मेंदूचं कार्य थांबलेलं. हृदयाचे ठोके बंद. त्यामुळे त्यांच्या जखमांवर उपचार करायला मला भरपूर अवधी मिळतो,'' आलम म्हणाले. नेहमीच्या परिस्थितीत अंतर्गत जखमा आणि मोठ्या प्रमाणात झालेला रक्तस्राव हा डुकरांना आणि तसं पाहिलं तर मानवालाही नेहमीच प्राणघातक ठरतो. पण आलम यांच्या प्रयोगशाळेतील एकही डुक्कर मेलं नाही. शस्त्रक्रियेनंतर काही दिवसांनी ते त्या डुकरांच्या कार्यक्षमतेची पारख करतात, त्यांच्या आकलनशक्तीचं मूल्यमापन करतात. कसून तपासणी केल्यावरही त्यांच्या मेंदूत कोणत्याही प्रकारचा बिघाड आढळत नाही. अगदी सूक्ष्मदर्शकयंत्रातून पाहिलं तरी त्यांच्या मेंदूच्या पेशींत बिघाडाचं कोणतंही चिन्ह दिसत नाही.

जर हे माणसाच्या बाबतीतही लागू पडलं, तर या प्रकारच्या कार्यपद्धतीचा रुग्णालयाच्या इमर्जन्सी रूममध्ये मोठाच प्रभाव पडू शकेल. जबर जखमा हे पन्नाशीच्या खालच्या माणसांच्या मृत्यूचं मुख्य कारण आहे. पस्तिशीच्या खालील लोकांत तर इतर सर्व कारणांनी घडणाऱ्या एकूण मृत्यूंपेक्षा जबर जखमांनी घडणारे मृत्यू जास्त असतात. आलम म्हणाले, ''छातीत गोळी लागलेला कोणी जर आज रात्री माझ्याकडे आला, तर रक्तस्राव थांबवण्यासाठी मी त्याची छाती उघडेन. जर काही मिनिटांतच रक्तस्राव बंद झाला तर बहुधा तो वाचेल; पण रक्तस्राव त्यापेक्षा जास्त म्हणजे पाचएक मिनिटं चालूच राहिला, तर तो बहुधा मरेल; पण मी जर त्याच्या मेंदूचं तपमान असं खूप खाली आणू शकलो, तर माझ्याकडे दोन तासांचा अवधी असेल.''

या सगळ्या पद्धतींमध्ये एक साम्य आहे. ते म्हणजे प्राणवायूवर प्रक्रिया करणाऱ्या पेशींच्या यंत्रणेवर काम करणं. लान्स बेकरनी काय सांगितलं ते आठवा : जबर जखमेतून झालेला रक्तस्राव किंवा हृदयविकाराचा झटका, यांसारख्या वैद्यकीय आणीबाणीच्या प्रसंगी प्राणवायूचा अभाव एवढीच समस्या नसते; तर त्यावरील शरीराची प्रतिक्रिया ही धोकादायक असते. इस्ट्रोजनमुळे ही प्रतिक्रिया कमीत कमी होते. हायपोथर्मियामुळे तिची गती मंद होते. हायड्रोजन सल्फाइडमुळे कदाचित ती प्रतिक्रिया पूर्णपणे थांबत असावी.

हे सगळं, विशेषत: हायड्रोजन सल्फाइडचा वापर ही गोष्ट ओढूनताणून आणलेली वाटू शकते. पण श्वसनाची गरजच मिटवून टाकणाऱ्या प्राण्यांनी निसर्ग भरलेला आहे. ते सर्वत्र असतात. एवढंच काय, कॉमिक बुकच्या मागे एक्स-रे चष्मा आणि ॲक्शन फिगर्सच्या जाहिरातींशेजारीही याचं उदाहरण सापडेल. मी सी-मंकी या प्राण्याच्या मेलऑर्डर जाहिरातीविषयी बोलत आहे. सी-मंकी म्हणजे एक प्रकारची अतिशय लहान आकाराची कोळंबी. त्यांची जाहिरात 'इन्स्टंट जीवन' किंवा 'तुम्ही स्वत:च वाढवा तुमचे खरेखुरे लाडके जिवंत प्राणी' अशी केली जाते.

सी-मंकी अर्बुदात (cyst) प्राणवायूशिवाय तब्बल चार वर्षांपर्यंत जिवंत राहू शकतो. त्यांना पाण्यात टाकलं की, जाहिरातीच्याच शब्दांत सांगायचं तर तीन डॉलर्स अधिक शिपिंग आणि हॅन्डलिंग चार्जेसच्या रकमेत तुम्हाला मिळेल इन्स्टंट जीवन!

स्थगित चैतन्याचं कोडं सोडवायला अशाच प्राण्यांकडून खरी मदत मिळते. या गोष्टीवर विश्वास ठेवणारा एक माणूस म्हणजे डॉ. फिलिप बिकलर. हे सॅनफ्रान्सिस्को येथील कॅलिफोर्निया विद्यापीठातील मेडिकल सेंटरमध्ये ॲनेस्थेटिस्ट (anesthesiologist) आहेत. मेंदूच्या ॲन्युरिझम (aneurysms) वरील जास्त जोखमीच्या शस्त्रक्रियांच्या वेळी ते रुग्णांची देखरेख करतात. ॲन्युरिझम म्हणजे मेंदूतील रक्तवाहिनीवर आलेला फोड. रक्तवाहिनीच्या भिंती दुर्बल झाल्यामुळे हे होतं. त्यावर इलाज करण्यासाठी न्यूरोसर्जनला त्या ठिकाणी जाणारा रक्तप्रवाह थांबवावा लागतो. त्यासाठी ते रक्तवाहिनीला साधी क्लिप लावतात.

मेंदूच्या त्या भागाकडे जाणारा रक्तप्रवाह खंडित झाल्यामुळे या प्रक्रियेत मेंदूत बिघाड होण्याचा धोका संभवतो. हृदय बंद पडलं तरी असंच घडतं. "हृदयाचं स्पंदन थांबलं आणि पाच मिनिटांपेक्षा जास्त वेळ गेला तर मज्जातंतूंची (neurological) भयंकर हानी होते, असं म्हटलं जातं," बिकलर म्हणाले. "आम्ही हाताशी जास्त वेळ कसा मिळेल त्याचा प्रयत्न करतो." हाताशी जास्त वेळ मिळवण्यासाठी ॲनेस्थेटिस्ट प्रभावी औषधांचं मिश्रण देऊन मेंदूची प्राणवायूची गरज कमी करण्याचा प्रयत्न करतो. दुर्दैवाने, ही संरक्षक प्रक्रिया नेहमी उपयोगी पडतेच असं नाही. जास्त जोखीम असणाऱ्या, मेंदूच्या शस्त्रक्रियेच्या दरम्यान प्राणवायूच्या अभावी बऱ्याच रुग्णांमध्ये मेंदूच्या समस्या उद्भवतात.

संख्येने कमी असणाऱ्या, पण अतिशय गुंतागुंतीच्या व एक तास किंवा त्याहून जास्त वेळ लागणाऱ्या शस्त्रक्रियांच्या वेळी रुग्णाला तीव्र हायपोथर्मिआमध्ये ठेवतात. हसन आलमनी त्यांच्या डुकरावरील प्रयोगात केलं तसं. नेहमीच्या ॲन्युरिझम शस्त्रक्रियांच्या वेळी अनेक डॉक्टरांनी मर्यादित हायपोथर्मिआचा वापर केला. त्यांनी मेंदू ३३° सेल्सिअसपर्यंत थंड केला; पण आश्चर्याची गोष्ट अशी की, – निदान बिकलर यांच्या मते मोठ्या संख्येने केलेल्या वैद्यकीय चाचण्यांमध्ये याचा काहीही फायदा आढळला नाही.

अनेक डॉक्टरांप्रमाणे बिकलर यांचाही हायपोथर्मिआवर खूप विश्वास होता. या सर्वांचा नीट अभ्यास करून, त्यांचे तुकडे जोडून, कुठे काय चुकलं ते शोधायचा त्यांनी निश्चय केला. त्यांनी प्रयोगाचा आणि तो का फिसकटला त्याचा विचार केला, तेव्हा त्यांनी असं अनुमान काढलं की, मेंदूच्या हानीचा मोठा हिस्सा प्राणवायूचा पुरवठा तोडला म्हणजे रुग्णाला गार केलं जात होतं, *त्या दरम्यान* होत

नसावा. हानी, *नंतर* म्हणजे शरीराला प्राणवायूपासून वंचित ठेवल्यावर झालेल्या, शरीराच्या प्रतिक्रियेमुळे होत असावी. हृदयक्रिया बंद पडलेल्या लोकांच्या बाबतीतही असंच घडत असावं, असं बिकलरना वाटतं.

बिकलरना रक्ताच्या रसायनशास्त्रात विशेष रस आहे. शरीराला प्राणवायूपासून वंचित केलं तर रक्ताच्या रसायनात कसा बदल होतो, यावर त्यांनी लक्ष केंद्रित केलं. आपण पाहिलं आहे की, प्राणवायूशिवायच्या काही मिनिटांतच सूज आणि पेशींच्या मृत्यूचं विध्वंसक चक्र चालू होतं. पण हे *का* होतं, ते अजूनही स्पष्ट झालेलं नाही. तसं पाहिलं तर प्रयोगशाळेतील काही उंदीर माणसापेक्षा कितीतरी अधिक काळ मेंदूला इजा न होता, प्राणवायूशिवाय राहू शकतात.

बऱ्याच सरपटणाऱ्या प्राण्यांची प्रतिकारशक्ती यापेक्षा जास्त असते. पाळीव प्राणी विकतात, त्या दुकानात असणाऱ्या पेंटेड टर्टल्सवर सध्या बिकलर संशोधन करत आहेत. कासवं हवेत श्वसन करतात; पण रानावनांत, हिवाळ्याच्या काळात पेंटेड कासवं बहुधा चिखलात दडून राहतात. त्या स्थितीत चार महिन्यांपर्यंत ती श्वासोच्छ्वास न करता राहतात. कमी तपमान हा त्याचा फक्त एक भाग आहे ते पूर्ण कारण नाही, असं बिकलर म्हणतात. ''ती कासवं उबदार असतानाही प्राणवायूअभावी रेटण्याची त्यांची सहनशक्ती मानवाच्या दहा हजारपट असते. जर प्राणवायू मिळाला नाही, तर स्थगित चैतन्याच्या अवस्थेत शिरायला त्यांच्या मज्जापेशी समर्थ असतात. मूलतः ती एक प्रतिक्षिप्त क्रिया असते,'' असं बिकलरनी सांगितलं. ''जर त्या कासवाला पाण्यात बुडी मारायला भाग पाडलं, तर ते काही तास सक्रिय राहील. नंतर मात्र ते निश्चल अवस्थेत जाईल. त्या वेळी ते अगदी कमीत कमी प्रतिसाद देईल. त्याच्या चयापचयाचं प्रमाण अशा वेळी नेहमीच्या प्रमाणाच्या एक टक्क्याच्या एक दशांशच्या दरम्यान झालेलं असतं. मी याला पायलट-लाइट स्तर म्हणेन.''

ती कासवं या अवस्थेत पूर्ण हिवाळाभर म्हणजे चार-एक महिने राहतात. काही तासांतच त्यांनी आपल्या ऊतींमधील पूर्ण प्राणवायू वापरलेला असतो, असं बिकलरना आढळून आलं. अजिबात प्राणवायू नसतानाही ते तग धरून राहतं. हे कसं घडतं, ते अजून समजलेलं नाही. बिकलरना वाटतं की, याचं रहस्य कॅल्शियम आणि पोटॅशिअमच्या रसायनात आहे. त्यामुळेच त्यांच्या पेशीतील मूलभूत ऊर्जेचं उत्पादन चालू राहतं.

एक डॉक्टर म्हणून बिकलर यांची पार्श्वभूमी वेगळीच आहे. त्यांची सुरुवात सागरी जीवशास्त्रवेत्ता (marine biologist) म्हणून झाली. सॅनडिएगो येथील 'स्क्रिपस इन्स्टिट्युशन ऑफ ओशनोग्राफी' या जगप्रसिद्ध संस्थेत ते होते. वेगवेगळे प्राणी प्रतिकूल परिस्थितीतही जिवंत राहण्यासाठी स्वतःमध्ये कसकसे बदल

घडवून आणतात, त्याविषयी त्यांचं कुतूहल जागृत झालं. आम्ही पहिल्याप्रथम बोललो, तेव्हा त्यांनी मला अॅन्टार्क्टिक आइस फिश या प्राण्याविषयी सांगितलं. दक्षिण ध्रुवप्रदेशातील तपमान ३०° फॅरनहाइटपेक्षा कमी असतानाही तो बर्फाच्या थरांखाली, समुद्राच्या तळाशी असणाऱ्या वाळूवर राहतो (महासागरात असणाऱ्या मिठामुळे ३२° फॅरनहाइटलाही तो गोठत नाही.) या वातावरणात तग धरून राहण्यासाठी तो आपल्या शरीरात एक प्रकारचं अॅन्टिफ्रीझ तयार करतो. त्यामुळे बर्फाचे स्फटिक तयार होत नाहीत. याशिवाय तो लाल रक्तपेशींचा वापर न करता प्राणवायूचं अभिसरण करतो. त्यामुळे त्याचं रक्त जास्त पातळ राहतं आणि कमालीच्या प्रतिकूल परिस्थितीतही त्याची ऊर्जा टिकून राहते. अशा तऱ्हेचा परिणाम आपण माणसांवर कृत्रिमरीत्या घडवून आणू शकतो का, असं विचारल्यावर बिकलरनी आयसोफ्लुरेन (isoflurane) या नेहमीच्या गुंगीच्या औषधाकडे बोट दाखवलं. शस्त्रक्रियेत जेव्हा रुग्णाला थंडगार केलं जातं, तेव्हा या औषधाचा उपयोग करतात. कारण कमी तपमानाला हे पेशींचं रक्षण करताना दिसतं. आश्चर्य वाटलं का? ते पोटॅशिअमचा समतोल राखतं.

बिकलर म्हणतात, "गेली वीस वर्षं मी भूल देणाऱ्या डॉक्टरचं काम करतो आहे. पण माझं मन अजून ती कासवं, मासे, सुप्तनिद्रेत जाणारे प्राणी यांच्यातच अडकलं आहे." ते अजूनही त्यांच्या व्यावसायिक जीवनाचा भाग आहेत. व्हेल, डॉल्फिन यांसारख्या पाण्यात बुडी मारणाऱ्या सागरी सस्तन प्राण्यांच्या मज्जापेशी, कमी प्राणवायूच्या स्तरात तग धरून राहाण्यासाठी स्वत:त कोणते बदल करतात, याचा अभ्यास करण्यासाठी त्यांना २००८मध्ये अनुदाद मिळालं. काही सागरी सस्तन प्राणी अन्नाची शिकार करण्याकरिता तासाभरापेक्षाही जास्त वेळ पाण्याखाली राहतात.

या जीवशास्त्राचा व्यावहारिक उपयोग होऊ शकेल का, ते पाहण्यासाठी बिकलर वैद्यकीय अभ्यासाकडे वळले. शरीराचं तपमान कमी करून किंवा चयापचयाचा वेग कमी करून जर प्राणी प्रतिकूल परिस्थितीत तग धरून राहू शकत असतील, तर मानवी शरीरातही तशीच एखादी यंत्रणा चालू करण्याचा मार्ग असू शकेल. बिकलरना गिर्यारोहणाची अतिशय आवड आहे. आपल्याला वाटतं त्यापेक्षा कितीतरी जास्त प्रमाणात मानवी शरीर स्वत:त बदल करून परिस्थितीशी जुळवून घेऊ शकतं, हे त्यांनी पाहिलं आहे. माउन्ट एव्हरेस्टवरील हवा इतकी विरळ आहे की, त्या वातावरणाशी जुळवून घेण्याची तयारी न केलेला गिर्यारोहक एका तासातच मरेल; पण तरबेज गिर्यारोहकांची गोष्ट वेगळी असते. चढाईच्या आधी कित्येक महिने ते प्रशिक्षण घेत असतात. वर चढतानाही ते टप्प्याटप्प्याने, प्रत्येक टप्प्यावर थोडेथोडे दिवस राहत मग वर चढतात. हे गिर्यारोहक जिवंत तर राहतातच, पण

माउन्ट एव्हरेस्टच्या शिखरावर चढतानाही जादा प्राणवायूची मदत न घेता ते टिकाव धरतात. वातावरणाशी अशा प्रकारे जुळवून घेण्याचा वेग वाढवण्याचा मार्ग सापडला, तर त्याचा उपयोग इमर्जन्सी वैद्यकीय उपचारात होऊ शकेल, अशी बिकलरना आशा वाटते. कासवात निसर्गत:च आढळणाऱ्या रसायनांसारखं औषध तयार करण्यात आपण यशस्वी झालो, तर तग धरून राहण्याची ती आश्चर्यकारक क्षमता मानवातही येऊ शकेल.

फिलाडेल्फियातील आपल्या प्रयोगशाळेत काम करणाऱ्या लान्स बेकर यांचे विचारही असेच आहेत. ते म्हणतात की, मृत्यूच्या सगळ्या वाटा, सगळ्या इजा, सगळी रासायनिक अंदाधुंदी तंतुकणिका (mitochondria) या पेशीच्या ऊर्जा निर्माण करणाऱ्या भागातच घडत असावी. काही उत्क्रांतिवादी जीवशास्त्रज्ञ म्हणतात की, पेशींची रचना गुंतागुंतीची होऊन त्यात तंतूकणिका आली त्यापूर्वी, आपण म्हणतो, त्या अर्थाने मृत्यू अस्तित्वातच नव्हता. या शास्त्रज्ञांच्या मते पेशींमधील तंतुकणिका ह्या प्राचीन बॅक्टेरियांपासून उत्क्रांत झाल्या. बॅक्टेरियांना तंतूकणिका नसते. बॅक्टेरियांचं ॲपॉप्टॉसिस (अगोदर तयार असलेल्या आज्ञावलीनुसार पेशींचा मृत्यू) होत नाही. परिस्थिती अनुकूल असेपर्यंत त्यांचं पुन:पुन्हा विभाजन होत राहतं. ते खाल्ले किंवा नष्ट केले जाऊ शकतात. अन्यथा बीजरूपात किंवा इतर कोणत्यातरी निश्चल स्थितीत जाऊन घुटमळत राहतात.

बेकर यांचं लक्ष वैद्यकीय व्यवसायावर केंद्रित झालेलं आहे – हृदयक्रिया बंद पडणं, जबर जखमा किंवा इतर कोणत्याही कारणामुळे शरीर प्राणवायूपासून वंचित झालं, तर त्याला मृत्यूच्या मार्गावरून थांबवण्यासाठी किंवा मागे वळवण्यासाठी काय करावं वगैरे. हायपोथर्मिआ हे एक अस्त्र आहे. दुसरं आहे सीपीआर. ते म्हणतात की, मार्क रॉथ यांच्या प्रयोगशाळेत चाचणी करण्यात येत असलेल्या औषधांसारखी औषधं ही यापुढची पायरी असू शकेल. हायड्रोजन सल्फाइड त्या जिवामधील इलेक्ट्रॉनशी स्वत:ला बांधून घेतो आणि तंतूकणिकांवर परिणाम करतो. बेकर सांगतात, ''आमच्यापैकी बरेच जण यांसारख्या विज्ञानावर काम करत आहेत.''

मी रॉथशी बोलत होतो. हृदय बंद पडलेल्या रुग्णाला मदत करण्यासाठी आलेले इएमटी ज्या पद्धतीने उपचार करतात, त्याच्या विरोधात ते बोलत होते. ''ते आल्याबरोबर सर्वांत पहिली गोष्ट करतात ती म्हणजे त्या रुग्णाच्या तोंडावर मास्क लावणं आणि त्यांना १०० टक्के प्राणवायू देणं. त्याऐवजी त्यांनी दुसरं काहीतरी केलं पाहिजे,'' ते म्हणतात. ''ते गळफास घेण्याकरिता दोराचा जो तुकडा वापरतात, तो काढून घेतला पाहिजे. रुग्णाचा जीव घेणारा तो थोडासा प्राणवायू त्याला देणं टाळलं पाहिजे.''

रॉथ जेव्हा आजूबाजूच्या जगाकडे पाहतात, तेव्हा त्यांना सगळीकडे अमरत्वाच्या खुणा दिसतात. सुप्तनिद्रेतील खारी, बर्फात घुसूनही जिवंत राहाणारे स्कीअर्स, बॅक्टेरिया, वनस्पतींच्या बिया, आपली स्वतःची शरीरं – सगळ्यांमध्ये अमरत्व भरून राहिलेलं आहे. रॉथच्या मते अमरत्व हे निश्चलतेशी अतूटपणे जोडलेलं आहे. निश्चलतेचं वर्णन ते अपरिवर्तनीय सज्जता असं करतात. तसंच ते म्हणतात, "स्त्रियांच्या बीजकोशातील (Ovary) बीजपेशीचंच (अंड) बघा ना. बंबवाले जसे आग विझवायच्या तयारीत बसलेले असतात, तशीच ही अंडी सज्ज होऊन बसलेली असतात. दर महिन्याला या फौजेतील एकच अंडं बाहेर पडतं. बाकीची बंबखान्यात काहीही न करता बसलेली असतात – अगदी दहा-दहा वर्षं."

यापेक्षा लहान, साध्या जिवांमध्ये याची एवढी खंबीर उदाहरणं दिसून येतात की, त्यांचं वर्गीकरण वेगळ्या विभागात होतं. काही बॅक्टेरिया – त्यात ॲन्थ्रॅक्ससारखे घातक बॅक्टेरियाही येतात – बाहेरच्या कोणत्याही आहाराशिवाय पूर्णपणे अपरिवर्तनीय अवस्थेत वर्षानुवर्षं राहतात. बऱ्याच व्हायरसेसच्या बाबतीत असंच घडतं. अंडी, बिया, जंतू, व्हायरसेस – या सर्वांत जीवनाची संभाव्यता असते. रॉथ म्हणतात, "द्रुतगतीने पुनरुत्पादन करण्याची क्षमता असलेल्या या सर्व जिवांमध्ये एक ठळक गुण आढळतो; तो म्हणजे ते लक्षणीय काळापर्यंत 'स्थगित चैतन्या'मध्ये राहू शकतात."

एक गोष्ट लक्षात घेतली पाहिजे. इकेरियाने वापरलेल्या हायड्रोजन सल्फाइडचा गोल कृमींवर जसा परिणाम होतो आणि त्या 'स्थगित चैतन्या'त जातात, तसा परिणाम मानव किंवा इतर सस्तन प्राण्यांवर होत नाही, ते 'स्थगित चैतन्या'त जात नाहीत. त्यांच्या बाबतीत ते फक्त डिमर स्विचचं काम करतं. नेहमीच्या औषधोपचारात बसेल, हायपोथर्मिआसारख्या इतर उपचारपद्धतीच्या जोडीने उपयोगात आणता येईल असं औषध तयार करणं हे रॉथ यांचं सध्यातरी उद्दिष्ट आहे. मला आश्चर्य वाटल्यावाचून राहिलं नाही कधीकाळी आपण काळाला थांबवू शकू, असा विचार करणं खरोखरच अशक्यप्राय आहे का? रॉथनी बेबी झेब्राफिशवर केलेल्या प्रयोगाप्रमाणे आपण माणसांना 'स्थगित चैतन्या'त ठेवू शकणार नाही का?

"अर्थात ते (संशोधन) अजूनही अगदी प्रारंभावस्थेत आहे," रॉथ म्हणतात. "मला वाटतं, सध्यातरी डॉक्टरांनी रुग्णाला फक्त 'डिम'करण्यापुरताच या तंत्रज्ञानाचा वापर करावा, हे योग्य. टोकाच्या परिस्थितीपासून सुरुवात केली, तर आता त्यांच्या नियंत्रणात असलेल्या गोष्टीही हाताबाहेर जायची शक्यता आहे." पण रॉथ जेव्हा "हे कुठपर्यंत जाऊ शकतं त्याची मला खरोखरच कल्पना नाही," अशी कबूली देतात, तेव्हा त्यांच्या चेहऱ्यावर खट्याळ हास्य असतं.

" 'क्लिनिकल मृत्यू' म्हणजे हृदयाचं स्पंदन बंद होणं. त्या माशांची स्पंदनं मी बंद करतो म्हणजे ते क्लिनिकली मृत *असतात.* पण मी त्यांना पुन्हा जिवंत

करतो. याचा अर्थ ते मेलेले नसतात.'' ते गालातल्या गालात हसतात. या प्रकारचा प्रयोग मानवावर करायचा म्हटलं, स्थगित चैतन्य हे त्याच्या टोकापर्यंत ताणायचं म्हटलं, तरी वैद्यकीय व्यवसायाकडे बघण्याच्या आपल्या दृष्टिकोनात अंतर्बाह्य बदल करावा लागेल. कल्पना करा. एक रुग्ण आहे. तिच्या हृदयाचे ठोके बंद आहेत. रक्तदाब नाही. जिवंतपणाचं कोणतंही लक्षण नाही. ती मेलेली आहे का? कोण सांगू शकेल? कोणता डॉक्टर अशा प्रकारचा प्रयोग करील?

''जीवन आणि चैतन्य, मृत्यू आणि अचेतनता हे संबंध तोडण्याच्या दृष्टीने आपण विचार केला पाहिजे,'' रॉथ म्हणतात. ''आपणच यांना एकत्र जोडलेलं आहे; पण या संशोधनावरून लक्षात येतं की, असे संबंध जोडणं रास्त नाही म्हणजे नेहमीच रास्त असतं, असं नाही.''

रॉथ यांच्या कंपनीचं नाव इकेरीया आहे. हे नाव त्यांनी एका प्राचीन ग्रीक बेटावरून ठेवलं आहे. हे बेट त्यावरील गंधकाच्या प्राचीन औषधी झऱ्यांकरिता प्रसिद्ध आहे. हेरोडोटस हे तत्त्ववेत्ते याचे आरंभीचे समर्थक होते. त्याचप्रमाणे त्यांचे विद्यार्थी हिप्पोक्रेटिस, आधुनिक वैद्यकशास्त्राचे जनक हेही याचे समर्थक होते. धाडस करणं रॉथ यांच्या नशिबातच आहे, असं म्हटलं तर ते विपर्यस्त ठरू नये.

बेटाचं इकेरिया हे नाव ग्रीक पुराणातील सुप्रसिद्ध 'इकॅरस' याच्यावरून पडलं आहे. त्याचे वडील डीडॅलस हे कुशल कारागीर होते. त्यांनी त्याला अतिशय मोठे पंख बनवून दिले. त्यांनी त्याला सक्त ताकीद दिली होती की, उडतउडत जास्त वर जाऊ नकोस; पण इकॅरसने उडायला सुरुवात केल्यानंतर तो ती ताकीद विसरला आणि त्याने सूर्याच्या दिशेने झेप घेतली. सूर्याच्या उष्णतेने पंखांना एकत्र धरून ठेवणारं मेण वितळलं आणि इकॅरस खाली समुद्रात पडला आणि बुडून मेला.

मार्क रॉथ उंचावर जायला घाबरत नाहीत; पण जेव्हा त्यांनी 'आत्ताच करायचं' असं ठरवलं तेव्हा त्यांचं उद्दिष्ट अगदी साधं होतं – 'बदल घडवा, जीव वाचवा.' त्यांच्या वैशिष्ट्यपूर्ण विनयशील शैलीत त्यांनी सांगितलं, ''कोणालातरी कठीण परिस्थितीतून बाहेर यायला मदत होईल, असं काहीतरी मी करू शकलो, तर ती चांगली गोष्ट आहे. त्यात मला आनंद आहे.''तसं होण्यासाठी कंपनी सुरू करावी लागली, तर ठीक आहे. ''कसलीतरी शक्यता दाखवून त्यावर पेपर प्रकाशित करणं हे मला पुरेसं वाटत नव्हतं. मला ती शक्यता प्रत्यक्षात उतरवायची होती.''

इथे सिअॅटलमध्ये आम्ही पाहिलेलं उजेड कमी करणं, मेणबत्तीचा ज्वलनाचा वेग कमी करणं, वेळ थांबवणं, मृत्यूला चकवणं यांचा मार्ग ही अख्ख्या कोड्याची गुरुकिल्ली असावी. ''मला वाटतं, अख्खं इमर्जन्सी वैद्यकशास्त्र ही वेळावर अवलंबून असणारी गोष्ट आहे,'' रॉथ म्हणतात. ''कोणाकडे अवधी असतो, कोणाकडे अवधी नसतो. तुम्ही एखाद्या डॉक्टरला विचारा. तो हेच सांगेल, 'अमुक

करण्याएवढा अवधी मला मिळाला असता, तर मी अमुक केलं असतं. ऑपरेशन थिएटरमध्ये नेईपर्यंत तो राहिला असता, तर मी अमुक एक केलं असतं.' '' ते थोडे क्षुब्ध झाल्यासारखे वाटतात. हातवारे करत बोलतात, ''आपण *काहीही* दुरुस्त करू शकतो का? हे म्हणजे अतिरेक केल्यासारखं होईल; पण ज्या गोष्टी आपण आता दुरुस्त करू शकत नाही, त्या जास्त वेळ मिळाल्यावर आपण नक्की करू शकू. याबद्दल प्रश्नच नाही.''

४

मृत्यूच्या पलीकडे

तो रुपेरी तंतू कायमचा सैल झाला
नव्हता. सोन्याचा वाडगा, दुरुस्त न होण्याजोगा
फुटला नव्हता. पण दरम्यानच्या काळात आत्मा कुठे होता?
- एडगर ॲलन पो, "द प्रिमॅच्युअर बेरिअल"

उन्हाळ्याचे दिवस होते. माथ्यावर सूर्य तळपत होता. ड्युॲन डुप्र त्याच्या सुसज्ज बंगल्याच्या परसातील देवदार वृक्षाच्या फांद्या छाटून तो व्यवस्थित करत होता. वरून ऊन रणरणत असलं, तरी तो शांत होता. चाळीस वर्षांच्या डुप्रला दोन मुलं होती. अठरा वर्षांची मुलगी आणि बारा वर्षांचा मुलगा. कॉलेजात जाणारी मुलगी म्हटलं की, ताण हा आलाच. शिवाय किराणामालाची तीन-तीन दुकानं संभाळायची. त्यामुळे परसात काम करणं, हा त्याच्यासाठी विरंगुळा होता; पण आज मात्र त्याला तसं वाटतं नव्हतं. टेक्सासमध्ये जन्मलेल्या आणि टेक्सासमध्येच लहानाचा मोठा झालेल्या डुप्रला गरमीची सवय होती; पण पुरा सहा फूटही नसलेल्या डुप्रचं वजन २४० पौंड होतं आणि आज ते त्याला जाणवत होतं. घामामुळे त्याचा शर्ट त्याच्या छातीला, खांद्याला चिकटला होता. अपचनामुळे छातीत जळजळत होतं. मधल्या भागात चढल्यासारख्या कळा येत होत्या. मध्ये एकदोनदा तो विश्रांती घ्यायला म्हणून थांबला; पण त्यामुळे वेदना अधिकच वाढल्या. मग त्याने विचार केला की, काम करत राहिलं तर मन तरी गुंतून राहील.

दीर्घ नि:श्वास सोडून डुप्रने त्याच्या शिडीची घडी केली. कात्री नीट बांधून ठेवली आणि तो पोहण्याच्या तलावाकडे गेला. अगदी काही मिनिटंच हातपाय

मारून झाल्यावर, खूप पोहून झालं असं म्हणून त्याने पोहणं थांबवलं. छे! भयंकर गरम होत होतं! कपाळ पुसून डुप्र घरात गेला. अपचनामुळे आता आग व्हायला सुरुवात झाली होती. तो ग्लासभर थंडगार पाणी प्याला. नंतर त्याने डॉक्टरांना फोन लावला - वेदनाशामकाचं नाव विचारायला. त्याच्याकडे आधीचं प्रिस्क्रिप्शन होतं म्हणा. त्यामुळे विशेष काही नव्हतं,पण डॉक्टरांनी जेव्हा पुन्हा फोन केला, तेव्हा खरी डोकेदुखी सुरू झाली. डॉक्टरांनी त्याला इमर्जन्सी रूममध्ये जायला सांगितलं - फक्त एक सावधगिरी म्हणून.

कदाचित तो गेलाही नसता; पण एवढं गरम होत होतं की, दुसरं काहीही करण्यासारखं नव्हतं. म्हणून तो गाडी चालवत निघाला. दहा मिनिटांत तो रुग्णालयात पोहोचला. तिथे जाऊन त्याने आपली कथा सांगितली मात्र, भराभरा चक्रं फिरायला सुरुवात झाली. एका नर्सने कळकळीने त्याच्या दंडाला धरलं आणि त्याच्या आधीपासून नंबर लावून वाट बघत बसलेल्या लोकांच्या पुढ्यातूनच त्याला दरवाजातून आत नेलं. अंधूक प्रकाश असलेल्या पॅसेजमधून तपासणीच्या खोलीत नेलं. पाच मिनिटांनी एका तरुण डॉक्टरांनी डुप्रला सांगितलं की, त्याच्या हृदयात काहीतरी गडबड असावी. तेव्हा सगळं व्यवस्थित आहे, याची खात्री करून घेण्याकरिता अँजिओग्रॅम घ्यावा लागणार होता.

''बुधवारी येऊ?'' डुप्रने विचारलं.

डॉक्टर हसले आणि म्हणाले, ''बुधवारपर्यंत थांबून चालणार नाही. तुम्हाला हृदयविकाराचा झटका आलेला असण्याची शक्यता आहे.''

डुप्र साशंक होता; पण त्याच्या छातीत खरोखरच दुखत होतं. रुग्णालयाच्या फोनवरून त्याने आपल्या बहिणीला फोन केला. ती रुग्णालयाच्या हृदयरोग विभागाची प्रमुख नर्स होती. तिने त्याला घाई करायला सांगितलं. तिच्या आवाजात काळजी जाणवत होती.

निदान रुग्णालयात तरी थंड वाटत होतं; पण डुप्रने भुवयांवरून हात फिरवला तर तिथे घाम आला होता. दोन कार्डिऑलॉजिस्ट्स आत आले आणि त्यांनी फॉर्म भरायला सुरुवात केली. एव्हाना डुप्र गर्भगळीत झाला होता. आपलं पोट सुटलेलं आहे, आपण म्हणावा तसा व्यायाम करत नाही, चांगलंचुंगलं खायला आपण एका पायावर तयार असतो, हे सगळं त्याला मान्य होतं. पण म्हणून काय चक्क हृदयविकाराचा झटका यावा? त्याची अन्ननलिका पेटलेली होती. आणि त्या ज्वाळा आता अगदी त्याच्या घशापर्यंत येत होत्या. तो सांगतो, ''थोडा आराम पडावा म्हणून मी मागे स्ट्रेचरवर टेकलो आणि बापरे! मी मेलोच.''

यानंतर काय झालं त्याची कथा त्याच्या वैद्यकीय रिपोर्ट्सवरून स्पष्ट होते. पुढची अठ्ठावीस मिनिटं ड्युअॅन डुप्र मृत्यूशी झगडत होता. त्याला हृदयविकाराचा

तीव्र झटका आला होता. त्याच्या उजव्या जवनिकेत १०० टक्के ब्लॉकेज होतं. त्याच्या रक्तवाहिन्यांमधून थेंब-थेंब रक्त पंप होत होतं. कार्डिऑलॉजिस्ट आणि नर्सेसचं पथक त्याचा रक्तप्रवाह पूर्ववत करण्यासाठी झटत होतं. पुस्तकातील सगळे उपाय चालू होते. त्यांनी सरळ सीपीआर सुरू केलं. त्या वेळी त्यांनी एवढ्या जोरात दाबलं की, त्याच्या तीन बरगड्यांना तडे गेले. त्यांनी पटकन डिफिब्रिलेटर पॅड्स घेतली आणि त्या अठ्ठावीस मिनिटांत त्याला सहा वेळा शॉक दिला. सहाव्या शॉकनंतर मंद का होईन, पण हृदयाचे ठोके सुरू झाले.

त्याबरोबर त्या पथकाने डुप्रला स्ट्रेचरवर टाकलं, त्याला कॅथ लॅबमध्ये नेलं आणि अँजिओप्लास्टी केली. डॉक्टरांनी एक छेद करून त्यातून एक अतिशय छोटासा फुगा रक्तवाहिनीतून सरपटवत डुप्रच्या हृदयापर्यंत नेला. तिथे त्यांनी हळूहळू तो फुगा फुगवला आणि त्या धमनीमध्ये अडथळा निर्माण करणारा चरबीच्या थराचा (plaque) बांध फोडला. थेंबाथेंबाने जाणारा रक्तप्रवाह नेहमी सारखा वाहू लागला. रुग्णाच्या गालावर गुलाबीपणा आला. "त्यांनी माझे प्राण वाचवले," डुप्र आता सांगतो. त्याने ती कहाणी एवढी तपशीलवार सांगितली की, जीवन आणि मरणामधील सूक्ष्म रेषा प्रत्यक्ष पाहिल्यासारखं मला वाटलं.

पण ही कथा इथेच संपत नाही. डुप्र मला म्हणाला की, प्रत्यक्षात याशिवाय आणखीही काही घडलं. त्या अठ्ठावीस मिनिटांत काहीतरी प्रभावी घडलं. त्या खोलीत असलेले डॉक्टर, नर्सेस आणि वैद्यकीय तंत्रज्ञ यांपैकी कोणालाही त्याची अंधूकशीही जाणीव झाली नव्हती. बरगड्यांना तडे जात होते, वैद्यकीय पथक प्रयत्नांची पराकाष्ठा करत होतं, तेव्हा आपण त्यांच्याहून काही फूट उंचावरून हे सगळं पाहत आहोत, आपल्याभोवती उबदार, सुखमय भावनांचा कोश आहे, असं डुप्रला वाटलं.

ते नक्की काय होतं, कसं होतं, याचं वर्णन करायला डुप्रला शब्द अपुरे पडतात. "ते तसं गुंतागुंतीचं आहे; पण मी आतापर्यंत गेलेल्या सगळ्या ठिकाणांपेक्षा ही जागा जास्त निवांत, जास्त शांत, जास्त आरामदायी, जास्त सुरक्षित होती." त्याच्या शरीरावर उपचार करण्याचे डॉक्टरांचे प्रयत्न चालू होते, तेवढ्यात वैद्यकीय कॉरिडॉर निसटून गेलं आणि आपण एका भव्य, जुन्या पद्धतीच्या प्रतीक्षालयात असल्याचं डुप्रला आढळलं. त्या खोलीत बऱ्याच लाकडी टेबलखुर्च्या होत्या. "तुम्ही कधी एलिस आयलंडची जुनी ब्लॅक ॲन्ड व्हाइट चित्रं पाहिली आहेत? मोठमोठ्या, भरभक्कम उंच खिडक्या, आत भरपूर प्रकाश येत आहे अशा?" एलिस बेटावरील ग्रेट हॉलसारख्याच तिथेही जुन्या टेबलांच्या रांगाच रांगा होत्या. शिवाय लांब दोऱ्यांनी लटकणाऱ्या दिव्यांची रांग होती – खोलीच्या टोकापासून तीन-चतुर्थांश अंतरावर.

"तिथे मी एकटाच होतो. मी कामावर जायचे कपडे घातले होते. मी तिथे काय करत होतो, ते मला बरोबर माहीत होतं. म्हणून मी वाट बघत बसलो होतो," डुप्र म्हणाला. "मी गांगरलो नव्हतो की, भयभीत झालो नव्हतो. माझं तिथे असणं स्वाभाविक होतं. माझं नाव दोनतीनदा पुकारलं गेलं, तरी मी बसूनच राहिलो. आणि मग मी जागा झालो. आजूबाजूला लोकांची धावपळ चालली होती. कोणी माझ्या छातीवर बसलं होतं, मला दणके देत होतं."

डुप्रला आलेल्या या अनुभवाला मृत्युसामीप्याचा अनुभव (निअर डेथ एक्सपिरिअन्स) किंवा एनडीई म्हणतात. जर मृत्यू ही वाळूवरील सूक्ष्म रेघ असेल तर एनडीई घेणारे लोक हे किनाऱ्याकडे धावणाऱ्या लाटेबरोबर पाण्याबाहेर येण्यासाठीच भरतीओहोटीच्या लाटांबरोबर समुद्रात ओढले गेल्यासारखे असतात. आतापर्यंत प्रकाशित झालेल्या संशोधनानुसार १० ते २० टक्के अमेरिकन लोकांना मृत्युसामीप्याचा अनुभव आला आहे, असं दिसून येतं. प्रसंगोपात्त झालेल्या सर्वेक्षणाचे निष्कर्ष पाहिले, तर हा आकडा अजूनही खूप वाढतो.

मी मिशिगन येथील ॲन आरबरमधील विद्यापीठाच्या रुग्णालयात न्यूरोसर्जरीचं प्रशिक्षण घेत होतो त्या वेळी, म्हणजे १९९० साली 'मृत्युसामीप्याचा अनुभव' ही संज्ञा मी प्रथम ऐकली. पण ही संज्ञा त्याच्या खूप अगोदरपासून अस्तित्वात होती. डॉ. रेमंड मूडी यांनी '*लाइफ आफ्टर लाइफ*' या त्यांच्या, १९७५मधील लोकप्रिय संशोधनात्मक पुस्तकामध्ये ही संज्ञा पहिल्यांदाच तयार करून वापरली. व्हर्जिनिया विद्यापीठात तत्त्वज्ञानाची पदवी मिळवण्याकरिता शिकत असताना त्यांना या विषयात रस उत्पन्न झाला. एका मुलाखतीत त्यांनी सांगितलं, की मानसरोगचिकित्सक जॉर्ज रिची यांच्याकडून त्यांनी पहिल्यांदा एनडीईविषयी ऐकलं. दुसऱ्या महायुद्धात शिपाई म्हणून काम करत असताना रिची न्यूमोनिआने गंभीर आजारी होते, तेव्हा त्यांना मृत्युसामीप्याचा अनुभव आला. लवकरच मूडी मृत्युसामीप्याचा अनुभव घेतलेल्या अनेक लोकांना भेटले आणि त्यांच्या तोंडून त्यांनी त्यांचे अनुभव ऐकले. उदाहरणार्थ, हृदयक्रिया बंद पडलेल्या एका रुग्णाने सांगितलं की, डॉक्टर आणि नर्सेस त्याच्या छातीवर गुद्दे मारत होते. त्याने त्यांना सांगायचा प्रयत्न केला, "मला मोकळं सोडा. माझ्यासाठी एवढंच करा की, मला त्रास देऊ नका." "त्यांनी मला मारू नये, म्हणून त्यांचे हात हालवायचा मी प्रयत्न केला; पण काहीही उपयोग झाला नाही. म्हणजे असं की, नक्की काय झालं ते मला माहीत नाही; पण मी त्यांचे हात हालवू शकलो नाही, एवढं खरं. मी त्यांच्या हातांना स्पर्श करत होतो आणि त्यांचे हात हालवायचा प्रयत्न करत होतो, असं मला वाटतं."

जॉर्जिया विद्यापीठात वैद्यकीय विद्यार्थी असतानाच मूडींनी हे लोकप्रिय पुस्तक लिहिलं. आपला मृत्यू झाला तेव्हा काय घडलं याविषयी लोकांनी सांगितलेल्या

कथांमध्ये मूडींना बरीच सुसंगत वैशिष्ट्यं आढळली. सर्वांच्याच अनुभवांत ही व्यवच्छेदक लक्षणं होतीच असं नाही; पण वरील लक्षणं सामाईक असल्याचं मुडींना आढळून आलं. त्यांनी लिहिलं आहे की, सामान्यत: मोठा आणि कर्कश आवाज हा मृत्यूचा पहिला इशारा असतो.

> एक माणूस मरणाच्या दारात उभा आहे. त्याच्या शारीरिक यातना जेव्हा शिगेला पोहोचतात, तेव्हाच डॉक्टरांनी त्याला मृत घोषित केल्याचं त्याला ऐकू येतं. मोठमोठ्याने होणारा घंटानाद, गुंजारव किंवा भोंगा यांसारखा त्रासदायक आवाज त्याला ऐकू येऊ लागतो. त्याच वेळी आपण एका लांबसडक, काळोख्या बोगद्यातून वेगाने पुढे जात आहोत, असं त्याला वाटतं. यानंतर अचानक त्याला जाणवतं की, आपण आपल्या शरीरातून बाहेर आलो आहोत; पण आपण अजूनही त्याच परिसरात आहोत. तो प्रेक्षक असल्याप्रमाणे स्वत:च्या शरीराकडे थोड्या अंतरावरुन बघतो. या वेगळ्याच मोक्याच्या ठिकाणावरून स्वत:च्या शरीराला पुनरुज्जीवित करण्याचे चाललेले प्रयत्न पाहतो. त्याच्या भावनिक विश्वातही प्रचंड उलथापालथ झालेली असते.
>
> लवकरच तो स्वत:ला सावरतो व या विचित्र परिस्थितीशी जुळवून घेतो. त्याच्या लक्षात येतं की, अजूनही तो 'शरीरा'त आहे; पण हे शरीर त्याने मागे ठेवलेल्या भौतिक शरीरापेक्षा खूपच वेगळ्या प्रकारचं आणि अतिशय वेगळ्या शक्ती असणारं आहे. लवकरच इतर गोष्टी घडू लागतात. त्याला भेटायला आणि मदत करायला बाकीचे येतात. पूर्वी मरण पावलेल्या आप्तांच्या आणि मित्रांच्या आत्म्यांचं त्याला ओझरतं दर्शन होतं. आणि त्याला यापूर्वीही भेटलेला एक प्रेमळ, दयाळू आत्मा – मूर्तिमंत तेज – त्याच्यासमोर येऊन उभा राहतो. ते अस्तित्व त्याला नि:शब्दपणे प्रश्न विचारतं, त्याच्या आयुष्याचं मूल्यमापन करायला सांगतं. हे करण्यासाठी त्याच्या आयुष्यातील महत्त्वाच्या घटनांची सर्व बाजूंनी दिसणारी दृश्यं क्षणार्धात त्याच्यासमोर उलगडून दाखवतं. एखाद्या क्षणी त्याला जाणवतं की, तो एका अडथळ्याशी किंवा सीमेजवळ जात आहे. ती पृथ्वीवरील जीवन आणि नंतरचं जीवन यांच्यामधील सीमारेषा असते. तरीसुद्धा त्याला समजतं की, त्याला पुन्हा पृथ्वीवर गेलं पाहिजे, कारण त्याच्या मृत्यूची घटका अजून भरली नाही. या वेळी तो विरोध करतो. कारण एव्हाना त्याला मृत्यूनंतरचं हे जीवन आवडू लागलेलं असतं आणि तो परत जायला राजी नसतो. आनंद, प्रेम आणि शांतीच्या

भावनावेगाने तो भारावून गेलेला असतो. त्याच्या मनाचा कल असा असला, तरी शेवटी तो त्याच्या भौतिक शरीरात परत जातो आणि जिवंत होतो.

एक डॉक्टर म्हणून, एवढ्या बारकाईने केलेल्या या वर्णनामुळे विमनस्क व्हायला होतं. पण आत्मा आणि शरीर यांच्या भिन्नत्वाची कल्पना ही मानवजातीएवढीच प्राचीन आहे. जवळजवळ प्रत्येक धर्माचं ते सारसर्वस्व आहे. अगदी *'तिबेटन बुक ऑफ द डेड'* पासून ते प्राचीन हिंदू उपनिषदांपर्यंत तेच आढळून येतं. जुन्या करारात प्रेषित इसाया म्हणतात, ''तुझी मृत माणसं जिवंत होतील, माझ्या मृत शरीराबरोबर ती उत्पन्न होतील.'' (इसाया २६:१९)

*फेडो*मध्ये (Phaedo) प्लेटो सांगोपांग विचार करतात की, ''शरीर स्वत:हून आत्म्यापासून अलग होतं आणि आत्मा स्वत:पासून अलग होतो'' किंवा आत्मा सरळ विरघळूनच जातो. *'द रिपब्लिक'*मध्ये ते अर (Er) या सैनिकाच्या मृत्युसामीप्याच्या अनुभवाची संपूर्ण हकिगत सांगतात. लढाईत त्याचा वध झाल्यासारखा वाटतो; पण नंतर तो परत येतो.

धर्म आणि तत्त्वज्ञानातील सर्व उल्लेखांपेक्षा, मृत्यूनंतरच्या जीवनाचं मूडींनी केलेलं वर्णन जास्त प्रभाव पाडतं. त्यांनी वर्णन केल्याप्रमाणे असणारा हा मृत्युसामीप्याचा अनुभव आपल्या लोकप्रिय संस्कृतीत खोलवर रुजलेला आहे – देवदूतांसंबंधीच्या नव्या युगाच्या पुस्तकांपासून ते *'ऑल दॅट जॅझ'* सारख्या अत्याधुनिक चित्रपटांपर्यंत. ते क्लायमॅक्सचं गाणं कोण विसरू शकेल? नृत्यदिग्दर्शक आणि दिग्दर्शक बॉब फॉस याने हा आत्मचरित्रात्मक चित्रपट बनवला आहे. त्याचं स्वत:चं ओढगस्तीचं जीवन आणि जवळजवळ प्राणघातक असा हृदयविकाराचा झटका यावर हा चित्रपट आहे. त्या चित्रपटात फॉसचा जीवश्चकंठश्च मित्र – याचं काम रॉय शायडर याने केलं आहे – हॉस्पिटलमध्येच मरण पावतो; पण मरणापूर्वी त्याला मृत्युसामीप्याचे सर्व उपचार मिळतात. मृदुभाषिणी, श्वेतवस्त्रधारी स्त्री; लांब पांढरा बोगदा (एमआरआय मशीनसारखा दिसणारा) आणि रंगभूमीवरील बडबडीच्या स्वरूपात घेतलेली संपूर्ण आयुष्याची समीक्षा, ही बेन वेरीनच्या तोंडी होती (''सुमार कलावंत. याने इतरांसाठी फारसं काही केलं नाही. या बोकोबाला जगात ना कोणी सखा, ना कोणी सोबती.'') ..... आणि वेरीनचं ते रोमांचक गाणं आणि थरारून सोडणारा नाच, ''बाय, बाय लाइफ.''

खरं सांगायचं तर, काही मिनिटांकरिता हृदयक्रिया बंद पडलेले अनेक जण अशा

प्रकारे 'मरतात'; पण या अनुभवापैकी काहीही मागाहून त्यांच्या लक्षात राहत नाही. झेयाद बाराझांजींचंच घ्या. ते ट्रेडमिलवरून उतरले त्या क्षणापासून दोन आठवड्यांनंतर रुग्णालयात जागे झाले, तिथपर्यंत त्यांच्या आठवणींची पाटी पूर्णपणे कोरी आहे. आणि तरीही नियंत्रित संशोधनातील सहापैकी एक असो की एका डॉक्टरच्या बहुवाचित सर्वेक्षणातील ४२ टक्के प्रौढ असोत, लक्षावधी अमेरिकन माणसांनी एनडीईचा अनुभव घेतला आहे. त्यांचं काय झालं?

मला नेहमी वाटायचं की, याचं उत्तर धर्माच्या किंवा तत्त्वज्ञानाच्या कक्षेत येतं. त्यामुळे विज्ञान, परंपरागत वैद्यकीय विज्ञानातून या घटनांचा खुलासा होऊ शकतो, असं खात्रीपूर्वक सांगणारे लोक जेव्हा मला भेटले, तेव्हा मला आश्चर्य वाटलं. आम्हाला ड्युअॅन डुप्रची ओळख अशाच एका शास्त्रज्ञाने करून दिली. त्या शास्त्रज्ञाचं नाव सॅम पार्निआ. हे इमर्जन्सी डॉक्टर असून मृत्युसामीप्याच्या अनुभवाचा अभ्यास करण्याची त्यांना अतिशय आवड आहे. हे वाचल्यावर त्यांचं ऑफिस क्रिस्टल्सनी भरलेलं असेल आणि ते तंबूबिंबूत राहत असतील, असं चित्र आपल्या डोळ्यासमोर येतं; पण देशातील शैक्षणिक वैद्यकशास्त्राच्या अव्वल श्रेणीच्या केंद्रांपैकी एक असलेल्या न्यूयॉर्क-प्रेस्बायटेरियन हॉस्पिटल/व्हेल कॉर्नेल मेडिकल सेंटरच्या हॉलमध्ये पार्निआ फिरताना आढळले.

''मृत्यू म्हणजे काय? आपण काय अनुभवतो? शेवटी, आपली इच्छा असो वा नसो; आपणा सर्वांनाच अखेरीस त्याला सामोरं जावं लागणार आहे,'' पार्निआ एखाद्या लहान मुलासारखे उत्साहाने बोलत होते. ''मरण म्हणजे आपल्यासाठी नक्की काय असण्याचा संभव आहे? जुन्या विचाराचे लोक म्हणतील की, हे सगळं तत्त्वज्ञानाच्या कक्षेत येतं. मला नाही हे पटत. मी म्हणतो, सगळ्या गोष्टींचा अभ्यास विज्ञानाच्या अंगाने केला पाहिजे.''

पार्निआंनी इमर्जन्सी डॉक्टर म्हणून प्रशिक्षण घेतलं आहे. इंग्लंडमधील साउथॅम्प्टनमध्ये वैद्यकीय शिक्षण घेत असतानाच त्यांना मृत्यूविषयी कुतूहल वाटू लागलं. ''काही कारणाने मला मन आणि शरीर यांचा संबंध वगैरे गोष्टींविषयी आकर्षण वाटू लागलं. मी 'मी' का आहे? तुम्ही 'तुम्ही' का आहात? माणसाचा 'स्व' कसा तयार होतो?'' जेव्हा पार्निआंनी बाळाचा जन्म होताना बघितलं, तेव्हा माणसाला जाणीव व्हायला सुरुवात कधी होते आणि मेंदूच्या पेशींतून विचार कसे उत्पन्न होतात, या प्रश्नांनी पार्निआंच्या डोक्यात पिंगा घालायला सुरुवात केली. वैद्यकीय शिक्षणादरम्यान रुग्णालयात पाळ्या करत असताना, आयुष्यात पहिल्यांदाच त्यांच्यावर नित्यनेमाने मृत्यूला सामोरं जायची वेळ आली.

''माझ्यासमोर लोक मरताना दिसत होते,'' पार्निआ म्हणाले. ''रुग्णालयातील इतरांसाठी ती नेहमीचीच गोष्ट होती. मृत्यू म्हणजे काय वगैरेंविषयीचं खरं विज्ञान

किंवा त्या लोकांकडून मिळणारी माहिती यांविषयी पूर्णपणे अनभिज्ञ असूनही आम्ही, मरणाच्या दारात असलेल्या रुग्णाच्या बाबतीत पुढे काय करायचं, कितपत आक्रमक व्हायचं, याबद्दल निर्णय घेत असतो, याचा माझ्या मनावर खूपच परिणाम झाला.''

मला वाटतं, बरेच डॉक्टर मृत्यूविषयी विचार करण्यासाठी पुरेसा वेळ देत नाहीत. अर्थात, रुग्णाचा जीव वाचवणं, यासाठी ज्याने आपलं जीवन समर्पित केलं आहे, त्याला मृत्यू हा आपला पराभव वाटणारच. आपण जे करू शकू अशी आपल्याला आशा होती, ते आपल्याकडून घडलं नाही, असं त्याला वाटणं साहजिक आहे. जेव्हा एखाद्या रुग्णाचा मृत्यू होतो, तेव्हा न्यूरोसर्जन या नात्याने आपण किती जोखीम पत्करलेली असते याची पुन्हा एकदा जाणीव होते. आपणा सर्वांच्याच भविष्यात काय वाढून ठेवलं आहे, याचीही आठवण होते. क्वचित कधी एखाद्या रुग्णाचा अंत झाल्यावर थोडासा विचार करायला सवड मिळते आणि मग लक्षात येतं की, त्या रुग्णात आणि आपल्या एखाद्या नातेवाइकात किंवा जवळच्या मित्रात काहीतरी साम्य होतं.

प्रशिक्षणाच्या शेवटच्या वर्षात पार्निआ काही काळासाठी परदेशी न्यूयॉर्क प्रेस्बायटेरियन हॉस्पिटल/व्हेल कॉर्नेल मेडिकल सेंटरमध्ये होते. तेव्हा तिथे त्यांना एक माणूस भेटला. त्याच्या मृत्यूचा त्यांच्यावर खोलवर परिणाम झाला.

तो माणूस म्हणजे डेस्मंड स्मिथ. वेस्ट इंडीजमधून इकडे येऊन राहिलेला हा माणूस अतिशय आनंदी, मनमिळाऊ होता. न्यूयॉर्क शहराच्या बाहेरच्या बाजूला त्याचं घर होतं. त्या दिवशी तो त्याचा बासष्टावा वाढदिवस साजरा करत होता. आयुष्यभर धूम्रपान करत असला, तरी त्याची तब्बेत चांगली होती, तो जोमदार होता. पण वाढदिवसासाठीचा खास ब्रेकफास्ट बनवत असताना त्याला खोकला आला आणि थुंकीतून रक्त पडलं. रुग्णालयात आल्यावरही इमर्जन्सी रूममध्ये तो आनंदात होता. बावीस वर्षांच्या ब्रिटिश वैद्यकीय विद्यार्थ्याला त्याने सांगितलं, ''हस, हस. सर्व काही ठीक होईल.'' स्मिथची परिस्थिती तशी गंभीर वाटत नव्हती. त्यामुळे काही चाचण्यांचे रिपोर्ट येईपर्यंत पार्निआ इतर रुग्णांकडे वळले.

जेमतेम अर्धा तास झाला असेल, तोच पार्निआंचा पेजर वाजू लागता. त्यावर 'हृदयक्रिया बंद' चा कोड होता. पार्निआ धावतच इआरकडे गेले आणि पाहतात तो काय, उंचनिंच डेस्मंड स्मिथ जमिनीवर अस्ताव्यस्त पडला होता. त्याच्याभोवती पांढऱ्या कोटवाल्यांची धावपळ चालली होती. स्मिथने नंतर एकही श्वास घेतला नाही. पार्निआ उद्ध्वस्त झाले. त्यांच्या डोक्यात अनेक प्रश्न थैमान घालू लागले – चैतन्याने ओतप्रोत भरलेला हा माणूस अचानक जाऊ कसा शकतो? हे *'जाणं'* म्हणजे तरी काय? तो आता कुठे असेल? हा खरंच शेवट होता का?

"मला प्रश्न पडला होता की, या माणसाने काय अनुभवलं असेल? तो कोणत्यातरी प्रकारे अजून आपल्यात आहे की, तो पूर्णपणे नष्ट झाला? या प्रश्नांनी मला भारून टाकलं होतं; पण मला ठाऊक होतं की, यांची उत्तरं विज्ञानातच मिळतील," पार्निआ सांगत होते, "माझ्या डोक्यात पिंगा घालणाऱ्या या प्रश्नांनी मला याचा शोध घ्यायला प्रवृत्त केलं."

पण हा शोध घ्यायची भूक तशीच दाबून ठेवावी लागली. पुढची तीन वर्षं वैद्यकीय रेसिडेन्सीच्या खडतर प्रशिक्षणातच गेली. मृत्यूनंतरच्या जीवनाची शक्यता पडताळून पाहण्यासाठी वेळच नव्हता. तीन वर्षं यातच गेली. शिक्षण-प्रशिक्षणातून तावूनसुलाखून डॉक्टरी प्राप्त झाल्याला जेमतेम आठवडा झाल्याबरोबर पार्निआंनी डॉ. पीटर फेनविक यांच्याशी संपर्क साधला.

त्या काळात फेनविक हे मृत्युसामीप्याचा अनुभव या विषयावरील जगातील अग्रगण्य तज्ज्ञ समजले जात. फेनविक हे लंडनच्या किंग्ज कॉलेज हॉस्पिटलमध्ये न्यूरोसायकिॲट्रिस्ट आणि न्यूरोफिजिऑलॉजिस्ट आहेत. १९९५मध्ये नुकतंच त्यांचं *'द ट्रूथ इन द लाइट'* हे मृत्युसामीप्याच्या तीनशेहून अधिक अनुभवांच्या मूल्यांकनावर आधारित पुस्तक प्रसिद्ध झालं. काही जणांना ते विचित्र झपाटलेपण वाटलं असेल; पण पार्निआ मात्र भारावून गेले. फेनविक यांच्या प्रोत्साहनाने त्या तरुण डॉक्टरांनी मृत्युसामीप्यावरील शास्त्रीय वाङ्मय वाचायला सुरुवात केली. १९९७ मध्ये त्यांना इंग्लंडच्या दक्षिण भागातील साउर्थम्पटन जनरल हॉस्पिटलमध्ये नोकरी मिळाली आणि ते स्वत:चे प्रयोग करायला सज्ज झाले.

त्या रुग्णालयाच्या संचालकांकडून पार्निआंनी इमर्जन्सी रूम्सची थोडीशी अंतर्गत सजावट करण्याची परवानगी घेतली. त्यांनी काय केलं, याचं जेव्हा वर्णन केलं तेव्हा मी आतापर्यंत ऐकलेल्या सर्व प्रयोगांतील तो सर्वांत विलक्षण प्रयोग होता, असं माझ्या लक्षात आलं. त्यांनी छताच्या १५० टाइल्स विकत आणल्या. एका स्थानिक मुद्रकाकडून त्यांनी प्रत्येक टाइलच्या एकाच बाजूवर एखादा फोटो, वर्तमानपत्रातील मथळा यांसारख्या वेगवेगळ्या प्रतिमा रंगवून घेतल्या. नंतर त्यांनी आपल्या सहकाऱ्यांच्या मदतीने त्या सर्व १५० टाइल्स, प्रतिमेची बाजू वर राहील अशा प्रकारे छतापासून दोन-एक फुटांवर तारेने टांगल्या. इमर्जन्सी रूम आणि इमर्जन्सी पुनरुज्जीवनाकरिता वापरण्यात येणाऱ्या भागांत वेगवेगळ्या ठिकाणी या टाइल्स टांगण्यात आल्या होत्या. जमिनीवरून पाहिलं तर त्या छताच्या नेहमीच्या टाइल्सप्रमाणे पांढऱ्या दिसत होत्या. पण खरोखरच कोणी शरीरातून बाहेर पडून तरंगायला लागलं तर त्याला टाइल्सच्या वरच्या बाजूच्या प्रतिमा दिसल्या असत्या.

रुग्णालयात हृदयक्रिया बंद पडलेल्या व त्यातून बचावलेल्या रुग्णाचा समावेश या अभ्यासात होणार होता. तो पुनर्जीवित झाल्यावर पार्निआ किंवा त्याचा एखादा

सहकारी त्याला एक साधा प्रश्न विचारून त्याची मुलाखत घेणार होते –“तुम्ही बेशुद्ध होता त्या काळातील काही तुम्हाला आठवतं का?” बापरे! हे म्हणजे पांढऱ्या प्रकाशाला बाटलीत बंद करण्यासारखं होतं.

पुढच्या वर्षभरात साउथॅम्पटन हॉस्पिटलमधील, हृदयक्रिया बंद पडूनही वाचलेल्या त्रेसष्ट रुग्णांपैकी चौघांनी या प्रश्नाचं उत्तर 'होय' असं दिलं. त्यांनी सांगितलेल्या गोष्टी मनोरंजक होत्या; पण एनडीईचं कारण काय असू शकेल या विषयी काहीच माहिती मिळाली नाही. पार्निआसमोरचा पहिला प्रश्न होता - या लोकांना तो अनुभव आला तेव्हा ते खरोखरच मरत होते का? ते आणि हृदयक्रिया बंद पडलेले इतर रुग्ण यांच्यात शारीरिकदृष्ट्या काही फरक होता का? पण असं आढळलं की, एनडीई आलेले लोक आणि न आलेले लोक यांच्या रक्तातील प्राणवायू, कार्बन डायऑक्साइड, सोडियम आणि पोटॅशियम यांच्या पातळ्यांमध्ये म्हणण्यासारखा फरक नव्हता. त्यांच्या धार्मिक श्रद्धांमध्येही विशेष फरक नव्हता. त्यांना आलेल्या अनुभवातही श्रद्धेचा भाग दिसून येत नव्हता. चौघांपैकी कोणीही शरीरातून बाहेर पडल्याचं सांगितलं नाही. खास टांगलेल्या छताच्या टाइल्सवरील काही पाहिल्याचंही कोणी वर्णन केलं नाही. तसं सांगितलं असतं, तर त्यांच्या गोष्टीची रंगत वाढली असती.

एकूण हा प्रयोग तसा निराशाजनकच झाला. पण पार्निआंनी धीर सोडला नाही. बाकी काही नाही, तरी मृत्युसामीप्यावरील संशोधनाला विज्ञानाच्या क्षेत्रात आणण्यात ते यशस्वी झालेच होते. त्यापूर्वी मूडी, केनेथ रिंग (*'लेसन्स फ्रॉम द लाइट'* आणि इतर एनडीईवरील पुस्तकांचे लेखक) यांच्यासारखे संशोधक तेवढे काटेकोर नव्हते. त्यांनी मृत्यूची नेमकी व्याख्याही केली नव्हती. त्यामुळे ड्युअॅन डुप्र; रुग्णालयात रेंगाळताना अलौकिक दृश्यं पाहाणारा कर्करोगग्रस्त रुग्ण; झटकन गाडी वळवल्यामुळे अपघातातून बचावलेली; पण त्या क्षणी पुरं आयुष्य झर्रकन तिच्या डोळ्यासमोरून गेलं म्हणून सांगणारी एक ड्रायव्हर – या सगळयांची एकच मोट बांधलेली आढळते.

याउलट, पार्निआ ज्यांचा अभ्यास करत होते, त्यांचं हृदय खरोखरच थांबलं होतं. त्यामुळे मेंदूकडे जाणारा रक्तप्रवाह खंडित झाला होता. अशाच प्रकारचा अभ्यास, व्हर्जिनिया विद्यापीठाच्या 'डिव्हिजन ऑफ परसेप्च्युअल स्टडिजचे संस्थापक डॉ. ब्रूस ग्रेसन करत होते. डिफिब्रिलेटर बसवण्यासाठी ज्यांची हृदयं हेतुपुरस्सर बंद करण्यात आली, त्यांची ते पाहणी करत होते. (त्या रुग्णांपैकी एकानेही मृत्युसामीप्याचा अनुभव आल्याचं सांगितलं नाही, त्यामुळे ते निराश झाले.) आता तुम्ही म्हणाल की, हृदय थांबणं आणि मृत्यू या दोन गोष्टीत फरक आहे. शेवटी, त्या संशोधनासाठी ज्यांच्या मुलाखती घेतल्या ते त्या अनुभवाच्या दरम्यान जिवंतच होते; पण

पार्निआंच्या दृष्टीने जीवन आणि मृत्यूमधील सीमारेषा स्पष्ट होती. मृत्यूकडे ते एक अखंड घटना म्हणून पाहत होते. त्यांच्या मते एखाद्या रुग्णाला सीपीआरने पुन्हा जिवंत केलं किंवा एखादा मेलेला रुग्ण मेलेलाच राहिला – दोन्ही बाबतीत पहिली काही मिनिटं सारखीच असावीत.

"आमची सुरुवात मृत्युसामीप्याच्या अनुभवातून झाली, पण आता मी बोलतो आहे ते 'प्रत्यक्ष मृत्यूच्या अनुभवा'विषयी," पार्निआ मला सांगत होते, "आम्ही क्लिनिकल मृत्यूच्या दरम्यान असणाऱ्या लोकांचा वस्तुनिष्ठपणे अभ्यास करतो. आम्ही जेवढं मोजमाप करू शकतो, त्यावरून या लोकांच्या मेंदूचं कार्य बंद असतं. ते जर पडताळून पाहता आलं, तर एक अख्खं नवीन क्षेत्र खुलं होईल."

या प्रश्नांचा पाठपुरावा करणं हे गंभीर अशा वैद्यकीय विश्वात तितकंसं लोकप्रिय असतंच असं नाही. न्यूयॉर्क-प्रेस्बायटेरियन हॉस्पिटल/व्हेल कॉर्नेल मेडिकल सेंटर हे, झेयाद बाराझांजींना हृदयक्रिया बंद पडल्यावर जिथे नेलं त्या न्यू यॉर्क-प्रेस्बायटेरियन हॉस्पिटल/कोलंबियाचं जोडरुग्णालय आहे. जेव्हा माझ्या पथकाने पहिल्यांदा पार्निआंना फोन करायचा प्रयत्न केला आणि त्यांच्या मृत्युसामीप्याच्या संशोधनाच्या संदर्भात त्यांच्याशी बोलायचं आहे म्हणून सांगितलं, तेव्हा तिकडचे जनसंपर्क कर्मचारी त्यांच्याशी फोन जोडून देईनात.

शेवटी माझा त्यांच्याशी फोनवर संपर्क झाल्यावर, हे कळल्यावर ते हसले. "मी चुकीचा आहे, असा त्यांनी ग्रह करून घेतला आहे आणि ते चुकीचे आहेत, असं मला वाटतं. तुम्ही गूगलवर सर्च केलंत तर ९९ टक्के माहिती त्यावर उपलब्ध आहे. त्यांना त्याच्याशी संबंध ठेवायचा नाही." त्यांच्या भावना पार्निआंना समजतात. याच विषयावरील *'व्हॉट हॅपन्स व्हेन वुई डाय'* हे त्यांचं पुस्तक, पुस्तकांच्या दुकानात 'नवं युग' विभागात ठेवलेलं आढळलं, तेव्हा ते वैतागले होते. "माझ्या मनात आलं - माझं हे पुस्तक देवदूतांवरच्या पुस्तकांच्या रांगेत कसं जाऊन बसलं?"

खरोखरच, मृत्युसामीप्याच्या अनुभवाविषयीची बरीचशी पुस्तकं आणि वेबसाइट्स यांचा संबंध भुरभुरते ढग आणि सूर्यकिरणांनी भरलेल्या इंद्रधनुष्यी रंगातील आकाशाच्या देखाव्याशी जोडला जातो. मृत्युसामीप्याचा अनुभव घेतलेले बरेच लोक किंवा त्याविषयी ज्यांनी विचार केला आहे, असे अनेक लोक निष्कर्ष काढतात की, ती परलोकाची निशाणी आहे. उदाहरणार्थ, जीन पॉटर ही महिला पाण्यात बुडून मरतामरता वाचली. आपला अनुभव सांगताना ती म्हणाली, "मला माहीत होतं की मी देवाकडे चालले आहे. मला ठाऊक होतं की, मी माझ्या घरीच जाते आहे. मला अजिबात भीती वाटली नाही."

अर्थात, आपलं आयुष्य या भौतिक विश्वाशी भक्कमपणे जोडलेलं आहे असं

समजणारे लोक, देवाशी भेट वगैरे कल्पनांनी गडबडून जातात. अध्यात्म आणि विज्ञान यांमधील पारदर्शक संबंध जेवढा मृत्युसामीप्याच्या अनुभवात आढळतो, तेवढा आयुष्यात इतर कोणत्याही क्षेत्रात आढळत नाही. पण पार्निआ आणि इतर अधिकाधिक संशोधक या संदर्भात जास्त प्रमाणभूत अशा वैद्यकीय खुलाशाच्या शोधात आहेत.

यांपैकी काही शास्त्रज्ञांच्या मते मृत्युसामीप्याचा अनुभव हा पूर्णपणे मानसिक आहे. त्याचा उगम मृत्यूविषयीची अतोनात भीती किंवा धार्मिक समजुती यांत आहे. तर काही शास्त्रज्ञ म्हणतात की, एनडीई हा मूलत:, मेंदूला होणारा प्राणवायूचा पुरवठा खंडित झाल्यामुळे होणारा भ्रम आहे. उदाहरणार्थ, बोगदा हे अनेक एनडीईचं व्यवच्छेदक लक्षण आहे; पण कदाचित ते नजरेचं क्षेत्र संकुचित झाल्यामुळेही होत असेल. मूर्च्छा येण्यापूर्वीही बऱ्याच जणांच्या बाबतीत असंच होतं. मूर्च्छा येते तेव्हा डोळ्यासमोर काळोखी पसरायला दहा सेकंदही लागत नाहीत. बघण्यासाठी आवश्यक असणाऱ्या, डोळ्यामागील नाजूक भागाला होणारा रक्तप्रवाह बंद झाल्याने असं होतं.

या सर्व सिद्धान्तांमध्ये एक समान धागा आढळतो. तो म्हणजे मृत्युसामीप्याच्या या गूढ अनुभवाचं मूळ मेंदूच्या नट-बोल्ट कनेक्शन्समध्ये असण्याची शक्यता आहे. व्यक्तिश: मला असं वाटतं की, शरीराबाहेर जाण्याचे अनुभव हे मेंदूच्या विद्युत् मंडलातच कोरलेले असावेत. मी जेव्हा याचा जास्त शोध करू लागलो, तेव्हा माझ्या ध्यानात आलं की, या विषयावरील सुरुवातीचा वैज्ञानिक दाखला पार १९३०मधला आहे. अपस्मारावर शस्त्रक्रिया करून रुग्णावर उपचार करणारा पहिला डॉक्टर, न्यूरोसायंटिस्ट विल्डर पेनफिल्ड यांनी असा शोध लावला की, मेंदूच्या ठरावीक भागाला, जखमेची खोली तपासून पाहण्याच्या धातूच्या सळईने उत्तेजित केलं तर त्या व्यक्तीला शरीराबाहेर जाण्याचा अनुभव येऊ शकतो.

या प्रयोगाची आधुनिक आवृत्ती २००७ मध्ये लिहिली गेली. बेल्जियन न्यूरॉलॉजिस्टनी '*न्यू इंग्लंड जर्नल ऑफ मेडिसिन*'मध्ये याविषयीचा अहवाल लिहिला होता. त्यात त्यांनी म्हटलं होतं की, सुपिरिअर टेम्पोरल गायरस या मेंदूच्या भागाला यंत्राद्वारे उत्तेजित केल्यामुळे रुग्णाला शरीराबाहेर जाण्याचा अनुभव आला. खरंतर ते बेल्जिअन्स, टिनाइटस (tinnitus) किंवा कानात सतत गुणगुणण्याचा आवाज येणं या व्याधीने कमजोर झालेल्या रुग्णावर उपचार करण्याचा प्रयत्न करत होते. त्यात त्यांना यश आलं नाही; पण जेव्हा बोथट सळई वापरून त्यांनी त्या समस्येचा मेंदूतील उगम शोधायचा प्रयत्न केला; तेव्हा त्या त्रेसष्ट वर्षांच्या रुग्णाला शरीरातून बाहेर पडल्यासारखं वाटलं. डॉक्टरांनी त्या ठिकाणी अनेकदा उत्तेजित केल्यावर रुग्णाला पुन्हापुन्हा तसाच अनुभव आला. त्यांपैकी एका वेळेचा अनुभव

तर चक्क सतरा सेकंद चालू होता.

बेल्जिअन्सना कसलीतरी खात्री वाटत होती. त्यामुळे त्यांनी पुढच्या टप्प्यावर जायचं ठरवलं. त्यांनी विशिष्ट अशा ब्रेन इमेजिंग टेस्ट्स केल्या. विलक्षण गोष्ट म्हणजे त्या क्रियेच्या दरम्यान घेतलेल्या स्कॅन्समध्ये, मेंदूची दोन वेगवेगळी क्षेत्रं अचानक चमकताना दिसली. यापैकी एक क्षेत्र होतं टेम्पोरोपॅरिअॅटल जंक्शन (temporoparietal junction), आणि नेमकं सांगायचं झालं तर अँग्युलर-सुप्रामार्जिनल गायरस (angular-supramarginal gyrus) (वाचा आणि स्व-आकलन किंवा 'स्व'च्या जाणिवेशी संबंधित भाग) आणि दुसरं क्षेत्र होतं. उजवा प्रिक्युनिअस (right precuneus) आणि मागचा थॅलॅमस (posterior thalamus) (ज्ञानेंद्रियांच्या संदेशांचं संकलन करणारा, मेंदूचा भाग).

शरीराबाहेर जाण्याचा अनुभव हा खरंतर नेहमी येणारा अनुभव आहे. मेंदू थेट उत्तेजित केल्याशिवायही शरीराबाहेर जाण्याचे अनुभव येऊ शकतात. अपस्माराच्या काही रोग्यांना तो अनुभव आल्याची नोंद आहे. त्याचप्रमाणे पीसीपी किंवा केटॅमाइन यांसारख्या मनाला उत्तेजित करणाऱ्या (psychedelic) औषधांच्या प्रभावाखाली असलेल्या लोकांनाही शरीराबाहेर जाण्याचा अनुभव आला आहे, असं ते सांगतात. ही दोन्ही औषधं कायदेशीरदृष्ट्या चित्त शांत करणारी औषधं आहेत आणि बेकायदेशीरपणे ते मनोरंजक 'ड्रग्ज' आहेत. न्यू मेक्सिको विद्यापीठातील मानसरोगचिकित्सक रिक स्ट्रॅसमन यांनी डायमिथाइल-ट्रिप्टॅमाइन (DMT) या वेगळ्या, मनाला उत्तेजित करणाऱ्या औषधाचा मृत्युसामीप्याच्या अनुभवात थेट सहभाग असल्याच्या सिद्धान्ताची मांडणी केली आहे. मेंदू निसर्गतःच थोड्या प्रमाणात डीएमटी तयार करतो. स्ट्रॅसमनच्या मते शरीरावर खूपच ताण असेल तेव्हा पिनियल ग्लॅन्डमधून खूप मोठ्या प्रमाणात डीएमटी सोडलं जातं आणि त्यामुळे गूढ असे मृत्युसामीप्याचे अनुभव येतात.

औषधाव्यतिरिक्त शरीराबाहेर गेल्याची जाणीव निर्माण करणारे इतर मार्गही आहेत – ध्यानसमाधी, प्रार्थना. याविषयी तुम्हाला जिज्ञासा असेल, तर सांगतो. या सर्व गोष्टींना जोडणारा दुवा डोक्याच्या मागच्या भागात वरच्या बाजूला असणाऱ्या मेंदूच्या सुपिरिअर पेरिअॅटल लोब (superior parietal lobe) मध्ये असतो. मला नेहमी विचारलं जातं की, वेगवेगळ्या गोष्टींवर मेंदूच्या कोणकोणत्या भागांचं नियंत्रण असतं. मी थोडं वेगळं सांगतो. खूप सोपं करून सांगायचं, तर दुखापत झाल्यास मेंदू बदलू शकतो. आणि काही लोकांचे जन्मजात मेंदूच शरीररचनाशास्त्राच्या नियमांचं पालन न करणारे असतात.

पण सुपिरिअर पेरिॲटल लोब हा शरीराबाहेर जाण्याच्या अनुभवाचं मर्मस्थान असावा असं वाटतं. डॉ. ॲन्ड्र्यू न्यूबर्ग आणि डॉ. यूजीन डी'अकीलि या पेनसिल्व्हेनिया विद्यापीठातील दोघा न्यूरॉलॉजिस्टनी हे कसं घडू शकतं ते मेंदूच्या स्कॅन्सच्या आधारे दाखवलं आहे. त्यांच्या मते आपल्याला होणारी अवकाश आणि काळाची जाणीव सुपिरिअर पेरिॲटल लोबमध्ये उत्पन्न होते. प्रार्थना किंवा ध्यानधारणा करणाऱ्या व्यक्तींच्या मेंदूच्या त्या विवक्षित भागात कमी रक्तपुरवठा होत असल्याचं स्कॅनमध्ये आढळून आलं. याचाच अर्थ मेंदूचा तो भाग कमी सक्रिय होता. प्रयोगातील सहभागींना स्वत:त आणि स्वत:च्या आजूबाजूच्या जगात स्पष्ट भेद जाणवला नाही. स्वत:त आणि स्वत:च्या भोवतालच्या जगात त्यांना अद्वैत जाणवलं. या दोन शास्त्रज्ञांनी सुपिरिअर पेरिॲटल लोबला स्थितिज्ञानाशी संबधित क्षेत्र (the orientation association area -OAA) असं का म्हटलं, ते सहज समजू शकतं. मेंदूच्या या भागातील अशाच प्रकारची प्रक्रिया, मृत्युसामीप्याच्या अनुभवात शरीराबाहेर पडण्याची जाणीव उत्पन्न करण्यासाठी जबाबदार आहे.

पण नंतर २००६मध्ये केंटकी विद्यापीठातील डॉ. केविन नेल्सन या न्यूरॉलॉजिस्टनी वेगळंच आणि विलक्षण स्पष्टीकरण दिलं. नेल्सन उंच आणि सडपातळ असल्यामुळे कॉलेजमधील विद्यार्थ्यासारखेच वाटतात. फक्त त्यांच्या डोक्यावरच्या राठ, दाट केसातील बरेच केस रुपेरी झाले आहेत. न्यू मेक्सिकोमधील ॲल्बकर्के येथे इंटर्नशिप प्रशिक्षण चालू असताना त्यांना मृत्युसामीप्याच्या अनुभवात रस उत्पन्न झाला.

एक दिवस, एक माणूस रुग्णालयात आला आणि त्याने नेल्सनना एक छोटंसं, सुंदर चित्र दिलं. नेल्सननी त्याला ओळखलं. त्याची हृदयक्रिया बंद पडून तो मरणाच्या दारात पोहोचला होता. तो अतिदक्षता विभागात असताना नेल्सननीच त्याच्यावर उपचार केले होते. काही दिवसांपूर्वीच तो बरा होऊन घरी गेला होता. त्याने नेल्सनना सांगितलं की, ते चित्र त्याने स्वत: काढलं होतं आणि डॉक्टरांसाठी भेट म्हणून आणलं होतं. अतिदक्षता विभागात असताना आलेल्या एका अनुभवावरून त्याने ते चित्र काढलं होतं.

"त्याने सांगितलेली गोष्ट खरोखरच आश्चर्यकारक होती," नेल्सन सांगतात. "तो तिथे पहुडलेला असताना सैतान त्याचा आत्मा न्यायला आला. पण त्याची रक्षणकर्ती देवता आली. तिने त्याची जबाबदारी आपल्या खांद्यावर घेतली. तेवढ्यात त्याचा रक्षणकर्ता येशू ख्रिस्त आला आणि त्याने सैतानाला हुसकून लावलं. आणि त्या वेळी त्याला कळलं की, एवढ्यात तो हे जग सोडून जाणार नव्हता आणि लगेचच त्याची तब्येत सुधारू लागली."

त्याची तब्येत सुधारत आहे, हे पाहून नेल्सनना आनंद झाला. अतिदक्षता

विभागात असतानाच नेल्सनना तो माणूस आवडू लागला होता. पण त्याच्या गोष्टीत फारसं तथ्य आहे, असं त्यांना वाटलं नाही. नेल्सन पुढे म्हणाले, ''मी ते डोक्यातून काढून टाकलं; पण त्याच्या अनुभवाच्या तीव्रतेमुळे आणि प्रभावीपणामुळे माझ्या मनावर परिणाम झाला. मी कित्येक वर्षं ते चित्र जपून ठेवलं.''

लेक्झिंग्टनमधील केंटकी विद्यापीठात नेल्सन 'न्यूरोफिझिऑलॉजिस्ट' म्हणतात तसे आहेत. मल्टिपल स्क्लेरॉसिस आणि मायस्थेनिया ग्रॅविस (myasthenia gravis) यांसारख्या स्नायूंच्या आजारांचे ते तज्ज्ञ आहेत. या क्षेत्रात त्यांचा जम बसला असला, तरी पार्निआंना सतावणारं कुतूहल नेल्सनयांच्याही मानगुटीवर बसलं होतं. रक्षक देवता आणि येशू ख्रिस्त यांनी आपल्याला हृदयविकाराच्या झटक्यानंतर वाचवलं असं सांगणाऱ्या त्या माणसाविषयीचे विचार त्यांच्या मनात सतत घोळू लागले. ''माझ्या डोक्यात एकच विचार येत होता की, आतापर्यंत एकही न्यूरॉलॉजिस्टने मृत्युसामीप्यता या घटनेकडे लक्ष दिलं नाही,'' नेल्सन म्हणाले. इतर कोणत्याही अनुभवाचा केंद्रबिंदू मेंदू असतो, त्याचप्रमाणे मृत्युसामीप्याच्या अनुभवाचा केंद्रबिंदूही मेंदूच असला पाहिजे, हा त्यांचा युक्तिवाद होता. आणि असं असूनही वेळात वेळ काढून एनडीईचा अभ्यास करणारे एकतर हृदयरोगतज्ज्ञ होते किंवा मानसशास्त्रवेत्ते होते. निअर डेथ एक्सपिरिअन्स रिसर्च फाउन्डेशन (NDERF) चालवणारे जेफ्री लाँग तर कर्करोगतज्ज्ञ आहेत. नेल्सन म्हणतात, ''यांपैकी कोणीही न्यूरोसायंटिस्ट नाही. मेंदूचं कार्य कसं चालतं, ते न्यूरोसायंटिस्टनाच माहीत असतं.''

नेल्सननी मूडींच्या '*लाइफ आफ्टर लाइफ*'मधील प्रथम पुरुषी वृत्तान्त लक्षपूर्वक वाचले. एखाद्या डॉक्टरने रुग्णाच्या वैद्यकीय इतिहासावरून काही सुगावा लागतो का याचा शोध घ्यावा, त्याचप्रमाणे नेल्सन ते पुस्तक वाचताना सुगावा शोधत होते. त्यांपैकी एका वृत्तान्ताने त्यांचं लक्ष वेधून घेतलं. एक बाई रुग्णालयाच्या रेडिओलॉजी सूटमध्ये, तिच्या यकृताचा स्कॅन करण्याची वाट पाहत पहुडली होती. तेवढ्यात तिला एका औषधामुळे जोरदार ॲलर्जिक रिॲक्शन आली. तिने मूडींना सांगितलं की तिने ऐकलं की, रेडिओलॉजिस्ट भिंतीवर लावलेल्या टेलिफोनकडे गेला. त्याने डायल फिरवली आणि सांगितलं, ''डॉ. जेम्स, मी तुमच्या रुग्णाला – मार्टिनला मारलं.'' आपण अजून जिवंत आहोत, हे त्यांना सांगायचा तिने आटोकाट प्रयत्न केला; पण ती एकही स्नायू हालवू शकली नाही. अशा थिजलेल्या अवस्थेत, आपल्याला पुन्हा जीवित करण्यासाठी इमर्जन्सी पथकाची कशी धावपळ चालली आहे, हे ती पाहत होती, ऐकत होती. ते आपल्याला सुया टोचत आहेत, हे तिला दिसत होतं, पण तिला ते जाणवत मात्र नव्हतं.

नेल्सन सांगतात, ''ती पूर्ण जागी आहे, असं तिला जाणवत होतं. पण तिला

हालचाल करता येत नव्हती. मी विचार केला – तात्पुरता पक्षाघात कशामुळे येतो? कारण एका न्यूरॉलॉजिस्टच्या दृष्टीने तो पक्षाघातच होता. पक्षाघातासाठी कारणीभूत होणाऱ्या सामान्य शारीरिक प्रक्रियांविषयी मी विचार करू लागलो आणि लगेचच माझ्या मनात आलेली गोष्ट म्हणजे आपण एका रात्रीत कितीतरी वेळा अनुभवत असलेली, झोपेची 'रेम' (REM) अवस्था. आणि नंतर सगळे धागेदोरे जुळू लागले.''

नेल्सन यांच्या मते, चमकणाऱ्या दिव्यापासून शरीराबाहेर जाण्याचा अनुभव आणि गूढ जाणिवेपर्यंत, मृत्युसामीप्याच्या अनुभवाविषयीचं सर्व काही शरीराच्या झोप-जागृती यंत्रणेतील आकस्मिक दोषावरून स्पष्ट करता येतं. जास्त खोलात जाऊन सांगायचं झालं तर मृत्युसामीप्याचा अनुभव हे रेम अवस्थेचं प्रकटीकरण आहे, असं नेल्सनना ठामपणे वाटतं. गाढ झोपेच्या काळात आपल्याला स्वप्नं पडतात तेव्हा आपण अनुभवतो, तीच ही रेम अवस्था.

झोप ही घटना किती गुंतागुंतीची आहे, ते बऱ्याच लोकांच्या लक्षात येत नाही. पण ज्यांना झोप लागता लागत नाही किंवा ज्यांना सहजासहजी जाग येत नाही, तेच लोक झोप म्हणजे फक्त ऑन-ऑफ स्विच नाही, हे समजू शकतील. निरोगी झोपेत मेंदूच्या कार्याच्या अनेक अवस्था आणि अनेक स्थित्यंतरांचा समावेश असतो. आपल्यापैकी बहुतेक जणांनी रेम झोपेविषयी ऐकलं असेल. या अवस्थेत बंद पापण्यांखाली होणाऱ्या रॅपिड आय मूव्हमेंट्सवरून (डोळ्यांच्या जलद हालचाली) हे नाव पडलं आहे. निरोगी माणसाचा, एकूण झोपेच्या २० ते २५ टक्के भाग रेम अवस्थेत जातो. शरीर आणि मेंदूत अनेक वैशिष्ट्यपूर्ण बदल झालेले दिसून येतात. डोळ्यांच्या हालचाली तर होतातच; पण रेम झोपेत शरीर लुळं पडतं. या स्थितीला ॲटोनिआ (atonia) म्हणतात. हालचालींचं नियंत्रण मेंदूकरवी होतं. मेंदूमध्ये तयार होणाऱ्या झेरोटॉनिन आणि डोपॅमाइन या व इतर रासायनिक वाहकांमुळे (transmitters) स्नायूंना हालचाली करणं शक्य होतं. रेम झोपेत मेंदू ही रसायनं सोडणं थांबवतो. त्यामुळे शरीराच्या हालचाली बंद होतात.

कधीमधी ही यंत्रणा विस्कळीत होते. त्यामुळे त्या वेळी आपण ना पूर्णपणे जागृत असतो ना पूर्णपणे झोपलेले असतो. याची परिणती अगदी चमत्कारिक वर्तणुकीत होऊ शकते. रेम अवस्था भंग पावते आणि स्नायू लुळे पडलेले नसतात तेव्हा अतिशय कमजोर करणारी; पण भारून टाकणारी स्थिती होते. याने त्रस्त होणारी व्यक्ती स्वप्नाला सत्य समजून वागते किंवा लैंगिक क्रीडा करण्याचा प्रयत्न करणं, गुद्दे मारणं यांसारख्या विचित्र गोष्टी करू शकते. या स्थितीला रेम वर्तणूक विकृती (REM behaviour disorder) असे म्हणतात. या विकृतीचा अतिरेक झालेल्या केसेसमध्ये जोडप्यातील दोघांनी एकमेकांना गंभीररीत्या जखमी करण्याच्या

किंवा वर्षानुवर्षं दोघांना वेगवेगळ्या बिछान्यावर झोपायला भाग पाडल्याच्या घटना घडलेल्या आहेत.

कॅनडामधील एका कुप्रसिद्ध घटनेत केनेथ पार्क्स नावाचा एक माणूस त्याची कार चालवत गावभर फिरला, बळजबरीने एका घरात घुसला आणि त्याने आपल्या सासूसासऱ्यांना भोसकून मारलं – हे सगळं त्याने झोपेत केलं असावंसं वाटतं. त्याच्या कुटुंबातील अनेकांना अशी टोकाची रेम वर्तणूक विकृती होती, याच्या पुराव्यावरून ज्यूरीने त्याला खुनाच्या आरोपातून निर्दोष मुक्त केलं. ऐकायला विचित्र वाटतं ना?

अशा विक्षिप्तपणाच्या गोष्टी सोडल्या तर रेम अवस्था म्हणजे जेव्हा आपण स्वप्नं बघतो ती अवस्था. आपल्याला ठाऊकच आहे की, स्वप्नं कधी अस्वस्थ करणारी असतात, तर कधी आनंददायक असतात, तर कधी घाबरवणारीही. कधीकधी तर एकाच स्वप्नात या सगळ्या भावनांचा समावेश असतो. त्या आकर्षक, तेजस्वी प्रकाशाचा विचार करताना एक महत्त्वाची गोष्ट लक्षात घेतली पाहिजे. आपल्या स्वप्नातील दृश्यं आणि ध्वनी यांवर प्रक्रिया करणारे मेंदूचे भाग हे, आपल्या आयुष्यातील प्रत्यक्ष दृशं आणि ध्वनी यांवर प्रक्रिया करणाऱ्या भागांपेक्षा निराळे असतात. उदाहरणार्थ, अंध लोकांना स्वप्नात गोष्टी 'दिसतात'. खास करून ज्यांना आयुष्यात कधीतरी दृष्टी होती, त्यांच्या बाबतीत ही शक्यता जास्त असते.

नेल्सन यांच्या मनात आलं की, मृत्युसामीप्याच्या अनुभवाबद्दल ऐकणं हे बरंचसं आदल्या रात्री पडलेल्या स्वप्नाबद्दल ऐकण्यासारखं वाटतं. "तुम्ही हे मृत्युसामीप्याचे अनुभव नीट ऐकलेत तर तुमच्या लक्षात येईल की, ती वर्णनात्मक कथनं असतात, त्यांना कथावस्तू असते. त्यांत कृतीचा सहभाग असतो. ते भावनांनी ओतप्रोत भरलेले असतात; पण त्यांत भाषेचा अंतर्भाव अतिशय कमी असतो," नेल्सन सांगतात. मूडी याला शब्दातीतता म्हणतात. काही माणसं आपली स्वप्नं अगदी तपशीलवार सांगतात, तर बऱ्याच जणांना स्वप्नात काय घडलं ते धड सांगता येत नाही. त्यातील काळाची गती मंदावते किंवा विपर्यस्त होते. घटनाक्रम लक्षात ठेवणंही कठीण जातं. एकदा जाग आली की, बहुधा उरते ती फक्त जाणीव – आणि कदाचित काही प्रखर प्रतिमा. "तुम्ही जागृत असताना स्वप्नाची यंत्रणा काय असते, हे पाहायला गेलात तर तुम्हाला आढळेल की, याच्याशी संबंधित असे मेंदूचे दोनच मुख्य भाग असतात. एक म्हणजे लिम्बिक सिस्टिम (Limbic system) आणि दुसरा, दृष्टिविषयक प्रणाली कार्यान्वित करणं. स्वप्नं पडली की, याच दोन व्यवस्था मुख्यत्वे चालू होतात."

लिम्बिक सिस्टिम म्हणजे भावनांशी निगडित असलेले मेंदूच्या रचनांचे जाळे. यात हिपोकॅम्पस (hippocampus) आणि ॲमिग्डाला (amygdala) चा समावेश

होतो. हिपोकॅम्पस हा नव्या स्मृती तयार करण्यासाठी अत्यावश्यक असतो, तर ॲमिग्डाला हा स्मृतीच्या संदर्भात महत्त्वाचं कार्य करतोच. शिवाय ताणाला प्रतिसाद देणं आणि ताणाची भावनांवर होणारी क्रिया-प्रतिक्रिया यांचा तो केंद्रबिंदू आहे. नेल्सनच्या मते 'स्वप्न म्हणजे दुसरंतिसरं काही नसून भावनांचा खेळ आहे.' हे ऐकून झोप, स्वप्नं आणि मृत्युसामीप्याचा अनुभव या गोष्टी एकमेकांशी जोडल्या गेल्या असाव्यात, असं जास्तच वाटू लागलं. गृहीतकानुसार, तपशीलवार स्वप्नांशी गुंफलेली, आकस्मिक आणि प्रभावी अशी झोपेची उपकथा म्हणून मृत्युसामीप्याच्या अनुभवाकडे पाहता येईल.

जर आपल्याला एनडीईचा शास्त्रीय पाया शोधायचा असेल तर त्याचं मुख्य लक्षण असणाऱ्या तेजस्वी प्रकाशाचा खुलासा करावा लागेल. तेजस्वी प्रकाश – पवित्र आणि स्तिमित करणारा. 'मृत' व्यक्तीला आढळतं की, ती काळ्याकुट्ट अंधारातून चालली आहे, विचलित न होता प्रकाशाकडे ओढली जात आहे. रेमंड मूडींनी याला 'तेजोमय अस्तित्व' म्हटलं आहे. मूडींनी लिहिलं आहे, ''मी अभ्यासलेल्या वृत्तान्तामध्ये मला एक विलक्षण साधर्म्य आढळलं. ते म्हणजे अचानक समोर अवर्णनीय चकाकी असणारा तेजस्वी प्रकाश दिसणं. या घटकाचा त्या व्यक्तीवर खोलवर परिणाम झाला होता.'' नेल्सन यांच्या मते रेम झोपेच्या संदर्भात याचाही खुलासा होऊ शकतो. कारण रेम अवस्थेत मेंदूच्या दृष्टिविषयक केंद्राची क्रियाशीलता वाढते, असं अनेक निरीक्षणांमध्ये आढळून आलं आहे.

हे गृहीतक सिद्ध करण्यासाठी नेल्सननी मृत्युसामीप्याचा अनुभव आलेल्या पंचावन्न लोकांची मुलाखत घेतली. त्यात त्यांना आढळून आलं की, एनडीई आलेल्या व्यक्तींवर रेम अतिक्रमण होण्याची शक्यता एनडीई न आलेल्या व्यक्तींपेक्षा जास्त असते. पंचावन्न 'अनुभवी' व्यक्तींपैकी तेहतीस म्हणजे ६० टक्के व्यक्तींनी रेम अतिक्रमण झाल्याचं सांगितलं. त्या तुलनेत नियंत्रित गटातील अशा व्यक्तींचं प्रमाण फक्त २४ टक्के होतं. रेम अतिक्रमण म्हणजे काय? झोपेत असताना अंग लुळं पडणं, दृष्टिविषयक किंवा श्रवणविषयक भ्रम होणं किंवा कॅटॅप्लेक्सी (Cataplexy) म्हणजे अचानक स्नायू दुर्बल होणं – असा त्रास झाल्यास त्या सहभागी व्यक्तीची 'रेम अतिक्रमण झालेली व्यक्ती' अशी नोंद केली. कॅटॅप्लेक्सी अगदी टोकाच्या प्रमाणात झाली तर त्या व्यक्तीचा मृत्यू झाला असा लोकांचा गैरसमज होऊ शकतो. ॲलिसन बर्चेल या स्त्रीच्या बाबतीत असंच घडलं. ती जिवंत असूनही तिला एकदा नाही, दोनदा नाही, तर चक्क तीनदा शवागारात नेलं होतं. ''झोप लागण्यापूर्वीच्या क्षणी किंवा जागं होण्यापूर्वीच्या क्षणी, तुम्ही तुमच्या देहातून बाहेर पडून तुम्हाला न्याहाळत आहात, अशी जाणीव तुम्हाला झाली आहे काय?'' या प्रश्नाचं 'होय' असं उत्तर एनडीईवाल्यांनी देण्याची शक्यता आठपट जास्त असते.

खरंतर हे छोटंसंच निरीक्षण होतं. निष्कर्षही स्पष्ट व अंतिम स्वरूपाचे नव्हते. पण नेल्सनना पूर्ण विश्वास आहे की, त्यांनी कोडं सोडवलं आहे. माणूस मृत्यू पावल्यासारखा वाटतो, त्यामागचं कारण आहे रेम ॲटोनिआ - झोपेत अंग लुळं पडणं. बोगदा आणि उजेडाचा उगम असं वाटण्यामागे कारण आहे दृष्टिपटलाला (retina) होणारा रक्तप्रवाह खंडित होणं आणि त्याच्या जोडीला रेमने उत्तेजित केलेली मेंदूतील दृष्टिविषयक कल्पनासृष्टी. एनडीईच्या भावनिक अंगाला इंधन पुरवते लिम्बिक सिस्टिम. शरीराबाहेर जाण्याची जाणीव ही रेम अवस्थेतील सामान्य घटना आहे आणि मेंदूतील ती विवक्षित स्थानं उत्तेजित करूनही ती घडवून आणता येते.

नेल्सन याशिवाय इतरही काही मुद्दे उपस्थित करतात. प्राणवायूचा अभाव शरीराबाहेर जाण्याचा अनुभव घडवून आणू शकतो, हे आपल्याला ठाऊक आहे. टोकाच्या गुरुत्वाकर्षणामुळे (g-forces) मेंदूपर्यंत रक्तपुरवठा होण्यात अडथळा होतो. त्यामुळे अशा वेळी फायटर पायलटच्या डोळ्यांपुढे काळोखी येते. कधीकधी पूर्ण अंधार नसला, तरी जवळजवळ अंधार पसरतो. त्या वेळी तीव्र स्वरूपाची स्वप्नं किंवा स्वप्नासारखी कल्पनासृष्टी दिसल्याचं असे पायलट बऱ्याचदा सांगतात. १९९४ मध्ये एका संशोधकाने एक प्रयोग केला होता. त्याने कॉलेजमधील काही मुलांना खूप जलदगतीने श्वसन करून अचानक उठून उभं राहायचं प्रशिक्षण दिलं. बापरे! चक्कर! बऱ्याच विद्यार्थ्यांच्या डोळ्यांपुढे अंधारी आली, यात आश्चर्य नाही. काहींना तर शरीराबाहेर जाण्याचा अनुभव आला. माझ्या हेही लक्षात आलं की, जेव्हा जिवाला धोका निर्माण होतो, त्या क्षणी अतोनात ताण येऊ शकतो. आपल्याला माहीत आहे की, ताणामुळे श्वास लागू शकतो व त्यामुळे प्राणवायूचा तुटवडा पडू शकतो.

पण तेवढी स्पष्ट नसणारीही एक गोष्ट आहे. बर्फाच्या थंडगार पाण्यात चेहरा बुडवला, तर गुदमरायला होतं. ती पाण्यात बुडी मारल्यानंतरची प्रतिक्षिप्त क्रिया असते. त्याला व्हेगल प्रतिक्षिप्त क्रिया (Vagal reflex) असं म्हणतात. हे नाव व्हेगस नर्व्ह (Vagus nerve) वरून पडलं आहे. ही प्रतिक्षिप्त क्रिया एवढी प्रभावी आहे की, कधीकधी तर बोटीतून बर्फाच्या थंडगार पाण्यात पडल्यावर बुडण्यापूर्वीच लोक गुदमरतात. *भावनिक* ताणामुळे या मज्जातंतूचा चाप ओढला जाऊ शकतो. ऐकताना विचित्र वाटतं; पण अतिशय घाबरल्यावरही मूर्च्छा येऊ शकते. खूप घाबरणं ही व्हेगल प्रतिक्षिप्त क्रियेला प्रेरणा देणारी भावना आहे.

चक्रावून टाकणारी गोष्ट म्हणजे नेल्सन म्हणतात की, तीच व्हेगस नर्व्ह उत्तेजित केली तर रेमसारख्या अवस्थेत जाणं शक्य होईल. हा सिद्धान्त ऐकल्यावर मला छळणाऱ्या प्रश्नाचं उत्तर मिळालं. भयानक प्रसंगातून काहीही इजा न होता

बचावलेले लोक – उदाहरणार्थ, हायवेवर गाड्यांची टक्कर होता होता थोडक्यात वाचलेली व्यक्ती – मृत्युसामीप्याचा अनुभव आल्याचं सांगतात. मग तो शरीराबाहेर जाण्याचा अनुभव असो किंवा काळाची गती अतिशय मंद झाल्याचा असो. अर्थात हे सर्व एनडीई किंवा शरीराबाहेर जाण्याचे अनुभव ह्या मेंदूच्या फक्त संरक्षक प्रतिक्रिया असू शकतात. तीव्र भीती आणि तणावापासून संरक्षण करण्याचा तो मार्ग असावा. आपलं उरलेलं शरीर प्राण वाचवण्याची पराकाष्ठा करत असताना मेंदू आपल्याला दुसरीकडे घेऊन जातो – प्रकाशमान बोगदे आणि प्रबळ भावनांनी भरलेल्या ठिकाणी.

नेल्सन यांचा सिद्धान्त विलक्षण आहे. पण त्यामुळे मृत्युसामीप्यावर संशोधन करणाऱ्या इतर संशोधकांचा राग उफाळून आला. नेल्सन यांच्या संशोधनाचे निष्कर्ष प्रसिद्ध झाल्यानंतर जेफ्री लाँग आणि रोगनिवारणतज्ज्ञ जॅनीस मीनर होल्डन यांचा टीकात्मक निबंध प्रसिद्ध झाला. पस्तीस पानांचा हा लेख अतिशय तपशीलवार लिहिलेला होता. नेल्सन यांच्या प्रत्येक निष्कर्षाला त्यात नम्रतेने; पण ठामपणे आव्हान दिलेले होते. लाँग (नेल्सनना संशोधनात सहभागी होणाऱ्या व्यक्ती (subjects) भरती करायला यांनीच मदत केली होती.) हे रेडिएशन ऑंकॉलॉजिस्ट आहेत. ते मृत्युसामीप्याचा अनुभव घेतलेल्या मंडळींसाठी अग्रेसर अशी एक वेबसाइट चालवतात. लाँग सांगतात की, त्यांचं 'निअर डेथ एक्सपिरिअन्स रिसर्च फाउन्डेशन' (NDERF) ही सार्वजनिक सेवा आहे. ते त्याची जाहिरात करत नाहीत तसंच त्या कामासाठी पैसे घेत नाहीत. लाँगनी दिलेल्या माहितीनुसार nderf.org ही NDERF ची वेबसाइट दरमहा वीसपेक्षा जास्त देशातील पन्नास हजारपेक्षा जास्त लोक 'व्हिजिट' करतात. (पोलंडच्या लोकांना या विषयात जास्त रस असावा. पहिल्यांदा आम्ही बोललो, त्या महिन्यात फक्त पोलंडचेच २५०० 'व्हिजिटर्स' होते.) इतक्या वर्षांत १६००हून अधिक लोकांनी त्यांच्या एनडीईचं वर्णन केलं आहे. आणि वेळात वेळ काढून त्यांची तपशीलवार प्रश्नावलीही भरली आहे.

लाँग हा मुळातच चळवळ्या माणूस आहे. त्यांचा जन्म आयोवामध्ये झाला. तिथेच ते लहानाचे मोठे झाले. गेल्या दोन दशकांत वेगवेगळ्या दहा राज्यांत काम करायचे परवाने त्यांना मिळाले आहेत. २००७च्या सुरुवातीला ते ॲल्बकर्केला राहायला गेले. जवळच्याच नवाजो प्रांतातील रुग्णांसमवेत काम करायला मिळावं म्हणून त्यांनी हा निर्णय घेतला. ॲटलांटाचे कार्डिऑलॉजिस्ट आणि लेखक मायकेल सॅबोम यांनी लिहिलेला एनडीईविषयक एक लेख १९८६मध्ये अचानक लाँग यांच्या नजरेस पडला आणि तेव्हापासूनच लाँग यांना या विषयात रस उत्पन्न झाला. ''ते वाचल्यावर मी भारल्यासारखा झालो. क्लिनिकली मृत असणं आणि तरीही हे सुस्पष्ट अनुभव येणं ही अशक्यप्राय गोष्ट वाटते,'' लाँग म्हणतात. ''मी

तर विलक्षण आश्चर्यचकित झालो. मला चांगलंच आठवतंय की, मला नवल वाटलं होतं – 'या विषयावर जास्त संशोधन का होत नाही?' '' एके दिवशी संध्याकाळी ते आपला मित्र व त्याच्या पत्नीबरोबर मद्यपान करत असताना तिने, खूप वर्षांपूर्वी तिला आलेला एनडीई सांगितला – तीव्र ॲलर्जीमुळे ती ऑपरेटिंग टेबलावर बेशुद्ध झाली. ती म्हणते की, शरीरापासून दूर तरंगत हॉल पार करून ती नर्सिंग स्टेशनकडे गेली. ही गोष्ट ऐकताच लाँग स्वत:च या विषयावर संशोधन करण्यासाठी वचनबद्ध झाले.

लाँग यांची तक्रार आहे की, नेल्सननी ज्याच्याशी तुलना केली तो एनडीई न घेतलेला गट नमुन्याबरहुकूम नाही. त्यापैकी बरेचसे लोक वैद्यकीय व्यावसायिक आणि नेल्सन यांचे सहकारी आहेत. त्याचप्रमाणे संशोधनाच्या प्रश्नावलीची रचना व्यवस्थित नाही. तसंच मृत्युसामीप्याचा अनुभव आणि रेम अतिक्रमण यांमधील नाट्यपूर्ण फरक नेल्सन यांच्या लक्षातच आलेला नाही. एक महत्त्वाची गोष्ट म्हणजे जाग यायच्या वेळी किंवा झोप लागायच्या वेळी रेम अतिक्रमणामुळे उगम पावणारे भ्रम बहुधा 'विक्षिप्त आणि अवास्तव' असतात. उदाहरणार्थ, भिंतीला पडलेल्या भेगेतून वस्तू दिसू लागणं किंवा भिंतीवरील चित्रात हालचाल होताना दिसणं. याउलट, एनडीईमधील स्मृती स्पष्ट आणि खऱ्या जगात रुजलेल्या असतात, असं लाँग म्हणतात.

''सरसकट सगळे एनडीई घेतलेले लोक 'ओह, ते स्वप्नच असावं.' असं सांगत नाहीत. (वेबसाइटवर). आम्ही त्यांना विचारतो की, ते त्या वेळी शुद्धीवर होते का? सावध होते का? यावर त्यांच्यापैकी ७५ टक्के लोक सांगतात की, ते नेहमीपेक्षा *जास्त* सावध होते, *जास्त* शुद्धीवर होते. ,'' लाँग म्हणाले. ''त्याहून आश्चर्याची गोष्ट म्हणजे त्यातील घटक सुसंगत असतात. भ्रमात असं असत नाही.''

हजारोंच्या संख्यांनी एनडीई ऐकल्यावर लाँगना एका गोष्टीचं कुतूहल वाटतं, ''या लोकांची ९८ टक्के वेळा भेट होते ती 'गेलेल्या' व्यक्तींशीच. या उलट स्वप्नात तर बहुधा ते जिवंत व्यक्तींना भेटतात. हे कसं काय घडतं? काही बाबतीत तर काही लोकांची जेव्हा 'गेलेल्या' नातेवाइकांशी भेट झाली, तेव्हा त्यांना त्या व्यक्तीचा मृत्यू झाल्याचं माहीतही नव्हतं.... , एकंदरीत पुरावे पाहता वैद्यकीय पुराव्याच्या कक्षेबाहेर असणारं काहीतरी घडत असतं हे नक्की. एनडीईचा अनुभव घेतलेले जवळजवळ नेहमीच म्हणतात, 'ते स्वप्न नव्हतं.' तो वेगळा प्रांत होता. त्यांच्या अस्तित्वाची ती वेगळी बाजू होती.''

एनडीई हा दुसऱ्या दुनियेचा पुरावा आहे, हे लाँग यांचं मत मला पटलं नाही. शेवटी, माझी स्वप्नंसुद्धा वास्तव वाटू शकतात. ते स्वप्न होतं, हे कळण्याचं

एकमेव कारण म्हणजे मी जेव्हा बिछान्यात उठून बसतो तेव्हा तीन डोक्यांची मगर किंवा उष्णकटिबंधातील समुद्रकिनारा किंवा सुपरमॉडेल तिथे नसतं. पण लाँग अजून एक मुद्दा उपस्थित करतात. रेम अतिक्रमण – मग ते झोपेतील लुळेपण असो की भ्रम – भीतिदायक किंवा खूप अस्वस्थ करणारं असतं. याउलट एनडीईतून गेलेले लोक सांगतात की, तो अनुभव अलौकिक शांतता, निवांतता आणि आराम देणारा होता. आख्यायिकाच नव्हे, तर खरोखरीचे पुरावेसुद्धा हेच सांगतात. *'द लॅन्सेट'* या मेडिकल जर्नलमध्ये, २००१मध्ये घेतलेल्या निरीक्षणांचा अहवाल प्रसिद्ध झाला. त्यात मृत्युसामीप्याचा अनुभव घेतलेल्या बासष्ट रुग्णांचा - या सर्वांच्या हृदयक्रिया बंद पडल्या होत्या – वृत्तान्त होता. त्यापैकी निम्म्यापेक्षा जास्त लोकांनी सांगितलं की, त्यांनी अनुभवलेल्या प्रमुख भावना 'सकारात्मक' होत्या. लाँग म्हणतात की, या विशिष्ट, सकारात्मक भावना हाच, मृत्युसामीप्याचा अनुभव हे रेम अतिक्रमणाने घेतलेलं सोंग नाही, याचा बळकट पुरावा आहे.

एनडीईच्या वैज्ञानिक स्पष्टीकरणाचे याहूनही कडक टीकाकार म्हणजे डच कार्डिऑलॉजिस्ट डॉ. पिम वॅन लॉमेल हेच त्या *लॅन्सेट* अभ्यासाचे लेखक आहेत. पासष्टीच्या पलीकडच्या वॅन लॉमेल यांचे केस पिकलेले आहेत. त्यांच्या चेहऱ्यावर प्रेमळ फॅमिली डॉक्टरसारखं आश्वासक स्मित असतं; पण एकदा का त्यांनी तोंड उघडलं की, ते जरब असलेले मेडिकल जनरल वाटतात. त्यांची मातृभूमी असलेल्या हॉलंडमध्ये एका मोठ्या हॉस्पिटलमधील कार्डिऑलॉजी वॉर्ड त्यांनी चालवला. इंग्लिश बोलतानाही त्यांचा स्वर ठोस आणि ठाम असतो. मृत्युसामीप्याचा अभ्यास करणाऱ्या बहुतेक डॉक्टरांप्रमाणेच वॅन लॉमेलनाही सुरुवातीच्या काळातील एका रुग्णामुळे यात रस निर्माण झाला. या केसमध्ये, आपल्याला पुन्हा जिवंत केलं म्हणून तो रुग्ण खूप निराश झाला होता. वॅन लॉमेल सांगतात. ''त्याने मला बोगदा, प्रकाश, संगीत आणि एक अतिशय रम्य देखावा यांविषयी सांगितलं. तो देखावा इतका रमणीय होता की, तो सोडून पुन्हा आपल्या शरीरात आल्याचं त्याला वाईट वाटलं.''

त्याच्या ह्या हुबेहूब वर्णनाने वॅन लॉमेल यांची जिज्ञासा जागृत झाली. हृदयक्रिया बंद पडूनही जिवंत राहिलेल्या रुग्णांना, त्यांनी या बाबतीत विचारायला सुरुवात केली. बेशुद्धीच्या काळातील काही आठवतं का, या प्रश्नाला बऱ्याच जणांनी होकारार्थी उत्तर दिलं आणि त्या आठवणी सांगितल्या. त्या वृत्तान्ताचे वॅन लॉमेलनी पृथक्करण करायला सुरुवात केली. *'लॅन्सेट'*च्या अभ्यासात त्यांनी हृदयक्रिया बंद पडलेल्या ३४४ रुग्णांचा समावेश केला. त्यापैकी फक्त बासष्ट जणांना आलेल्या अनुभवाचं त्यांनी मृत्युसामीप्याचा अनुभव असं वर्णन केलं. वॅन लॉमेलच्या दृष्टीने शरीराच्या *बाहेर* काहीतरी घडत आहे, याचा तो सज्जड पुरावा होता. ''एनडीईचं

कोणतंही स्पष्टीकरण वैद्यकीय घटक देऊ शकत नाहीत, हे आमच्या निष्कर्षांवरून दिसून येतं,'' त्यांनी लिहिलं आहे, ''जरी सगळे रुग्ण क्लिनिकली मृत असले तरी त्यांपैकी बऱ्याच लोकांना एनडीई आला नव्हता. शिवाय संकटाच्या गांभीर्याशी हा अनुभव येण्या-न येण्याच्या किंवा अनुभवाच्या खोलीचा काहीही संबंध नव्हता. एनडीईला फक्त शरीरविज्ञानाचे घटक कारणीभूत असते, तर आमच्या बहुतेक रुग्णांना हा अनुभव आला असता.''

'*लॅन्सेट*'मध्ये वॅन लॉमेलनी एका 'सिग्नेचर केस'चा वृत्तान्त दिला आहे. चव्वेचाळीस वर्षांचा एक माणूस कुरणात बेशुद्धावस्थेत पडलेला तासाभरापूर्वी सापडला होता. हॉस्पिटलमध्ये आणलं तेव्हा तो काळानिळा पडलेला आणि कोमात गेलेला होता. त्याच्या हृदयाचे ठोके जवळजवळ बंदच होते. श्वसनाची नळी आत घालण्याकरिता वॅन लॉमेलना त्याच्या कवळ्या बाहेर काढाव्या लागल्या. त्या त्यांनी खोलीच्या, पुढे आलेल्या भागातील छोट्या, चाकाच्या गाडीवर ठेवल्या. डिफिब्रिलेशन आणि 'मोठ्या प्रमाणावर' सीपीआर केल्यानंतर, तो धोकादायक स्थितीतून बाहेर येण्याची नव्वद मिनिटं वाट बघितल्यानंतर त्या रुग्णाची तब्येत थोडीफार स्थिर झाली आणि त्याला अतिदक्षता विभागात हालवण्यात आलं.

एक आठवड्यानंतर त्याची तब्येत सुधारत होती आणि त्याला कार्डिॲक वॉर्डमध्ये ठेवलं होतं, तेव्हा वॅन लॉमेलना तो पहिल्यांदाच जागृतावस्थेत दिसला.

> मला बघितल्याबरोबर तो म्हणाला, 'माझ्या कवळ्या कुठे आहेत ते त्या माणसाला माहीत आहे.' मी चकित झालो. त्याने पुढे स्पष्ट केलं, ''होय, मला रुग्णालयात आणलं तेव्हा तुम्ही तिथे होता. तुम्हीच माझ्या तोंडातून त्या कवळ्या काढून त्या, चाकाच्या गाडीवर ठेवल्यात. त्या गाडीवर खूपशा बाटल्या होत्या. आणि खाली सरकता ड्रॉवर होता. त्यातच तुम्ही माझे दात ठेवलेत.'' मी आश्चर्यचकित झालो. कारण मला चांगलंच आठवत होतं, की जेव्हा हे घडलं तेव्हा तो माणूस कोमामध्ये होता आणि सीपीआर चालू होतं. मी त्याच्याकडे आणखी चौकशी केली तेव्हा मला कळलं की, त्या माणसाने स्वत:ला, बिछान्यावर झोपलेलं पाहिलं होतं. डॉक्टर आणि नर्सेस यांची धावपळ, सीपीआर हे सगळं त्याने वरून बघितलं होतं. त्याला पुनरुज्जीवित करण्याची धडपड जिथे चालली होती, त्या छोट्या खोलीचं त्याने तपशीलवार आणि तंतोतंत वर्णन केलं. तिथे हजर असणाऱ्या माझ्यासारख्या इतर लोकांचंही त्याने हुबेहूब वर्णन केलं. या परिस्थितीचं निरीक्षण करत असताना तो खूप

घाबरलेला होता. आम्ही मध्येच सीपीआर बंद करू आणि तो मरेल, अशी भीती त्याला वाटत होती.

त्याची तब्येत सुधारण्याची विशेष खात्री आम्हाला वाटली नव्हती, तरी तो लवकरच बरा झाला आणि महिन्याभरानंतर घरी गेला. वॅन लॉमेलनी लिहिलं आहे, 'या अनुभवाचा त्याच्या मनावर खूप प्रभाव पडला. आता त्याला मृत्यूची भीती वाटत नाही, असं तो सांगतो.'

एनडीईमुळे अज्ञात जगाचं, मेंदूच्या मर्यादांपलीकडील जाणिवेच्या स्तराचं अस्तित्व सिद्ध होतं, या मताचा वॅन लॉमेल जोरदार पुरस्कार करतात. २००७च्या लेखात ते लिहितात, ''या कवळीच्या घटनेसारखे शरीराबाहेर जाण्याचे अनुभव अधूनमधून येत असतात. त्यांची सत्यता पडताळून पाहता येते. अशा अनुभवांच्या अभ्यासावरूनच आम्हाला कळलं की, एनडीई हे बेशुद्धीच्या काळाच्या *दरम्यान* येतात. हृदयविकार बंद पडल्याच्या पहिल्या किंवा शेवटच्या क्षणी *नाही*. त्यामुळेच आम्ही एका *आश्चर्यकारक निष्कर्षाला* पोहोचलो आहोत की, हृदयक्रिया बंद पडल्यावर कवटी आणि ब्रेनस्टेमची सर्व कार्यं बंद पडल्यावर एनडीईचा अनुभव येतो.''

बऱ्याच लोकांना हे पटतं. रुग्ण, मोजमाप करून खात्री करता येईल अशा अवस्थेत, क्लिनिकली मृत असतानाच्या काळात घडलेल्या घटनांच्या तंतोतंत आठवणी रुग्णाने सांगणं यांसारख्या नाट्यमय कहाण्यांतून निर्माण होणाऱ्या प्रश्नाचं उत्तर यात सापडतं. खरंतर अशा कथा हजारोंनी असतात; पण लेखी वैद्यकीय पुरावा असलेली कथा सापडणं अतिशय दुर्मिळ असतं. अशा प्रकारची सर्वज्ञात केस पॅन रेनल्ड्स या बाईची आहे. ज्युलिअर्डमध्ये प्रशिक्षण घेतलेली ही गायिका आणि गीतकार ॲटलांटाच्या बाहेरच्या बाजूला राहते. रेनल्ड्स आपल्या कुटुंबाच्या, रेकॉर्डच्या व्यवसायात होती. स्वत:ची गाणी ती स्वत:च लिहीत असे. आपल्या पाच मुलांचा ती संभाळ करत होती. १९९१मध्ये धोक्याची सूचना देणारी बातमी येऊन थडकली. तिच्या बेझिलर रोहिणीला (basilar artery) म्हणजे मेंदूच्या महत्त्वाच्या रक्तवाहिनीला ॲन्युरिझम झाल्याचं निदान झालं. डॉक्टरांनी तिला सांगितलं की, ती रक्तवाहिनी केव्हाही फुटू शकते. त्यामुळे शस्त्रक्रिया करून ती दुरुस्त केली पाहिजे.

ॲन्युरिझमचा आकार आणि जागा पाहता ती शस्त्रक्रिया अतिशय गुंतागुंतीची असणार होती. ॲन्युरिझम मोठा आणि ठिसूळ होता. एका महत्त्वाच्या रोहिणीवर होता. क्षणाक्षणाला रक्ताबरोबर त्याचं स्पंदन होत होतं. शस्त्रक्रियेच्या वेळी चुकून ती रोहिणी फाटण्याचा अतिशय मोठा धोका होता. तसं झालं तर लगेचच, खूप

मोठ्या प्रमाणात रक्तस्राव होण्याची शक्यता होती. आणि ते रुग्णाच्या जिवावर बेतलं असतं. हा भयानक धोका लक्षात घेऊन रेनल्ड्सच्या डॉक्टरांनी त्या मानाने नवीन प्रकारे शस्त्रक्रिया करण्याचं ठरवलं. तिचं शरीर अतिशय थंड म्हणजे नेहमीच्या ९८.६ अंश फॅरनहाइटवरून फक्त ६० अंश फॅरनहाइट एवढं केलं असतं तर तिचा श्वासोच्छ्वास थांबला असता. तिचा रक्तप्रवाह मंद होऊन थेंब थेंब वाहू लागला असता. ईईजी मॉनिटरवर तिच्या मेंदूची हालचाल नगण्य दिसली असती. वरवर पाहिलं तर ती मरण पावली आहे, असंच वाटलं असतं.

ऑगस्ट १९९१मध्ये झालेली ही शस्त्रक्रिया योजल्याप्रमाणेच व्यवस्थित पार पडली, पूर्णपणे यशस्वी झाली; पण शस्त्रक्रियेनंतर रेनल्ड्स शुद्धीवर आली, तेव्हा तिने एक अजब गोष्ट सांगितली. तिला वेदना जाणवत नव्हत्या; पण त्या शस्त्रक्रियेची प्रत्येक पायरी तिला कळत होती. सर्जन्सनी इलेक्ट्रिक करवतीने तिच्या कवटीला भोक पाडलं, तेही तिला कळलं ("त्याचा आवाज भयंकर होता. अगदी दंतवैद्याच्या दवाखान्यातील ड्रिलसारखा.") नंतर ती डोक्यातून बाहेर पडून वर तरंगू लागली आणि वरून तिने ते ऑपरेशन पाहिलं.

तिची स्वर्गवासी आजी तिला भेटली. खरंतर आवाज नव्हता. पण तरीही तिची आजी बोगद्यातून तिला बोलावत होती, हे तिला कळलं. तसा तर तो बोगदासुद्धा खऱ्या अर्थाने बोगदा नव्हता. त्याच्या एका बाजूला टाचणीच्या टोकाएवढा प्रकाश दिसत होता आणि तो हळूहळू मोठामोठा होत जात होता. त्या प्रकाशाच्या ठिकाणी ती पोहोचली, तेव्हा तिचे सगळे 'गेलेले' नातेवाईक तिच्याभोवती जमले. त्यांनी तिला खायलाप्यायला दिलं, तिचं आदरातिथ्य केलं. त्यांनी तिला ताकीद दिली – आणखी पुढे जाऊ नकोस. नाहीतर तुला मागे परतता येणार नाही. त्या प्रकाशाचं आकर्षण वाटत असलं, तरी रेनल्ड्सला घरची आठवण झाली आणि ती परत जायला तयार झाली. तिचे स्वर्गवासी काका तिला बोगद्याच्या टोकापर्यंत सोडायला आहे. आणि तिला खाली दिसू लागली पुन्हा एकदा:

> ... ती वस्तू – माझं शरीर. भयंकर दिसत होतं ते. वाताहात झालेल्या आगगाडीसारखं. ते जसं होतं तसंच दिसत होतं : मृत .... माझ्या छातीत धडकी भरली. त्याच्याकडे पाहायचाही मला धीर होईना.
>
> काकांनी तिला उडी मारायला सांगितलं. पोहण्याच्या तलावात मारतात तशी. 'घाबरू नकोस. फक्त त्या तलावात उडी मार.' मला उडी मारायची नव्हती. पण मला वाटतं, मला उशीर होत असावा. कारण त्यांनी मला ढकललं. मला पुढे लोटल्यासारखं वाटलं आणि त्याचवेळी शरीराकडून एक ओढ जाणवली. शरीर ओढत होतं आणि बोगदा

ढकलत होता. बर्फाच्या थंडगार पाण्याच्या तलावात सूर मारल्यासारखंच होतं ते. वेदना झाल्या.

मी परत आले, तेव्हा 'हॉटेल कॅलिफोर्निया' लागलं होतं.. 'यू कॅन चेक आउट एनीटाइम यू लाइक, बट यू कॅन नेव्हर लीव्ह.'

जेफ्री लाँगना या क्षेत्रात येण्याची प्रेरणा देणारे संशोधक मायकेल सॅबॉम यांनी रेनल्ड्सच्या केसचा वृत्तान्त लिहिला – त्याने खळबळ उडवून दिली. 'क्लिनिकली मृत' असतानाच्या काळातील आठवणी सांगणारी म्हणून तिचं उदाहरण जास्तीत जास्त वेळा दिलं जाऊ लागलं. मुख्य म्हणजे 'क्लिनिकली मृत' या संज्ञेच्या अर्थाचा पुनर्विचार करण्याची वेळ आली आहे. अमेरिकेत आम्ही ईईजी किंवा मेंदूचं मॉनिटरिंग करून मेंदूचं कार्य बंद झालं आहे, याची खात्री करून नंतरच ती व्यक्ती मृत झाली आहे, असं घोषित करतो. अवयवारोपण करणारे सर्जन्सही अवयव काढण्यापूर्वी या पुराव्याची वाट पाहतात; पण काही प्रमाणात ते अविश्वसनीय असतं. जपानमध्ये, ईकेजीवरून हृदयाचं कार्य थांबल्याचं कळल्यावरच एखाद्याला मृत ठरवलं जातं. मेंदूचा मृत्यू विरुद्ध हृदयाचा मृत्यू. नेल्सननी रेनल्ड्सच्या वैद्यकीय नोंदींचं परीक्षण केलं नाही. पूर्ण शस्त्रक्रियेच्या दरम्यान तिच्या मेंदूत कोणतीही विद्युत्क्रिया चालू नव्हती, याविषयी नेल्सनना प्रामाणिक शंका आहे.

भूल दिलेली असूनही रेनल्ड्स शस्त्रक्रियेच्या दरम्यान निदान काही काळ तरी थोडीफार सावध असावी, असा नेल्सन यांचा तर्क आहे. तथाकथित 'गुंगीतील सावधता' (अॅनेस्थेशिआ अवेअरनेस) ही वाटते तेवढी दुर्मीळ गोष्ट नाही. 'अमेरिकन कॉलेज ऑफ अॅनेस्थेशिऑलॉजिस्ट्स'नुसार निदान एक ते दोन टक्के रुग्ण शस्त्रक्रियेच्या दरम्यान थोड्या प्रमाणात तरी सावध असतात. हा आकडा, ज्या शस्त्रक्रियांसाठी रुग्णाला पूर्णपणे बेशुद्ध केलं जातं, अशा शस्त्रक्रियांचा आहे. विशिष्ट भागाला भूल देऊन केलेल्या शस्त्रक्रिया, तसंच रुग्णाला हेतुपुरस्सर शुद्धीवर ठेवलं जातं, अशा शस्त्रक्रियांचा यात समावेश नाही. इथे एक मनोरंजक स्वगत आहे : मेंदू हा पूर्णपणे वेदनाग्राहक रिसेप्टरविरहित (pain receptors) असतो. खरंतर मेंदूच्या काही शस्त्रक्रिया चालू असताना रुग्णाला सावध ठेवलं जातं. त्यामुळे शस्त्रक्रियेदरम्यान रुग्णाचा सर्जन्सशी संवाद चालू राहतो आणि रुग्णाच्या बोलण्याच्या किंवा इतर कौशल्याच्या क्षमतेशी निगडित ऊतींना (tissues) धक्का पोहोचत नाही ना, याची सर्जन्सना खात्री करून घेता येते. अर्थात याचा पॅम रेनल्ड्स किंवा इतर एनडीईवाल्यांशी संबंध नसला, तरीही मेंदूच्या शरीरांतर्गत शस्त्रक्रियेच्या दरम्यान एखादा रुग्ण थोड्याफार प्रमाणात शुद्धीवर असणं, हे अशक्यप्राय नाही.

गुंगीतही सावध असण्याच्या काही केसेस म्हणजे तर भयकथा आहेत.

सर्जनची कापाकापी चालू असताना रुग्णाला तीव्र वेदना होतात. पण तो लुळा पडलेला असल्याने ओरडूही शकत नाही. यावरूनच २००७ साली *'अवेक'* हा हॉलिवूडचा थरारक चित्रपट काढला होता. त्याच्या प्रसिद्धीत म्हटलं होतं की, *'जॉज'*ने (Jaws) शार्क्सच्या बाबतीत जे केलं, ते हा चित्रपट बधिरीकरणाच्या बाबतीत करेल. इतर केसेसमध्ये, त्या मादक द्रवाचा वेदनानिवारक भाग काम करतो. त्यामुळे रुग्ण शांत व बधिर होतो; पण तरीही त्याला आजूबाजूची जाणीव – अगदी पूर्ण नसली तर थोडीफार तरी होतच राहते. नेल्सनना त्यांच्या सर्वेक्षणाच्या निष्कर्षात एक विलक्षण गोष्ट आढळली. एनडीई आल्याचं सांगणाऱ्या पंचावन्न व्यक्तींपैकी चौघांनी, शस्त्रक्रिया चालू असताना ते सावध असल्याचं सांगितलं. त्यावरून नेल्सननी, गुंगीतील सावधता आणि एनडीई यांत काहीतरी दुवा असला पाहिजे, या दिशेने विचार करायला सुरुवात केली.

जगभरातील तज्ज्ञांबरोबर चर्चा करत असताना एक शक्यता माझ्या लक्षात आली की, हे सगळं शेवटी स्मरणशक्तीवर येऊन ठेपतं. जीवशास्त्रीयदृष्ट्या 'खऱ्या' स्मृती आणि प्रत्यक्षात न घडलेल्या घटनांच्या स्मृती यात शारीरिकदृष्ट्या काहीही फरक नसतो. नेल्सन यांच्या बोलण्यावरून मला हार्वर्डचे मानसशास्त्रज्ञ रिचर्ड मॅकनली आणि त्यांच्या विद्यार्थ्यांनी केलेल्या संशोधनाची आठवण झाली. मॅकनलींचा खास विषय आहे स्मृती, विशेषत: स्मृतींचा विपर्यास. खोट्या स्मृतींवर त्यांनी अतिशय मोठ्या प्रमाणात संशोधन केलं आहे. सूचनांद्वारा (suggestions) बनावट स्मृती निर्माण करणं किती सोपं आहे, यावर त्यांनी केलेल्या कामाचा, जुन्यापुराण्या व दडपून टाकलेल्या, असं गृहीत धरलेल्या स्मृतींविषयीच्या जबानीचा विचार करण्याच्या कोर्टाच्या पद्धतीवर खूपच प्रभाव पडला आहे.

खऱ्या स्मृती आणि खोट्या स्मृती यांची निर्मिती आणि संचय हे मेंदूत वेगवेगळ्या प्रकारे होतात का, हा मोठा प्रश्न आहे. याचं उत्तर शोधण्यासाठी मॅकनलींची तेव्हाची विद्यार्थिनी सुझन क्लॅन्सी ह्यांना खात्रीपूर्वक, वास्तवावर आधारित नसलेल्या स्मृतींचं परीक्षण करायचं होतं. त्यासाठी त्यांनी, परग्रहवासीयांनी अपहरण केल्याचा दावा करणाऱ्या लोकांच्या मुलाखती घ्यायचं ठरवलं. त्या सर्वांनी सांगितलेल्या कथा सारख्याच चमत्कारिक आणि भीतिदायक होत्या. करड्या रंगाचं डोकं आणि मोठमोठे डोळे असलेले परग्रहवासी. त्यांनी या लोकांना पळवून अंतरिक्षयानात नेणं आणि त्यांचा वापर वैद्यकीय किंवा लैंगिक विषयांवरील प्रयोगासाठी करण्यात येणं – या गोष्टी सर्वांनीच सांगितल्या. क्लॅन्सींनी त्यावरून एक मनोरंजक निष्कर्ष काढला : अपहरण खरं नसलं, तरी त्या आठवणी खऱ्या आहेत असं तिने ठरवलं. क्लॅन्सींच्या मते या स्मृती निर्माण करण्यामागे निद्रा पक्षाघाताचा हात असावा. त्या लोकांना आपलं अपहरण झाल्याचं स्वप्नच पडलं असावं; पण ती स्वप्नं एवढी स्पष्ट

होती आणि परग्रहवासी तपासत असताना अजिबात हालचाल न करता येण्याची शारीरिक भावना एवढी तीव्र होती की, ते सर्व खरोखरच घडलं आहे, असं त्यांना खात्रीपूर्वक वाटलं.

मृत्युसामीप्याच्या अनुभवाविषयी केविन नेल्सन असंच म्हणतात. "ती चुकीची आठवण आहे असं मी म्हणत नाही. पण प्राणवायूचं प्रमाण कमी असताना किंवा रक्तातील साखर कमी झालेली असताना मेंदू दुर्बल होण्याची शक्यता असते. त्यामुळे तेव्हाच्या स्मृती आणि त्यांची पुन्हा केलेली आठवण ही आक्षेपार्ह असणार, असं माझं ठाम मत आहे," ते म्हणतात. "गंमत म्हणजे जेव्हा आपल्याला स्वप्न पडतं, तेव्हा ते स्वप्न आहे असं आपल्याला वाटत नाही. अर्थात त्याला काही अपवादही असतात. उदाहरणार्थ, सुस्पष्ट स्वप्न. पण बहुतांश लोकांना ते अंतर्ज्ञान नसतं. सर्वसाधारणपणे मेंदू ते बंद करतो."

स्वप्नांच्या स्मृतींपेक्षाही एनडीईच्या स्मृती कमी विश्वासार्ह असतात, असं समजायला तसंच कारण आहे. महत्त्वाची गोष्ट म्हणजे मेंदूला प्राणवायूचा तुटवडा पडला, तर सर्वांत पहिला परिणाम होतो तो स्मृतीवर. मेंदूच्या हिपोकॅम्पस या भागाच्या सीए १ या क्षेत्रात स्मृतीचं स्थान असतं. सॅन डिएगो येथील कॅलिफोर्निया विद्यापीठातील न्यूरोसायंटिस्ट आणि स्मृती या विषयातील तज्ज्ञ लॅरी स्क्वायर यांच्या सांगण्यानुसार सीए १ या भागाच्या पेशी प्राणवायूपासून वंचित राहतात, तेव्हा त्यांची ऊर्जा वेड्यापिशा गतीने खर्च होते आणि त्या फाजील ताण पडलेल्या चयापचयाच्या अवस्थेत जातात. "त्या पेशी स्वत:ला जाळून घेत काही दिवसांच्या अवधीत मरून जातात," स्क्वायर स्पष्ट करतात. "आणि त्या रुग्णाला स्मृतिभ्रंश होतो." स्पष्टच बोलायचं झालं तर ज्याच्या मेंदूला होणारा प्राणवायूचा पुरवठा, अगदी अल्पशा काळाकरिता का होईना, खंडित झाला असेल त्याच्या स्मरणशक्तीवर विश्वास ठेवता येणार नाही.

तेवढी उघड नसली तरी तेवढीच खरी असणारी वस्तुस्थिती म्हणजे ताणतणावामुळे स्मृती विपर्यस्त होऊ शकते. ताणाखाली असताना शरीरातून कॉर्टिझॉल (cortisol) सारखे काही संप्रेरक स्रवतात. त्यामुळे ॲमिग्डाला जास्त क्रियाशील होतो. ॲमिग्डालाचा आकार बदामासारखा आणि बदामाएवढाच असतो. अल्प मुदतीच्या स्मृतींचं रूपांतर दीर्घ मुदतीच्या स्मृतींत करण्याचं महत्त्वाचं काम ॲमिग्डाला करतो. जेव्हा त्याच्यावर खूप काम पडतं, तेव्हा ती प्रक्रिया बिघडते. याचा अर्थ असा की, तणावग्रस्त परिस्थितीत आजूबाजूला घडणाऱ्या गोष्टी तपशीलवार आठवण्याचा संभव खूपच कमी असतो. याचे वास्तव जगात बरेच परिणाम झालेले आढळून येतात. उदाहरणार्थ, स्मृती या विषयातील तज्ज्ञ सांगतात की, प्रत्यक्षदर्शी साक्षीदाराची साक्ष ही अतिशय बेभरवशाची असते. अर्थात कोर्ट आणि ज्युरी याला

मान्यता देत नाहीत.

एखाद्या तणावयुक्त घटनेविषयीची आपली स्मृती अगदी उत्कृष्ट आहे, असा खूप लोकांचा चुकीचा समज असतो. याचं कारण म्हणजे या स्मृतीची भावनिक बाजू प्रबळ असते. याचाही संबंध ॲमिग्डालाशीच आहे. स्मृतिप्रक्रियेत मदत करण्याबरोबरच लिंबिक सिस्टिममध्येही ॲमिग्डाला महत्त्वाची भूमिका बजावतो. लिंबिक सिस्टिम म्हणजे पूर्वी आपण बोलल्याप्रमाणे, आपल्या भावना नियंत्रित ठेवणारी प्रणाली. तणावामुळे एकवेळ आपण तपशील विसरू; पण त्या वेळी आपल्याला काय *वाटलं* ते आपण कधीही विसरू शकत नाही. मग ते पहिलं चुंबन असो किंवा बगदादमधील भडिमार. जबरदस्त आघातानंतरच्या ताणामुळे आलेली अस्वस्थता ही मूलतः स्मृतींशी निगडित समस्या असते. त्या आघाताला बळी पडलेल्या व्यक्तीच्या मनाला, त्या अनुभवाच्या भयानकतेने डागण्या दिलेल्या असतात. तो अनुभव पुन्हापुन्हा आठवल्यावर त्याच्या त्या वेदनादायी स्मृती अधिकच प्रबळ होत जातात.

तर या सगळ्याचा एनडीईशी संबंध काय? जेव्हा जिवावर बेततं, तेव्हा ते नक्कीच थरकाप उडवणारं असतं. अशा वेळी कोणी खूप भयभीत झालं नाही, तरी त्याच्या मनात भावनांचं थैमान माजल्याशिवाय राहाणार नाही. तणावाखाली असताना घडलेल्या घटनांच्या स्मृतींचा विचार केला, तर त्यावेळचं सगळं अचूकपणे आठवत नसलं तरी लोक त्या अनुभवाचं अगदी तपशीलवार वर्णन करतात. आता रुग्ण जेव्हा फक्त तणावाखालीच नाही, तर प्राणवायूलाही वंचित असतो, शिवाय त्याच्यावर प्रभावी औषधोपचाराचा मारा झालेला असतो, तेव्हाच्या एनडीईचे वृत्तान्त निश्चितच अविश्वसनीय असणार.

यामुळे एनडीईच्या खरेपणाविषयी शंका उत्पन्न होतात, असं म्हटलं तर वैज्ञानिक स्पष्टीकरणालाही ते आव्हानच असतं, हे तितकंच खरं आहे. आपण धरून चालू या की, एखाद्याला स्वप्नासारखा अनुभव आला; पण जर त्याची हृदयक्रिया बंद असताना तो आला असेल आणि मेंदूत प्राणवायू नसेल, तर ते त्याच्या लक्षात कसं राहील?

महत्त्वाची गोष्ट म्हणजे स्मृती – मग ती अगदी प्रत्यक्ष घडलेल्या घटनेची का असेना – ही फाइलीत घालून ठेवलेल्या एखाद्या परिपूर्ण फोटोसारखी नसते. दृश्यं, आवाज, भावना आणि इतर तपशील असे वेगवेगळे भाग असलेलं कोडं म्हणजे स्मृती. जेव्हा-जेव्हा आपण एखादी गोष्ट आठवतो, तेव्हा-तेव्हा त्या कोड्याचे सगळे भाग आठवून ते जोडले जातात. प्रत्येक वेळी जेव्हा स्मृती तयार होते, तेव्हा मेंदूतील दुवे अधिकाधिक बळकट होत जातात. आणि त्यामुळे स्मृतीही अधिकाधिक प्रभावी होत जाते. पण खरी समस्या ही आहे की, त्या स्मृती कधीच अचूक,

तंतोतंत नसतात. प्रत्येक स्मृती ही, एका अर्थाने – प्रत्येक वेळी आरंभापासून सुरुवात करून पुन्हा बांधली जात असते. त्यामुळे चुकून किंवा हेतुपुरस्सर त्यात कोड्याचे नवीन तुकडे येऊन मिसळू शकतात. अगणित प्रयोगांवरून दिसून आलं आहे की, अगदी साध्या-साध्या सूचनांद्वारे खोट्या स्मृती निर्माण करणं हे अविश्वसनीय वाटण्याइतकं सोपं आहे. त्याचप्रमाणे सत्य घटनेची स्मृतीसुद्धा सूचना देऊन विपर्यस्त करता येते. उदाहरणार्थ, अंधार आणि उजेडाच्या संदिग्ध स्मृतीची पुन:पुन्हा उजळणी झाल्यावर कालांतराने तिचं रूपांतर बोगद्याच्या ठळक स्मृतीत होऊ शकतं.

एनडीईच्या संदर्भात होणारा दुसरा विपर्यास हा कालाच्या संदर्भात असतो. आठवण करून देणाऱ्या विशिष्ट खुणा नसतील, तर प्रत्यक्ष घडल्या त्यापेक्षा वेगळ्याच क्रमाने त्या घटना आपल्याला आठवतात. त्यामुळे पॅम रेनल्ड्सला डॉक्टरांच्या संभाषणाचा भाग अचूकपणे आठवलाही असेल; पण ती 'मृत' असताना ते चालू होतं, हे तिचं स्मरण चुकीचं असू शकेल. प्रत्यक्षात ती बेहोष व्हायच्या काही मिनिटं आधीच तो संवाद घडला असेल.

एक गोष्ट स्पष्ट आहे. मृत्युसामीप्याचा अनुभव खरा असो वा नसो, तो अनुभव आलेल्या व्यक्तीवर बहुधा त्याचा खोल परिणाम होतो. रुग्णालयात काळजीपूर्वक नोंदी घेतल्या जात असताना एखादी व्यक्ती जवळजवळ मृत्यू पावली, तर तिच्या बाबतीत हे जेवढं खरं आहे, तेवढंच ते एखाद्या व्यक्तीला झालेल्या शारीरिक इजेच्या परिस्थितीतही खरं आहे.

आता बासष्ट वर्षांची असलेली पॅम वेडिंग एकोणीस वर्षांची असताना जॉर्जिआ विद्यापीठात शिकत होती. तेव्हा ती जिम नावाच्या मित्राबरोबर 'व्हाइट वॉटर राफ्टिंग' करायला तयार झाली. वेडिंगला हाइकिंग, कॅम्पिंग वगैरे गोष्टींची अतिशय आवड होती; पण राफ्टिंगचा तिला तितकासा अनुभव नव्हता. तरीसुद्धा तिने आणि जिमने त्यांची होडी ओकोई नदीच्या एका भागात लोटली. हा भाग निष्णात कायाकर्सचा (kayakers) आवडता भाग होता. परिस्थिती अधिकच बिघडण्याचं कारण म्हणजे आदल्या रात्री तिथे मुसळधार पाऊस पडला होता. पाण्यात शिरल्याबरोबर लगेचच त्यांची वल्ही निसटली आणि ते खरोखरच संकटात सापडले; पण जीव मुठीत घेऊन वेडिंग आणि जिम नदीतून, एका मोठ्या खडकाळ भागाला वळसा घालून पुढे जातच राहिले. वेडिंग सांगते, ''काही लोक आमच्याकडे पाहून हात हालवत होते. खरंतर ते आम्हाला 'मागे वळा' म्हणून सांगत होते.''

त्याचं कारण लवकरच तिच्या लक्षात आलं. नदीच्या गर्जनेच्या आवाजाच्या वरताण आवाजात ती किंचाळली. थोड्याच अंतरावर नदीचं पाणी खाली असलेल्या सखल धरणात कोसळत होतं. हे कोणत्याही परिस्थितीत धोकादायकच होतं.

कारण अशा, कडेवरून पडणाऱ्या पाण्याचा चक्राकार प्रवाह होऊन तो धरणाच्या दर्शनी भागाकडे परत जातो. राफ्टर्स याला 'हायड्रॉलिक' असं म्हणतात. वेडिंग आणि तिच्या मित्रासमोर आणखी एक संकट वाढून ठेवलं होतं. नदीच्या वाढलेल्या पाण्यामुळे धरणाचा एक भाग कोसळला होता. त्यामुळे पाण्याचा एक जबरदस्त प्रवाह तयार झाला होता. त्या प्रवाहाने या दोघांना धरणाला पडलेल्या खिंडाराच्या दिशेने भिरकावून दिलं.

''मी एक प्रकारच्या शॉकमध्ये गेले. जिम ''संभाळ, संभाळ'' म्हणत होता, ते मला आठवतं; पण गंमत म्हणजे मला अजिबात भीती वाटत नव्हती. मी, म्हणजे, फक्त स्वत:ला संभाळत होते.'' होडी जेव्हा धरणाच्या कडेवरून खाली फेकली गेली, तेव्हा तिच्या कानावर आदळणारा नदीच्या गर्जनेचा आवाज क्षीण क्षीण होत गेला. वेडिंग हायड्रॉलिकमध्ये सापडली होती. तो जोरदार प्रवाह तिला पाण्याखाली घुसळून काढत होता. तिला स्वत:चा एक स्नायूसुद्धा हालवता येत नव्हता.

''मी पाण्याखालीच राहिले. जेव्हा मी खाली गेले तेव्हा तिथे फक्त काळोख होता. फक्त काळोख.'' ती आठवणी सांगत असते. तो एक अविश्वसनीय, थरकाप उडवणारा अनुभव असणार, अशी मी कल्पना करत होतो. पण वेडिंग म्हणाली की, तिला भीतीची जाणीवही झाली नाही. काळाची गती मंद झाल्यासारखी वाटली. तिच्या मनात येणारा प्रत्येक विचार स्फटिकासारखा स्वच्छ होता. ''मी विचार करत होते, अगदी स्पष्टपणे – 'इथे काळोख आहे आणि मी पाण्याखाली आहे' आणि मी म्हटलं, 'ठीक आहे. मी श्वास घेणार आहे.' आणि श्वास घेऊ शकले आणि उच्छ्वास सोडणंही मला जमलं. आणि माझ्या मनात विचार आला 'छे! कसं शक्य आहे हे? मी पाण्यात श्वास घेऊ शकत नाही. आणि म्हणून मला वाटलं की, मी मेले आहे.'

''आणि मग ती छोटी-छोटी चित्रं येऊ लागली. अगदी छोटी मी, माझ्या वडिलांबरोबर - जे मी साडेसात वर्षांची असताना वारले – आणि माझ्या भावाबरोबर – तो आहे हं अजून – असलेली मला दिसले.'' त्या प्रतिमा डोळ्यांसमोरून सरकत गेल्या आणि शांततेची भावना तिच्या शरीरात भिनून राहिली. ''ती खरंच पवित्र, पूर्ण शांतता होती,'' ती म्हणाली.

स्पष्टच सांगायचं झालं, तर वेडिंग ही अतिशय धोकादायक परिस्थितीत असली तरी शारीरिकदृष्ट्या ती मृत्यूच्या दारात नक्कीच नव्हती. ती बेशुद्धही पडली नव्हती. तिला अतिशय स्पष्टतेचा अनुभव आला आणि काळाची गती मंद झाल्याचं तिला जाणवलं. केविन नेल्सनच्या मते धोक्याला दिलेली ही शरीराची प्रतिक्रिया म्हणजे उत्क्रांतीच्या संदर्भातील, परिस्थितीशी जुळवून घेण्यासाठी झालेला बदल

असावा. लढा किंवा पळा (fight or flight) या प्रतिसादासारखाच. त्याच्या अगोदरची ही प्रतिक्रिया असावी. नेल्सन म्हणतात, ''योग्य कृती करण्यासाठी मन शांत असणं आवश्यक आहे. सिंहाची डरकाळी कानी आली किंवा सिंह नजरेच्या टप्प्यात आला, तर प्रथम चढण्यासाठी एखादं झाड शोधणं महत्त्वाचं आहे.'' भेदरलेल्या स्थितीत हे जमणं कठीण आहे. ''उगीच इकडेतिकडे बघत बसण्यात अर्थ नाही. सुटकेचा मार्ग शोधण्यावर लक्ष केंद्रित केलं पाहिजे.''

आपण संकटात असल्याचं जेव्हा आपल्याला जाणवतं, तेव्हा लोकस कोऱ्युलस या मेंदूच्या केंद्रातून अड्रेनलिन स्रवू लागतं. त्यामुळे आपण जास्त सावध होतो आणि आपल्याला ऊर्जा मिळते. जेव्हा लोकस कोऱ्युलसच्या मज्जापेशी जोरात काम करतात, तेव्हा आपण जास्त भडकतो. जेव्हा त्या मंदावतात, तेव्हा आपण शांत असतो आणि आपल्या कामावर जास्त लक्ष देऊ शकतो. न्यूरॉलॉजिस्टच्या दृष्टीने यात नवीन काही नाही. पण नेल्सनना यात वेगळाच अर्थ दिसतो. असं पाहा की, प्राण्यांवरील प्रयोगांत, फक्त रेम झोपेच्या वेळीच लोकस कोऱ्युलसच्या मज्जापेशी काम पूर्णपणे थांबवतात. नेल्सनचा सिद्धान्त बरोबर असेल, तर मृत्युसामीप्याच्या परिस्थितीतील खूप मोठ्या ताणामुळे रेम अवस्थेचा चाप ओढला जातो. त्यामुळे एनडीईमध्ये मन शांतीच्या आणि स्पष्टतेच्या भावनेने भारावून जातं. हा संबंध नुसताच आशा दाखवून झुलवणारा वाटतो. नेल्सनना कल्पना आहे की, असा विचार करणारे ते एकटेच आहेत. पण त्यांचं म्हणणं खरं ठरलं, तर खरेखुरे एनडीई आणि त्या प्रकारचे इतर अनुभव यांतील समान सूत्राचा खुलासा होईल.

पॅम वेडिंगला प्रकाश दिसला – मृत्युसामीप्याच्या अनुभवाचं उत्कृष्ट उदाहरण. ''नेहमी म्हटलं जातं तसा तिथे प्रकाश होता,'' ती पुढे सांगू लागली, ''माझ्या समोरच्या भागातून येत असल्यासारखा प्रकाश येऊ लागला. मधला सारा अवकाश प्रकाशाने भरून गेला. ते सगळं एवढं सुंदर होतं, एवढं चित्तवेधक होतं! मला एवढंच कळलं की, ते जे काही होतं, ते खूप चांगलं होतं.

''मी विचार केला, 'ठीक आहे. मी मेले आहे. आणि जे काही होणार ते चांगलंच होणार आहे' आणि तेवढ्यात कोणीतरी माझी कंबर पकडली. एक हात माझ्या कमरेभोवती आला आणि मला वर खेचलं. मी लगेचच वर आले. आणि मी जेव्हा पाण्याच्या वर आले, माझा मित्र जिम तिथे होता. तो मला काठाकडे ओढत होता.''

तो अनुभव एवढा दडपून टाकणारा होता की, त्या वेळी त्याचं वर्णन करणं शक्यच नव्हतं. वेडिंग अगदी हळूहळू पाण्याबाहेर आली, तेव्हा ती त्याविषयी एकही शब्द बोलली नाही. तिने आणि जिमने एकमेकांना फक्त 'ठीक आहेस ना ?' एवढंच विचारलं, मानेनेच एकमेकांना होकार दिला, होडी बाहेर काढली आणि ती

दोघं घरी गेली. कॉलेजनंतरही ती दोघं एकमेकांच्या संपर्कात होती; पण तीस वर्षांहून जास्त काळ झाला, तरी त्या दोघांनी या घटनेचा उल्लेखही केला नाही. १९९६च्या उन्हाळी ऑलिम्पिकसाठी जिम ॲटलांटाला गेला होता. जेवत असताना वेडिंग जिमच्या किशोरवयीन मुलाला म्हणाली, ''तुझे वडील हीरो आहेत. त्यांनी मला खोल पाण्यातून वर ओढून काढलं.'' समोरच्या खुर्चीवर बसलेला जिम काही न बोलता एकटक तिच्याकडे पाहत राहिला. पहिल्यांदा तिला वाटलं की, ती काय बोलत आहे, ते त्याला कळलं नाही. पण नंतर त्याने तोंड उघडलं. शांतपणे तो म्हणाला, ''मी तुला वर ओढलं नाही. तू जेव्हा त्या घुसळत्या हायड्रॉलिक्समधून मोकळी होऊन बाहेर आलीस, तेव्हा तुला फक्त नदीच्या किनाऱ्याकडे यायला मी मदत केली. आम्ही तर तुझी आशाच सोडली होती आणि अचानक तू पाण्यातून अक्षरशः उडत बाहेर आलीस!''

मी तिला विचारलं की, चक्राकार फिरणाऱ्या पाण्याच्या गतीमुळे तू वर फेकली गेलीस का? ''नाही.'' तिला खात्रीच होती. ''वेड्यासारखं वाटेल ऐकताना; पण एका हाताने माझं मनगट पकडलं आणि मला पाण्याबाहेर खेचलं,'' वेडिंग म्हणाली, ''एका स्तरावर मला वाटलं की, ते माझे वडील असावेत (जे बारा वर्षांपूर्वी वारलेले होते.), मी शपथेवर सांगते, आता मी इथे बसलेय हे जेवढं खरं आहे, तेवढंच ते घडताना मला खरं वाटलं. म्हणजे जसं काही, 'अजून इतर कोठे जायची वेळ आली नाही.' ''

एनडीईच्या दीर्घकालीन प्रभावाचा विचार करायचा झाला, तर त्याची सुरुवात कशामुळे झाली हे तेवढं महत्त्वाचं नसतं. काही सेकंदांकरिता किंवा मिनिटांकरिता खरोखरच शारीरिक मृत्यू झालेला असो की धबधब्यातून पडून काही मिनिटं पाण्याखाली अडकण्यासारखा भयप्रद अनुभव असो, त्याने फारसा फरक पडत नाही. मृत्युसामीप्याच्या अनुभवाचा परिणाम खोलवर होतो. बऱ्याच दीर्घकालीन संशोधनांच्या निष्कर्षांत हेच लिहून ठेवलेलं आढळतं. त्यानुसार एनडीई आल्याचं सांगणारे बरेच लोक जेव्हा या आयुष्यात परत आले, तेव्हा त्यांना ज्ञान प्राप्त झालं होतं किंवा साक्षात्कार झाला होता. एनडीई घेतलेल्या एका माणसाला जवळजवळ प्राणघातक असा, हृदयविकाराचा झटका आला होता. खरंतर तो श्रद्धाळू नव्हता. पण तो पुन्हा जिवंत झाला तेव्हा ''ते काय आहे, ते मला ठाऊक नाही,'' असा संदेश मिळाल्याची जाणीव त्याला झाल्याचं त्याने मला सांगितलं.

जेफ्री लाँगच्या मते अर्थाची, हेतूची ही जाणीव एका रात्रीत येत नाही. ते म्हणतात की, खरंतर व्यक्तिमत्त्वातील, दृष्टिकोनामधील परिवर्तन पूर्णत्वाला पोहोचायला सरासरी सात वर्षं लागतात. आणि कधीकधी तर याहूनही जास्त काळ लागतो. पॅम वेडिंगचं प्रौढावस्थेतील बरंचसं आयुष्य कॉर्पोरेट जगात गेलं. पण या बुडण्याच्या

घटनेवर पहिल्यांदाच झालेल्या संभाषणानंतर – म्हणजे त्या घटनेनंतर एकतीस वर्षांनी – लवकरच ती तिबेटला गेली. तिने बौद्धधर्म स्वीकारला. नंतर तिने आजारी, अपंगांसाठी असलेल्या आश्रमात स्वयंसेवक म्हणून काम करायला सुरुवात केली ते आजतागायत चालूच आहे.

स्वत:त परिवर्तन झाल्याचं पॅम रेनल्ड्सला जाणवलं. तिच्या वेबसाइटवर ती लिहिते की, ती आता मृत्यूला भीत नाही आणि ती एवढी 'संवेदनशील' झाली आहे की, गर्दीत गेल्यावर ती अस्वस्थ होते. तिला इतरांविषयी जास्त अनुकंपा वाटते. त्यांना ती जास्त चांगल्या प्रकारे समजू शकते. ''मला पटकन राग येत नाही. माझ्याकडे जॉबसारखी (प्राचीन यहुदी लोकांचा एक मूळपुरुष) अमर्याद सहनशीलता आहे.''

पिम व्हॅन लॉमेलनी त्यांच्या अभ्यासात सहभागी होणाऱ्या लोकांच्या, हृदयक्रिया बंद पडल्यानंतर दोन वर्षांनी आणि त्यानंतर सहा वर्षांनी पुन्हा मुलाखती घेतल्या. दोन्ही प्रसंगी त्यांना आढळून आलं की, एनडीईमधून गेलेले लोक मृत्यूला कमी घाबरतात. 'मृत्यूनंतरच्या जीवना'वर त्यांचा विश्वास असण्याची शक्यता जास्त असते. जीवनाचं उद्दिष्ट त्यांना समजलं असण्याचा संभव जास्त असतो. साध्यासाध्या गोष्टींना ते बहुधा जास्त किंमत देतात. एवढंच नव्हे, तर त्यांनी सोडवलेल्या प्रश्नावलीवरून कळलं की, ते जास्त प्रेमळ आणि इतरांच्या भावना जाणणारे असतात. त्यांच्या कुटुंबीयांमध्ये ते जास्त गुंतलेले असतात. इतरांना समजून घेणं, अंत:स्थ अर्थ जाणून घेणं आणि स्वत:च्या भावना प्रगट करणं या सगळ्या गोष्टींचं मोजमाप केलं, तर या लोकांचा क्रम खूप वरचा लागतो. एखादा संशयात्मा म्हणेल की, एनडीई आला असं सांगण्याची जास्त शक्यता असणारे लोक अगोदरपासूनच 'मृत्यूनंतरच्या जीवना'मध्ये रस असणारे आणि दुसऱ्यांविषयी सहानुभूती असणारे असे असू शकतील. हे बरोबर असेल. पण एकामागून एक, अनेक निरीक्षणांमध्ये अशाच प्रकारचे नाट्यमय निष्कर्ष मिळाले आहेत.

लाँग म्हणतात की, 'मृत' असताना आपण जे अनुभवलं ते खरं होतं, असा विश्वास ज्यांना वाटतो, त्यांच्याच बाबतीत, बहुधा, असं परिवर्तन घडतं. ते म्हणतात, ''त्यांच्या अस्तित्वाचं एक वेगळं क्षेत्रही आहे, एक वेगळं अंगही आहे, हे त्यांना कळतं. म्हणूनच त्यांच्यात हे बदल घडतात. त्यांचं मृत्यूविषयीचं भय नाहीसं होतं. मृत्यूनंतरही एक जीवन आहे, हे त्यांना कळतं. ते विस्मयकारक आहे असं त्यांना वाटतं. ते बोलतात ते फक्त ऐकलं पाहिजे.''मुख्य प्रवाहातील संशोधकांच्या बाबतीत लाँग यांचं सर्वांत मोठं गाऱ्हाणं आहे की, नेल्सन यांच्यासारख्या शास्त्रज्ञांकडून मुख्य मुद्दा निसटून जातो. तो म्हणजे घटनेचं खरं स्वरूप जाणून घेण्याकरिता त्यांचे अनुभव नीट ऐकून घेणं.

एवढं असूनही, लाँग रेम गृहीतकाला उडवून लावत नाहीत. त्यावर स्पष्ट व

अंतिम अभ्यास होऊन त्याची कसोटी घेतली जावी, अशी त्यांची तीव्र इच्छा आहे. नक्कीच ते एक संस्मरणीय काम ठरेल. एखाद्या मोठ्या रुग्णालयात किंवा काही मोठ्या रुग्णालयांत वर्षभराच्या कालावधीत येणाऱ्या प्रत्येक रुग्णाला काही तपशीलवार प्रश्न विचारून त्याला रेम अतिक्रमण विकृती आहे का, ते ठरवता येईल. दरम्यान, रुग्णालयात असताना ज्यांची हृदयक्रिया बंद झाली त्यांना मृत्युसामीप्याचा अनुभव आला का, हे विचारता येईल. तसा अनुभव आला असल्यास रुग्णाला त्याचं तपशीलवार वर्णन करण्यास सांगता येईल. रेम अतिक्रमण विकृती असणारे लोक जास्त मृत्युसामीप्या-अनुभवप्रवण असतात असं आढळून आलं, तर नेल्सन यांच्या सिद्धान्ताला बळकटी मिळेल. ऐकायला आकर्षक वाटलं, तरी नजीकच्या भविष्यकाळात अशी काही पाहणी होईल, अशी शक्यता दिसत नाही.

पिम व्हॅन लॉमेल ठामपणे सांगतात की, एनडीईचं खरं स्पष्टीकरण हे मेंदूच्या बाहेरच असतं. त्यांच्या मते, आपला मेंदू जाणीव (consciousness) निर्माण करत नाही, तर बाहेरील, आपल्या भोवतालच्या विद्युत्चुंबकीय क्षेत्रात आधीपासून अस्तित्वात असलेल्या जाणिवेशी तो सुसंवाद साधतो. त्यांचा असा विश्वास आहे की, एनडीई आलेली व्यक्ती – तिच्या स्वत:च्या मेंदूचं कार्य थांबलं असलं तरीही – कोणत्यातरी मार्गाने सिग्नल मिळवत असते. "मला वाटतं की, मृत्यू ही वेगळ्या प्रकारची जाणीव आहे. बुद्धाने म्हटल्याप्रमाणे मृत्यू म्हणजे जाणिवेच्या स्तरातील बदल," व्हॅन लॉमेल म्हणतात. "मृत्यू म्हणजे भौतिक शरीराचा मृत्यू; पण आपण जे आहोत, त्या मूलतत्त्वाचा तो शेवट नसतो. तुमच्यापाशी तुमची जाणीव असते आणि ती टिकून राहते."

मुख्य प्रवाहातील वैद्यकीय वर्तुळात हा सिद्धान्त – अगदी सौम्यपणे सांगायचं झालं तर – वादग्रस्त आहे. पण व्हॅन लॉमेलना या बाबतीत पराकाष्ठेची खात्री आहे. २००७च्या पेपरमध्ये त्यांनी लिहिलं की, जाणीव आणि मेंदू या वेगवेगळ्या गोष्टी आहेत, असा निष्कर्ष काढणं "अपरिहार्य" आहे. हा समज "पाश्चिमात्य वैद्यकीच्या वैज्ञानिक विचारसरणीमध्ये अतिशय मोठा बदल करण्यास प्रवृत्त करेल."

शेवटी, २००८मध्ये सॅम पार्निआंनी प्रयोगाला सुरुवात केली. हा प्रयोग जास्त स्पष्ट आणि असंदिग्ध असेल, अशी त्यांना आशा आहे. अमेरिका आणि युरोपमधील दोन डझनांपेक्षा जास्त, मोठमोठी वैद्यकीय केंद्रं यात सहभागी झाली आहेत. साउथॅम्प्टनमध्ये त्यांनी पूर्वी केलेल्या कामासारखंच काम इथेही चालू आहे. पार्निआंचे संशोधक, हृदयक्रिया बंद पडल्यानंतर वाचलेल्या रुग्णांना, त्यांना आलेल्या अनुभवातील काही आठवतं आहे का, ते विचारतात. मेंदूचं कार्य बंद झालं असलं तरी मनाचं कार्य चालू असणं शक्य आहे का, हे पार्निआंना आता आणि अखेरचं निश्चित करायचं आहे. त्यांना वाटतं की, हे प्रकाश, हे बोगदे, हे

शरीराबाहेर जाण्याचे अनुभव या सर्वांच्या बाबतीत नक्की काय घडतं, त्याविषयी निष्कर्ष काढण्यात या नव्या संशोधनाचा खूपच उपयोग होईल.

"या सगळ्या गोष्टींबाबत माझ्या मनात संशय आहे. पण जोपर्यंत आपण या गोष्टी वस्तुनिष्ठपणे पडताळून पाहत नाही, तोपर्यंत आपण त्यांचं अस्तित्व नाकारू शकत नाही," पार्निआ म्हणतात, "ही खोटी स्मृती आहे का? माझं वैयक्तिक मत (आहे) की, आपण याच निष्कर्षाप्रत येऊ; पण जर मन आणि मानवी जाणीव या गोष्टी वेगळ्या असू शकतील, असं आपल्याला आढळलं; माणसं कोणत्यातरी प्रकारे छतावरून, खाली घडणारं सगळं काही बघू शकतात, हे खरं ठरलं तर तो एक अद्भुत शोध असेल."

मरणाच्या दारातून परतणं हे ड्युअॅन डुप्रसाठी स्फुल्लिंग ठरलं. सुपरमार्केटच्या व्यवस्थापनाचं तणावपूर्ण काम त्याने सोडलं. आता तो, आपल्या चार नातवंडांना जास्तीत जास्त वेळ कसा देता येईल, याविषयी जागरूक असतो. शिवाय थोडंफार समाजकार्यही करतो. आपल्या दहा सोबत्यांच्या जोडीने त्याने 'टेन फ्रेंड्स कूकिंग' हे फाउन्डेशन सुरू केलं आहे. मोठमोठ्या कार्यक्रमात ते खाण्यापिण्याची सोय करतात आणि त्यातून मिळणारं सर्व उत्पन्न ते दान करतात. तो मृत असताना त्याने काय पाहिलं, ते त्याला माहीत आहे. तेव्हा त्याला काय झालं, हे त्याला नक्की ठाऊक नसलं, तरी तो एक चमत्कारच होता असं तो म्हणतो. "लोक म्हणतात, तुला स्वप्न पडलं असावं. कदाचित ती फक्त तुझी कल्पना असेल. कदाचित असेलही तसं. बघू या!"

५

दो गज ज़मीन के नीचे

जिवंतपणी दफन होणं यापरत्या शारीरिक आणि मानसिक यातना पराकाष्ठेला नेणाऱ्या भयानक घटनेच्या तोलाची दुसरी घटना नाही .... मी आता जे सांगणार आहे, ते माझ्या प्रत्यक्ष ज्ञानातून आलं आहे. ते माझ्या स्वत:च्या सकारात्मक आणि वैयक्तिक अनुभवाचे बोल आहेत.

– एडगर ॲलन पो, 'द प्रिमॅच्युअर बेरिअल.'

डॉ. मार्क रागुची एवढे 'दूर' गेले होते की, त्यांच्या डॉक्टरांना वाटलं की, ते कधीही परत येणार नाहीत. एका शस्त्रक्रियेच्या वेळी झालेल्या भयंकर चुकीमुळे, त्यानंतर जवळजवळ दोन महिने ते रुग्णालयाच्या बेडवर जगाच्या दृष्टीने मेल्यासारखे पडून होते. कोणत्याही गोष्टीला त्यांच्याकडून कसलाही प्रतिसाद मिळत नव्हता. "माझ्या मेंदूला प्राणवायू न मिळाल्यामुळे, मेंदूत कधीही सुधारता न येणारा बिघाड झाला होता, असं मला कळलं," ते तेव्हाची गोष्ट सांगतात, "कोणत्याही उद्दीपकाला मी प्रतिसाद देत नव्हतो, असं त्यांनी सांगितलं. म्हणजे त्यांनी माझ्या डोळ्यांवर प्रकाशझोत टाकला, मला सुई टोचली, काहीही केलं, तरी माझा मेंदू त्याची दखलच घेत नसे. मी 'व्हेजिटेबल'(लोळागोळा) झालो होतो."

दोन महिने ते काळोख्या खोलीत पडून होते. त्यांची आई, वडील, पत्नी सगळे जागता पहारा देत होते. एखादा चमत्कार होण्याची आतुरतेने वाट पाहत होते. त्या

युनिटचा हेड असलेल्या डॉक्टरांच्या गाठीशी उत्कृष्ट वैद्यकीय शिक्षण होतं, देशातील वरच्या दर्जाच्या रुग्णालयात एका दशकाहून अधिक काळ काम करण्याचा अनुभव होता. त्यांनीही यांची आशा सोडली होती. त्यांच्याबरोबर आणखी दोन डॉक्टर होते. त्या दोघांचा मिळून, वैद्यकीय क्षेत्रातील अनुभव अर्धशतकाचा होता; पण त्यांचंही तेच मत होतं. कडक पांढरे कोट घातलेले डॉक्टर, त्यांचा ज्यांच्यावर भरवसा होता, ते वैद्यकीय ग्रंथ, सर्वांकडून त्यांच्या कुटुंबीयांना एकच, साधा संदेश मिळत होता – 'प्लग' काढून टाका.

आतापर्यंत आपण मृत्यूचा विचार हृदयक्रिया बंद पडणं या अर्थाने करत होतो. अगदी पृथ्वीवर मानव जन्माला आल्यापासून मृत्यूचा हाच अर्थ घेतला जात आहे; पण हल्ली अमेरिकन रुग्णालयातील डॉक्टर याला मृत्यू मानत नाहीत. मेंदूचं अर्थपूर्ण कार्य चालू आहे का, रुग्ण पुन्हा कधीही शुद्धीवर येऊ शकणार नाही का वगैरे विचार ते करत असतात. ते ब्रेनडेथ – मेंदूच्या मृत्यूविषयी विचारविमर्ष करत असतात. इथेच जीवन आणि मृत्यूमधील रेषा सरकते आहे. आपली हृदयं धडधडत ठेवणाऱ्या आणि आपल्या नसांमधून रक्तप्रवाह चालू ठेवणाऱ्या डॉक्टरांसाठीही ती रेषा तेवढीच किंवा कदाचित त्याहूनही जास्त सरकते आहे.

या संदर्भात रागुचींपेक्षा जास्त चांगलं उदाहरण सापडणार नाही. त्यांच्या डॉक्टरांनी त्यांची आशा सोडली असेल; पण आज ते ही कहाणी सांगू शकतात, कारण एका डॉक्टरांनी आशा सोडली नव्हती – आणि दुसरं कारण म्हणजे रागुचींच्या आतलं काहीतरी उसळी घेऊन वर आलं, त्यांच्या आतल्या कोणीतरी त्यांना मृत्यूला मेंदूच्या मृत्यूला – चकवायची शक्ती दिली.

१९५०च्या सुमाराला सर्जन्सच्या एका छोट्याशा गटात मेंदूमरणाची संकल्पना प्रथम लोकप्रिय झाली. ते ट्रॅन्सप्लान्ट (एका शरीरातील अवयवाचे दुसऱ्या शरीरात आरोपण करणे) सर्जन्स होते. वाचण्याची शक्यता नसलेल्या रुग्णाच्या शरीरातील अवयव काढून ते दुसऱ्या रुग्णाच्या शरीरात बसवून त्याला वाचवण्यासाठी ते उत्सुक होते. प्राण्यांची मूत्रपिंडं, हृदयं, यकृतं काढून त्यांचं दुसऱ्या प्राण्यांच्या शरीरात आरोपण करणं यात १९५०च्या आणि १९६०च्या दशकांत या सर्जन्सनी प्रचंड तांत्रिक प्रगती केली. या सर्व अवयवांपैकी फक्त एकच मूत्रपिंड जिवंत दात्याच्या शरीरातून काढता येतं. त्यामुळे त्याव्यतिरिक्त इतर अवयवांचे रोपण माणसांमध्ये करायला सक्त मनाई होती. जोपर्यंत एखाद्या रुग्णाच्या हृदयाचं स्पंदन आपोआप थांबत नाही, तोपर्यंत त्या दात्याच्या शरीरातून एखादा अवयव काढण्यास कोणतंही रुग्णालय परवानगी देत नसे. या मार्गदर्शक तत्त्वांचं उल्लंघन करणाऱ्या डॉक्टरवर खुनाचा खटला भरला जाऊ शकला असता. अर्थात एकदा का हृदय थांबलं की, शरीरभरातील ऊती मरू लागतात. त्यामुळे जिवंत शरीरातून अवयव

काढण्यास मनाई असल्यामुळे प्राणवायूअभावी खराब झालेले अवयव वापरणं एवढंच सर्जन्सच्या हातात होतं. मोठमोठ्या रुग्णालयातील सर्जन्स, मरणाच्या दारात उभ्या असलेल्या व्यक्तीभोवती घिरट्या घालत, त्या व्यक्तीचं हृदय थांबल्याचं मॉनिटर कधी दाखवतो याची उत्सुकतेने प्रतीक्षा करत असत. एकदा का रुग्णाचं हृदय थांबलं की, अवयवारोपणाच्या शस्त्रक्रियेला सुरुवात. त्यामुळेच सुरुवातीच्या काळात ज्याच्या शरीरात अवयवारोपण झालं अशा रुग्णाचं वाचण्याचं प्रमाण अतिशय कमी होतं, यात आश्चर्य नाही.

१९६७मध्ये या परिस्थितीला कलाटणी मिळाली. मेंदूचं लक्षात येण्यासारखं कार्य चालू नाही, अशी दोन न्यूरोसर्जन्सनी खात्री केली, तर त्याला मेंदूमरण आलं असं त्या दोघांनी घोषित करण्याची परवानगी देणारा कायदा पास करण्यासाठी दक्षिण आफ्रिकेतील डॉ. ख्रिस्टिआन बर्नार्ड या सर्जननी दक्षिण आफ्रिका सरकारला राजी केलं. त्या वर्षीच्या डिसेंबरमध्ये पहिलं मानवी हृदयारोपण करण्यासाठी आवश्यक असणारा 'दाता' मिळायला डॉ. बर्नार्डना या विजयाची मदत झाली. १९७०मध्ये मेंदूमरणाच्या संकल्पनेला मान्यता देणारं कॅन्सास हे अमेरिकेतील पहिलं राज्य होतं. इतर राज्यांनीही लवकरच त्यांचं अनुकरण केलं. कायद्यातील हा बदल त्वरेने घडवून आणायला कारणीभूत झाला आद्य हार्टसर्जन डॉ. रिचर्ड लोअर यांच्यावरील खळबळजनक खटला. मेंदू मृत झालेल्या दात्याचं हृदय काढून त्याचं रोपण केल्याबद्दल त्यांच्यावर व्हर्जिनियामध्ये खुनाचा खटला चालू होता. १९७२मध्ये ते निर्दोष सुटले. या केसनंतर देशभरातील कायद्याचे निर्बंध थोडे शिथिल झाले. अजूनही काही देश – त्यात जपानही आहे – हृदय बंद पडणं यावरच प्रामुख्याने मृत्यूची व्याख्या करतात. पण अमेरिकेत तसं नाही. तुम्ही जर अमेरिकन असाल आणि अतिशय गंभीर परिस्थिती असलेल्या आजारी नातेवाइकाजवळ असाल तर त्याच्या हृदयाचं स्पंदन थांबलं यापेक्षा तो मेंदू-मृत झाला असं तुमच्या कानावर येण्याची शक्यता जास्त आहे.

विचार करण्यासारखी गोष्ट म्हणजे मेंदूमरण ओळखणं हे तितकंसं सोपं नाही. त्या निदानाच्या प्रत्येक टप्प्यामध्ये थोडासाच फरक असला, तरी त्याचा एकंदर आवाका खूप मोठा असतो – व्हेजिटेटिव्ह अवस्थेपासून ते रोगी प्रगाढ कोमात आहे असं म्हणण्यापर्यंत. कोमातील बहुतेक रुग्णांच्या आजाराची तीव्रता ग्लासगो कोमा स्केलने (Glasgow Coma Scale) मोजली जाते. रुग्णाचा सावधपणा, उद्दीपकाला तो देत असलेला प्रतिसाद आणि त्याची संवाद साधण्याची कुवत या कसोट्यांवर ही तीव्रता ठरवली जाते. ही मोजपट्टी ३ ते १५ असते. १५ म्हणजे नेहमीची, सर्वसाधारण जाणीव. तीन हा आकडा अजिबात प्रतिसाद न देणाऱ्या रुग्णाची तीव्रता दर्शवतो. रागुचींची तब्येत जेव्हा अतिशय खराब होती, तेव्हा ते ३वर

पोहोचले होते.

तब्येत इतकी बिघडलेले बहुतेक रुग्ण वाचू शकत नाहीत. समजा, चुकूनमाकून वाचलेच तर त्यांना 'मॅन-इन-ए-बॅरल' सिंड्रोम (शरीर थिजलेलं, पाय आपोआप हालत राहणं) किंवा वाचा जाणं यासारखं भयंकर अपंगत्व जन्माचं चिकटतं. बरेच रुग्ण खऱ्या अर्थाने जागे होतच नाहीत. झोप आणि जागृती यांचं चक्र नियमित होण्याच्या अवस्थेपर्यंत त्यांनी मजल मारली, तरी त्यांना स्वत:ची किंवा आजूबाजूची कसलीच जाणीव नसल्याचं आढळतं. टेरी शिआवो हे तिच्या डॉक्टरांच्या मते याचं उत्तम उदाहरण आहे. तिच्यामुळे २००५मध्ये मृत्यूच्या व्याख्येवरील वादविवादांना पुन्हा एकदा ऊत आला. शिआवोसारखे रुग्ण त्यांच्या स्नायूंची हालचाल करतात किंवा डोळे उघडतात, हालवतात. पण त्यांच्या या हालचाली म्हणजे निव्वळ प्रतिक्षिप्त क्रिया असतात. याला 'व्हेजिटेटिव्ह अवस्था' म्हणतात. चिरस्थायी व्हेजिटेटिव्ह अवस्था (Persistent Vegitative state) किंवा कायमची व्हेजिटेटिव्ह अवस्था (Permanent Vegitative State) यांविषयी तुम्ही ऐकलं असेल. ही तंतोतंत त्याच प्रकाराची अवस्था असते. डॉक्टरांनी हा रुग्ण बरा होण्याची आशा सोडलेली असते.

मोजपट्टीवरील याच्या वरची पातळी म्हणजे किमान शुद्धीची अवस्था (minimally conscious state) म्हणता येईल अशी स्थिती. संशोधकांना हे बारकावे समजले, तेव्हा छोटासा फरक स्पष्ट करण्यासाठी २००२मध्ये या निदानाला हे विशिष्ट नाव देण्यात आलं. किमान शुद्धीच्या अवस्थेत असणारी व्यक्ती बहुतेक वेळ व्हेजिटेटिव्ह अवस्थेत असते; पण मधूनच कधीतरी तिच्यात अंधूकशी जाणीव दिसून येते. अशा व्यक्ती कदाचित त्यांचा 'उद्देश', हालचालींचं नियोजन करण्याची क्षमता व्यक्त करतील, नवीन माहिती लक्षात ठेवतील, एखाद्या वस्तूचा नजरेने मागोवा घेतील किंवा दुसऱ्याशी संपर्क साधण्याचाही प्रयत्न करतील.

डॉक्टर नसलेले लोक अनेकदा या प्रकारच्या अवस्थांची आणि मेंदूमरणाची सरमिसळ करतात; पण खरं मेंदूमरण हे वेगळंच असतं. मेंदूमरणात मेंदूच्या फक्त वरच्या भागांचाच पूर्णपणे नाश होतो असं नाही, तर श्वसन आणि हृदयाचं स्पंदन यांसारख्या कार्यांची जागा असणारं ब्रेनस्टेमही नाश पावतं. मेंदू-मृत रुग्ण श्वसन आणि रक्ताभिसरण करणाऱ्या यंत्रांवरच पूर्णपणे अवलंबून असतो. त्याशिवाय तो जिवंत राहूच शकत नाही. मेंदूमरणाविषयी अजून एक गोष्ट म्हणजे आम्हाला शिकवलं गेलं होतं की, तो अंत असतो. रुग्ण त्यातून बरा होत नाही. मेंदूमरण आलेली व्यक्ती ही खरं पाहता माणूस नसतेच. ते फक्त अवयव सुरक्षित ठेवणारं एक पात्र असतं.

मेंदूमरण, व्हेजिटेटिव्ह अवस्था, किमान शुद्धीची अवस्था ही सर्व निदानं

निर्णायक असतात; तरीही बऱ्याचदा ती शुद्धीच्या पटलावरील अस्पष्ट खुणांसारखी असतात. यात अजूनही गुंतागुंत होऊ शकते. एखाद्या रुग्णाची तब्येत सुधारू शकते किंवा तो एका अवस्थेतून त्यापेक्षा वाईट अवस्थेत जाऊ शकतो. निदानाची ही भाषाच 'कायमचा', 'चिरस्थायी' वगैरेंसारख्या शब्दांमधून निश्चितता दर्शवत असली, तरी यांपैकी एखादा रुग्ण बरा होईल की नाही, हे सांगणं ही अतिशय कठीण गोष्ट आहे.

रुग्णालयात आलेल्या एखाद्या सर्वसामान्य माणसाने कितीही बारकाईने पाहिलं, तरी तो मेंदू-मृत रुग्ण, चिरस्थायी व्हेजिटेटिव्ह अवस्थेत असणारा रुग्ण आणि अगदी किमान शुद्धीवर असणारा रुग्ण यांतील फरक सांगू शकणार नाही. त्याहून भयंकर गोष्ट म्हणजे कित्येक डॉक्टर, अगदी प्रशिक्षित न्यूरॉलॉजिस्टही हा फरक सांगू शकत नाही. नर्सिंग होममध्ये असणाऱ्या रुग्णांच्या एका संशोधनात असं आढळून आलं की, चिरस्थायी किंवा कायमच्या व्हेजिटेटिव्ह अवस्थेत असलेला असं निदान केलेल्या रुग्णांपैकी एकतृतीयांश रुग्ण वर्षभरात पूर्णपणे शुद्धीवर आले. न्यूयॉर्क-प्रेस्बायटेरियन हॉस्पिटल/व्हेल कॉर्नेल मेडिकल सेंटरमध्ये नैतिक सल्ले आणि आसन्नमरण रुग्णांची शुश्रूषा यांचं पर्यवेक्षण करणारे डॉ. जोसफ फिन्स म्हणतात की, हे क्षेत्र आतापेक्षा चांगल्या रोगचिकित्सापद्धतींची निकडीची मागणी करत आहे : "एक तृतीयांश रुग्णांचं निदान चुकीचं होत आहे. ही परिस्थिती इतरत्र दु:सह ठरेल."

खरं पाहता फिन्स हे न्यूरॉलॉजीतील तज्ज्ञ नाहीत. ते अंतर्गत औषधांमधील (internal medicines) तज्ज्ञ आहेत. शुद्धीचं मोजमाप कसं करावं, अशा रुग्णाची बरं व्हायची संभवनीयता किती आहे, यांविषयीच्या वैद्यकीय वादविवादात त्यांनी पुढाकार घेतला तो अपघातानेच. जवळजवळ दोन दशकं फिन्स, व्हेल कॉर्नेल मेडिकल सेंटरच्या नैतिक समितीचे सदस्य आहेत. समितीच्या बैठकीत सर्व प्रकारच्या गुंतागुंतीच्या केसेसवर चर्चा केली जाते. उदाहरणार्थ, दहा वर्षांपूर्वी त्यांच्यासमोर एक केस आली होती. एक बाईला झालेला मेटास्टॅटिक कर्करोग विकोपाला गेला होता. ट्युमरच्या दाबामुळे ती कोमात गेली होती. त्या स्त्रीला त्रास होऊ नये, म्हणून नक्की काय करावं ते डॉक्टरांना निश्चितपणे ठरवता येत नव्हतं. मॉर्फिनसारखी वेदनाशामक औषधं जास्त प्रमाणात देणं धोकादायक होतं. कारण त्यामुळे श्वसनसंस्थेचं कार्य मंदावण्याचा धोका असतो. त्यामुळे ती न देणं सुरक्षित समजलं जातं. दुसऱ्या बाजूने पाहिलं, तर शुद्धीवर असलेल्या रुग्णाच्या बाबतीत डॉक्टर हे कधीच करू शकत नाहीत; कारण त्यांना होणाऱ्या वेदना असह्य असतात.

"आमच्यापुढचा प्रश्न होता, 'त्या रुग्णाला वेदनाशामकं द्यावीत का?' "

फिन्स मागची आठवण सांगत असतात. "त्यांना वेदना जाणवतात का?" याचं उत्तर काय असेल याची आपल्याला काहीच कल्पना नाही, हे फिन्स यांच्या लक्षात आलं. या केसचा विचार चालू असतानाच रुग्णालयाच्या कॅफेटेरियामध्ये त्यांना निकोलस शिफ हे न्यूरॉलॉजिस्ट भेटले. तशी फिन्स यांची त्यांच्याशी फारशी ओळख नव्हती; पण शिफनी या बाबतीत बराच साधकबाधक विचार केला आहे असा त्यांच्या लौकिक होता. "म्हणून मी निकोला ('द *जर्नल ऑफ पेन (pain) मॅनेजमेंट*'मध्ये) यावर एक भाष्य लिहायला सांगितलं," फिन म्हणाले, "आणि तो या सुंदर नात्याचा आरंभ होता."

शिफना बऱ्याच काळापासून 'शुद्धी'मध्ये रस होता. न्यूरॉलॉजिस्ट डॉ. फ्रेड प्लम हे त्यांचे अनुभवी सल्लागार होते. या प्लमनीच १९७२मध्ये 'व्हेजिटेटिव्ह स्टेट (अवस्था)' हा शब्दप्रयोग तयार केला होता. तर आज वैद्यकीय क्षेत्रात शिफ हे चलनी नाणं आहे. २००७मध्ये *'टाइम'* मासिकाच्या सर्वांत जास्त प्रभावी अशा शंभर व्यक्तींच्या नामावलीत शिफ यांचा समावेश होता. कित्येक गंभीर रुग्णांच्या आश्चर्यकारकरीत्या बरं होण्यात त्यांचा सिंहाचा वाटा होता.

जवळजवळ दोन दशकं कोमामध्ये असलेला, अर्कान्ससचा एक माणूस २००६मध्ये 'जागा' झाला. त्याच्या मेंदूचा शिफनी अभ्यास केला, या गोष्टीला खूपच प्रसिद्धी मिळाली. अपघात झाला तेव्हा टेरी वॉलिस एकोणीस वर्षांचा होता. त्याला पाच महिन्यांची मुलगी होती. त्याचा पिकअप ट्रक वळून खूप उतार असलेल्या डोंगरावरून कोसळला. त्यामुळे झालेल्या अपघातात त्याच्या मेंदूला गंभीर इजा झाली. तो पूर्णपणे लुळा झाला. त्यानंतर एकोणीस वर्षांनंतरची गोष्ट. नर्सिंग होममधील मदतनिसाने वॉलिसला विचारलं,"आज कोण येणार आहे भेटायला?" वॉलिस उत्तरला, "मॉम". त्याचा प्रतिसाद बघून त्या मदतनिसाने आ वासला! काही महिन्यांतच तो वरचेवर बोलू लागला. त्या दरम्यान नवीन स्मृती तयार करण्याची त्याची क्षमताही विकसित झाली. पीईटी स्कॅन्स आणि डिफ्युजन टेन्सर इमेजिंग (diffusion tensor imaging) वापरून वॉलिसच्या मेंदूचा अभ्यास करण्याची परवानगी त्याच्या कुटुंबीयांनी शिफना दिली. त्यांना आढळून आलं की, अपघातात गंभीर दुखापत झालेल्या भागाभोवती मेंदूची नवीन कनेक्शन्स (connections) तयार झाली होती. ही बऱ्याच लोकांच्या दृष्टीने आश्चर्यकारक घटना होती. कारण आताआतापर्यंत वैद्यकीय शिक्षणात बहुतेक डॉक्टर हेच शिकत आले होते की, मेंदूच्या पेशी एकदा मेल्या की, त्यांच्या जागी नवीन पेशी उत्पन्न होत नाहीत.

आजच्या घडीला, ब्रेन इमेजिंग म्हणा किंवा नेहमीच्या वैद्यकीय तपासण्या म्हणा, यांपैकी काहीही, कोमातील रुग्णाच्या 'शुद्धी'चा खरा स्तर निश्चित करायला

समर्थ नाहीत. मग, ते रुग्ण बरे होतील की नाहीत हे सांगणं तर दूरच. रुग्णाची वर्तणूक पाहून किंवा मेंदूच्या कोणत्या भागांना इजा झाली आहे, त्यावरून हे ठरवणं म्हणजे फारसं खोलात न शिरता फक्त वरवर पाहण्यासारखं आहे. मज्जापेशींची अवस्था काय आहे, हे यावरून कळत नाही. दुसरं म्हणजे रुग्णालयं आणि विमाकंपन्यांना या प्रश्नांची उत्तरं मिळेपर्यंत थांबायला सवड नसते. या संदर्भात विचार करणंही भीतिदायक वाटतं. शिफ सांगतात, "आपण नेहमी पाहतोच. दुखापत होऊन तीन आठवडे उलटलेले असतात. हल्लीच्या विम्यानुसार रुग्णालयात फक्त तीस दिवस राहता येतं. म्हणजे उरला फक्त एक आठवडा. अशा वेळी किमान शुद्धीची अवस्था आणि व्हेजिटेटिव्ह अवस्था या दोन्हींत खूप फरक पडतो. किमान शुद्धीच्या अवस्थेत रुग्णाला रुग्णालयातच ठेवून उपचार केले जातात. तर व्हेजिटेटिव्ह अवस्थेत त्याला नर्सिंग होममध्ये हालवलं जातं."

फिन्स त्यांचे विचार मांडतात,"पूर्वीच्या काळात सगळं सोपं होतं. डॉक्टर बाहेर यायचे आणि सांगायचे, 'ह्याची बरं व्हायची आशा नाही.' आता गुंतागुंत वाढलीय. हे मत पुराव्याच्या आधारेच सांगावं लागतं."

तशा काही गोष्टी आपल्याला ठाऊक असतातच. या शक्यता निश्चित करताना दोन गोष्टी विशेष महत्त्वाच्या आहेत, असं आढळून आलं आहे : पहिली गोष्ट म्हणजे ती व्यक्ती किती काळ कोमात आहे ही. त्याहूनही कदाचित जास्त महत्त्वाचं म्हणजे ती कोमात नक्की कशी गेली हे. अर्धांगवाताचा झटका किंवा हृदयक्रिया बंद पडणे यांसारख्या कारणांनी मेंदूचा रक्तप्रवाह खंडित झाल्यामुळे कोमात गेलेल्या रुग्णाची प्रगती, मेंदूला आघातजन्य जखम – म्हणजे कार अपघातात किंवा डोक्यावर प्रहार होऊन झालेली जखम – होऊन कोमात गेलेल्या रुग्णापेक्षा खूपच कमी असते. याचं कारण तसं साधं आहे. मेंदूला जखम झाल्यामुळे त्याच्या काही भागांचीच हानी होऊ शकते. याउलट, प्राणवायूच्या अभावामुळे प्रत्येक पेशीला इजा होते. टेरी वॉलिसला कार अपघातात दुखापत झाली होती; पण हृदयक्रिया बंद झाल्यावर आणि मेंदूला होणारा प्राणवायूचा पुरवठा पाच मिनिटांहून जास्त काळ खंडित झाल्यावर, झेयाद बाराझांजींना वॉलिसपेक्षा जास्त धोका होता.

'न्यूयॉर्क-प्रेस्बायटेरियन हॉस्पिटल/कोलंबिया युनिव्हर्सिटी मेडिकल सेंटरच्या आठव्या मजल्यावर वेगवेगळ्या नळ्यांनी वेढलेले बाराझांजी निश्चेष्ट पडून होते. हॉलमधून खाली दिसणाऱ्या हडसन नदीच्या नयनरम्य देखाव्याची त्यांना जराही जाणीव नव्हती. काचेचे सरकते दरवाजे असूनही एकंदरीत तिथे गिचमीडच वाटत होती. त्या खोलीचा इंचन्इंच त्या बेडने आणि त्याच्या बाजूच्या यंत्रांच्या ढिगाऱ्याने

व्यापला होता. अपवाद फक्त एका खुर्चीचा. बाराझांजींची पत्नी राउआ नवऱ्याचा हात धरून त्या खुर्चीवर स्तब्ध बसली होती.

इथून दोन मैलांवर असलेल्या दुसऱ्या रुग्णालयातून, मध्यरात्री त्यांना रुग्णवाहिकेतून या युनिटमध्ये आणलं, त्याला आठवडा होत आला होता. रुग्णालयातील, रुग्णवाहिका मार्गावरील उंच कमानीखालून रुग्णवाहिका आत शिरली तेव्हा किंवा नंतर रुग्णवाहिकेच्या मागच्या दारातून बाहेर काढताना त्यांच्या स्ट्रेचरला धक्का बसला, तेव्हाही ते हालले नाहीत. त्यानंतर रुग्णालयाच्या शांत लॉबीतून स्ट्रेचर गडगडत नेतानाही त्यांनी कोणतीही हालचाल केली नाही. आठव्या मजल्यावरील त्यांच्या खोलीत नेऊन त्यांना बेडवर निजवलं, तेव्हाही ते निपचितच होते.

जरी त्यांचे डोळे बंद असले आणि त्या बंद डोळ्यांआड चैतन्याचा प्रकाश लुकलुकत असण्याची कोणतीही स्पष्ट खूण दिसत नसली, तरी त्यांच्या उरलेल्या शरीरात मात्र कित्येक तास धमासान युद्ध चालू होतं. बाराझांजी जेव्हा ट्रेडमिलवरून पडले, तेव्हा त्यांचं डोकं ट्रेडमिलच्या बाजूवर आपटलं आणि त्यांच्या कवटीला हेअरलाइन तडा पडला. हा प्रहार आणि हृदयक्रिया बंद झाल्यामुळे पडलेला प्राणवायूचा तुटवडा यांमुळे त्यांच्या शरीरातील पेशी आणि ऊती ठेचल्या गेल्या होत्या. त्यांनी खवळून दिलेल्या प्रतिसादामुळे सूज आली होती. अत्यंत भीतिदायक गोष्ट म्हणजे हे त्यांच्या मेंदूत झालं होतं.

राउआ बाराझांजींसाठी हे खूप भयंकर होतं. त्यांचे पती झोपल्यासारखे वाटत असले, तरी त्यांच्या त्वचेच्या इंचाइंचावर निस्तेज यंत्रं आणि नळ्या क्षुब्ध झाल्यासारख्या ताठ उभ्या होत्या. त्यांच्या कॉटच्या बाजूला उभे राहणाऱ्या डॉक्टरांच्या चेहऱ्यावरील काळजी त्या वाचू शकत होत्या. डॉ. स्टेफान मायरनी बाराझांजींना एफडीएची मान्यता नसलेल्या हायपोथर्मिआचा उपचार द्यायला सुरुवात केली होती. बाराझांजींच्या हातापायाला कुलिंग पॅड्स गुंडाळली होती. पॅडिंगची बंडी घालावी त्याप्रमाणे त्यांच्या अंगाभोवती पट्ट्या गुंडाळल्या होत्या. त्याचे सगळे भाग थंडगार द्रवाने भरले होते. त्यांच्या प्रत्येक ऊतीत भडकलेली आग थंड करायचा तो प्रयत्न होता. जुन्या पेशी बऱ्या करणं आवश्यक होतं. नव्या पेशींची वाढ होणं गरजेचं होतं. यासाठी ऊर्जा आणि वेळ लागणार होता. त्यांचं शरीर अतिथंड केल्यामुळे तो वेळ मिळणार होता.

'मी शक्य ते सर्व प्रयत्न करेन,' असं वचन मायरनी राउआ आणि रुग्णाच्या पुतणीला दिलं होतं खरं; पण ते स्वत: मात्र तितकेसे आशावादी नव्हते. फार काळ प्राणवायूला वंचित झालेल्या मेंदूच्या इतर रुग्णांप्रमाणेच बाराझांजींचा मेंदूही फेफऱ्यामुळे थडथडत होता. एरव्ही शांत असणारं, प्राध्यापकांचं शरीर असं आवरण्यापलीकडील आचके देताना पाहून बघणाऱ्याचा थरकाप होत होता. लवकरच हे झटके थोड्या-

थोड्या मिनिटांनी येऊ लागले. त्यांच्या जिवाला धोका निर्माण करणारी परिस्थिती, स्टेटस एपिलेप्टिकस (Status epilepticus), लवकरच येणार अशी चिन्हं दिसू लागली.

स्टेटस एपिलेप्टिकस म्हणजे मेंदूतील मज्जापेशींचं अनियंत्रित जळणं. आपली मज्जासंस्था ही मज्जापेशींची बनलेली असते. त्या मज्जापेशींनी जाळी तयार केलेली असते. मेंदूकडे येणाऱ्या आणि मेंदूकडून जाणाऱ्या सगळ्या माहितीचं, संदेशांचं दळणवळण या जाळीमार्फत केलं जातं. मग ते गणितातील समीकरण सोडवणं असेल, बोटाच्या स्नायूला वळवळायला सांगणं असेल किंवा बोटाला टोचल्यावर जाणवणाऱ्या वेदना असतील. या सांकेतिक खुणांचं (signals) प्रक्षेपण सिनॅप्सेस (synapses) म्हणजे मज्जापेशींतील सूक्ष्म फटींद्वारा होतं. विद्युत्‌संभारणामुळे काही रासायनिक पदार्थ सोडले जातात, ते त्या फटींवरील पुलाचं काम करतात. हे काम करत असताना रासायनिक पदार्थांचा साठा संभारित (recharge) करण्यासाठी मज्जापेशींना क्षणैक विश्रांतीची आवश्यकता असते. पण फेफऱ्याच्या कचाट्यात सापडलेल्या मेंदूला ही विश्रांती मिळूच शकत नाही. याला आवर घातला नाही, तर ते एक मृत्यूचं चक्रव्यूह बनतं. सतत आकड्या येत राहिल्या, तर मेंदू सतत इंधन जाळत राहतो, ऊर्जा जाळत राहतो. अनुभवावर आधारित ठोकताळा म्हणजे स्टेटस एपिलेप्टिकस जर तासाभरापेक्षा जास्त वेळ चालू राहिलं, तर मज्जापेशी मरायला सुरुवात होते आणि याचं पर्यवसान रुग्ण दगावण्यात होतं.

तो विद्युत्‌उन्माद थांबवण्यासाठी, मेंदूची विद्युत्‌मंडलं जळून जाण्यापासून वाचवण्यासाठी कोलंबियाच्या डॉक्टरांनी बाराझांजींना उपशामक (sedative) प्रोपोफॉलचा (propofol) मोठा डोस दिला. ईईजी मॉनिटरवरील अणकुचीदार, वादळी समुद्रासारख्या दिसणाऱ्या, मेंदूच्या लहरी तासाभरात लहान, सौम्यपणे हेलकावणाऱ्या फुगवट्यासारख्या दिसू लागल्या. बाराझांजींना औषधं देऊन प्रगाढ कोमात नेलं होतं. प्रमुख न्यूरॉलॉजिस्ट डॉ. मायरनी राउआला समजावून सांगितलं, "अतिशीतता आणि त्याच्या जोडीला हे उपशमन देणं म्हणजे मेंदू बरा होण्यासाठी त्याला कापसात गुंडाळून ठेवण्यासारखं आहे. त्यामुळे मज्जापेशींना विश्रांती घ्यायची संधी मिळेल, संभारित व्हायला सवड मिळेल आणि त्या बऱ्या होतील. निदान अशी आशा करायला जागा आहे."

पाच वर्षांपूर्वी याच मजल्यावर मायरना एक रुग्ण भेटला होता. त्या रुग्णाने मायरना न्यूरोअतिदक्षतेविषयी (neurointensive care) पूर्णपणे नव्या दृष्टिकोनातून विचार करायला भाग पाडलं. रागुचींच्या पत्नी लॉरा यांचा फोन आला, तेव्हा मायरना मार्क

रागुचींविषयी पहिल्यांदा कळलं. एक डॉक्टर असलेला त्यांचा नवरा. लॉरांनी मोठ्या आशेने त्यांच्यापुढे सर्व परिस्थिती मांडली. न्यूयॉर्कमधील दुसऱ्या एका रुग्णालयात, मार्क दोन आठवड्यांहूनही अधिक काळ कोमात होते. त्या म्हणाल्या की, आशा सोडलेल्या रुग्णाच्या बाबतीत कधीकधी डॉक्टर सांगतात, तसंच ते डॉक्टरही रागुचींच्या तब्येतीविषयी भयानक भाकीत करत होते. त्यांच्या कुटुंबीयांना ते मान्य नव्हतं. मार्क वाचावेत म्हणून जे-जे प्रयत्न करणं शक्य होतं, ते सर्व प्रयत्न केलेच पाहिजेत, असं त्यांना वाटत होतं. त्यांच्या विनंतीत असलेल्या ताकदीमुळे हेलावून जाऊन मायर, मार्कना एकदा बघायला तयार झाले.

"आमच्या युनिटमध्ये आम्ही सामान्यत: करत नसलेली गोष्ट आम्ही या वेळी केली," मायर म्हणाले, "नेहमी, त्या रुग्णालयात रुग्णाला जे मिळू शकत नाही, ते आम्ही त्याला देऊ शकत असलो तरच आम्ही त्याला त्या रुग्णालयातून हालवून आमच्या रुग्णालयात भरती करतो." थोडं थांबून मग मायर म्हणाले, "या केसमध्ये आपण काही करू शकू, असं आम्हाला खरोखरच वाटत नव्हतं."

मायर केस घ्यायला तयार झाले असले, तरी त्यांना स्वत:ला इतर न्यूरॉलॉजिस्ट्सचं मत मान्य होतं. रागुची कसेबसे रुग्णालयाच्या बाहेर पडू शकले, तरी त्यांचं उर्वरित आयुष्य निरुपयोगी, डोळे उघडे असलेल्या कोमात जाणार, असं मायरनाही वाटत होतं. वैद्यकीय चित्र तर भकास होतंच; पण एमआरआय इमेजेस, तर तो ग्रह आणखी दृढ करत होत्या. एमआरआयने स्कॅन केलेला निरोगी मेंदू काळ्या-करड्या रंगाच्या प्रमाणबद्ध शिल्पासारखा दिसतो. पण रागुचींच्या स्कॅनवर अर्धा डझन मोठे, वेडेवाकडे पांढरे डाग चित्रभर पडलेले दिसत होते. त्यांतील दोन तर त्यांच्या डोळ्यांच्या मागे दोन इंचावर होते. सगळ्यांत मोठा डाग पावलीच्या आकाराचा होता. रागुचींच्या अख्ख्या मेंदूभर भोकं पडली होती. प्रत्येक पांढरा डाग म्हणजे मेलेली ऊती होती. त्यातील पेशी प्राणवायूअभावी फुटल्या होत्या. त्यांचा संहार झाला होता. न्यूरॉलॉजिस्टच्या दृष्टीने ही काळ्या दगडावरील रेघ होती. कृत्रिम श्वासोच्छ्वास आणि फीडिंग ट्युब यांतून त्यांची सुटका नाही. असं आयुष्य कोणाला हवंसं वाटेल?

नाताळानंतरच्या आठवड्यात रुग्णवाहिकेने रागुचींना कोलंबियामध्ये आणून सोडलं. रोगाच्या संभाव्य चढउताराचं पूर्वनिदान एवढं भयंकर होतं की, मेंदूला इजा झालेल्या अशा रुग्णाविषयी दीर्घकालीन अटकळ बांधणं कठीणच – निदान सुरुवातीच्या काही आठवड्यांत तरी. याचाच अर्थ कुठेतरी आशेचा बारीकसा किरणही असू शकतो. मायरनी मला सांगितलं, "त्यांना कोलंबियात आणलं, तेव्हा तपासणीत आढळलं की, ते मेंदू-मृत आहेत. त्यांचा ईईजी म्हणजे तर सरळ रेषाच होती. त्यात सुधारणेपलीकडचा दुखापतीचा भाग किती आणि बधिरपणा किती,

याची आम्हाला कल्पना नव्हती.''या गोष्टी नीटपणे कळाव्यात म्हणून मायरना आणखी एमआरआय स्कॅन्स घ्यायचे होते. त्यासाठी साधनसामग्रीच्या संचाची आगाऊ तरतूद करत असल्याचं रागुचींच्या आई व पत्नीच्या कानावर गेलं, तेव्हा त्यांनी आणखी एमआरआय घ्यायला मायरना विरोध केला. जर स्कॅन निराशाजनक असेल – आणि तसा तो असणारच अशी त्यांना भीती वाटत होती – तर रागुचींवर उपचार करायची, डॉक्टरांमधील प्रेरणा – लेशमात्र असेल कदाचित – नाहीशी होईल, असं भय त्यांना वाटत होतं.

''त्यांनी सांगितलं, 'तुम्हाला काय पाहायचंय, ते आम्हाला ठाऊक आहे. ते वाईट असणार आहे. मग तुम्ही 'ते' अस्त्र वापरून आम्हाला यांच्यावरचे उपचार बंद करायला सांगणार. आम्ही ते अजिबात बंद करणार नाही','' मायर सांगत होते. मायरनी खांदे उडवले आणि त्यांना सांगितलं, ''मी प्रयत्नांची पराकाष्ठा करेन.''

या कथेचा नंतरचा भाग ती कथा स्वत:च सांगेल - शब्दश: खरं आहे हे. देशातील प्रथम श्रेणीच्या पुनर्वसन रुग्णालयांपैकी एक आहे न्यूयॉर्क शहरातील 'रस्क (Rusk) इन्स्टिट्युट'. वरील घटना घडल्यानंतर सहा वर्षांनी रस्क इन्स्टिट्युटच्या सुशोभित आणि तात्पुरत्या वापरासाठी घेतलेल्या कॉन्फरन्स रूममध्ये माझं पथक रागुचींना भेटलं. बाहेर हॉलकडे जाणाऱ्या आल्हाददायक, पण गचाळ वाटेवर रुग्ण पाय ओढत चालत होते. पण रागुची त्यांच्यासारखे नाहीत. एके काळी ते तसे होते. पण आता मात्र बेज (beige) रंगाचा सूट आणि त्यावर पांढराशुभ्र, कडक असा डॉक्टरांचा कोट घातलेले ते डॉक्टर आहेत. अगदी पाय मोडलेल्या रुग्णापासून ते पक्षाघाताच्या रुग्णापर्यंत – बरं होण्यासाठी दीर्घ काळ लागणाऱ्या रुग्णांना शारीरिक आणि मानसिक आरोग्य परत मिळवून द्यायला ते पुनर्वसनतज्ज्ञ या नात्याने मदत करतात. ते जेव्हा एखाद्या रुग्णाबरोबर असतात, तेव्हा ते सतत त्याच्याशी बोलत असतात. त्याला आस्थेवाईकपणे, हळुवारपणे मार्गदर्शन करतात. एकही शब्द ऐकू येत नाही, अशी अवस्था असणाऱ्या रुग्णाशीही ते तसंच बोलतात.

डॉ. रागुची आपली कहाणी सौम्य आणि काहीशा दिलगिरीच्या सुरात सांगत असले, तरी त्यांच्या कुटुंबीयांनी कोलंबियातील डॉक्टरांना दाखवलेला आग्रही स्वभाव रागुचींमध्येही दिसून येत होता. त्यांनी केलेल्या स्वत:च्या वर्णनावरून ते पहिल्यापासून तसेच होते. हायस्कूलमध्ये असताना ते कुस्तीगीर होते. इलिनॉइस विद्यापीठात शिकत असताना त्यांनी कुस्तीतील तो आवेश, नेट त्यांच्या अभ्यासातही दाखवला. तिथे त्यांनी अंडरग्रॅज्युएट पदवी मिळवली. त्यानंतर 'कॉलेज ऑफ ऑस्टीओपॅथिक मेडिसिन'मधून त्यांनी वैद्यकीय पदवी मिळवली. बालरोगचिकित्सेचं

प्रशिक्षण घेत असलेली लॉरा त्यांना मेडिकल स्कूलमध्येच भेटली. १९९७मध्ये पानझडीच्या ऋतूत त्यांचा वाङ्‌निश्चय झाला. लवकरच ते लग्न करणार होते. शिकागो येथील कूक काउन्टी हॉस्पिटलमध्ये दोघंही इंटर्नशिप करू लागले होते. अर्धअधिक प्रशिक्षण होत आलं असतानाच रागुचींना मोठा धक्का बसला. आपल्याला जन्मजात हृदयसमस्या असल्याचं त्यांना कळलं.

रागुचींनी ही गोष्ट इतक्यांदा सांगितली आहे की, त्यातील बारीकसारीक तपशीलही ते वैद्यकीय प्रेझेंटेशन देत असल्याप्रमाणे सविस्तर सांगतात. ''माझ्या रक्ताशयाच्या महाधमनीचं (aortic) पहिलं विच्छेदन (dissection) २ जानेवारी १९९८ला झालं.'' ती तारीख सांगताना त्यांचा स्वर आव्हानाचा असतो. ते कोमामध्ये होते, त्यामुळे आलेल्या नैराश्याचे अवशेष, आजही त्यांना एखादा विचार डोक्यात ठेवायला धडपड करायला लावत असतील. त्यामुळे त्यांचा सूर आव्हानाचा येत असेल. किंवा तो नुसताच, त्यांच्या वैद्यकीय प्रशिक्षणातील तंतोतंतपणाही असू शकेल. ते काहीही असो, त्या त्रासाची सुरुवात छातीत दुखण्याने झाली. रुग्णालयातील दीर्घकालाच्या शिफ्ट्सच्या दरम्यान झालेल्या निद्रानाशाचा सामना करण्यासाठी ते जिममध्ये वर्कआउट करत होते, तेव्हा त्यांच्या छातीत तीव्र वेदना होऊ लागल्या.

इंटर्नशिप हे डॉक्टरांच्या आयुष्यातील सर्वांत मोठं आव्हानात्मक वर्ष असतं. रागुचींच्या बाबतीतही ते तसंच होतं. कूक काउन्टी – याचं नाव २००२मध्ये 'जॉन एच. स्टॉगर, ज्युनियर हॉस्पिटल ऑफ कूक काउन्टी' असं झालं. हे रुग्णालय एवढं चित्रासारखं होतं की, टेलिव्हिजनवरील 'ईआर'मध्ये नमुना म्हणून ते वापरलं गेलं. मोठमोठी सार्वजनिक रुग्णालयं ही वैद्यकीय प्रशिक्षणासाठी परिपूर्ण ठिकाणं असतात. कारण गंभीर आजार आणि दुखापतीच्या सर्व प्रकारांचे रुग्ण तिथे येत असतात. त्यांपैकी बहुतेक जण गरीब असतात. त्यामुळे वैद्यकीय विद्यार्थी आणि नवोदित डॉक्टर यांनी कसून केलेल्या तपासण्या सोसण्यावाचून त्यांना गत्यंतर नसतं. अर्थात त्या प्रशिक्षणावर चांगल्या प्रकारे देखरेख केली जाते. कूक काउन्टीसारखी रुग्णालयं म्हणजे खास दर्जाची प्रशिक्षण केंद्रं आहेत. त्यांत लोकांसाठी चांगल्या वैद्यकीय सुविधा आहेत. तिकडचे बरेचसे ज्येष्ठ डॉक्टर 'रश मेडिकल कॉलेज'मध्ये प्राध्यापक आहेत.

त्यांच्यावर खूप ताण पडत असे. रागुची सांगतात की, आठवड्याला नव्वद तासांपेक्षा जास्त तास काम करणं हे नेहमीचंच होतं. बऱ्याचदा लागोपाठ दोन रात्री जागरण करावं लागे. हे कमी पडलं म्हणून की काय, रागुचींना निद्रानाशाचा विकार होता. ज्या दिवशी हृदयविकाराचा त्रास सुरू झाला, त्या दिवशी ते त्यांच्या ओक पार्क अपार्टमेंटमध्ये एकटेच बसले होते. चोवीस तासांच्या शिफ्टनंतर कित्येक

तासांचं पेपरवर्क करून ते घरी आले होते. "मी ड्युटी संपवून घरी आलो होतो. सलग बत्तीस एक तास मी झोपलोच नव्हतो. (लॉरा) रुग्णालयात ड्युटीवर होती. मला झोपच येईना. म्हणून मग दुपारी तीन-चारच्या सुमाराला मी जिममध्ये जायचं ठरवलं," रागुची सांगत होते.

पण काही उपयोग झाला नाही. जड वजन उचलण्याची धडपड करत असताना त्यांच्या छातीच्या अगदी आतमधून एक कळ आली. "मी त्या वेळी सत्तावीस वर्षांचा होतो. आणि माझ्या मनात पहिला विचार आला,'मला हा मसणा हृदयविकाराचा झटका कसा काय आला?' " रागुची मागच्या आठवणी सांगत असतात, "म्हणून वेदना थांबेपर्यंत म्हणजे पाऊणएक तास मी लॉकर रूममध्येच थांबलो. नंतर मी घरी गेलो. मला माहीत आहे की, ते खरं शहाणपणाचं नव्हतं," रागुची म्हणाले.

"घरी पोहोचल्याबरोबर मी आईला फोन केला. अशा परिस्थितीत कोणीही तेच करतो," क्षणभर थांबून ते हसले. "तिने ९११ला फोन करायला सांगितलं." तो जानेवारी महिना होता. शिकागोत बर्फाचं मोठं वादळ येऊन गेलं होतं आणि बर्फ बाजूला करायचं काम चालू होतं. तरीही रागुचींनी रुग्णालयात चालतच जायचं ठरवलं. इमर्जन्सी रूमच्या प्रवेशद्वारापर्यंत जाण्यासाठी त्यांना त्यांच्या उंचीपेक्षाही जास्त उंचीच्या बर्फाच्या ढिगावर चढून जावं लागलं. ते निरोगी नाहीत, याची कल्पनासुद्धा ते करू शकत नव्हते. "मला आठवतंय, बर्फावरून जाताना माझ्या मनात आलं, 'बरा आहे की मी!' " ते म्हणाले.

पण आत गेल्यावर इकेजी टेस्टचे वेगळेच निष्कर्ष बघून तिकडचे डॉक्टर घाबरले. त्यानंतरची टेस्ट म्हणजे 'एकोकार्डिओग्रॅम' किंवा 'एको'. यात हृदयाच्या रचनेतील वेगळेपणा शोधून काढण्यासाठी 'अल्ट्रासाउंड'चा उपयोग केला जातो. त्यातून काय निष्पन्न होतं, याच्या प्रतीक्षेत असताना रागुचींच्या मनातील भीती वाढत गेली. लवकरच आलेल्या त्या निष्कर्षांनी त्यांच्या या भीतीचं समर्थन केलं.

"एकोकार्डिओग्रॅम कसा वाचायचा, हे मला खरोखरच ठाउक नाही. पण तो अजिबात चांगला नाही, हे मात्र मला दिसत होतं," रागुची आठवणी सांगत होते, "माझ्या रक्ताशयातील मुख्य धमनीची झडप लोंबकळत होती." महारोहिणीची झडप डावी जवनिका आणि महारोहिणी यांच्यामध्ये असते. डाव्या जवनिकेतून महारोहिणीत जाणारं शुद्ध रक्त पुन्हा जवनिकेत येऊ नये यासाठी ही झडप असते. रागुचींसारखी परिस्थिती असणाऱ्या अनेक रुग्णांत काहीही लक्षणं दिसून येत नाहीत. फारफार तर कधीकधी थकवा जाणवतो इतकंच. आपल्यात काहीतरी उणीव आहे, हे कित्येक रुग्णांच्या कधी लक्षातही येत नाही आणि ते सुखाने जगतात. पण त्या झडपेतील दोष मोठ्या स्वरूपाचा असेल तर त्यामुळे हृदयाचं स्पंदन अनियमित होतं किंवा रुग्णाचा अचानक मृत्यूही होऊ शकतो. रागुचींच्या

टेस्टचे निष्कर्ष एवढे भीतिदायक होते की, कूक काउन्टीच्या कार्डिऑलॉजिस्टने त्यांना तातडीने शस्त्रक्रिया करून घ्यायला सांगितलं.

रागुची आपल्या मनातील अस्वस्थता किंवा भावनांचा कल्लोळ इतरांना जाणवू देणाऱ्यातील नाहीत. ते जास्त हसतही नाहीत. अगदी बारीक कापलेले त्यांचे कुरळे केस कानशिलावर पिकायला लागलेले आहेत. त्यांची तब्येत अतिशय उत्तम वाटते; पण त्यांच्या गंभीर स्वभावामुळे ते छत्तीस वर्षांपेक्षा जास्त वयाचे वाटतात. आपल्या आयुष्यातील सगळ्यांत जास्त भीतिदायक दिवसाचं वर्णन करत असतानाही त्यांच्या आवाजात कोणतेही चढउतार जाणवत नव्हते. अगदी वैद्यकीय बाब सांगत असल्यासारखे ते बोलत होते.

''मला वाटतं, मी माझ्या शरीरावर अतिशय ताण दिला होता,'' ते म्हणाले. झोपेचा अभाव, वैद्यकीय प्रशिक्षणाचे कठोर परिश्रम, निद्रानाशाचा विकार जडलेला असताना जिममध्ये केलेला वर्कआउट, त्यांनी स्वत:ला अक्षरश: मृत्यूच्या सीमेपर्यंत ढकलत आणलं होतं. अर्थात, बऱ्याच लोकांच्या कामाच्या वेळा अशा विचित्र असतात; पण रागुचींच्या बाबतीत अजून एक गोष्ट त्यांच्या विरोधात होती. ती म्हणजे आनुवंशिक संवेदनक्षमता. त्यांचे काका पस्तिशीचे असताना अचानक मृत्युमुखी पडले. बहुधा हृदयविकाराने असावेत. कारण तेव्हा शवविच्छेदन केलं नव्हतं. त्यामुळे त्यांच्या मृत्यूचं कारण कळलंच नाही.

सुदैवाने रागुचींची ओपन हार्ट सर्जरी यशस्वी झाली आणि फक्त दीड महिन्यांनी ते पुन्हा कामावर रुजू झाले. पूर्वीसारख्याच उत्साहाने, त्यांनी त्यांचं वैद्यकीय प्रशिक्षण जोरात चालू ठेवलं. हृदयविकाराचा रुग्ण म्हणून कोणत्याही सवलती त्यांनी स्वत:ला दिल्या नाहीत. फक्त ते नियमितपणे कार्डिऑलॉजिस्टकडे तपासणीसाठी जात. जवळजवळ चार वर्षांनंतर त्या कार्डिऑलॉजिस्टने त्यांना पुन्हा एक वाईट बातमी दिली.

या वेळी त्या कार्डिऑलॉजिस्टने सांगितलं की, दुरुस्त केलेल्या मूळ झडपेच्या भोवतीच्या व्रणाच्या ऊती रुंदावत आहेत – बागेला पाणी घालायचा पाइप त्याला पडलेल्या छोट्याशा छिद्राभोवती फुगतो, तसंच हे होतं. आता ती झडप बदलून त्याऐवजी यांत्रिक झडप लावायची, हा एकच मार्ग होता. तांत्रिकदृष्ट्या ती वैकल्पिक शस्त्रक्रिया होती. पण कार्डिऑलॉजिस्टने स्पष्ट केलं की, खरंतर दुसरा पर्याय नव्हताच. ''याला निमवैकल्पिक कार्यपद्धती म्हणतात,'' रागुची सांगत होते, ''पण त्याचा खरा अर्थ आहे की, शस्त्रक्रिया करा किंवा मरायची तयारी ठेवा.''

तेव्हा रागुची पुनर्वसन वैद्यकीतील खास प्रशिक्षणासाठी न्यूयॉर्क शहरात राहत होते. गंभीर असली तरी ही दुसरी ओपन हार्ट शस्त्रक्रिया नेहमीचीच मानली जात होती. झडप बदलायच्या शस्त्रक्रियेत गंभीर गुंतागुंत होण्याची शक्यता फक्त

पन्नासांत एक एवढीच असते. त्या गुंतागुंतींपैकी फारच थोड्या, जिवावर बेतणाऱ्या असतात. शस्त्रक्रियेपूर्वी केल्या गेलेल्या रागुचींच्या नेहमीच्या चाचण्यांमध्ये वेगळं काहीच आढळलं नाही. अर्थात वैद्यकशास्त्रात कसलीच हमी देता येत नाही. आणि रागुचींच्या बाबतीत नेमकं प्रतिकूल तेच घडलं.

"नक्की काय झालं ते मला अजूनही कळलं नाही. कोणालाच ठाऊक नाही," रागुची मला म्हणाले, "मला वाटलं होतं की, सुट्टीत मी घरी जाऊ शकेन." ३ डिसेंबर २००१ला शस्त्रक्रिया झाली. सुरुवातीला सगळं नेहमीसारखं होतं; पण नंतर मात्र ते तसं राहिलं नाही. फार गंभीर परिस्थिती ओढवली. कशामुळे कोणास ठाऊक; पण रागुचींचा रक्तदाब उतरणीच्या आलेखासारखा खाली येऊ लागला. रक्तदाब योग्य त्या प्रमाणात ठेवण्यासाठी सर्जन्स प्रयत्नांची पराकाष्ठा करत होते. शस्त्रक्रिया लांबत गेली, जवळजवळ बारा तास चालली. नंतर तर रागुचींना आकड्या येऊ लागल्या. रिकव्हरी रूममध्ये आणल्यावर, तर काहीतरी बिघडलेलं आहे हे स्पष्टच झालं. हळूहळू आकड्यांची तीव्रता वाढू लागली. लवकरच दर दोन-तीन मिनिटांनी आकड्या येऊ लागल्या. हे स्टेटस एपिलेप्टिकस होतं – अगदी झेयाद बाराझांजींसारखंच. एमआयआर स्कॅनमध्ये रागुचींच्या मेंदूच्या दोन्ही बाजूंना विध्वंसक इजा झाल्याचं उघडकीला आलं.

रागुची तेवीस दिवस अतिदक्षता विभागात खितपत पडले होते. डॉक्टरांनी औषधोपचार करून आकड्या येणं थांबवलं. त्या औषधांमुळे रागुची प्रगाढ कोमात गेले. जेव्हा-जेव्हा डॉक्टरांनी डोस कमी करायचा प्रयत्न केला, तेव्हा-तेव्हा त्यांना पुन्हा आकड्या येऊ लागल्या. याचा परिणाम म्हणून त्यांचा मेंदू खदखदत होता. नाताळानंतरच्या आठवड्यात रोगाच्या चढउताराचं पूर्वनिदान करणं कठीण झालं. त्यांचे कुटुंबीय त्यांच्या प्रकृतीविषयी डॉक्टरांच्या खनपटीस बसत, सुधारणेची लक्षणं दिसत आहेत का, याची सतत चौकशी करत. लवकरच डॉक्टरांची सहनशीलता संपुष्टात आली. एका वैतागलेल्या डॉक्टरांनी तर सरळ सांगून टाकलं, "ही सत्त्वपरीक्षा आहे. समोर सगळं निराशामय दिसत असताना तुम्ही उगीचच आशा धरून बसला आहात आणि त्यामुळे परिस्थिती आणखी कठीण करत आहात." डॉक्टरांनी गंभीरपणे लॉरांना सांगितलं की, त्यांच्या नवऱ्याचे लाइफ सपोर्ट्स काढून टाकण्याविषयी त्यांनी गांभीर्याने विचार करावा. खरंतर खेळ संपलेला आहे. त्यांच्या नवऱ्याची तब्येत जरी स्थिर झाली, तरी उर्वरित आयुष्यभर तो व्हेजिटेबलसारखाच असेल. दुसऱ्या एका न्यूरॉलॉजिस्टनेही लॉरांना तेच सांगितलं. ते बरे होऊन त्यांच्या शरीराची अर्थपूर्ण कार्यं चालू होतील, अशी शक्यताच नव्हती. उलट ते 'गेले' तरच बरं.

म्हणून लॉरा आणि त्यांच्या सासू-सासऱ्यांनी दुसऱ्या डॉक्टरांचं मत घ्यायच्या

प्रयत्नाला सुरुवात केली. रागुची म्हणाले, ''माझ्या पत्नीने अनेक आयसीयूजना फोन केले. तिला कोणीतरी सांगितलं की, अशा प्रकारची दोन ठिकाणं आहेत. तिने दोन्हीकडे प्रयत्न केले. कोलंबियाहून पहिला फोन आला.''

रागुचींची कहाणी मी ऐकली, त्याच्या दुसऱ्या दिवशीची गोष्ट. कोलंबियाच्या न्यूरोअतिदक्षता विभागात मायरांची फेरी चालू आहे. मायर सडपातळ आणि काटक आहेत. त्यांना उत्साहाचं गाठोडं म्हटलं, तर ती अतिशयोक्ती ठरणार नाही. ते चालतातही भरभर आणि बोलतातही भरभर. जेव्हा ते आणि त्यांच्या बरोबरचा तरुण डॉक्टरांचा ताफा नवीन रुग्णाच्या खोलीकडे जातो, तेव्हा समोरून येणाऱ्या, डॉक्टर, नर्सेस, विद्यार्थी आणि रुग्णांना भेटायला येणारे लोक यांच्या गर्दीतून न चेंगरता वाट काढत मायरांच्या बरोबरीने चालणं अवघड असतं.

आज, नऊ पांढरे कोट मिळून रूम नंबर तीनमधील, कोमात असलेल्या एका वयस्कर चिनी महिलेविषयी बोलत आहेत. तिचं डोकं बॅन्डेजमध्ये गुंडाळलेलं आहे. तिला कारने उडवलं म्हणून कोलंबियामध्ये आणलं होतं. श्वसनाची नळी आत घालताना अडचणी येऊ लागल्या आणि बरीच मिनिटं तिच्या मेंदूला प्राणवायूचा पुरवठा होऊ शकला नाही. त्यामुळे परिस्थिती अधिकच बिघडली. न्यूरोअतिदक्षता विभागात आणल्यावर, वाढत चाललेला दाब कमी करण्यासाठी तिच्या डोक्याच्या कवटीचा काही भाग काढावा लागला. नंतर तिला एकामागून एक तीव्र स्वरूपाचे संसर्गदोष (infections) होऊ लागले. हे सगळं एवढ्या मोठ्या प्रमाणात होतं की, एका डॉक्टरांनी तिला 'मानवी बॅक्टेरिया कल्चर' असं नाव ठेवलं.

मायर लांब टांगा टाकत, तिरक्या ठेवलेल्या पलंगाच्या डोक्याकडील बाजूला जातात. डझनभर विद्यार्थी आणि रेसिडेंट डॉक्टर रुग्णाला बघायला गर्दी करतात. जरासं वाकून मायर ''ली! ली!'' (नेमकं सांगायचं तर ते वेगळ्याच नावाने आरोळी मारत होते; पण त्या स्त्रीची गुप्तता जपण्यासाठी तिचं नाव बदललं आहे.) अशा आरोळ्या एवढ्या मोठ्याने मारायला सुरुवात करतात की, त्या गर्दीच्या मागे असलेली सामान्य – डॉक्टर नसलेली – माणसं उड्या मारून बघायला लागतात.

लीचे खांदे घट्ट पकडून मायर तिला एवढ्या ताकदीने गदागदा हालवतात की, बघणारे अस्वस्थ होतात. लीचं डोकं पुढेमागे पडत राहतं; पण तिच्या चेहऱ्यावरील भाव होते तसेच राहतात. याउलट, वैद्यकीय विद्यार्थी मात्र उत्सुकतेने, आ वासून पाहत राहतात. मायर तिच्या पापण्या उघडून धरतात आणि पुन्हा तिला हाका मारायला सुरुवात करतात; पण तिच्याकडून कोणताही प्रतिसाद मिळत नाही. ''नजर दिशाहीन '' ते पुटपुटतात - बहुधा स्वत:शीच. नंतर ते तिचा हात उचलतात आणि लीची दोन नखं चिमटीत पकडून शक्य तितक्या जोरात दाबतात. ती तोंड किंचित वाकडं करते. मायर अलगद तिचा हात खाली ठेवतात.

"मला आठवत आहेत त्यापेक्षा या सुधारल्या आहेत", ते समाधानाने म्हणतात. मायरना तिच्यातील जिवंतपणा - ओझरता का होईना - दिसला आहे. प्रयत्नांची पराकाष्ठा करायला त्यांच्या दृष्टीने तेवढं पुरेसं आहे. हे सर्व सापेक्ष आहे. ती अजिबात प्रतिसाद देत नसली, तरी आदल्या दिवशीपेक्षा ती किंचित सुधारलेली आहे. मायर हे सहजासहजी हार मानणाऱ्यातील नाहीत, हे मी खात्रीपूर्वक सांगू शकतो.

न्यूयॉर्क- प्रेस्बायटेरियन हॉस्पिटल/कोलंबिया युनिव्हर्सिटी मेडिकल सेंटर हे वॉशिंग्टन हाइट्च्या परिसराच्या टोकाशी असलेल्या उंच भागावर उभारलेलं आहे. जॉर्ज वॉशिंग्टन ब्रिजपासून ते मैलभरापेक्षाही कमी अंतरावर आहे. न्यूरोअतिदक्षता विभागाच्या एका टोकाला असलेल्या, एकच तावदान असलेल्या मोठ्या खिडकीतून त्या पुलाचे डौलदार मनोरे दिसतात. इतर खिडक्यांतून हडसनमधील खवळलेल्या लाटा आणि नदीच्या न्यू जर्सीच्या बाजूला असणारे हिरवेगार उंच कडे दिसतात. रुग्णाला भेटायला आलेला माणूस पहिल्यांदाच या युनिटमध्ये येतो, तेव्हा त्याला प्रसन्न वाटतं. दुपारच्या वेळी ते एखाद्या चांगल्या प्रकारे चालवलेल्या डेकेअर सेंटरसारखं वाटतं. – हसतमुख नर्सेस, आपापसात शांतपणे बोलणारे डॉक्टर.

सर्व खोल्या चकचकीत असूनही इथे भेसूर वाटतं. इथे बेडच्या बाजूला बसून गप्पा चाललेल्या नाहीत. या खोल्यांमधील स्त्री-पुरुष अगदी हल्लीपर्यंत चालत होते, बोलत होते, हसत होते याची कोणतीही चिन्हं उघडपणे दिसत नाहीत. ते स्त्री-पुरुष कोणाचे वडील, आई, मावश्या, भाऊ होते, याची कोणतीही खूण आढळत नाही. जवळजवळ सर्वांचेच डोळे मिटलेले आहेत. बहुतेक जण तारा आणि नळ्यांच्या भीतिदायक व्यूहात बद्ध झाले आहेत. उंचउंच यंत्रांनी वेढले गेल्यामुळे सगळेच जण लहानखुरे दिसत आहेत. बहुतेक सारे बेशुद्ध आहेत. त्यापैकी अनेकांनी आ वासला आहे. तेव्हाच तो भयंकर विचार मनात येतो : हे थडगं आहे. आपण पाहत आहोत त्यापैकी बरेच लोक पुन्हा जिवंत होणार नाहीत. आणि उरलेल्यांपैकी बऱ्याच जणांची मनं, जेमतेम चालू असणाऱ्या त्यांच्या शरीरात कैद झालेली असतील.

बऱ्याच खोल्यांमध्ये रुग्णशय्येशेजारी त्यांचे कुटुंबीय बसले आहेत – त्या रुग्णाचा शक्तिहीन हात हातात घेऊन. पत्रकाराशिवाय कोणालाही ऐकू येणार नाही, अशा सुरात ते बोलत आहेत. २००१मध्ये या खुर्च्यांवर रागुचींचे आईवडील आणि पत्नी बसली होती – शक्य ते सगळं करण्यासाठी डॉक्टरांची गयावया करत, प्रमुख न्यूरॉलॉजिस्टने आपल्या मनात खोलवर दडलेल्या संदेहाला शरण जाऊ नये म्हणून त्यांच्यांवर चिडत.

सकाळची फेरी पूर्ण झाल्यावर मायर निवांत श्वास घेतात आणि २००१मध्ये

नाताळच्या दुसऱ्या दिवशी त्यांच्या युनिटमध्ये येऊन पोहोचलेल्या रुग्णाबद्दल बोलू लागतात. ''मार्क रागुचींच्या केसने खरोखरच माझे डोळे उघडले. तोपर्यंत अशा रुग्णांसाठी आपण काहीही करू शकत नाही, असं न्यूरॉलॉजीच्या पाठ्यपुस्तकात लिहिलेलंच मी खरं धरून चालत होतो,'' मायर म्हणाले.

मायरनी ठरवलं की, शक्यतो थोडे दिवस रागुचींचं नीट निरीक्षण करावं आणि शेवटी त्यांच्या कुटुंबीयांच्या कानावर ती वाईट बातमी घालावी. ''मी याच्याकडे अनुकंपा दर्शवणारं कृत्य म्हणून बघत होतो'', वैद्यकीय आव्हान म्हणून नाही,'' मायर सांगतात. ''त्या परिवाराला थोडी मन:शांती देऊ या. शेवटी आम्हीही बहुधा त्याच भयानक निष्कर्षापर्यंत पोहोचणार आणि त्यांच्या परिवाराला तेच सांगणार. पण आपण आणखी जास्त प्रयत्न केले, शक्य होतं ते सर्व केलं, याचं समाधान तरी निदान त्यांना मिळेल.''

आणखी एमआरआय घेऊ न देण्याच्या त्या कुटुंबीयांच्या निर्णयामुळे मायरना आश्चर्याचा धक्का बसला; पण त्या निराशाजनक वाटणाऱ्या रुग्णाला मदत करण्यासाठी त्यांचं पथक पुढचे कित्येक दिवस झटत होतं. हायपोथर्मिआमुळे मेंदूचं दुखापतीपासून संरक्षण होतं, असं दिसून आलं होतं. म्हणून खास प्रकारचे पॅड्स वापरून मायरनी रागुचींचं शरीर अतिशीत केलं. दुखापत झालेल्या मेंदूमध्ये रक्तदाब नियंत्रित करण्याची क्षमता नसते. त्यामुळे रक्तदाबात भयंकर चढउतार होऊ शकतात. म्हणून मायरांचं पथक थोड्या थोड्या तासांनी रक्तदाब तपासून योग्य त्या स्तराची औषधं देत होतं. रागुचींना न्यूमोनिआ झाला होता, त्यामुळे ॲन्टिबायॉटिक्सचेही मोठमोठे डोसेस त्यांना द्यावे लागत होते. नुसत्या डोळ्यांनी दिसू न शकणाऱ्या आकड्यांसाठी मेंदूची बारकाईने व सतत देखरेख करण्यासाठी एक प्रायोगिक व्यवस्थाही त्यांना जोडण्यात आली होती.

उपशामक औषधं देणं बंद केल्यावरही रागुचींना झटके आले नाहीत, तेव्हा मायरना हुरूप आला. अजूनही रागुचींकडून कोणत्याही प्रकारचा प्रतिसाद मिळत नव्हता. घशातून आत घातलेली श्वसनाची नळी आणि पोटात घातलेल्या फीडिंग ट्युबमुळे रागुची फक्त जिवंत होते. रोज सकाळी मायर आणि त्यांचे रेसिडेंट डॉक्टर रागुचींकडून काहीतरी प्रतिसाद मिळावा म्हणून त्यांना ढकलायचे, ओढायचे, टोचायचे. मायर ''मार्क! मार्क!'' म्हणून किंचाळायचे. (अशा वेळी ते रुग्णाला बहुधा त्याच्या नावानेच –आडनावाने नव्हे – हाका मारतात. त्यामुळे प्रतिसाद मिळण्याची शक्यता जास्त असते.)

खूप काळपर्यंत काहीही घडलं नाही; पण मग मात्र एक विलक्षण गोष्ट घडली. खरोखरच आश्चर्यकारक. ते तरुण डॉक्टर कोमात असूनही त्यांच्यात सुधारणा होऊ लागली. मायरनी रागुचींच्या तळव्यात नख खुपसलं तेव्हा त्यांनी तोंड वाकडं केलं.

मायरनी त्यांचे खांदे पकडून त्यांना गदागदा हालवलं, तेव्हा त्यांनी रेकल्यासारखा क्षीण आवाज काढला. रागुची बरे होत होते तरी त्यांच्यात 'मॅन-इन-ए-बॅरल सिंड्रोम' म्हणून ओळखली जाणारी उद्ध्वस्त अवस्थेची लक्षणं दिसून येत होती. यात पाय आपोआपच हालू लागतात. पण धड आणि हात मात्र एकाच जागी थिजल्यासारखे होतात..... पण तरीही, काहीतरी फरक पडला होता.

"ही सुधारणा क्षुल्लक वाटते. पण थोडीथोडी असली तरी क्रमाक्रमाने सुधारणा होत होती. प्रत्येक दिवशी, निदान एक दिवसाआड तरी," मायरनी मला सांगितलं, "आम्ही शिकलेली एक गोष्ट म्हणजे आरंभीची सुधारणा ही सर्वांत महत्त्वाची खूण आहे. ती खूप सूक्ष्मही असू शकते. उदाहरणार्थ, जोरात किंचाळल्यावर रुग्णाने आवाजाच्या दिशेला नजर वळवणं किंवा हात पुढे करणं. कारण एकदा का त्या रुग्णाने आपण बरं व्हायच्या मार्गावर आहोत, असं दर्शवलं की त्याचा अर्थ होतो की, रुग्णाच्या बरं व्हायच्या प्रक्रियेला चालना मिळालेली आहे. ती कुठपर्यंत जाऊन थांबणार आहे, ते आम्हाला सांगता येत नाही."

तीन आठवड्यांच्या आत रागुचींना श्वसनाच्या आणि खाण्याच्या नळ्यांची आवश्यकता उरली नाही आणि ते घरी जाण्याएवढे बरे झाले. मायर अचंबित झाले; पण त्यांनी जास्त अपेक्षा न ठेवण्याचा इशारा दिला. "मी (मार्कच्या पत्नी लॉरांना) सांगितलं, 'त्यांचं उर्वरित आयुष्य एखाद्या नर्सिंग होममध्येच जाण्याची जास्त शक्यता आहे. मी खात्रीपूर्वक सांगतो की, ते पुन्हा कधीही काम करू शकणार नाहीत,' " मायर म्हणाले. मागे झुकून, हाताची घडी घालून बोलणाऱ्या मायरांच्या चेहऱ्यावर स्मित पसरलं, "आणि मी चुकीचा ठरलो."

वर्षभरानंतर २००२च्या शेवटी मायर त्यांच्या ऑफिसमध्ये बसलेले असताना एक तरुण दारातून आत आला. त्याचे दंड चमत्कारिक अवस्थेत होते, त्याचे हातही पिळवटलेले आणि ताठरलेले होते. तो तरुण म्हणजे मार्क रागुची होते. "मी खुर्चीवरून खाली पडणार होतो," मायर मला म्हणाले, "त्यांनी बोललेलं पहिलं वाक्य होतं, 'माझे हात चालत नाहीत.' " मायरांचे डोळे भरून यायला तेवढं पुरेसं होतं.

एवढी अविश्वसनीय प्रगती करूनही रागुची निराश झालेले दिसले. यात तसं आश्चर्य नाही. कोणताही डॉक्टर हेच सांगेल की, जे रुग्ण उत्कृष्ट प्रगती करतात, तेच सर्वांत जास्त तापदायक असतात: परिपूर्ण यशाव्यतिरिक्त इतर काहीही स्वीकारायला नकार देणं, हे अत्याग्रही रागुचींचं जन्मजात वैशिष्ट्य होतं. याचा अर्थ, ते कृतज्ञ नव्हते, असा नाही. त्यांनी गोळी चुकवली आहे, हे ते जाणून होते.

आमच्याशी मनातलं बोलताना रागुचींनी सांगितलं होतं की, आपण पुन्हा चालू शकतो, हे कळल्यावर त्यांना खूपच मोठा दिलासा मिळाला. याचं कारण अगदी साधं आहे. त्यांची सतत धावपळ चालू असते. इतकी की, ते चाकाच्या खुर्चीत बसले आहेत, अशी कल्पना करणंही अशक्य आहे.

रागुचींना कोलंबियाला मिळाले, तशा आक्रमक उपचारांचा नक्की किती लोकांना फायदा होईल, हे सांगणे कठीण आहे. काँग्रेसने प्रायोजित केलेल्या, मेंदूच्या दुखापतींच्या तज्ज्ञांच्या टास्क फोर्सने 'मोहॉंक अहवाला'चा मसुदा तयार केला. या अहवालानुसार ३५,००० अमेरिकन लोक चिरस्थायी व्हेजिटेटिव्ह आहेत, तर इतर २,८०,००० किमान शुद्धीच्या अवस्थेत आहेत. त्यांपैकी बऱ्याच केसेसची निदानं अचूक नाहीत, हे उघड आहे. पण त्याच वेळी रागुची किंवा टेरी वॉलिससारखे रुग्ण विरळेच!

पण असं घडतं, आणि जेव्हा ते घडतं, तेव्हा त्याची 'बातमी' होते. याचं ठळक उदाहरण म्हणजे बफेलोतील बंबवाले डॉनल्ड हर्बर्ट. ते दहा वर्षांनंतर कोमातून जागृत झाले आणि नंतर पुन्हा कोमात गेले. डॉ. निकोलस शिफनी हर्बर्टना तपासलं होतं. मी शिफना त्याविषयी विचारलं तेव्हा ते म्हणाले की, हर्बर्टना पार्किन्सन्स डिसीझसाठी जी औषधं दिली जात होती त्यामुळे त्यांना बरं वाटायला सुरुवात झाली असावी. जॉर्ज मेलेन्डेझ या ह्युस्टनमधील तरुणाच्या बाबतीतही असंच झालं होतं. कार अपघातामुळे तो दहा मिनिटं पाण्याखाली होता. त्यामुळे तो पाच वर्षं कोमात होता. एका रात्री त्याला अँबिएन (Ambien) ही झोपेची गोळी दिल्यावर विरोधाभासात्मक गोष्ट झाली. तो चक्क जागा झाला. एवढंच नव्हे तर त्याच्या आईने विचारलेल्या प्रश्नांना एकशब्दी उत्तरं देऊ लागला. शिफनी मला सांगितलं की, टेरी वॉलिसच्या बरं होण्यातही औषधोपचाराचा हात असला पाहिजे. तो पुन्हा बोलू लागला त्यापूर्वी दीड वर्ष, त्याला औदासीन्यावरील औषधं द्यायला सुरुवात केली होती. त्याची शुश्रूषा करणाऱ्याला त्याच्या डोळ्यांत अश्रू दिसले. म्हणून डॉक्टरांनी एसएसआरआय देऊन बघू या, असा निर्णय घेतला.

या सर्व रुग्णांच्या बाबतीत औषधांचा उपयोग नेमका कशा प्रकारे झाला, ते आपल्याला कळलेलं नाही. पण त्यात औषधांचा वाटा असावा, हे सत्य आहे आणि त्यामुळेच मनाचे विलक्षण गुणधर्म हे शरीरविज्ञानाच्या पायावर आधारलेले असतात, या समजाला पुष्टी मिळते. मन ही जडवस्तू आहे (Mind is matter). ते शरीरविज्ञान समजून घेणं हे शिफसारख्या वैज्ञानिकांचं उद्दिष्ट आहे. ते एकदा समजलं की, अशा रुग्णांना त्यांची आयुष्यं सुधारण्यासाठी नशीब उघडण्याची वाट पाहावी लागणार नाही.

ही माणसं मृत्यूला आव्हान देत कोमातून बरी होतात, हे कसं घडतं? ब्रेन

इमेजिंग तंत्रज्ञान यावर थोडाफार प्रकाश पाडतं. व्हेजिटेटिव्ह वाटणाऱ्या रुग्णाच्या शांत पृष्ठभागाखाली काय असू शकेल, त्याचं ओझरतं दर्शन देतं. केंब्रिज विद्यापीठातील न्यूरोवैज्ञानिक डॉ. एड्रिअन ओवेननी एका तेवीस वर्षांच्या स्त्रीच्या बाबतीत एक प्रयोग केला. एका कार अपघातानंतर ती व्हेजिटेटिव्ह अवस्थेत असल्याचं निदान करण्यात आलं होतं. ओवेननी तिला पाहिलं तोपर्यंत म्हणजे पाच एक महिने तिचा प्रतिसाद पूर्णपणे बंद होता. तिला टोचलं, गदागदा हालवलं, तिचं नाव घेऊन किंचाळलं — प्रतिसाद नाही. ओवेन यांच्या मनात विचार आला की, संपर्क हीच प्राथमिक समस्या नसेल ना? दुसऱ्या शब्दांत सांगायचं, तर तिच्या मनात विचार तयार होत असतील; पण ती ते व्यक्त करू शकत नसेल, असं तर नाही?

या कल्पनेचा खरेपणा पडताळण्याकरिता त्यांच्या पथकाने फंक्शनल मॅग्नेटिक रेझोनन्स इमेजिंगचा (एफएमआरआय) उपयोग केला. काळजीपूर्वक बोललेल्या वाक्यांची मालिका रेकॉर्ड करून ती ह्या बाईसमोर वाजवली आणि ती ऐकताना त्या बाईच्या मेंदूत होणारे बदल एफएमआरआयच्या साहाय्याने तपासले. मेंदूच्या वेगवेगळ्या विभागांकडे जाणारा रक्तप्रवाह त्या-त्या विभागाशी संबंधित क्रियाशीलता दर्शवतो. एफएमआरआयमुळे तो रक्तप्रवाह कुठे जात आहे, ते समजू शकतं. ओवेननी जेव्हा 'त्याच्या कॉफीत दूध आणि साखर होती' यासारखी वाक्यं वाजवली तेव्हा वाचेच्या आकलनाशी संबंधित असलेले मेंदूचे भाग प्रकाशित झाले. तुलनात्मक अभ्यासासाठी ओवेननी असंबद्ध बडबडीची रेकॉर्ड वाजवून त्या वेळीही एफएमआरआयची रीडिंग्ज घेतली. या दोन रेकॉर्ड्सच्या मधल्या काळात वाचाकेंद्र क्रियाशील नव्हतं. निरोगी व्यक्तीच्या बाबतीतही हेच अपेक्षित असतं.

नंतर ओवेननी थोडी जास्त किचकट वाक्यं वाजवली. त्या वाक्यांतील एका शब्दाचा अर्थ त्याच्याबरोबर येणाऱ्या इतर शब्दांवर अवलंबून होता. उदाहरणार्थ, 'छतात असणाऱ्या बीममधून करकर असा आवाज आला.' अशी वाक्यं वाजवल्यानंतरचा वाचाकेंद्रातील प्रतिसाद अजूनही मोठा होता. यावरून स्पष्ट होतं की, त्या बाईचा मेंदू 'विचार' करत होता. अर्थात बाहेरून त्याच्या खुणा दिसत नव्हत्या.

हे इथेच थांबलं नाही. वाचाकेंद्रावरील एफएमआरआयचे निष्कर्ष हा शुद्धीचा निर्णायक पुरावा नव्हता. ओवेनना माहीत होतं की, कधीकधी बेसावध असतानाही – उदाहरणार्थ, अंशत: गुंगीत असताना किंवा झोपेत असताना – लोक भाषेवर प्रक्रिया करू शकतात. तिच्या शुद्धीचा स्तर तपासण्यासाठी, ओवेननी तिला, ती टेनिस खेळत आहे, अशी कल्पना करायला सांगितलं. अपघातापूर्वी तिला टेनिस खेळायला खूप आवडायचं. त्या काल्पनिक खेळाच्या वेळी तिच्या मेंदूतील सप्लिमेंटरी मोटर एरिआ (अवयवांची हालचाल करणाऱ्या स्नायूंशी संबंधित पुरवणीक्षेत्र) क्रियाशील झाल्याचं एफएमआरआयवरून आढळून आलं. टेनिसचा प्रत्यक्ष खेळ

पाहत असताना नेटच्या पुढे आणि मागे उसळणारा चेंडू बघताना निरोगी स्वयंसेवकांच्या मेंदूतही तेच भाग क्रियाशील झालेले दिसले. त्यामुळे तर त्या निष्कर्षाला पुष्टी मिळाली. काहीही कारण असो; पण ही स्त्री इतरांशी संपर्क साधायला पूर्णपणे असमर्थ असली, तरी ती संपर्ककक्षेच्या पूर्ण बाहेर नव्हती, अजिबातच नव्हती.

कोमात गेलेल्या रुग्णाच्या मेंदूत कालांतराने काय घडामोडी होतात ते पाहणं, याचं संशोधन सध्या आरंभावस्थेत असलं, तरी अतिशय चकित करणारं आहे. २००६मध्ये, टेरी वॉलिस वयाच्या एकोणचाळिसाव्या वर्षी कोमातून जागा झाला. त्यानंतर त्याच्या कुटुंबीयांनी शिफना पीइटी स्कॅन आणि डिफ्युजन टेन्सर इमेजिंग वापरून वॉलिसच्या मेंदूच्या आतील भागाचं निरीक्षण करण्याची परवानगी दिली. जास्तीत जास्त, उच्च दर्जाचा विचार करण्याचं कार्य फ्रंटल कॉर्टेक्समध्ये (frontal cortex) होतं. वॉलिसच्या मेंदूचं हे क्षेत्र मृत भागांनी भरलेलं होतं; पण शिफना एक विलक्षण गोष्ट आढळली. वॉलिसच्या मेंदूत नवीन कनेक्शन्स तयार झाली होती. मृत भागाच्या आजूबाजूला असलेले, त्यातल्या त्यात शाबूत भाग या नवीन कनेक्शन्सनी जोडून घेतले होते. मेंदूच्या मागच्या भागात नेहमीपेक्षा एकदमच वेगळ्या अशा मेंदूच्या रचना तयार झाल्या होत्या. दीड वर्षांनी डॉक्टरांनी वॉलिसला पुन्हा स्कॅन केलं, तेव्हा तर हे बदल अजूनच स्पष्ट झाले होते. हे शोध शिफना अद्भुत वाटले.

असं पाहा, हे सारे बदल अशक्यप्राय वाटावेत असेच आहेत. न्यूरॉलॉजीत सुरुवातीला शिफना शिकवलं होतं की, मेंदूच्या दुखापतींच्या बाबतीत 'जे झालं ते झालं.' मीही तेच शिकलो होतो. मेंदूच्या पेशी मृत झाल्या, तर त्या पुन्हा निर्माण होत नाहीत. म्हणून मेंदूला इजा झाल्यास बरं होण्याची शक्यता नसते, असं समजलं जाई. कोणताही शहाणा डॉक्टर ती लक्ष्मणरेषा ओलांडून दुसऱ्या पर्यायावर विश्वास ठेवायला धजत नसे. पण आता असं आढळून आलं आहे की, मेंदूमध्ये मृत्यूला चकवायची जन्मजात, विलक्षण क्षमता असते.

दिवसेंदिवस वाढत जाणाऱ्या संशोधनाच्याआधारे शिफ सांगतात की, आजारातून बरं होण्याच्या मेंदूच्या क्षमतेविषयी यापूर्वी शिकलेल्या एकूण एक गोष्टी डॉक्टरांनी टाकून दिल्या पाहिजेत. तुलनेने नवीनच असलेले हे क्षेत्र मला खूपच उत्तेजक वाटतं. अगदी, हृदयक्रिया बंद पडलेल्या रुग्णांना वाचवण्यासाठी जास्तीचा वेळ उपलब्ध करून देणाऱ्या प्रगतीएवढंच. ते नक्की तेवढंच अर्थपूर्ण आहे. जेव्हा टेरी वॉलिस किंवा मार्क रागुची प्रतिकूलतेवर मात करून मेंदूच्या विध्वंसक दुखापतीतून बरे होतात, तेव्हा त्यांचा पुनर्जन्म झाला असं म्हटलं, तर ती अतिशयोक्ती ठरणार नाही.

या उल्लेखनीय रोगमुक्तता समजून घेण्यासाठी आपलं लक्ष मेंदूच्या एकेक

पेशी किंवा मज्जापेशीवरून काढून ते मेंदूमधील मज्जापेशी सुसंघटित करण्याच्या पद्धतीकडे वळवलं पाहिजे. एकेक मज्जापेशी चांगल्याप्रकारे पुनर्निर्माण करू शकत नाही, ही गोष्ट अजूनही खरी ठरते; पण तिथेच असलेल्या पेशी वापरून पुन्हा आपलं जाळं तयार करण्याची मेंदूची क्षमता आपण कमी लेखली होती. रूढ न्यूरोविज्ञानानुसार टेरी वॉलिस किशोरवयीन होईपर्यंत त्याला बोलायला, विचार करायला, हालचाल करायला देणारे विशिष्ट मार्ग त्याच्या मेंदूत स्थापित झाले होते; पण ट्रक अपघातात आणि नंतर त्याच्या मेंदूला सूज आल्यामुळे मेंदूच्या पेशी नष्ट झाल्या. त्यामुळे ते मार्गही नाहीसे व्हायला हवे होते. बहुधा ते झालेही होते; पण रुग्ण बोलू लागला, या कच्च्या पुराव्यावरून आपल्याला आढळलं की, अतिशय नाट्यपूर्णरीत्या नवीन मार्गांनी जुन्या नाहीशा झालेल्या मार्गांची जागा घेतली. वॉलिसच्या मेंदूने अपाय झालेल्या भागाभोवती वळसा घालणारा मार्ग बांधला.

एकेक मज्जापेशी घेतली तर ती, पूर्वी आपण समजत होतो त्यापेक्षा कितीतरी जास्त प्रमाणात परिवर्तनशील असते. आणि हीच गोष्ट मेंदूच्या विशिष्ट भागांच्या बाबतीतही खरी आहे. 'वाचा विभाग', 'दृश्य प्रक्रिया विभाग' यांसारखे शब्दप्रयोग न्यूरोसर्जन्स अजूनही वापरत असले तरी प्रयोगांती आढळून आलं आहे की, परिस्थितीनुसार मेंदूचे वेगळे भागही ते कार्य अंगावर घेऊ शकतात. मग ही परिस्थिती काळजीपूर्वक, नियंत्रित केलेली उपचारपद्धती – उदाहरणार्थ, अर्धांगवाताचा झटका आलेला रुग्ण उजवा हात बांधून ठेवून लुळ्या पडलेल्या डाव्या हाताकडे संदेश पाठवायला मेंदूला भाग पाडतो – असेल किंवा याहून पूर्णपणे वेगळी म्हणजे वॉलिससारख्या अपघाताचा बळी झालेल्या व्यक्तीच्या मेंदूच्या ऊतींचा झालेला नाश असेल.

या विलक्षण गोष्टीला न्यूरोप्लॅस्टिसिटी (neuroplasticity) (न्यूरोलवचीकता) म्हणतात. पक्षाघात किंवा पाठीच्या कण्याला झालेली दुखापत यातून बरं होण्याची प्रक्रिया न्यूरोप्लॅस्टिसिटीच्या आधारे स्पष्ट होते. मार्क रागुचींसारखे पुनर्वसनतज्ज्ञ ज्या शारीरिक उपचारपद्धती वापरतात, त्यांचाही पाया न्यूरोप्लॅस्टिसिटीच आहे. मानसिक रोगचिकित्सेतील अनुभूतिविषयक वर्तणूक उपचारांचा (cognitive behavioral treatment) सैद्धान्तिक आराखडा न्यूरोप्लॅस्टिसिटीवरच आधारलेला आहे. यात रुग्णाला हानिकारक, दु:खदायक विचार टाळून उपयोगी विचार आणि वर्तणूक यांचा सराव करायला शिकवलं जातं. वॉलिसच्या केसचं वैशिष्ट्य म्हणजे मेंदूची नवी कनेक्शन्स दाखवणारी ब्रेनस्कॅन्स प्रत्यक्ष उपलब्ध आहेत.

''अशा प्रकारे वीस वर्षांनंतर स्वाभाविकरीत्या रोगमुक्त होणं कितपत दुर्मीळ आहे? *न्यूयॉर्क टाइम्स*च्या (यांनी ही कथा प्रसृत केली होती) पहिल्या पानावर झळकण्याएवढं दुर्मीळ आहे. पण इतर रुग्णांकडे ती क्षमता असू शकते का, या

प्रश्नाचं उत्तर आमच्याकडे नाही,'' शिफनी सांगितलं. पण अशी रोगमुक्तता शक्य नाही, असा वाद यापुढे कोणी घालू शकणार नाही, हे नक्की, असंही ते म्हणाले. ''गृहीत गोष्टींशी विसंगत उदाहरण. या केसची वस्तुस्थिती पाहिल्यावर तर वाटतं की, आपल्याला वाटतं त्यापेक्षा हे कितीतरी पटीने जास्त दुर्मीळ असावं.''

कोमावर मोठं, बहुकेंद्री संशोधनकेंद्र सुरू करण्याच्या आणि त्यासाठी अर्थसाहाय्य मिळवण्याच्या प्रयत्नात शिफ सध्या व्यग्र आहेत. ते म्हणतात, ''हे रुग्ण काय करू शकतात ते फक्त बघत बसणं आणि नंतर कॅलेंडरमध्ये बघून किती दिवस झाले ते मोजणं, याच्या पलीकडे जाऊन आपण काहीतरी केलं पाहिजे. स्पष्ट सांगायचं, तर कोमात गेलेला रुग्ण कधी शुद्धीवर येतो याची वाट बघत वीस-वीस वर्षं हातावर हात ठेवून स्वस्थ बसणं सोडलं पाहिजे, असं शिफना वाटतं. ते म्हणतात की, खरंतर कोणत्या रुग्णात बरं होण्याची *क्षमता* आहे, हे वाजवी काळानंतर – तीन महिने म्हणा किंवा सहा महिने म्हणा – सांगता येईल, अशी चिकित्सासाधनं आपण विकसित केली पाहिजेत. हे करण्यासाठी शुद्धी म्हणजे नेमकं काय चालतं, मज्जापेशी एकत्रितपणे कार्य कसं करतात आणि मेंदू स्वत:ची डागडुजी कशी करतो, ते आपण शोधून काढलं पाहिजे, असं ते म्हणतात.

ही अतिशय अवघड गोष्ट आहे. आतापर्यंत, तर आपण पुरेशा रुग्णांची पाहणीही केलेली नाही. मेंदूच्या आतील भागाचं निरीक्षण करण्याच्या बाबतीत आपण गेल्या काही वर्षांत थोडीफार प्रगती केली आहे. पण शिफ म्हणतात की, अजूनही बरेच प्रश्न अनुत्तरित आहेत. ''एफएमआरआय, पीईटी स्कॅन्स, ईईजी - ही सगळी साधनं अतिशय महत्त्वाची आहेत; पण पृथकपणे पाहिलं तर कोमात असताना मेंदूमध्ये नेमकं काय होत असतं, या गूढापर्यंत या व्यक्तिविशिष्ट केसेस पोहोचतच नाहीत.''

टेरी वॉलिसव्यतिरिक्त आपले अनुभव सांगू शकणारी दुसरी व्यक्ती म्हणजे मार्क रागुची. ते सांगतात की, रुग्णालयातील सत्त्वपरीक्षेच्या वेळी त्यांचं जाणिवेतील मन कार्यक्षम होतं. अगदी डॉक्टरांनी आणि त्यांच्या पत्नीनेही त्यांचं वर्णन व्हेजिटेटिव्ह असं केलं त्या वेळीही. कोमाचं मोजमाप सर्वांत किमान आकडा दाखवत होतं त्या वेळीही. हे सगळं आकलनापलीकडचं आहे. कारण प्राणवायूअभावी त्यांच्या मेंदूला खूपच इजा झाली होती. एवढंच नव्हे, तर त्या वेळी जास्तीत जास्त काळ ते औषधोपचाराने निर्माण केलेल्या कोमात होते. त्या कोमात ठेवण्याचा मुख्य उद्देश होता की, त्यांच्या मेंदूची जवळजवळ सगळी कार्यं बंद ठेवणं. तरीही रागुचींची जाणीव जागृत होती, ही खरोखरच असामान्य गोष्ट आहे. रेसिडेंट डॉक्टरने दातकोरण्यासारख्या, धातूच्या छोट्या हत्याराने रागुचींना टोचलं, तेव्हा त्यांनी वेदना झाल्याचं दर्शवलं नाही. त्यांच्या पापण्या धरून उघडल्या, तेव्हा ना त्यांनी

डोळे मिचकावले, ना त्यांच्या डोळ्यांच्या बाहुल्या आकुंचित झाल्या. कापसाची छोटी गुंडाळी जरी त्यांच्या बुबुळावरून फिरवली असती तरी त्यांनी कसलाही प्रतिसाद दिला नसता. त्यांच्या कानात, जोरात ओरडून त्यांना काही विचारलं, तरी त्यांच्या चेहऱ्यावरील हावभाव बदलत नसत. तरीही रागुची ठामपणे सांगतात की, तो काळ म्हणजे त्यांच्यासाठी कोरी पाटी नव्हता. रागुचींसारख्या रुग्णांना मी नेहमी तपासत असतो, त्यांच्यावर उपचार करत असतो. असा अनुभव असलेल्या माझ्यासारख्या न्यूरोसर्जनच्या दृष्टिकोनातून, रागुची पुढे जे म्हणाले, ते अंगावर काटा आणणारं होतं.

"मला आठवतंय, माझ्या सभोवतालचे आवाज मला ऐकू येत असत. मी प्रगाढ कोमात आहे, असं म्हटलं जात होतं, तेव्हा आजूबाजूचे लोक जे बोलत होते, त्यातील शब्दन्‌शब्द मला आठवतो आहे. माझी परिस्थिती अतिशय वाईट होती, तेव्हा माझ्या बेडच्या सभोवती फिरणाऱ्या माणसांची वर्णनंही मी नंतर करू शकत असे," ते सांगतात. आणि त्यांच्या डॉक्टरांनी जवळजवळ मेंदू-मृत असं त्यांचं निदान केलं होतं.

मेंदूच्या नवीन मंडलांच्या (Circuits) वाढीचा वेग कसा वाढवता येईल, यावर काही डॉक्टर संशोधन करत आहेत. काही डॉक्टर स्टेमसेल्सवर प्रयोग करून नवीन मज्जापेशींच्या वाढीची ठिणगी टाकण्याचा प्रयत्न करत आहेत. अजून एक आशादायक मार्ग म्हणजे 'डीप ब्रेन स्टिम्युलेशन' (डीबीएस) (मेंदूला खोलवर देण्यात येणारं उत्तेजन). यात न्यूरॉलॉजिस्ट्स मेंदूच्या आत इलेक्ट्रोड्स घालतात व ते छातीतील पेसमेकर बॅटरीला जोडतात. नंतर विद्युत्प्रवाह वापरून मेंदूच्या विशिष्ट भागातील नवीन कनेक्शन्सच्या वाढीचा वेग कुशलतेने वाढवायचा प्रयत्न करतात.

एडविन कूपर हे डॉक्टर कित्येक वर्षं डीप ब्रेन स्टिम्युलेशनचे आघाडीचे पुरस्कर्ते होते. १९७५ साली त्यांना मिळालेलं डीबीएसच्या पहिल्या साधनाचं पेटंट नुकतंच माझ्या पाहण्यात आलं. सुरुवातीपासूनच काही गोष्टी कूपर यांच्या विरोधात होत्या: त्यांच्यापाशी योग्य ती शैक्षणिक गुणवत्ता नव्हती. ते न्यूरॉलॉजिस्ट नव्हते. ते ऑर्थोपेडिक सर्जन होते. संशोधकांनी त्यांचा गांभीर्याने विचार करावा, म्हणून ते कित्येक वर्षं झगडले. अगदी अलीकडेच त्यांच्या सिद्धान्तांना मुख्य प्रवाहात मान्यता मिळाली. शिफ आणि क्लिव्हलॅन्ड क्लिनिकमधील न्यूरोसर्जन डॉ. अली रेझाई यांनी २००६मध्ये एका केसचा रिपोर्ट लिहिला होता. भीषण दरोड्यात जखमी झालेला एक माणूस सहा वर्षं किमान शुद्धीच्या अवस्थेत होता. त्याला फीडिंग ट्युब लावली होती आणि मधूनच कधीतरी त्याला सभोवतालची जाणीव होत असे. या दोन डॉक्टरांनी त्याच्यावर डीप ब्रेन स्टिम्युलेशनचा उपचार केल्यावर

त्याच्यात नाट्यमय सुधारणा झाली. डीबीएसच्या फक्त एकाच सत्रानंतर तो स्वत:च्या हाताने खाऊ शकला आणि 'द प्लेज ऑफ ॲलीजन्स'चे (the pledge of Allegiance) सोळा शब्द त्याने पाठ म्हणून दाखवले. त्याची आधीची परिस्थिती लक्षात घेता, त्याची ही प्रगती खरोखरच आश्चर्यकारक होती.

रागुची मला म्हणाले, "मी न्यूरॉलॉजी केलं नाही, याचं एक कारण म्हणजे न्यूरॉलॉजिस्ट काय बिघडलं आहे ते सांगू शकतो. पण त्यासाठी काय केलं पाहिजे, हे तो सांगू शकत नाही." याला अध्यापनाशी संलग्न असलेल्या रुग्णालयांतील रूढिबद्ध शहाणपणा म्हणता येईल.

मायर यांच्या कानावर हे नेहमीच येत असतं. "आम्ही याच संकल्पनेशी झुंज देत आहोत," ते म्हणाले. "आम्ही काय करत आहोत, तर आताआतापर्यंत ज्या रुग्णांची आशा सोडली होती, ज्यांच्यामध्ये वाचवण्यासारखं काहीच उरलं नव्हतं, अशा रुग्णांना म्हणजे मेंदूतील रक्तस्राव, मेंदूवर झालेले जबरदस्त आघात यांसारख्या गोष्टींनी ज्यांच्या मेंदूला तीव्र दुखापत झाली आहे, अशा रुग्णांना पुन्हा शुद्धीवर आणण्यासाठी आम्ही अतिशय आक्रमक पवित्रा घेत आहोत."

काही दशकांपूर्वी, आधुनिक वैद्यकशास्त्राने रुग्णाला अगदी मूलभूत स्तरावर जिवंत ठेवण्याची क्षमता जवळजवळ पूर्णत्वाला आणली. श्वसनाची नळी आणि फीडिंगची नळी या दोन गोष्टी रुग्णाला तांत्रिकदृष्ट्या जिवंत ठेवू शकतात, अगदी अमर्याद काळापर्यंत. याउलट, मेंदू त्यांच्या आवाक्याबाहेर होता. मायर तत्परतेने कबूल करतात की, गुण येण्याची ही प्रक्रिया काही रुग्णांमध्ये नक्की कशामुळे चालू होते आणि इतर रुग्णांच्या बाबतीत ती का लागू होत नाही, हे त्यांनाच नव्हे तर इतर कोणालाही ठाऊक नाही. वैद्यकशास्त्र – विशेषत: न्यूरोअतिदक्षता – फक्त एवढंच करू शकते, ते म्हणजे बरं होण्याची जी काय प्रक्रिया असेल ती घडण्यासाठी योग्य ती परिस्थिती त्यांना उपलब्ध करून देणं.

मी निश्चितपणे सांगू शकतो की, खूप प्रमाणात बारकाईने लक्ष ठेवणं आणि प्रतीक्षा करणं अभिप्रेत आहे. हे सर्व मेंदूच्या काळजीपूर्वक केलेल्या देखरेखीशिवाय संभवच होणार नाही. मार्क रागुची जेव्हा मायर यांच्या दारी आले, तेव्हा या सुविधा तितक्याशा विकसित झाल्या नव्हत्या. "आपण तपासणीच्या बोथट सळ्या आणि मॉनिटर आत लावत आहोत. त्यामुळे वेळोवेळी मेंदूतील प्राणवायूच्या स्तराचं आपल्याला मोजमाप व नियंत्रण करता येईल," मायर सांगतात. "आपण जखमी मेंदूची न्यूरोकेमिस्ट्री मोजू शकतो." मी माझ्या रेसिडेंट्सना सांगतो की, हे म्हणजे दुखापत झालेल्या मेंदूचा व्हिडीओ घेण्यासारखं आहे – म्हणजे अधूनमधून छायाचित्रं

टिपण्याच्या अगदी उलट.

न्यूयॉर्क-प्रेस्बायटेरियन हॉस्पिटल/कोलंबिया युनिव्हर्सिटी मेडिकल सेंटरमध्ये, युनिटमध्ये येणाऱ्या प्रत्येक रुग्णाला, आकडीवर लक्ष ठेवणाऱ्या ईईजी मॉनिटरला अडकवलं जातं. बरेच रुग्ण प्राणवायूचं सतत मोजमाप करत असणाऱ्या यंत्रणेला जोडलेले असतात. मेंदूतील अगदी सूक्ष्म बदल जरी लक्षात आला, तरी ते पथक वेळीच उपचार चालू करू शकतं. उदाहरणार्थ, रक्तदाब धोकादायक पातळीपर्यंत उतरण्यापूर्वीच धमन्या आकुंचित करणारी औषधं (Vasopressors) देऊन रक्तदाब वाढवणं किंवा हानिकारक आकड्या येऊ नयेत म्हणून उपशामकं देणं. हे सगळं नुसत्या डोळ्यांनी पाहून लक्षात येऊ शकलं नसतं.

"मी तेरा वर्षांपूर्वी या क्षेत्रात आलो तेव्हा हे खरोखरच 'विज्ञानकथा' वाटावं असं होतं. ते ब्लॅकबॉक्सच्या आत जाण्यासारखं होतं. ते कसं वाटतं ठाऊक आहे? : आपण अंधारात चाचपडत आहोत. अचानक उजेड होतो आणि आपल्याला दिसू लागतं – अविश्वसनीय, व्यामिश्र आणि रमणीय भूप्रदेशाचं चित्र," मायर सांगतात, "आम्ही पूर्वी काय करायचो, याचा विचार केला की वाटतं, तेव्हा आम्ही अंधारात विमान चालवत होतो आणि कधीही पर्वतावर जाऊन आदळू शकलो असतो. एखादी भयंकर समस्या असू शकली असती – एखादा शारीरिक उद्रेक, आकड्या किंवा मेंदूला दुखापत. आणि विमान कोसळेपर्यंत आमच्या लक्षातही आलं नसतं."

विचारात घ्यायची गोष्ट अशी की, या उड्डाणाचं मार्गदर्शक पुस्तक (Manual) नाही, निदान अजूनतरी नाही. याचाच अर्थ मायरसारख्या न्यूरोइंटेन्सिव्हिस्ट्सना स्वतःच्या मनाचा कौल घेत मार्ग काढावा लागतो. याचं उत्तम उदाहरण आम्हाला आमच्या भेटीच्या पहिल्याच दिवशी पाहायला मिळालं. तीन दिवसांपूर्वी युनिटमध्ये आलेल्या एका बाईच्या मेंदूतील हालचालींचा भयानक आकृतिबंध दिसू लागला आहे. तो सावकाश, पण सतत चालू असणारा विद्युत्ताल आहे. त्याचं नावही थोडं अवजड आहे. पिरिऑडिक लॅटरलाइज्ड एपिलेप्टिफॉर्म डिस्चार्जेस. थोडक्यात पीएलईडी. हे नेहमीच्या फेफऱ्याएवढं थरारक नसतं. खरंतर नुसत्या डोळ्यांनी ते दिसतही नाही. खूपच खूप म्हणजे पापण्या थरथरताना दिसतात. सततची देखरेख नसेल, तर ते फेफरं आल्याचं कळणारही नाही. पण पीएलईडी एवढं सूक्ष्म असतं की, तो थोडाफार मृत्युदंडच असतो, असं म्हटलं पाहिजे.

काही झालं, तरी पीएलईडीच्या रुग्णाच्या बाबतीत, ते फेफरं निघून जाईल अशी आशा करण्याव्यतिरिक्त, परंपरागत न्यूरॉलॉजीनुसार काहीही करता येत नाही; पण मायर काहीतरी नवीन प्रयत्न करत आहेत. मिश्र औषधोपचारांनी ते त्या रुग्णाला आणखी तीव्र बेशुद्धीत पाठवतात. मेंदूच्या लहरींना सपाट करून ते त्या पूर्ण शांत करतात. तीन दिवसांनी ते तिला पुन्हा माणसात आणतील, तिच्या

शरीरातून सगळी उपशामकं बाहेर काढून टाकतील आणि तिच्यात काही सुधारणा झाली आहे का, ते तपासतील. हे म्हणजे तिचा मेंदू 'रिबूट' करण्यासारखं आहे. ''परंपरागत ज्ञान सांगतं की, पीएलईडी हे फेफऱ्यापेक्षा वेगळं असतं. त्यांना थांबवण्याचा प्रयत्न करण्यात अर्थ नाही,'' मायर म्हणाले, ''खूप झाला हा सजीवांचा अभ्यास. भयंकर आहे हे. विद्यमान स्थितीवर आम्ही समाधान मानत नाही. मी माझ्या पथकाला सांगितलं, 'आपण या विशिष्ट समस्येकरिता ही पद्धत वापरून पाहू या. यामुळे गुण आला नाही, तर निदान आपल्याला कळेल तरी की, ही पद्धत निरुपयोगी आहे आणि आपण दुसऱ्या प्रयत्नाला लागू.' ''

या केसमध्ये खरोखरच त्याचा काहीही उपयोग झाला नाही. दीड वर्षांनंतर ती स्त्री-रुग्ण नर्सिंग होममध्ये होती. ती अपंग झाली होती. ती बोलू शकत नव्हती की, स्वत:च्या हाताने खाऊ शकत नव्हती. तिची मुलगी म्हणाली, ''आपण सर्व प्रयत्न करून पाहिले, याचं मला दु:ख नाही; पण पुन्हा संधी मिळाली तर हे सगळं पुन्हा करेन का याची शंकाच आहे.'' तरीही असं म्हणता येईल की, मार्क रागुर्चींच्या कुटुंबीयांसारखे आक्रमक पुरस्कर्ते असतील, तर रुग्णाने प्रगती करण्याची जास्त शक्यता असते. एका चिकित्साविषयक संशोधनात असं आढळून आलं आहे की, रोगाच्या संभाव्य चढउताराचं निदान जर निराशाजनक असेल तर त्या रोग्याला मिळणारी आरोग्यसेवा बेपर्वाईची असते. *'न्यूरॉलॉजी'* या जर्नलमध्ये २००१साली प्रसिद्ध झालेल्या एका पेपरमध्ये म्हटलं आहे की, पक्षाघाताच्या बाबतीत सुरुवातीच्या काळात अंदाज बांधताना डॉक्टर जास्तच निराशावादी असतात आणि असे भयंकर अंदाज म्हणजे 'स्वत:ला खरं करून दाखवणारं भाकीत' असतं, अशी धोक्याची सूचनाही त्यात होती.

'स्ट्रोक' या जर्नलमध्ये २००४साली एक खूप मोठं संशोधन प्रसिद्ध झालं होतं. त्यासाठी रक्तस्त्रावाने पक्षाघात झालेल्या ८२३३ रुग्णांच्या नशिबाची तपासणी केली. त्यापैकी काही रुग्ण कॅलिफोर्नियाच्या ज्या रुग्णालयांत होते, तेथे 'डू नॉट रिससिटेट' (पुनरुज्जीवन द्यायचा प्रयत्न करू नका) म्हणजेच डीएनआरचे हुकूम ही नेहमीचीच गोष्ट होती. उरलेले रुग्ण कॅलिफोर्नियाच्या ज्या रुग्णालयांत होते तेथे डीएनआरचे हुकूम तेवढे सर्रास दिले जात नसत. त्यातही बरीच तफावत आढळली. काही रुग्णालयांमध्ये एकाही रुग्णाला डीएनआरचं लेबल लावलेलं नव्हतं, तर काही रुग्णालयांत लेबलं लावण्याचं प्रमाण ७० टक्के होतं. संशोधकांनी वय, लिंग, लक्षणांची तीव्रता आणि इतर तपशील नि:संशय लक्षात घेतले होते. तरीही त्यांनी निष्कर्ष काढला की, अतिशय कमी प्रमाणात डीएनआर असणाऱ्या रुग्णालयातील रुग्णांचं वाचण्याचं प्रमाण जास्त होतं. हे नेमकं कशामुळे घडलं, हे ते सांगू शकले नाहीत. पण ज्या रुग्णालयांत रुग्णांवर जास्त आक्रमकतेने उपचार केले जातात,

तेथेच रुग्णांचा जीव वाचण्याची जास्त शक्यता असते.

कॅलिफोर्निया पेपरचे लेखक लिहितात, ''पुढ्यातील विशिष्ट केसचं पुढे काय होईल ते अचूकपणे वर्तवायला त्या रुग्णावर उपचार करणारे डॉक्टर समर्थ आहेत, असं गृहीत धरूनच बहुधा मर्यादित उपचारांच्या निर्णयाचं विधान केलं जातं.'' यात व्यक्त करायची राहून गेलेली गोष्ट म्हणजे ही गृहीतकं चुकीची असू शकतात. जोसफ फिन्स म्हणतात की, न्यूयॉर्क-प्रेस्बायटेरियन हॉस्पिटल/कोलंबिया युनिव्हर्सिटी मेडिकल सेंटर आणि त्यांचं स्वत:चं न्यूयॉर्क-प्रेस्बायटेरियन हॉस्पिटल/व्हेल कॉर्नेल मेडिकल सेंटर यांसारखी काही शैक्षणिक केंद्रं सोडली, तर इतर बऱ्याच रुग्णालयांमध्ये फारच लवकर रुग्णाची आशा सोडतात. वाईट या गोष्टीचं वाटतं की, हे रुग्ण कमी उपचाराने बळी जातात. माझ्या मते, हे बळी पडणं (कोमात गेल्यानंतरच्या) सुरुवातीच्या काही आठवड्यात तितकंसं नसतं. तर ते थोडंफार विकोपाला गेलेल्या किंवा दीर्घकालीन अवस्थेत जास्त असतं. कारण तेव्हाच या रुग्णांकडे जास्त प्रमाणात दुर्लक्ष होतं.

आक्रमक उपचार हे नेहमीच चांगले असतात, असं नाही, हे ऐकल्यावर तुम्हाला आश्चर्य वाटेल. याचे एक टीकाकार आहेत डॉ. जस्टिन झिविन. हे सॅनडिएगोमधील कॅलिफोर्निया विद्यापीठात 'न्यूरोसायन्स'चे उपाध्यक्ष आहेत. ते म्हणतात की, तीव्र पक्षाघाताचे रुग्ण किंवा मेंदूला प्राणवायूचा पुरवठा न झाल्यामुळे झालेल्या दुखापतीचा रुग्ण यांच्या तब्येतीचं भाकीत एक चांगला न्यूरॉलॉजिस्ट जवळजवळ निश्चितपणे करू शकतो. झिविन म्हणतात की, मेंदूच्या मूलभूत अशा जास्तीत जास्त कार्यांना पारखा झालेला रुग्ण बरा होण्याची शक्यता खूपच कमी असते आणि अगदी तो बरा झालाच तरी लाक्षणिक अर्थाने बरा होतो. ''ज्यांच्या मेंदूच्या कार्यात अगदी एखाद्या अंशाने सुधारणा झाली आहे, अशा बहुसंख्य रुग्णांच्या बाबतीत काही ना काही महत्त्वाच्या त्रुटी राहूनच जातात. त्यांच्या जीवनाचा दर्जा अत्यंत वाईट असतो. अशा प्रकारच्या लोकांच्या बाबतीत खूप आशा निर्माण केल्याची परिणती प्रचंड खर्चात होते. पण त्यातून निष्पन्न मात्र वाईटच होतं.''

मायरना दिलगिरी वगैरे वाटत नाही. खास करून मार्क रागुचींविषयी बोलताना. ''सगळी लक्षणं, सुधारण्याबाबत पूर्ण निराशा आणि न्यूरॉलॉजिकल निरर्थकताच दर्शवत होती,'' मायर सांगतात, ''रुग्णांना कोणतीही संधी न देता त्यांचा लाइफसपोर्ट काढून घेण्याचा निर्णय या देशात रोजच घेतला जातो. न्यूरोअतिदक्षतेची चळवळ ही खरंतर याविषयीच आहे - म्हणजे लोकांना खरोखरीची संधी देण्याविषयी.'' कारकिर्दीच्या सुरुवातीला मायर या संकल्पनेच्या विरुद्ध बाजूला होते. निराशाजनक केसमध्ये, रुग्णाच्या कुटुंबीयांना रुग्णाची आशा सोडायला लावणं, खोट्या आशेच्या

यातनांपासून त्यांना सोडवणं किती कठीण आहे, अशा गोष्टी ते दहा वर्षांपूर्वी वेळोवेळी करत असत. आता मात्र ते १८०° तून वळले आहेत. रागुचींनीच हे पारडं फिरवलं आहे, असं ते कबूल करतात.

न्यूरोअतिदक्षता विभाग हे रागुचींकरिता थडगं नव्हतं, तर विश्रामस्थान होतं. पण त्यांची केस म्हणजे सुदैवी अपघात होता का? *'मी बरं व्हायची शक्यता किती आहे, डॉक्टर?'* यासारखी संभवनीयता सांगायचं दडपण डॉक्टरांवर नेहमीच येत असतं. पण खरी गोष्ट अशी आहे की, आमच्यापैकी बऱ्याच डॉक्टरांना भाकितं वर्तवायला अजिबात आवडत नाही. रुग्णांना तर निश्चित उत्तर अपेक्षित असतं; पण हे म्हणजे खूपच होतं.

रागुचींनी त्यांच्या स्वत:च्या उद्ध्वस्त झालेल्या मेंदूच्या एमआरआय प्रतिमा पाहिल्या आहेत. आम्ही त्यांचं लक्ष तिकडे वेधलं, तेव्हा त्यांनी मान हालवली. ''माझे स्कॅन्स पाहिले तर मी कसा काय काम करतो आहे, ते माझं मलाच कळत नाही,'' रागुची म्हणाले. आणि तरीही मृत्यूच्या दारातून परतलेल्या इतर माणसांप्रमाणेच याच्या उलट झालं असतं, तर काय, याची कल्पना करणंही त्यांना कठीण जातं. कोलंबियातून बाहेर पडतानाच्या निदानाविषयी बोलताना त्यांच्या आवाजाला धार येते. ''मी मोकळेपणाने सांगतो, डॉ. मायरनी माझ्या संभाव्य तब्येतीचं केलेलं निदान निष्ठुर होतं. एक गोष्ट मी कधीही विसरणार नाही. एका क्षणी ते म्हणाले, 'माझ्या खात्यातील इतर सर्व लोकांनी सांगितलेलं मी ऐकायला हवं होतं.' रुग्ण म्हणून माझी जबाबदारी स्वीकारू नका, असं सांगणाऱ्या लोकांविषयी ते बोलत होते आणि तेसुद्धा चक्क माझ्या पत्नीसमोर.''

ते पुन्हा कामावर रुजू झाले तेव्हा सुरुवातीच्या काही वर्षांत ते रुग्णांना बऱ्याचदा स्वत:चे अनुभव सांगत असत. आता मात्र ते आपणहून त्याचा उल्लेखही करत नाहीत. त्यांच्या डाव्या बाजूची हालचाल थोडी वेगळी वाटते, त्यावरून कोणी त्यांना विचारलं, तरच ते हे सांगतात. ते म्हणतात की, त्यांना रुग्ण म्हणून ओळखलं जाण्यापेक्षा डॉक्टर म्हणून ओळखलं जाणं जास्त श्रेयस्कर वाटतं. पत्रकारांशी बोलणं त्यांना त्रासदायक वाटतं. तथापि तो अनुभव त्यांच्या रोजच्या वैद्यकीय व्यवसायाला आकार देत असतो.

ते म्हणतात, ''मी एक गोष्ट नेहमी करतो. खासकरून जे लोक बोलू शकत नाहीत, *त्यांना* उद्देशून, *त्यांच्या* डोळ्यात बघत मी बोलतो. मी त्या रुग्णाचा नवरा किंवा बायको किंवा त्यांच्याबरोबर खोलीत असलेलं इतर कोणी यांच्याशी थेट बोलणं चालू करत नाही. मी त्यांचा उल्लेख 'रुग्ण' किंवा 'केस' असा करत नाही.'' थोडं थांबून ते वर बघतात आणि पुन्हा बोलायला सुरुवात करतात, ''मी एका गोष्टीसाठी कृतज्ञ *आहे.* ती म्हणजे स्टेफान मायर यांना सुरुवातीला माझी

जबाबदारी घ्यायची नव्हती. ते म्हणू शकले असते, 'हे संभाळणं कठीण आहे.' आधी रुग्णाच्या चार्ट्सची नीट पाहणी करायची आणि मगच रुग्णाला भरती करायचं, असा माझा प्रघात आहे. त्यामुळे तर मला त्या गोष्टीचे उपकार वाटतात.''

डॉ. नोबल बाराझांजींनी त्यांच्या काकांसाठी फोन केला, तेव्हा त्यांनाही मायर हेच सांगू शकले असते; पण त्यांनी त्या केसचीही जबाबदारी स्वीकारली. प्राध्यापक बाराझांजी जगासाठी मरण पावलेले होते. अर्थात मायर खोलवर बघत असत. त्या वेळेपुरतं त्यांनी पाहिलेलं त्यांना पसंत पडलं. २००६च्या पानझडीच्या ऋतूत झेयाद बाराझांजी युनिटमध्ये आले, तेव्हा मनात किंतू नव्हता. कोणताही प्रयत्न करायचं ते बाकी ठेवणार नव्हते. हायपोथर्मिआला सुरुवात झाली होती. मेंदूचे मॉनिटर्स जोडले गेले होते. संसर्गदोषांशी लढा देण्यासाठी शक्तिशाली अँन्टिबायॉटिक्स आय.व्ही.मधून ओतली जात होती. डोळ्यांच्या कडा लाल झालेली त्यांची पत्नी त्यांच्या बिछान्याशी बसली होती – तिचा पती पुन्हा पूर्वीसारखा बरा होईल अशी आशा करत.

६

मृत्यूला चकवा गर्भाशयातच

मी तुला नवं हृदय देईन आणि तुझ्यात नवं चैतन्य घालीन. तुझ्या देहातील दगडाचं हृदय मी घेईन आणि तुला मांसाचं हृदय देईन.

– इझिकेल ३६:२६ (एनकेजेव्ही)

मी सर्जन होऊन पंधरापेक्षा जास्त वर्षं झाली; पण अजूनपर्यंत मी अशी केस पाहिली नव्हती. डॉ. लुइस विल्किन्स-हॉग छातीच्या पिंजऱ्याच्या हाडांजवळून सावधपणे टाके घालत होत्या. ते पाहताना माझा श्वास रोखला गेला होता. त्यांची सुई करड्या अंधूक हाडाशेजारून वर हृदयाकडे नागमोडी वळणं घेत जात होती. आम्ही बसलो होतो त्या खोलीत रुग्ण नव्हताच मुळी. विल्किन्स-हॉग मला शस्त्रक्रियेदरम्यान घेतलेली फिल्म दाखवत होत्या. तरीही, माझे डोळे विस्फारलेले होते. सुईचं टोक जसजसं पुढे सरकत होतं, तसतसा मीही पुढे झुकत होतो. त्यांची एकाग्रता, त्यांच्या भुवयांवर आलेले घर्मबिंदू – सगळं मला जाणवत होतं. लक्ष्याच्या दिशेने त्यांची सुई चालत असताना त्या स्वत:शीच बोलल्यासारखं, सौम्यपणे पुटपुटत असाव्यात. मी हृदयाची शस्त्रक्रिया पाहत होतो. आधुनिक वैद्यकाचा एक चमत्कार पाहत होतो. खूपच विलक्षण होतं ते – कारण त्या रुग्णाचा अजून जन्मही झाला नव्हता.

आपण जेव्हा हाय-टेक हस्तक्षेपाविषयी बोलतो, तेव्हा गर्भाच्या शस्त्रक्रियेचा क्रमांक सर्वांत पहिला लागतो. त्यामुळे काही मूलभूत प्रश्न विचारणं भाग पडतं : रुग्ण कोण आहे? तो जिवंत आहे, असं तरी आपण म्हणू शकतो का? १९८१

साली गर्भावरील पहिली शस्त्रक्रिया करण्यात आली, तेव्हा जीवनमरणामधील सीमारेषा विलक्षण प्रकारच्या नवीन दिशेला सरकली. आतापर्यंत आपण मृत्यूला चकवण्याच्या गोष्टी करत होतो. आपल्या आयुष्याचे मौल्यवान क्षण वाढवण्यासाठी कालचक्र कसं फिरवत ठेवावं, हे पाहत होतो. पण आता आपण या प्रश्नाच्या दुसऱ्या टोकाविषयी बोलत आहोत : जीवनाला सुरुवात कुठून होते?

जिवाला धोकादायक ठरणारी जन्मजात व्यंग ठीक करण्याच्या शस्त्रक्रिया करण्यास १९८०च्या सुरुवातीला आरंभ झाला. दिवसेंदिवस साधनसामग्री प्रगत होत गेली आणि अशा तऱ्हेच्या शस्त्रक्रिया करून-करून सर्जनही यात चांगलेच पारंगत झाले. त्यामुळे १९८०च्या दरम्यान कल्पनाही केली नसेल, एवढ्या प्रमाणात आता सर्जन्सना यश मिळत आहे. यापुढील पाऊल म्हणजे 'ठीक' (fix) हा शब्द तितकासा योग्य नाही. काही सर्जन्स गर्भावरच शस्त्रक्रिया करून त्या समस्या मुळातूनच उखडून काढत आहेत आणि बाळ जन्माला आल्यावर त्याच्या जिवाला धोका उत्पन्न करणारी परिस्थिती उद्‌भवूच देत नाहीत. याद्वारे ते जन्म आणि जीवन यांच्या व्याख्याच धूसर करून टाकतात.

सॅनफ्रान्सिस्को येथील कॅलिफोर्निया विद्यापीठाच्या चिल्ड्रेन्स हॉस्पिटलमधील डॉ. मायकेल हॅरिसन हे अमेरिकेतील गर्भशस्त्रक्रियेचे जनक मानले जातात. त्यांच्या काही आठवणी प्रसिद्ध झाल्या आहेत. त्यात त्यांनी लिहिलं आहे की, १९६९च्या उन्हाळ्यात ते मॅसेच्युसेट्स जनरल हॉस्पिटलमध्ये शस्त्रक्रियेचं प्रशिक्षण घेत होते, तेव्हा पहिल्या महिन्यापासूनच त्यांनी 'जन्मापूर्वीच शस्त्रक्रियेने व्यंग दुरुस्त करण्याची 'विलक्षण कल्पना' मनात बाळगली होती.' ''अननुभवी आणि भाबडा असा सर्जिकल इंटर्न म्हणून मी डॉ. हार्डी हेंड्रेनना मदत करत होतो. त्या वेळी ते 'कन्जेनिटल डायफ्रॅमॅटिक हर्निया' (CDH) असलेल्या नवजात बालकावर शस्त्रक्रिया करत होते. दुर्दैवाने ते बाळ दगावलं.'' सीडीएचच्या केसमध्ये पोटातील अवयव वर छातीत असतात. त्यामुळे फुप्फुसांची नीट वाढ होऊ शकत नाही. हॅरिसननी लिहिलं आहे, 'मला स्पष्टपणे जाणवलं की, ते बाळ दगावलं कारण त्याचं फुप्फुस खूपच लहान होतं. आणि त्याचं फुप्फुस खूपच लहान होतं कारण जन्मापूर्वी त्याची वाढ पुरेशी होऊ शकली नाही. त्यामुळे जन्मानंतर बाळाला वाचवायचा एकमेव मार्ग म्हणजे जन्मापूर्वीच त्या बाळाच्या शरीररचनेतील दोष दुरुस्त करणं.'

हॅरिसननी मला सांगितलं की, थोड्याच दिवसांत त्यांनी प्राण्यांवर प्रयोग करण्याच्या कार्यक्रमाचा कच्चा मसुदा तयार केला होता. त्यानुसार ही मूलगामी कल्पना ते कुत्र्यांवर अजमावून पाहणार होते. पण ती योजना कार्यान्वित व्हायला जवळजवळ एक दशक जावं लागलं. त्यांचं शस्त्रक्रियेचं प्रशिक्षण पूर्ण झालं, शिवाय 'यु. एस. नॅशनल इन्स्टिट्युटस ऑफ हेल्थ'मध्ये, नेमून दिलेलं मोजकं

संशोधन करण्याचं काम पूर्ण झाल्यावर १९७८मध्ये ते सॅनफ्रान्सिस्कोला आले. तिथे दक्षिण आफ्रिकेतून देशांतर करून आलेल्यांचा एक छोटा गट कोकरांच्या गर्भांवर प्रयोग करत होता. लवकरच हॅरिसन त्या गटात सामील झाले. शस्त्रक्रिया करून ते कोकराच्या गर्भात जन्मजात वैगुण्य निर्माण करत असत; कोणती समस्या विकसित होते, त्याचं निरीक्षण करत असत आणि नंतर तो दोष दूर करण्यासाठी शस्त्रक्रिया करत असत. या प्रकारे बरंच ज्ञान मिळवल्यावर त्यांनी माकडांच्या गर्भांवर प्रयोग करायला सुरुवात केली. हे खूप आव्हानात्मक होतं. कारण माणसांप्रमाणेच माकडंही मुदतीपूर्वी प्रसूत होऊ शकतात.

संशोधनासाठी हा फलदायी काळ होता. जन्मजात दोष दुरुस्त करण्यात मनापासून रस असणारे अनेक डॉक्टर दर आठवड्याला भेटत असत. त्या वेळी हॅरिसन आपल्या नोंदींची त्यांच्याशी तुलना करत असत. डॉ. मिशेल गोल्बस आपल्या क्लिनिकमध्ये गर्भांच्या विकृतींचं स्कॅनिंग करून त्यांच्यावर उपचार करत असत. खास गर्भांसाठी असलेल्या अशा भव्य अल्ट्रासाउंड युनिटची स्थापना होत होती. स्थापना करणाऱ्या गटाच्या अग्रभागी डॉ. रॉय फिली होते. गर्भावस्थेतच दोष उत्पन्न झालेल्या बाळांच्या परिस्थितीचा मागोवा घेण्याचं काम हा गट करत असे.

या साप्ताहिक बैठकी युसीएसएफ चिल्ड्रेन्स हॉस्पिटलमध्ये आजतागायत होत आहेत. हॅरिसन या बैठकींना, गर्भावरील उपचारांच्या कार्यक्रमाचं शक्तिस्थान म्हणतात.

प्राण्यांनंतर हॅरिसन जेव्हा माणसाकडे वळले, तेव्हा त्यांनी प्रथम निवड केली ती गर्भातील हायड्रोनेफ्रॉसिस या दोषाची. यात बाळाचा (मुलगा) गर्भ विकसित होत असताना त्याची लघवी कोंडते. ती लघवी बाहेर न येता पुन्हा मूत्रपिंडात जाते. हे प्राणघातक ठरण्याचा संभव असतो. शिवाय गुंतागुंतीच्या शरीरवैज्ञानिक कारणांमुळे त्या गर्भाच्या फुप्फुसांचीही नीट वाढ होत नाही. पहिली शस्त्रक्रिया तशी साधीच होती. हॅरिसननी मातेच्या गर्भाशयाला जोडलेला गर्भ उचलला आणि त्याच्या मूत्राशयाला बारीक छिद्र पाडलं. लघवी थेट गर्भजलात जावी म्हणून कॅथेटर घातला. त्यानंतर त्यांनी गर्भाला पुन्हा गर्भाशयात ठेवलं व छेद शिवून बंद केला. हा साधासा प्रयत्न म्हणजे एका खास शस्त्रक्रियाशाखेची मुहूर्तमेढ होती. त्याचाच परिणाम म्हणजे आता पाहिलेल्या शस्त्रक्रियेसारखे खरोखरच जीव वाचवणारे चमत्कार.

गर्भावरील शस्त्रक्रिया हा निर्वाणीचा उपाय असतो. तो गर्भ जन्मल्यानंतर जास्त काळ जिवंत राहू शकणार नाही, अशी डॉक्टरांची खात्री पटते, तेव्हाच अशा प्रकारची शस्त्रक्रिया केली जाते. त्या दृष्टीने पाहिलं, तर ही शस्त्रक्रिया म्हणजे मृत्यूला फसवण्यासारखंच आहे. पण इथे हे थोडं गुंतागुंतीचं होतं. जीवनाच्या सीमारेषा स्पष्ट करायला गेलं, तर ते गैरसोयीचं होतं. जीवनाचा आरंभ नक्की कधी

होतो, हा आजच्या काळातील वादाचा विषय आहे. बऱ्याच आधुनिक धर्मांच्या शिकवणुकीनुसार गर्भधारणेच्या वेळी म्हणजे स्त्रीबीजाचा शुक्रजंतूशी संयोग होतो, तो क्षण ही जीवनाची सुरुवात असते. पण कायद्याच्या दुनियेत मात्र, जोपर्यंत एखाद्या व्यक्तीचा जन्म होत नाही, तोपर्यंत तिला व्यक्ती मानलं जात नाही, असा युक्तिवाद केला जातो. मधला चाळीस आठवड्यांचा काळ म्हणजे त्रिशंकू अवस्था.

या प्रश्नाशी एवढ्या भावना निगडित आहेत की, ते टाचणीच्या टोकावरच्या कोनांवरून वाद घालण्यासारखं आहे. नुकतीच गर्भधारणा झालेला नवाकोरा मानव गर्भधारणेच्या क्षणी किंवा नंतरचेही काही महिने गर्भाशयाबाहेर तग धरू शकणार नाही. बहुसंख्य केसेसमध्ये पहिल्या चोवीस आठवड्यांपर्यंत गर्भ गर्भाशयाबाहेर जिवंत राहू शकत नाही. त्या वेळेपूर्वी केलेली ढवळाढवळ हे जीवनमृत्यूमधील अंतर ठरू शकतं, हेही तेवढंच खरं आहे. बावीस आठवड्यांच्या ॲन्डर्स विलीच्या हृदयाची स्थिती बघता, त्याच्यावर उपचार झाले नसते, तर त्याचा अंत अटळ होता, हे स्पष्टच आहे. आणि त्याचा जीव वाचवणारी ती शस्त्रक्रिया मी पाहत होतो.

टेक्सासमधील ऑस्टिन येथील मेडिकल रूममधील टेबलवर अल्ट्रासाउंडसाठी हसतमुखाने पहुडलेल्या, ॲन्डर्सच्या आईच्या मनात मात्र वरीलपैकी कोणतेही तात्त्विक प्रश्न नव्हते. त्या स्वत:च एक डॉक्टर, स्त्रीरोगतज्ज्ञ आणि प्रसूतीतज्ज्ञ होत्या. आणि त्याच हॉस्पिटलमध्ये त्या आज रुग्णाच्या भूमिकेत होत्या. रुग्ण त्यांना डॉ. ग्रॅगोनो या त्यांच्या विवाहापूर्वीच्या नावाने ओळखत असत. तर त्या सॅली विली दुसऱ्यांदा गरोदर होत्या. मोठा डायसन नऊ महिन्यांचा होता. दोन आठवड्यांपूर्वी पहिल्यांदा अल्ट्रासाउंड करताना विली अतिशय काळजीत होत्या. त्यांचं वय एकोणचाळीस होतं. त्यामुळे बाळात जन्मजात दोष – खास करून डाउन सिंड्रोम – असण्याची शक्यता त्यांना ठाऊक होती; पण त्या चाचणीनंतर त्यांचं मन शांत झालं. सगळं व्यवस्थित होतं. निदान वाटलं तरी.

या वेळी मात्र अल्ट्रासाउंड सहजच, मजा म्हणून केलं जात होतं. हातपायांची ती छोटी-छोटी बोटं कशी वाढत आहेत, हे पाहण्यासाठी, विलींच्या आवडत्या तंत्रज्ञाने त्यांच्या पोटावर थंड जेल लावलं. आपल्या पोटात वाढणाऱ्या छोट्या जिवाच्या कल्पनेने विलींच्या अंगातून सुखाची लहर सरसरत गेली. त्या काळोख्या खोलीतील पडद्यावर उमटणाऱ्या काळ्याकरड्या प्रतिमा तो मित्रही उत्सुकतेने पाहू लागला; पण कुठेतरी काहीतरी चुकत होतं. अचानक तो मित्र गप्प झाला. सहजप्रेरणेने, विलींनीही मान उंचावून पडद्याकडे बघितलं. पण झोपल्या जागेवरून त्यांना पडद्यावरील बारीकसारीक गोष्टी नीट दिसत नव्हत्या. त्यांचा तो अल्ट्रासाउंड तंत्रज्ञ मित्र अजूनही गप्पच होता. मग तो म्हणाला, ''हृदयात काहीतरी गडबड आहे.''

त्यानंतरचं सगळं पटापट घडत गेलं. विलींनी स्वत: त्या फिल्म्स बघितल्या. नंतर त्यांना त्यांच्या नेहमीच्या पेरिनेटोलॉजिस्टना त्या फिल्म्स दाखवायच्या होत्या; पण तो फक्त शिष्टाचार म्हणून उरला होता. त्या छोट्याशा हृदयात दोष होता, हे नक्की. निरोगी हृदय प्रमाणबद्ध असतं. पण याची डावी बाजू आक्रसलेली होती. हृदयातून बाहेर रक्त सोडणारी झडप अरुंद, खूपच अरुंद होती. त्यामुळे डाव्या बाजूला अगदी थेंबथेंब रक्त जात होतं. रक्तप्रवाहाअभावी हृदयाच्या त्या बाजूची वाढ होऊ शकली नव्हती. या अवस्थेला 'हायपोप्लॅस्टिक लेफ्ट हार्ट सिंड्रोम' म्हणतात. हे कशामुळे होतं, आनुवंशिक असतं की काही कारणाने एखाद्याच्याच बाबतीत होतं, हे कोणालाच ठाऊक नाही. कारण काहीही असलं, तरी पुढेपुढे हृदयाच्या डाव्या बाजूचा रक्तप्रवाह हळूहळू बंद होण्याची शक्यता असते. ते प्राणघातक ठरू शकतं.

विलींना मोठा धक्का बसला. ''अतिशय भयानक होतं ते. माझं वय जास्त असल्यामुळे डाउन सिंड्रोम होण्याच्या धोक्यावरच माझं लक्ष केंद्रित झालं होतं. इतर काही दोष निर्माण होऊ शकतील, हे माझ्या डोक्यातच आलं नव्हतं. म्हणून जेव्हा तो (माझा तंत्रज्ञ) म्हणाला की, हृदयात काहीतरी गडबड आहे ....'' त्यांचा आवाज अस्पष्ट होत गेला.

त्यांचे पती 'जे' हे कायद्याचा अभ्यास करत होते. यापूर्वी ते राजकीय सल्लागार होते. त्या पतिपत्नींना कोंडीत सापडल्यासारखं वाटत होतं. सॅलींच्या स्वत:च्या डॉक्टरांनी त्यांना सांगितलं की, बोस्टनमधील एक तज्ज्ञ यावर उपाय योजू शकतील; पण हे सगळं करण्याइतका वेळ कुठे होता! ती शुक्रवारची दुपार होती. नाहीतर एव्हाना त्यांनी सॅलींना तिथे रवाना केलं असतं. पण सॅलींना जायचं होतं का? ही शस्त्रक्रिया यशस्वी झाली, तरी पुढे मोठमोठ्या गुंतागुंती होण्याच्या शक्यता नाकारता येत नव्हत्या. बावीस आठवड्यांच्या सुमाराला गर्भाचं स्वत:चं वाढतं हृदयच त्याच्या शरीरात रक्ताचं अभिसरण करण्याचं काम करू लागलेलं असतं. प्राणवायूच्या अपुऱ्या पुरवठ्यामुळे बाळाच्या वाढत्या मेंदूलाही इजा झाली असण्याची शक्यता सॅलींना जाणवत होती. बिघाड कुठपर्यंत झाला आहे, ते कळायलाही मार्ग नव्हता. त्यांच्या डॉक्टरांनी गर्भपाताचा मार्ग सुचवला; पण सॅलींनी लगेचच त्याला नकार दिला. त्यांनी आणि जेंनी तर त्याला कौटुंबिक नावही - ॲन्डरटन, हाक मारायला ॲन्डर्स - दिलं होतं आणि त्यांच्या दृष्टीने तो त्यांच्या कुटुंबाचा सदस्य झाला होता.

''माझ्या निर्णयाच्या बाबतीत मी नेहमीच ठाम होते,'' त्या म्हणाल्या, ''बाळात जन्मजात गंभीर दोष असण्याची शक्यता गृहीत धरून तसं झालं, तर काय करायचं ते मी ठरवलं आहे, असं मला वाटत होतं. पण मला जेव्हा हे कळलं तेव्हा बावीस

आठवडे झाले होते. त्यामुळे प्रश्नच नव्हता. आता ते बाळ होतं. कायद्याच्या दृष्टीने नसेल कदाचित; पण माझ्यासाठी होतं.''

हे इथेच संपत नव्हतं. नैतिक आणि कायदेशीरदृष्ट्या बघायचं नाही म्हटलं, तरी शस्त्रक्रिया ही आई आणि त्या वाढणाऱ्या बाळासाठीही धोक्याची होती. यावरचा परंपरागत मार्ग म्हणजे 'उगी राहावे, जे जे होईल ते ते पाहावे.' सिंड्रोम जर अतिशय मंदगतीने वाढत गेला, तर हृदयाची वाढ होऊ शकेल आणि ती वाढ पुरेशी झाली, तर जन्माच्या वेळी त्यावर उपाय करून तो दोष काढून टाकता येईल. याउलट आता शस्त्रक्रियेचा विचार करणं प्राणघातक ठरू शकतं. एखादी छोटीशी चूक झाली, गर्भाशयाच्या आतल्या पदराला छोटासा कातरा जरी पडला, तरी अकालिक प्रसववेदना सुरू होण्याची शक्यता होती. आणि त्या वेळी जर प्रसूती झाली तर बाळ हाती लागणार नाही, हे सॅलींना ठाऊक होतं.

पण एका बाबतीत सॅली आणि जे विली नशीबवान होते, असं म्हटलं पाहिजे. त्यांच्या एका मित्राच्या बाळातही जन्मजात दोष होता. त्याने यांना ताबडतोब उपाय करण्याचा सल्ला दिला. ''ती वावटळच होती,'' जे मला म्हणाले, ''तुमचं रोजचं आयुष्य चाललेलं आहे आणि अचानक कोणीतरी येऊन सांगतं की, तुम्हाला लगेचच विमान पकडायचं आहे. पण त्या दिवशी दुपारी आम्ही निर्णय घेतला की, बाळाला वाचवण्यासाठी जे-जे करता येईल ते-ते करायचं. बाकी सगळं सोडून हे काम पूर्ण करायचं.'' रविवारी सकाळी, ते बोस्टनला जाणाऱ्या विमानात होते.

बोस्टनच्या फेनवे पार्कपासून साधारण मैलभर अंतरावर असलेल्या मिशन हिलच्या परिसरातील छोट्या रस्त्यांपलीकडे मेडिकल कॉम्प्लेक्सच्या इमारतींचं अस्ताव्यस्त जाळं पसरलं आहे. या अवाढव्य कॉम्प्लेक्सचा एक भाग म्हणजे चिल्ड्रेन्स हॉस्पिटल. पलीकडच्या बाजूला असलेल्या ब्रिगहॅम अॅन्ड विमेन्स हॉस्पिटलची भव्य इमारत आणि चिल्ड्रेन्स हॉस्पिटलची इमारत उंचावरील पादचारी पुलाने जोडलेल्या आहेत. चिल्ड्रेन्स हॉस्पिटलचे कर्मचारी लगेचच सांगतील की, जन्मजात हृदयदोष दूर करणारी पहिली शस्त्रक्रिया याच रुग्णालयात फार पूर्वी म्हणजे १९३८मध्ये रॉबर्ट ग्रॉस या सर्जननी केली होती. दुसऱ्या 'पहिल्या शस्त्रक्रिये'चा मान या रुग्णालयाला २००१मध्ये मिळाला. डॉ. वेडन वॉरेत्झकी आणि त्यांच्या पथकाने, गर्भ गर्भाशयात असताना केलेली हृदयदोषनिवारणाची शस्त्रक्रिया ही अशा प्रकारची अमेरिकेतील पहिली शस्त्रक्रिया होती. त्या वेळी वॉरेत्झकींनी तिचं वर्णन 'विज्ञानकथेतील कार्यपद्धती' असं केलं.

इथे अजून एक 'पहिली शस्त्रक्रिया' नोव्हेंबर २००५मध्ये म्हणजे विली इकडे येण्याच्या बरोबर एक वर्ष आधी झाली. यावेळी हताश झालेलं ते जोडपं होतं व्हर्जिनियाचे जे आणि अॅन्जेला वॅनडरवर्कन. अॅन्जेला तीस आठवड्यांची गरोदर

होती आणि नुकतंच तिला कळलं होतं की, बाळाला हायपोप्लॅस्टिक लेफ्ट हार्ट सिंड्रोम आहे. तिच्यापुढे दोन अवघड पर्याय होते. तिला आठवा महिना लागला होता. त्यामुळे ओपन हार्ट सर्जरी करावी लागणार होती. एवढं करूनही डॉक्टरांच्या मते दोष दूर होण्याची शक्यता फक्त २० टक्के होती. उलटपक्षी एकंदरीत अवस्था एवढी खराब होती की, शस्त्रक्रिया न करता आणखी दहा आठवडे तसेच काढणं म्हणजे मृत्युदंड दिल्यासारखं होतं; पण चिल्ड्रेन्स हॉस्पिटलचे हृदयरोग तज्ज्ञ वॉरेत्झकींनी न कचरता, ठामपणे वॅनडरवर्कनना सांगितलं की, ते ही शस्त्रक्रिया करू शकतील. आणि त्यांनी ती केलीही. आश्चर्याची गोष्ट म्हणजे ती शस्त्रक्रिया यशस्वी झाली. त्यानंतर दहा आठवड्यांनी ग्रेस वॅनडरवर्कन जन्मली. तिचं हृदय अगदी धडधाकट व पूर्णपणे कार्यक्षम होतं.

वॉरेत्झकींनी जे आणि सॅली विलींना फोनवर या कहाण्या सांगितल्या. त्यामुळे त्यांच्या मनाची तयारी झाली. पण त्यांना धोक्याचा इशारा द्यायला ते विसरले नाहीत. शस्त्रक्रियेनंतर ॲन्डर्स न वाचण्याची १० टक्के शक्यता होती. यापूर्वी फक्त काही डझन अर्भकांवर अशा प्रकारची शस्त्रक्रिया झाली होती. त्यामुळे ती यशस्वी होण्याची शक्याशक्यता वर्तवणं कठीण होतं. दीर्घकालीन पूर्वनिदान करणं हा फक्त एक तर्क होता. एक ज्ञानाधिष्ठित तर्क.

रविवारी दुपारी विलीदांपत्य बोस्टनला पोहोचलं. सोमवारी सकाळी डॉक्टरांनी वेगवेगळ्या चाचण्यांच्या मालिकेला सुरुवात केली. बुधवारी सॅली विली ऑपरेशन टेबलवर होत्या. विल्किन्स-हॉग त्यांच्या पोटावर हळुवारपणे चाचपत ॲन्डर्सला योग्य स्थितीत आणण्याचच्या प्रयत्न करत होत्या. सॅली मोठ्याने म्हणाल्या, ''मी इथे आले यावर माझा विश्वासच बसत नाही.'' त्यांना त्यांच्या स्वत:च्या रुग्णांची आठवण झाली. या आठवड्याभरातील सर्व अपॉइन्टमेन्ट्स त्यांनी रद्द केल्या होत्या. त्यांना चमत्कारिक वाटलं. त्यांना ते रुग्ण खूप जवळचे वाटत. पण आता ऑस्टिनमधील काम खूप खूप दूर असल्यासारखं वाटलं.

जेंच्या डोक्यातही काळजीचं थैमान चाललं होतं. ते दडपण्याच्या प्रयत्नात जे होते. प्रॉव्हिडन्समधून त्यांचा मित्र कारने आला होता. त्याच्याबरोबर ते रुग्णालयाच्या कॉफी शॉपमध्ये बसले होते. त्यांच्या मनात खळबळ चालली होती; पण त्याविषयी बोलायचं ते टाळत होते. ''त्यांनी आम्हाला सांगितलं की, हे करताकरता बाळाचं बरंवाईट होऊ शकतं. छेद करून शरीरांतर्गत शस्त्रक्रिया करायची म्हटली, की स्वाभाविकच धोका हा असणारच. तो वाचला तरी त्याच्यात हायपोप्लॅस्टिक लेफ्ट हार्ट सिंड्रोम असण्याचा संभव असतो. या शस्त्रक्रियेतून तो वाचला तरी त्याच्या हृदयावर नंतरही बऱ्याच शस्त्रक्रिया कराव्या लागतील, असं ते म्हणत होते.''

पण आता ते मागे वळणार नव्हते. शस्त्रक्रिया करण्यास सुलभ पडेल, अशा

स्थितीत गर्भाला आणण्यासाठी पाऊण तास लागू शकतो. पण ॲन्डर्स आरामात वळला – वीस मिनिटांच्या आतच. तो योग्य दिशेला वळल्याबरोबर भूल तज्ज्ञांनी आपल्या कामाला सुरुवात केली. सॅली पूर्ण बेशुद्ध झाल्या. भूल देणारी औषधं ॲन्डर्सनेही शोषून घेतली. त्याच्या छोट्या, हिसके बसल्यासारख्या हालचाली थंडावल्या.

विल्किन्स-हॉग यांनी पुढचं काम भराभर केलं. त्यांनी सुरुवातीला सॅलींच्या फुगलेल्या पोटावर एक छेद घेतला. डॉ. वॉरेत्झकींनी केलेलं २००२च्या शस्त्रक्रियेचं वर्णन अगदी योग्य होतं. अनेक आधुनिक शस्त्रक्रियांप्रमाणेच हीही विज्ञानरम्य चित्रपटातील वाटत होती. डॉ. विल्किन्स-हॉग यांची एकमेव मार्गदर्शक होती – ऑपरेशन टेबलच्या पलीकडच्या बाजूला असलेल्या मॉनिटरवरील काळी-करडी अल्ट्रासाउंड प्रतिमा. त्या छेदातून सुई सरकवताना त्यांचं पूर्ण लक्ष त्या प्रतिमेवर होतं. त्या मॉनिटरशेजारी डॉ. कॅरल बेन्सन या अल्ट्रासाउंड विशेषज्ञ उभ्या होत्या. त्यांचं लक्ष विल्किन्स-हॉग यांच्या मागे असणाऱ्या दुसऱ्या मॉनिटरवरील तंतोतंत तशाच असणाऱ्या प्रतिमेवर होतं. वॉरेत्झकी खोलीच्या मागच्या बाजूला उभे होते. नर्सेस आणि तंत्रज्ञ मिळून डझनभर माणसं त्या खोलीत होती. त्यापैकी काही विल्किन्स-हॉग यांच्या मागे होती, तर काही बेन्सन यांच्या. याशिवाय तेथे कार्डिॲक इंटरव्हेन्शनमधील दोन तज्ज्ञही होते. ॲन्डर्सच्या हृदयात काही समस्या निर्माण झाली, तर ते लगेचच पुढे सरसावणार होते. जर त्याच्या हृदयाचं स्पंदन अचानक बंद झालं तर त्वरित उपचार करून ते चालू करण्यासाठी ते तज्ज्ञ सज्ज होते.

विल्किन्स-हॉग यांच्या सुईचं टोक गर्भाशयात शिरण्याच्या बेतात होतं, तोच त्या थांबल्या, त्यांनी चटकन मान वळवली आणि एकाग्रतेने टक लावून मॉनिटरवरील प्रतिमेकडे पाहिलं. यानंतरची पायरी म्हणजे गर्भाशयाची भिंत आणि गर्भाच्या छातीची भिंत यामधून सुई एका झटक्यात; पण अलगद आत सरकवणं. यासाठी योग्य तो कोन घेणं, हेही अतिशय कठीण काम होतं. लक्ष्यापासून काही मिलिमीटर अंतरावर सुई टोचली गेली असती, तर हृदयाच्या भिंतीला छिद्र पडू शकलं असतं. यापेक्षा मोठी चूक झाली, गर्भाशयाला खाच पडली तर सॅलींचं प्रसव सुरू होण्याची शक्यता होती.

शस्त्रक्रिया म्हटली की, अचूकपणाची आवश्यकता असतेच. पण ही शस्त्रक्रिया खूपच बिकट होती कारण विल्किन्स-हॉग यांची गाठ हालणाऱ्या लक्ष्याशी होती. ''बाळ गर्भजलात तरंगत असतं,'' त्या खुलासा करतात, ''आपल्याला वाटतं त्यापेक्षा कितीतरी जास्त प्रमाणात त्याची हालचाल होत असते.'' फक्त बाळच त्याच्या द्रवभरल्या घरकुलात हेलकावे घेत होतं असं नाही, तर आईचीही हालचाल सुरू होती. व्हेंटिलेटरवर असूनही सॅलींचं शरीर महारोहिणीच्या स्पंदनाबरोबर

अलगद झुलत होतं. तशी ती हालचाल सूक्ष्म होती. पण लक्षात घ्या, बावीस आठवड्यांच्या ॲन्डर्सचं हृदय द्राक्षाएवढं लहान होतं. आणि जिथे विल्किन्स-हॉगना काम करायचं होतं, ती डावी जवनिका एखाद्या बेदाण्याएवढी होती!

हे कौशल्य फक्त अनुभवानेच प्राप्त होतं. विल्किन्स-हॉग सपाट पडद्यावर त्यांची सुई बघत होत्या. पण प्रत्यक्षात त्या काम करत होत्या त्रिमित जागेवर. हालचालींमुळे गर्भ पुढेमागे हेलकावे घेत होता. इतक्या काळानंतर, विल्किन्स-हॉग स्पर्शाच्या अंत:स्फूर्त जाणिवेवर विसंबून काम करतात. त्या म्हणतात, ''ती हालचाल तालबद्ध असते. जेव्हा आतील हालचाली, हेलकावे आपल्या दिशेने होत नसतात, तेव्हाच ती जागा नक्की करावी लागते. एक तर भलतीकडेच भोक पडायचा धोका असतो. दुसरं म्हणजे, जर ॲन्डर्सच्या बरगडीला धक्का लागला तर हिसका बसून त्याची स्थिती बदलण्याची शक्यता होती. तसं झालं असतं, तर शस्त्रक्रिया थांबवण्यावाचून गत्यंतर नव्हतं.

सुई योग्य जागी असल्याचं जाणवताच, विल्किन्स-हॉग जराशा पुढे वाकल्या आणि त्यांच्या सुईचं तीक्ष्ण टोक गर्भाशयाच्या भिंतीतून, ॲन्डर्सच्या छातीतून आरपार जाऊन त्याच्या डाव्या जवनिकेच्या तळाशी असलेल्या झडपेतून थेट त्याच्या इवल्याशा हृदयात घुसलं. पहिला छेद घेतल्यापासून पाच मिनिटांच्या आतच एवढं सगळं झालं.

ती सुई स्ट्रॉसारखी होती. दुसऱ्या डॉक्टरांनी – कार्डिॲक इंटरव्हेन्शनिस्ट – त्यातून एक छोटी तार ओवली. तिच्या टोकाला एक लहानसा फुगा होता. पुढची पायरी माशा पकडण्यासारखी होती. थेंबथेंब पडणाऱ्या रक्तात ती तार तरंगत होती. ती बरोबर झडपेवर केव्हा येते याची प्रतीक्षा ते कार्डिऑलॉजिस्ट करत होते. तशी ती येताच डॉक्टरांनी फुगा फुगवला आणि ते भोक ताणलं गेलं. लगेचच सॅली विलींच्या आतील सगळं चांगलं वाटलं. ॲन्डर्सच्या हृदयाच्या डाव्या बाजूच्या पोकळीतून रक्ताचा प्रवाह वाहत असलेला, शस्त्रक्रिया पथकाने मॉनिटरवर पाहिला.

सुई बाहेर काढल्यानंतर अर्धा-एक तास विल्किन्स-हॉग थांबल्या. रक्तस्राव होत नाही, त्याचप्रमाणे ॲन्डर्सच्या हृदयाचं स्पंदन बेताल होत नाही, याची त्यांनी खात्री करून घेतली. सगळं व्यवस्थित होतं. त्यांनी इशारा दिल्यावर भूलतज्ज्ञाने सॅलींना उठवायला सुरुवात केली. ही अख्खी प्रक्रिया फक्त दीड तासातच पूर्ण झाली. आता फक्त प्रतीक्षा करायची होती.

जिला खऱ्या अर्थाने व्यक्ती म्हणता येत नाही, अशा व्यक्तीच्या हृदयाची शस्त्रक्रिया हा एक आश्चर्यकारक पराक्रम आहे. पण जन्मापूर्वीच्या अशा हस्तक्षेपाचे मूठभरच प्रकार विशेष करून सिद्ध झालेले आहेत. गर्भाच्या शरीरातील ट्युमर्स, मूत्रमार्गातील अडथळे, कंजेनिटल डायफ्रॅमॅटिक हर्निया यांसारखे जन्मजात गंभीर

दोष टाळण्यासाठी सर्जन गर्भाशयातील शस्त्रक्रिया दर वर्षी करत असतात. यापैकी प्रत्येक प्रक्रिया हे मृत्यूला चकवणारं अस्त्र आहे.

वैद्यकीच्या नवीन क्षेत्रात नेहमी होतं, तसंच डॉक्टरांना ही अत्याधुनिक तंत्रं सोईस्कर वाटू लागली आहेत. ते त्यांचा वापर जास्त प्रमाणात करू लागले आहेत. मायकेल हॅरिसन सांगतात तसं, 'जिवाला धोकादायक नसले तरी आयुष्य खराब करणाऱ्या' आजारांवर उपचार करण्याकडे, हल्लीच्या काही वर्षांत डॉक्टर वळले आहेत. जन्मजात अनावृत्त मेरुदंडाच्या (Spina bifida) पंगू करणाऱ्या प्रकाराचा दोष टाळण्यासाठी जन्मपूर्व शस्त्रक्रियेचा उपयोग होऊ शकेल का, याचा सध्या मोठ्या प्रमाणावर अभ्यास सुरू आहे. जन्मजात अनावृत्त मेरुदंडामध्ये पृष्ठमज्जारज्जू (Spinal cord) पूर्णपणे झाकलेला नसतो. त्यामुळे आयुष्यभराकरिता, मलमूत्रविसर्जनावर ताबा न राहाणं आणि शरीराच्या खालच्या भागाचा पक्षाघात असे विकार होऊ शकतात. सध्या फक्त नियोजनाच्याच स्तरावर असलेल्या काही प्रणाली तर विज्ञानकथेच्या जास्तच जवळ जातात. गर्भशस्त्रक्रियेचे जनक हॅरिसन सांगतात की, गर्भाशयातच गर्भात स्टेमसेल्स टोचले तर चयापचय क्रियेसंबंधित किंवा रोगप्रतिकार क्षमतेसंबंधीच्या आनुवंशिक विकृती किंवा प्रथिनांअभावी तांबड्या पेशींचा आकार कोयत्यासारखा झाल्यामुळे होणारा पंडुरोग (Sickle-cell anaemia) यासारख्या नेहमी आढळणाऱ्या, पण विध्वंसक विकारांना आपण प्रतिबंध घालू शकू. "स्टेमसेलचं जीवशास्त्र विलक्षण आहे; पण त्याचा वापर गर्भातच केला, तर त्याचे अनपेक्षित परिणाम दिसून येतील," ते म्हणतात, "उत्क्रांतिविषयक बदलाला जेवढ्या लवकर सुरुवात होईल तेवढी चांगली. हे विकार खूप घातक असू शकतात. अगदी बाळाच्या जन्मापर्यंत थांबलं तरी."

विल्किन्स-हॉगनी सॅली विलींना त्यांच्या रूममध्ये नेलं तोपर्यंत शस्त्रक्रिया पथकाने मोठमोठी अनपेक्षित संकटं टाळली होती. शस्त्रक्रिया यशस्वी झाल्यासारखी वाटत होती; पण तसं नक्की सांगता येत नव्हतं; निदान आता तरी. झडप पुन्हा बंद होण्याची शक्यता अजूनही होती. आईच्या पोटात ॲन्डर्स वाढत असताना फक्त वाट बघत बसण्यापलीकडे कोणाच्या हातात काही नव्हतं.

विलींना वेदना होत नव्हत्या; पण ही प्रतीक्षा जीवघेणी होती. सगळ्यांत मोठी चिंता होती ती अकालिक प्रसूतीची. शस्त्रक्रियेनंतरचे अठ्ठेचाळीस तास याचा सर्वांत जास्त धोका होता. बावीस आठवड्यांचा ॲन्डर्स गर्भाशयाच्या बाहेर जगण्याची शक्यता अजिबातच नव्हती. चौतीस आठवड्यांपूर्वी जन्म झाल्यास तो अकालिक मानला जातो. अशा वेळी श्वसनाच्या समस्या, मेंदूतील रक्तस्राव, अभिसरणाच्या समस्या एवढंच नव्हे, तर मेंदूचा पक्षाघात (Cerebral Palsy) यांसारख्या अवस्थांचा दीर्घकालीन धोका वगैरेसारखे अनेक विकार होण्याची शक्यता खूपच

असते. यावरून कल्पना येते की, बाळाचा जन्म जेवढा अगोदर होतो, त्या प्रमाणात धोका वाढत जातो. अठ्ठावीस आठवड्यांनंतर गर्भाची फुप्फुसं परिपक्वतेची निर्णायक पातळी गाठतात. त्यापूर्वी जन्म झाल्यास त्याला भयानक आव्हानांना तोंड द्यावं लागतं.

१९९०च्या मध्यापर्यंत, गर्भावर करावयाच्या सर्व प्रक्रिया मातेच्या शरीराबाहेर केल्या जात असत. त्याची परिणती बहुधा सर्वच रुग्णांच्या अकालिक जन्मात होत असे. ज्याने प्रसूती होताना पाहिली असेल, त्याच्या लक्षात यातील मूळ समस्या येऊ शकेल. गर्भाची वाढ ज्यात होते तो कोष फाटला किंवा त्याला छिद्र पडलं, तर बाळाभोवती असणारं आणि धक्क्यापासून बाळाला वाचवणारं गर्भजल, परिस्थितीनुसार गळू लागतं किंवा ओतलं जातं. गर्भजल आवरण फुटणं ही प्रसववेदना लवकरच सुरू होणार असल्याची खूण असते. ही पिशवी फाटणं – ज्याला अंतस्त्वचा फाटणं असंही म्हणतात. तो फक्त एक गौण दुष्परिणाम (Side effect) नसतो. मायकेल हॅरिसन यांच्या मते, गर्भजलामुळे एका गुंतागुंतीच्या जैविक प्रतिसादाला सुरुवात करून दिली जाते. त्यामुळे प्रसववेदना चालू होतात. त्यामुळेच जन्मप्रक्रिया सुरू करून द्यायची झाल्यास तो डॉक्टर फक्त अंतस्त्वचेला भोक पाडतो.

गर्भावर कोणत्याही प्रकारची शस्त्रक्रिया करायची असेल, तर जीवशास्त्राची ही वस्तुस्थिती टाळण्याचा कोणताही मार्ग नाही. कोशाचं अस्तर भेदून आत शिरावं लागतं. हॅरिसन म्हणतात, "तुम्ही ह्या छोट्या पातळ अस्तरात सुई खुपसलीत, तर त्याला छिद्र पडतं आणि ते बुजत नाही. त्या छिद्रातून द्रवाची गळती सुरू होते. तो द्रव अंतस्त्वचा आणि स्नायू यांच्यामध्ये जातो. तो सजीव आणि सक्रिय द्रव असतो." अगदी सूक्ष्म प्रमाणात असला तरी हा द्रव, बाळाचा जन्म योग्य वेळेच्या कितीतरी आठवडे आधी घडवून आणायला कारणीभूत होऊ शकतो, असं आढळून आलं आहे. वरवर ही समस्या सहज सोडवण्याजोगी वाटते; पण हॅरिसन म्हणतात की, मानवी शरीररचना अपेक्षेपेक्षा जास्त गुंतागुंतीची असल्याचं सिद्ध झालं आहे. "पूर्वी आम्ही म्हणायचो, 'त्यात काय, अगदी लहान भोक पाडायचं.' पण त्याचा फारसा उपयोग होत नाही. कारण याहून छोटी साधनं वापरली, तरी विशेष फायदा झालेला आढळला नाही."

१९९०च्या दशकाच्या सुरुवातीनंतर जी थोडीफार प्रगती झाली त्यामुळे गर्भाच्या बाबतीत हस्तक्षेप करणं, हे माता आणि बाळ या दोघांच्याही दृष्टीने कमी धोक्याचं झालं आहे. आपण यापूर्वी पाहिलं आहे की, वैद्यकशास्त्रातील महत्त्वाचे शोध हे कधीकधी अतिशय साधेसोपे असतात. गर्भशस्त्रक्रियेच्या संदर्भात ती सुरक्षित आणि जास्त परिणामकारक व्हायला कारण झालेली साधीशी गोष्ट म्हणजे रुग्णाला पाहू शकण्याची क्षमता. यूसीएसएफ चिल्ड्रेन्स हॉस्पिटल तसंच काही

मूठभर युरोपिअन रुग्णालयात त्यापूर्वी करण्यात येणाऱ्या गर्भशस्त्रक्रियांमध्ये अजिबात सफाई नसे. गर्भापर्यंत पोहोचण्यासाठी त्यांना मातेचं पोट उघडावं लागे. पण नव्वदच्या दशकाच्या मध्यावर अतिशय लहान फायबर-ऑप्टिक कॅमेरे तयार होऊ लागले. छोट्याशा साधनाच्या साहाय्याने ते शरीरात घातले जाऊ शकत आणि ते शरीराच्या आतील फोटो पाठवत, ते मॉनिटरवर बघून सर्जन्सना मार्गदर्शन मिळे. हे म्हणजे मुलं खेळत त्या निंटेंडो व्हिडीओ गेमसारखं होतं. म्हणून मायकेल हॅरिसन आणि त्यांच्या यूसीएसएफमधील सहकाऱ्यांनी या तंत्राला 'फेटेंडो' (Fetendo) असं नाव दिलं. (यूसीएसएफ येथील गर्भ उपचारपद्धतीचे सध्याचे संचालक डॉ. हॅन्मिन ली यांना 'फेटेंडो' या नावाची गंमत वाटते; पण त्यांना फीटल एन्डोस्कोपिक शस्त्रक्रियेविषयी (FETal ENDOscopic surgery) बोलायला आवडतं.)

अल्ट्रासाउंड इमेजिंगमधील सुधारणेमुळे प्रगतीची अजून एक लाट आली. त्याची मजल एवढी होती की, अगदी द्राक्षाच्या आकाराच्या हृदयातील बारीकशी वैशिष्ट्यंही अल्ट्रासाउंडच्या साहाय्याने टिपणं शक्य झालं. अल्ट्रासाउंड तंत्रज्ञाने घेतलेली वाढणाऱ्या गर्भाची चित्रं पाहून त्याच्या आई-वडिलांच्या अंगावर रोमांच उभे राहतात. याच तंत्रज्ञानामुळे ॲन्डर्स विलीची शस्त्रक्रिया शक्य झाली. ''यावरूनच या क्षेत्रात किती प्रगती झाली आहे, याची कल्पना येते,'' डॉ. ली मला म्हणाले, ''ही शस्त्रक्रिया अगदी कमीत कमी इजाकारक (invasive) करण्याचा आमचा प्रयत्न आहे.''

गर्भाबाबतचा हस्तक्षेप किमान इजाकारक करून सर्व प्रश्न सुटणार नाहीत. सॅली विलींच्या बाबतीत जी पद्धत अवलंबली होती, त्यातही अकालिक प्रसूतीचं प्रमाण तिनांत एक एवढं आहे. अकालिक प्रसूती आणि प्रसववेदना ही गर्भशस्त्रक्रियांची दुखती रग आहे. हॅरिसन म्हणतात, ''आम्ही तीस वर्षं प्रयत्न करत आहोत; पण अजूनही आम्हाला (अकालिक प्रसूती टाळण्यात) यश आलेलं नाही.''

गर्भशस्त्रक्रिया ही आश्चर्यकारक कार्यप्रणाली असूनही तिच्या वाट्याला काही बाबतीत निराशाच आली. यातील सर्वांत घोर निराशा म्हणजे यूसीएसएफमध्ये कन्जेनिटल डायफ्रॅमॅटिक हर्निआवर उपचार करण्याच्या सुरुवातीच्या प्रयत्नांत आलेलं अपयश. गर्भाशयातच ठीक करता येतील अशा काही समस्या निवडल्या होत्या. सीडीएच ही त्यापैकी एक होती. सीडीएच हा दोष जन्मजात असलेल्या बाळांपैकी एकतृतीयांश मुलं दगावतात. वाचलेल्यांपैकी बऱ्याच जणांना फुफ्फुसांची वाढ खुंटल्यामुळे कमजोर करणाऱ्या असह्य व्याधींना जन्मभर तोंड द्यावं लागतं.

दुर्दैवाने, यूसीएसएफ येथील रुग्णांच्या पहिल्या गटातील ज्या बाळांवर शस्त्रक्रिया झाली, त्यांची परिस्थिती अधिकच खराब झाली. ''शस्त्रक्रिया बहुधा त्यांच्यासाठी असह्य असावी, असं आम्हाला दिसून आलं,'' ली आता सांगतात, ''त्याचा

काहीही उपयोग झाला नाही. त्यांचे अकालिक जन्म आणि त्या गर्भांची नाजूक प्रकृती यांमुळे इतक्या समस्या निर्माण झाल्या की, त्या हाताळताना आमच्या नाकी नऊ आले.''

यूसीएसएफमधील तरुण डॉक्टरांच्या गटाने वेगळा डावपेच लढवायचं ठरवलं. ती प्रक्रिया थोडी गुंतागुंतीची होती. त्यांनी गर्भाच्या श्वासनलिकेत अडथळा निर्माण करायचा असं ठरवलं. त्यामुळे त्यांच्या विकसित होत असलेल्या फुफ्फुसातून द्रव स्रवेल आणि त्यामुळे छातीच्या आतील दाब वाढून फुफ्फुसांची वाढ होईल, अशी त्यांना आशा वाटत होती. सुरुवातीला त्यांना यश आले; पण मोठ्या प्रमाणात केलेला प्रयोग फसला. ही गोष्ट इथेच संपत नाही. या तंत्रात सुधारणा करण्याचे प्रयत्न चालू आहेत. यासाठी शस्त्रक्रियेची अजूनही लहान साधनं वापरली जात आहेत आणि श्वासनलिका बंद करायचा काळ कमी करण्यात आला आहे. बेल्जियममधील एका पथकाला यात बऱ्यापैकी यश आलं आहे. तरीही पंचवीस वर्षांच्या संशोधनानंतरही, या, तशा तुलनेने साध्या असलेल्या, शरीररचनेतील दोषावर खात्रीलायक इलाज अजूनही सापडलेला नाही.

यशस्वी न झालेल्या, त्या संशोधनाविषयी बोलताना ली म्हणाले,''एवढ्या परिश्रमांना फळ आलं नाही, त्यामुळे अर्थातच निराश व्हायला होतं; पण अजूनही बरेच रुग्ण आहेत, त्यांची शुश्रूषा करायची आहे. या रुग्णांना चांगली शुश्रूषा, चांगले उपचार कसे देता येतील, याचा विचार केला पाहिजे. यांच्यासाठी कंबर कसून कामाला सज्ज झालं पाहिजे आणि स्वतःला बजावलं पाहिजे की, अजून खूप काम करायचं बाकी आहे.''

खरंतर ही तारेवरची कसरत आहे. एका बाजूला मोजकं यश आणि प्राणघातक आजाराच्या जबड्यातून ओढून काढलेले काही रुग्ण आणि दुसऱ्या बाजूला अकालिक जन्माचा मोठा धोका. एवढंच नव्हे, तर आई आणि तिच्या पोटात वाढणारं बाळ यांच्या बाबतीत मोठ्या शस्त्रक्रियेचे असणारे इतरही धोके – रक्तस्राव, संसर्गदोष, भूल देण्यामुळे होणारी गुंतागुंत – उद्भवू शकतात. ही सगळी भीतिदायक गणितं डॉक्टरांना शस्त्रक्रियेचा निर्णय सहजासहजी घेऊ देत नाहीत. बाळाचा जन्म होईपर्यंत थांबणं बाळासाठी धोक्याचं आहे, अशी परिस्थिती निर्माण झाली तर आणि तरच, ते अशा प्रकारच्या शस्त्रक्रियेचं पाऊल उचलतात.

तंत्रज्ञानाच्या प्रलोभनामुळे होणारी, 'जर आपण करू शकतो, तर का नाही करायचं?' ही जाणीव मोहात पाडते, असं म्हणणारेही लोक आहेत.

या विरोधात बोलणाऱ्या एक टीकाकार म्हणजे समाजशास्त्रज्ञ मॉनिका कॅस्पर.

त्यांच्या मते, मातेची तब्येत विचारात न घेता गर्भाच्या तब्येतीवर भर दिला जातो, हे अतिशय धोकादायक आहे. यूसीएसएफ गर्भशस्त्रक्रिया कार्यक्रमात सहभागी झालेल्या व्यक्तींच्या मुलाखती आणि मोठ्या प्रमाणावर केलेलं संशोधन याच्या आधारे त्यांनी १९९८मध्ये *'द मेकिंग ऑफ दि अनबॉर्न पेशंट'* हे पुस्तक लिहिलं. अलीकडेच प्रसिद्ध झालेल्या लेखात त्या म्हणतात की, बरेचदा यात दुसराही रुग्ण गुंतलेला आहे, या बाबीकडे डॉक्टर दुर्लक्ष करतात: ''काही झालं तरी स्त्रियांच्या संमतीशिवाय गर्भशस्त्रक्रिया करणं अशक्य आहे. स्त्रियांच्या शरीरातूनच सर्जन्स गर्भापर्यंत पोहोचू शकतात. आपल्या गर्भाच्या वतीने खरंतर स्वत: गरोदर स्त्रियाच मुख्य जोखीम पत्करतात. माझं असं म्हणणं आहे की, गर्भशस्त्रक्रिया ही 'गर्भशस्त्रक्रिया' नसतेच मुळी. खरंतर तिला गर्भ-मातेची शस्त्रक्रिया किंवा फक्त मातेची शस्त्रक्रिया म्हणणं जास्त समर्पक ठरेल.''

यूसीएसएफ कार्यक्रमाचा आरंभीचा लोगो होता: 'छोट्या गर्भाचा मदत मागणारा हात.' त्यात आईचा पत्ताच नव्हता, हे कॅस्परनी लक्षात आणून दिलं. त्या म्हणतात की, सर्वांत महत्त्वाची गोष्ट म्हणजे सर्जन्सचा वेगवान, आक्रमक दृष्टिकोन आणि केंद्रस्थानी असणाऱ्या स्त्रियांची नाजूक, भावनाप्रधान अवस्था यांत एक सांस्कृतिक विलगता असलेली आढळते. कॅस्पर सांगतात, ''मी सर्जनबरोबर बोलत बसलेली असते आणि ते सांगतात – या प्रक्रियेनंतर गर्भाला स्त्रीच्या शरीरातच ठेवलं जातं. त्याचं कारण म्हणजे 'हृदय-फुप्फुसाचं सर्वांत उत्तम यंत्र म्हणजे माता.' ''

कॅस्पर गर्भशस्त्रक्रियेच्या विरोधात नाहीत. ''पण हे काय? हृदय-फुप्फुसाचं सर्वांत उत्तम यंत्र म्हणजे माता. असा विचार करून तिच्याकडे एक यंत्र म्हणून बघितलं जातं, '' त्या म्हणतात. कॅस्पर यांच्या मते त्यातील धोके आणि फायदे यांची विस्तृत चर्चा होत नाही. खरंतर स्त्रीरोगतज्ज्ञ आणि प्रसूतितज्ज्ञ असलेल्या सॅली विलींसारख्या फारच थोड्या रुग्णांना याची नीट माहिती असते. ॲन्डर्सचं हृदय किंवा एखाद्या गर्भाच्या मूत्रमार्गातील मोठा अडथळा यांसारख्या प्राणघातक वैगुण्यांच्या संदर्भात गर्भशस्त्रक्रियांचे फायदे स्पष्टपणे दिसून येतात. पण जन्मजात अनावृत्त मेरुदंडावरही गर्भातच उपचार करायच्या पहिल्या शस्त्रक्रियेच्या प्रयत्नाने ते युक्तिवाद सरकायला सुरुवात झाली. त्या विकाराने येणारं पंगूपण दूर करण्यासाठी, निदान कमी करण्यासाठी थोडा धोका पत्करणं यात गैर काहीच नाही; पण त्याने ही चर्चा 'मृत्यूला चकवण्या'च्या क्षेत्राबाहेर जाते.

त्याच सुमारास, काही सर्जन्सनी गर्भातच शस्त्रक्रिया करून दुभंगलेली टाळू सांधायचा प्रयत्न केला. अशा तऱ्हेने जन्माअगोदर हस्तक्षेप केल्याने वण राहत नाही, राहिलाच तर अगदी कमीत कमी राहतो. एकूणच अशा शस्त्रक्रियेचा जास्त

फायदा होतो. पण काही झालं, तरी ही शस्त्रक्रिया मोठी असते. तिच्या अनुषंगाने येणाऱ्या धोक्यांचाही सामना करावा लागतो. आणि हे सगळं कशासाठी तर दुरान्वयानेही प्राणघातक ठरत नसलेल्या अवस्थेसाठी. कॅस्पर यांच्या मते हे अवाजवी आहे. ''मला वाटतं, कोणत्याही प्रकारच्या व्यंगसुधारासाठी (cosmetic), अशा प्रकारचा हस्तक्षेप करणं मूर्खपणाचं आहे. अशा शस्त्रक्रिया जन्मानंतरही करता येऊ शकतात.''

कॅस्पर यांचं पुस्तक प्रसिद्ध झाल्यानंतरच्या गेल्या दशकात कॅस्पर यांच्या मते अशा शस्त्रक्रियेत, इजा होऊ शकणारे *दोन* रुग्ण गुंतलेले असतात याची जाणीव वाढल्याचं दिसू लागलं आहे. एवढंच कशाला, यूसीएसएफचा आताचा लोगोच बघा : दोन सांकेतिक हातांमध्ये आंदुळणाऱ्या गर्भाची वास्तववादी बाह्यरेषा (silhouette). कॅस्पर यांच्यावर टीका करणारेही लोक आहेत, हे वेगळं सांगायला नको. त्यापैकी एक आहेत मायकेल हॅरिसन. ते कॅस्पर यांना 'या संपूर्ण उपचारपद्धतीला सुरुंग लावायला निघालेल्या गुप्त सुधारक', असं म्हणतात. कॅस्पर यांच्या टीकाकारांमध्ये अनेक गर्भपातविरोधी कार्यकर्त्यांचाही समावेश आहे. त्यांनी मला सांगितलं की, ते पुस्तक प्रकाशित झाल्यानंतर यापैकी बऱ्याच तापट कार्यकर्त्यांनी स्थानिक रेडिओ कार्यक्रमात त्यांना मारण्याच्या धमक्या दिल्या. कॅस्पर यांनी बुकस्टोअर्समध्ये भाषणं दिली, तेव्हा त्या कार्यकर्त्यांनी तिथे निदर्शनं केली.

गर्भपातविरोधी लढ्यात गर्भशस्त्रक्रिया हा कळीचा मुद्दा होईल, असं सुरुवातीपासूनच वाटत होतं. हॅरिसन यांच्या पहिल्या केसचं वर्णन करणारा लेख १९८१साली *'टाइम'* मासिकात प्रसिद्ध झाला. त्यात विचारार्थ मांडलेला मुद्दा होता – 'गर्भशस्त्रक्रिया तिच्यातील शक्यतांची परिपूर्ती करू शकत असेल, तर गर्भपातविरोधकांनी उचलून धरलेला जगण्याच्या हक्काचा मुद्दा वैद्यकीय हस्तक्षेपाच्या विरोधात न जाता, त्यांच्या बाजूने वापरला जाऊ शकतो.' अगदी अलीकडेच, मार्क ब्लिंटन या वॅन्डरबिल्ट (vanderbilt) वैद्यकीय नीतिमत्तावाद्याने केलेल्या संशोधनात आढळून आलं की, ज्या गरोदर स्त्रिया तात्त्विकदृष्ट्या गर्भपाताच्या विरुद्ध असतात त्या आपल्या गर्भाला वाचवण्यासाठी वैद्यकीय हस्तक्षेपाचा अवलंब करण्याची शक्यता जास्त असते.

दरम्यानच्या काळात, गर्भाच्या बाबतीत हस्तक्षेप करणं शक्य करणाऱ्या या तंत्रज्ञानाचा, गर्भपातविरोधी चळवळीने तात्त्विकदृष्ट्या उपयोग करून घेतला आहे. त्याद्वारे ते स्त्रियांना त्यांचा गरोदरपणा स्वीकारायला लावण्याचा प्रयत्न करतात. गर्भपात करणाऱ्या डॉक्टरांनी गर्भपातासाठी येणाऱ्या स्त्रीचं अल्ट्रासाउंड रीडिंग केलंच पाहिजे, असा कायदा डझनाहून जास्त राज्यात संमत झाला आहे. काही राज्यात, तर त्या प्रतिमा गरोदर स्त्रीला दाखवायला डॉक्टरांना भाग पाडलं आहे.

गरोदर स्त्रियांसाठी देशभर ११०० केंद्रं चालवणाऱ्या 'केअर नेट' (Care Net) या गर्भपातविरोधी गटाचा प्रवक्ता म्हणतो की, अशा प्रकारच्या प्रतिमा बघणाऱ्या स्त्रियांपैकी ७५ टक्के स्त्रिया गर्भपात न करण्याचा निर्णय घेतात.

या आकड्याशी काही जण सहमत नसले तरी गर्भाची दृश्य प्रतिमा, बाळाची छोटी प्रतिकृती प्रभावी असते, यात शंकाच नाही. जेव्हा पडद्यावर ती इवलीशी प्रतिमा, ती चिमुकली बोटं किंवा पसरलेला हात दिसतो, तेव्हा स्वाभाविकच आपल्याला जाणवतं की, ही एक व्यक्ती आहे. अगदी व्यवहारी सर्जनलाही त्या भावनेची ओढ जाणवते. मायकेल हॅरिसन म्हणतात, अल्ट्रासाउंडचं तंत्र एवढं प्रगत होण्यापूर्वी "आम्ही गर्भाशयाच्या आत यापूर्वी कधी पाहिलंच नव्हतं. बाळाला होणारा त्रास आम्हाला कधी दिसलाच नव्हता."

जन्मजात वैगुण्यं ही गर्भातच विकसित होतात, हे डॉक्टरांना बौद्धिकदृष्ट्या ठाऊक होतं. पण प्रतिमा बघितल्यावरच त्याविषयी काही केलं जाऊ शकतं, ही जाणीव जागृत झाली. हॅरिसननी माझ्याजवळ मत व्यक्त केलं, "यातील मूळ कल्पना अशी की, आपण जेव्हा त्या प्रतिमा बघतो तेव्हा आपल्या लक्षात येतं, 'अरेच्चा! जन्मानंतर बाळात ज्या समस्या दिसतात, त्याच आताही दिसत आहेत.' 'बापरे! एक मोठं वैगुण्य बाळात निर्माण होणार अशी लक्षणं दिसत आहेत. ओह! आपण हे टाळू शकतो की!' आणि यात अर्थ आहे. हे म्हणजे कर्करोगाचं निदान लवकर झाल्यासारखं आहे. जेवढ्या लवकर समस्या तुमच्या लक्षात येते, तेवढं त्याच्या उपचारात जास्त यश मिळतं."

हॅरिसन यांनी केलेल्या गर्भशस्त्रक्रियेनंतर वाचलेला पहिला रुग्ण म्हणजे मायकेल स्किनर. हा अजूनही जिवंत आहे, तब्येतीने चांगला आहे. वयाने पंचविशीच्या आसपास आहे. फ्लॉरिडात राहतो. जन्मपूर्व मूत्रमार्गातील अडथळ्यांमुळे त्याला सुरुवातीला काही आजार झाले, पण आता त्याची मूत्रपिंडं चांगली कार्यक्षम आहेत आणि तो सुरळीत जीवन जगत आहे. यूसीएसएफ अवयवारोपण कार्यक्रमाच्या पंचविसाव्या पुनर्भेट सोहळ्यातही तो सहभागी झाला होता. जर ही शस्त्रक्रिया केली नसती, तर तो मृतावस्थेत जन्मण्याची खूप शक्यता होती.

आपल्या पहिल्या शस्त्रक्रियेविषयी हॅरिसन वस्तुनिष्ठपणे बोलतात. "तो अनुभव खरंच रोमांचक होता. आम्ही आवश्यक ती पूर्वतयारी केली होती – आणि ते योग्यच होतं असं आम्हाला वाटलं." त्या वेळी केलेली पूर्वतयारी म्हणजे कोकरांच्या हजाराहून जास्त गर्भांवर आणि माकडांच्या जवळजवळ पाचशे गर्भांवर केलेल्या शस्त्रक्रिया. "आम्ही प्रयोगशाळेत वेड्यासारखे राबत होतो आणि ही केस तर असाध्य होती."

हॅरिसन सांगतात की, नुकताच उदयाला आलेला गर्भहस्तक्षेप कार्यक्रम हा

''अतिशय डळमळीत आणि भेद्य असा उपक्रम होता.'' ते पुढे म्हणतात की, नव्याकोऱ्या, प्रायोगिक शस्त्रक्रियेत अपयशाची शक्यता गृहीत धरावी लागते. ते अक्षरश: 'चुका आणि शिका' असंच होतं. पथकाचा खुला दृष्टिकोन पाहता योग्य तो रुग्ण आणि उपचारासाठी योग्य ती अवस्था यांची नेमकेपणाने निवड करणं महत्त्वाचं होतं. फीटल हायड्रोनेफ्रॉसिस – मूत्रमार्गातील अडथळे शोधून काढणं सोपं होतं. हॅरिसन स्वत: बालरोगतज्ज्ञ असल्याने त्यावर उपचार करणं तुलनेने सोपं आहे, हे त्यांना ठाऊक होतं. पण पुढे जाण्यासाठी तेवढं पुरेसं नव्हतं. ''मूत्रमार्गातील अडथळा दूर केला, तर मूत्रपिंडं आणि फुप्फुसं *सुधारतील* हा आम्ही करत असलेला विचार बरोबर आहे, हे आम्हाला सिद्ध करायच होतं,'' ते स्पष्ट करतात.

प्रत्येक केसच्या तीव्रतेचं निदान करायची पद्धत शोधून काढणं ह्या पथकासाठी गरजेचं होतं. बाळ जन्मल्यानंतर त्याची शस्त्रक्रिया करणं सहज शक्य असेल, तर त्याची गर्भाशयात शस्त्रक्रिया करायचा धोका त्यांना पत्करायचा नव्हता. त्याचप्रमाणे सुधारण्याची अजिबात आशा नसलेल्या केसेसवर त्यांना प्रयोग करायचे नव्हते. एक तर त्यात वेळेचा अपव्यय होता. त्याशिवाय भावनाशून्य व्यावहारिक कारणंही होती. या शस्त्रक्रियेने बाळाचे प्राण वाचले नसते, तर पुढच्या संशोधनासाठी परवानगी व अर्थसाहाय्य मिळणं कठीण झालं असतं. निदान करणं अवघड होतं, कारण हे रुग्ण गर्भाशयात असल्यामुळे डॉक्टर त्यांना प्रत्यक्ष तपासू शकत नव्हते. सॅनफ्रान्सिस्को येथील गटाने निदानाच्या क्लृप्त्या विकसित करण्यासाठी कित्येक वर्षं संशोधन केलं. सोनोग्रामवरील निर्णायक निशाण्या आणि गर्भाच्या मूत्रातील जैवरासायनिक खुणा यांवरून समस्येची तीव्रता ओळखण्याविषयीही त्यांनी अभ्यास केला.

* * *

कोणत्याही संभाव्य जीवरक्षक उपचारपद्धतीप्रमाणे, या बाबतीतही याचा वापर कधी उचित ठरतो, यावर बरेच वादविवाद झाले. रुग्णालयाच्या समीक्षा मंडळाच्या अहवालांचा मॉनिका कॅस्परनी अभ्यास केला. कॅस्परनी एक उदाहरण दिलं. एका रुग्णालयाच्या समाजसेवक व परिचारिकेने त्यांना सांगितलं की, रुग्णालयाच्या अंतर्गत समीक्षा मंडळाची मंजुरी मिळण्याची वाट न पाहता वैद्यकीय पथकाने शस्त्रक्रिया केल्याच्या काही केसेस झाल्या आहेत. वैद्यकीय आचारसंहितेनुसार हे कार्यपद्धतीचे गंभीर उल्लंघन आहे.

कॅस्पर यांच्या पुस्तकात त्या रुग्णालयाचं नाव बदलून 'कॅपिटल हॉस्पिटल' असं टोपणनाव दिलं आहे. त्या रुग्णालयाचं खरं नाव सांगायचं कॅस्पर नाकारतात;

पण एकंदरीत प्रस्तुतचा गर्भशस्त्रक्रिया कार्यक्रम सॅनफ्रान्सिस्कोच्या कॅलिफोर्निया विद्यापीठातील असावा, असं वाटतं.

हॅरिसन ठामपणे सांगतात की, त्यांच्या पथकाने नेहमीच, जोखमीचा पूर्ण विचार केलेला आहे आणि संभाव्य रुग्णांना सर्व माहिती सांगितलेली आहे. हॅन्मिन ली सांगतात की, ते आजतागायत सावधगिरी बाळगत आले आहेत :''मातेला (प्रयोगशाळेतील प्राणी) कोणताही धोका पोहोचत नाही, हे सिद्ध करण्यासाठी आम्ही बरंच काम केलं आहे. दुसरं म्हणजे संभाव्य प्राणघातक समस्या आम्ही यशस्वीरीत्या ठीक करू शकतो. मानवावर प्रयोग करण्यापूर्वी या गोष्टी वास्तव आहेत, हे आम्हाला नेहमीच सिद्ध करावं लागतं.''

सुरुवातीला खूप आशादायक वाटलेल्या कार्यक्रमांच्या – सीडीएचच्या अनुषंगाने येणाऱ्या, फुप्फुसांच्या समस्या टाळण्यासाठी करण्यात आलेल्या गर्भशस्त्रक्रियेसारख्या – बाबतीत पदरात निराशा आली आहे. इतर गर्भशस्त्रक्रियांमुळे काय होतं ते अजून कळायचं आहे. अॅन्डर्स विलीवर झालेल्या शस्त्रक्रियेमुळे त्याच्या हृदयाची अवस्था ही, परंपरागत पद्धतीप्रमाणे जन्म होईपर्यंत थांबून केलेल्या शस्त्रक्रियेपेक्षा जास्त चांगली झाली का, यावर प्रकाश पाडणारं असंदिग्ध संशोधन झालेलं नाही. मी जेव्हा पहिल्यांदा विली कुटुंबाला भेटलो, तेव्हा अशा प्रकारच्या शंभरसुद्धा शस्त्रक्रिया झालेल्या नव्हत्या. आताही, त्यातून वाचलेला सगळ्यात मोठा रुग्ण फक्त सहा वर्षांचा आहे. अशा शस्त्रक्रियांचे फायदे अजून सिद्ध झालेले नाहीत, तसंच माता आणि बाळाला ज्या धोक्याला सामोरं जावं लागतं, त्या तुलनेने हे फायदे काहीच नाहीत, असंही बऱ्याच मोठमोठ्या रुग्णालयांना आणि जन्मपूर्व व नवजात बालकांच्या निष्णात सर्जन्सना वाटतं.

विली कुटुंब ऑस्टिनला परतलं, तिकडची कामं मार्गी लावली आणि सॅलींच्या गरोदरपणाचा उर्वरित काळ व्यतीत करण्यासाठी पुन्हा बोस्टनला आलं. आपण अॅन्डर्स विलीच्या हृदयाची समस्या निस्तरली आहे, असं विल्किन्स-हॉगना वाटत होतं; पण शस्त्रक्रियेचा नक्की परिणाम कळण्यासाठी अजूनही काही महिने जावे लागणार होते. ती प्रतीक्षा जीवघेणी होती. जे विली वर्णन करतात – त्या दुःखद हिवाळ्याचं, बोस्टनच्या गोठलेल्या रस्त्यांवरून पाय ओढत मारलेल्या रुग्णालयाच्या फेऱ्यांचं. आता आठवणी सांगताना त्यांच्या चेहऱ्यावर थोडं स्मित असतं, ''आम्ही टेक्सासचे आहोत ना! आम्हाला सवयच नव्हती अशा हवेची.'' सॅली गरोदरपणामुळे थकलेल्या असायच्या. जे मला म्हणाले, ''सगळ्यांत वाईट गोष्ट म्हणजे कित्येक आठवडे आम्ही वाट बघण्यातच काढले. आम्ही त्याच्या भविष्याचं आशादायक

चित्र बघायची आस धरून होतो; पण तो जन्माला येईपर्यंत त्याविषयी काहीच कळण्यासारखं नव्हतं.''

असे चार महिने काढल्यानंतर सर्वांना रुग्णाचं प्रत्यक्ष दर्शन झालं. डायसनच्या आगमनाने सगळे आनंदित झाले होते. पण ॲन्डर्सच्या जन्माची आठवण मात्र जे विली 'एक निरुत्साही घटना' अशी करतात. प्रसूतीच्या खोलीत असलेल्यांच्या चेहऱ्यावर आनंदापेक्षा तणावच जास्त दिसून येत होता. याचा अर्थ ते निर्दय पिता आहेत असा नाही. मृत्यूला चकवण्यात या बालकाची मदत करायला आजवर एवढे परिश्रम घेतले गेले होते की, ही त्याच्या आयुष्याची सुरुवात आहे, असं समजणं अवघड जात होतं.

व्हॅलन्टाइन डेच्या एक आठवडा आधी जन्माला आलेला ॲन्डर्स लहानखुरा होता. दिवस उजाडण्यापूर्वी त्याची तब्येत खूपच बिघडली. ''खूप खिन्न वाटत होतं,'' जे सांगतात, ''सॅली बाळंतपणानंतर सावरत होती आणि मी ॲन्डर्सबरोबर गेलो. (डॉक्टरांच्या) चर्या आणि त्यांची चाललेली धावपळ बघूनच माझ्या लक्षात आलं की, त्याची प्रकृती खूप बिघडलेली आहे.'' या जगात येऊन काही तासही झाले नसतील, तोच ॲन्डर्सची रवानगी 'कॅथ लॅब'मध्ये झाली. तिथे, तो गर्भात असताना छोटा फुगा वापरून त्याचं हृदय ताणणाऱ्या कार्डिऑलॉजिस्टनी तंतोतंत तीच प्रक्रिया पुन्हा केली. ॲन्डर्सच्या हृदयाच्या डाव्या भागातील झडप, एक छोटा कॅथेटर घालून आणखी ताणली.

दुसऱ्याच दिवशी मी तिथे गेलो होतो. चिल्ड्रेन्स हॉस्पिटलच्या अतिदक्षता विभागात ठेवलेल्या ॲन्डर्सवर देखरेख केली जात होती. कोणताही अतिदक्षता विभाग म्हटला की, त्यातील उदासीन, अवाढव्य तंत्रज्ञान बघून धडकी भरते. पण जेव्हा रुग्ण इवलेसे असतात, तेव्हा तर आपला थरकाप होतो. चिल्ड्रेन्स हॉस्पिटलमधील आयसीयू भव्य आहे. एका वेळी तिथे डझनभर रुग्ण असतात. त्यापैकी बहुतेक नवजात आणि अकाली जन्मलेली बालकं असतात. त्यांच्या बेडभोवतीच्या वायर्स आणि यंत्रांच्या जंजाळातून ती दिसतसुद्धा नाहीत. सॅली विली, ॲन्डर्सच्या शेजारी राहून त्याचा चिमुकला हात कुरवाळत होत्या. मी लगेचच एका गोष्टीची नोंद केली. ॲन्डर्स गर्भावस्थेत असताना त्याच्या शरीरात सुई खुपसली होती, त्या बरगड्यांच्या बाजूच्या त्वचेवर कोणताही व्रण नव्हता. पण बाहेरून जरी सगळं चित्रासारखं सुंदर वाटत असलं, तरी प्रत्यक्षात ते तसं नव्हतं. ॲन्डर्स विली मृत्यूशी झगडत होता.

सुरुवातीच्या आठवड्यात तर परिस्थिती दारुण होती. एवढ्या वैद्यकीय प्रशिक्षणामुळे सॅलींच्या मनात नको-नको ते विचार येत होते. ''ते मला काहीतरी सांगायचे आणि मी चिंता करत सुटायचे. त्याच्या पापण्या ओघळल्यासारख्या वाटल्या की, मला भीती वाटायची, 'याला पक्षाघाताचा झटका तर आला नाही ना?' ते त्याला

चाचण्यांसाठी घेऊन जायचे. माझ्या नवऱ्याला 'का' ते कळायचं नाही. पण त्यांना कसली शंका येत आहे, ते मला बरोबर कळायचं आणि मी घाबरून जायचे.''

''सॅली आणि डॉक्टर यांच्यामध्ये 'शॉर्ट हॅन्ड' असल्यासारखंच होतं,'' जे म्हणतात, ''कधीकधी मी (डॉक्टरांशी बोलून) समाधानाने परत यायचो; पण सॅली माझ्या आनंदावर विरजण घालायची. कारण डॉक्टरांच्या बोलण्यातील गर्भितार्थ माझ्यापेक्षा तिलाच जास्त समजायचा.''

जेंचा बालवैद्यकशास्त्रातील 'क्रॅश कोर्स' चालू होता. ''मी प्रत्येक गोष्टीची एवढी काळजी करायचे ना की, जे म्हणाला मी त्याचं डोकं फिरवतेय,'' सॅली मला म्हणाल्या, ''त्याला वाटतं, त्याला काही कळत नव्हतं तेच बरं होतं.''

आपली सगळी ताकद पणाला लावून ॲन्डर्स त्या पहिल्या महिन्यात झगडत होता. त्याचा श्वासोच्छ्वास इतका मंद होत होता की, तो फक्त तीन महिन्यांचा असतानाच डॉक्टरांनी त्याची ओपन हार्ट शस्त्रक्रिया केली. त्यामुळे त्याच्या श्वसनात सुधारणा झाली असली, तरी प्रकृतीच्या दीर्घकालीन चढउतारात त्या शस्त्रक्रियेचा कितपत उपयोग होईल, हे डॉक्टर सांगू शकत नव्हते. सहा आठवड्यांनी, ऑस्टिनमधील रुग्णालयात हालवण्याएवढी ॲन्डर्सची तब्येत सुधारली. तिथे सहा आठवडे ठेवून मग त्याला घरी नेलं. तरीही त्याच्या मागचं शुक्लकाष्ठ सरलं नव्हतं. आठव्या महिन्यातही ॲन्डर्सच्या हृदयाचा विकास व्यवस्थित होत नव्हता म्हणून त्याला बोस्टनला नेऊन त्याच्यावर आणखी एक ओपन हार्ट शस्त्रक्रिया केली.

यावेळी पेद्रो डेल नीडो या सर्जननी पेशीचा एक जाड थर खरवडून काढला. हा थर ॲन्डर्सच्या हृदयाच्या एका झडपेला अंशत: अडथळा आणत होता. त्यामुळे ती झडप दाराप्रमाणे अडकून राहत होती आणि ती चौकट त्या ठिकाणी वाकडी व्हायला लागली होती. शस्त्रक्रियेची गरज असणाऱ्या चिमुकल्या हृदयविकार रुग्णांत ही समस्या नेहमी आढळणारी आहे. डेल निडोने ॲन्डर्सच्या हृदयाच्या अजून दोन झडपा रुंद केल्या. त्यापैकी एक झडप ॲन्डर्स बावीस आठवड्यांचा असताना दुरुस्त करण्यात आली होती.

गर्भशस्त्रक्रियेला अजूनही वेढून असलेल्या प्रश्नांवर अशा प्रकारच्या गुंतागुंती अधिक भर देतात. सुरुवातीला हस्तक्षेप केल्याने कोणत्या समस्या टाळता येणं शक्य आहे आणि कोणत्या समस्या एखाद्या मूलभूत अज्ञात बिघाडाचा अटळ परिणाम आहे? जन्मापूर्वीच्या अडथळ्यामुळे ऊतीची असाधारण वाढ झाली की, त्याच्या बरोबर उलट झालं? ''यातील कोंबडी कोणती आणि अंडं कोणतं?'' डेल निडो विचारतात. ''आपल्याला एवढंच ठाऊक आहे की, दोन्ही हातात हात घालून जातात.'' या दुसऱ्या शस्त्रक्रियेचा परिणाम वेदनादायक होता. त्याला पुन्हापुन्हा

संसर्गदोष झाला आणि आयसीयूच्या वाऱ्या कराव्या लागल्या. सावकाश का होईना, पण ॲन्डर्स त्या दिव्यातून बाहेर पडला. एक वर्ष होऊन गेलं, त्याच्यावर पुन्हा रुग्णालयात जायची वेळ आलेली नाही.

याचा अर्थ त्याचं आयुष्य सुरळीत झालं, असा मात्र नाही. त्याला अनेक औषधं घ्यावी लागतात. इतर मुलांच्या तुलनेत त्याचा विकास सावकाश होत आहे. त्याच्या मोठ्या भावाच्या तुलनेत तर ही गती खूपच कमी आहे. त्याचा दुसरा वाढदिवस जवळ आला आहे आणि ॲन्डर्स नुकता कुठे बोलायला आणि पहिली पावलं टाकायला शिकतो आहे. दु:खाची गोष्ट म्हणजे दुसरी शस्त्रक्रिया आणि त्यानंतर उद्‌भवलेली दुखणी यामुळे तो अन्न गिळण्याची क्षमता गमावून बसला. सॅली विली म्हणाल्या की, त्याच्या पोटाचे स्नायू काम करेनासे झाले. काही काळ त्याला फीडिंग ट्युबमधून आहार द्यावा लागला. एका वर्षानंतर मात्र त्याच्या वयाच्या इतर मुलांप्रमाणेच तो खाऊ लागला. उंच खुर्चीवर बसून जेवणारा ॲन्डर्स आणि त्याचं उष्ट्याने माखलेलं तोंड असा फोटो बघून मला खूप आनंद झाला.

सॅली विली सांगतात की, या अनुभवाने, त्यांना त्यांच्या स्वत:च्या रुग्णांच्या समस्यांकडे बघायचा नवाच दृष्टिकोन दिला आहे. ''या अनुभवातून मला खरंच खूप काही शिकायला मिळालं. माझ्या रुग्णांच्या भावना मी समजून घेऊ शकते, असं मला वाटत असे. पण आता मला खरोखरच कळतं. मी त्यांच्या ताणतणावांशी समरस होऊ शकते,''त्या सांगतात, ''बाळ आयसीयूमध्ये असणं एवढ्यापुरतंच हे मर्यादित नव्हतं. उजाडणारा प्रत्येक दिवस नवीन समस्या, वेगळीच काळजी घेऊन यायचा.''

सर्व गोष्टींचा विचार करता, डॉक्टर, ॲन्डर्स विलीच्या हृदयातील दोष पूर्णपणे दूर करून शकले नाहीत. पण या छोट्या मुलाकडे पाहिल्यावर आपण विलक्षण गोष्टीचे साक्षीदार असल्यासारखं वाटतं. एवढ्या समस्या असूनही ॲन्डर्स शेवटी चारचौघांसारखं आणि निरोगी जीवन जगण्याची खूप शक्यता आहे. डॉ. विल्किन्स-हॉग यांच्या सुईने काळजीपूर्वक केलेल्या उपचाराविना तो एक दिवस तरी जगू शकला असता का, याची शंकाच आहे. जगाचं पहिलं ओझरतं दर्शन घ्यायच्या आधीच ॲन्डर्सला दुसरी संधी मिळाली. खरोखरच हे मृत्यूला चकवणं आहे.

७

काय हा चमत्कार?

भंगुर, नव्याकोऱ्या गीताच्या पहिल्यावहिल्या सुरासारखं.

–डेव्हिड बेली

मिशिगनमधील हिवाळ्यातील तो एक थंडगार दिवस होता. डॉ. जॉन फेनिंगर त्यांच्या स्वयंपाकघरात, तोंडात टाकायला काहीतरी शोधत होते. तेवढ्यात त्यांचा सोळा वर्षांचा मुलगा मॅथ्यू आत घुसला. डॉ. फेनिंगरना स्पष्टपणे आठवत आहे. मॅथ्यू डोळ्यांविषयी तक्रार करत होता. नवीन कॉन्टॅक्ट लेन्सेस लावून त्याने डोळे चोळले होते. ''हे चमत्कारिक आहे, डॅड. मला सगळं दोन-दोन दिसतंय.''

बुबूळ खाजवलं तर दोन-दोन दिसत नाही, डॉक्टरांना वाटलं. त्याच्यासमोर तर्जनी धरून त्यांनी विचारलं, ''ही किती बोटं आहेत?''

''दोन.''

''मस्करी करू नकोस.''

''दोन. अगदी दिवसासारखी स्वच्छ दिसत आहेत.''

तो बुधवार होता. शुक्रवार उजाडला तरी याचं उत्तर ''दोन''च होतं. आता मात्र नेत्ररोगचिकित्सकाकडे जाणं आवश्यक होतं. हिमाच्छादित मिड-वेस्टर्न रस्त्यांवरून डॉक्टरांकडे जाताना त्यांना कल्पना नव्हती की, ते गडगडत नरकाकडे चालले होते. चमत्कार म्हणजे नेमकं काय याचा पुनर्विचार करायला लावणारा तो प्रवास होता. एक न्यूरोसर्जन म्हणून मी एखाद्या रुग्णाच्या खोलीत जातो, त्या प्रत्येक वेळी मला, मी आता तुम्हाला सांगणार असलेली गोष्ट आठवते. जेव्हा अतिशय वाईट

बातमी रुग्णाच्या कानावर घालायची वेळ माझ्यावर येते, तेव्हा मला ही गोष्ट आठवते.

जॉन फेनिंगरना त्यांचे मित्र जॅक म्हणून ओळखत. मिडलॅन्डमध्ये फॅमिली डॉक्टर म्हणून त्यांचा व्यवसाय जोरात चालू होता. इतर डॉक्टरांना वैद्यकीय कार्यप्रणाली शिकवण्याचा व्यवसायही ते करत. याशिवाय प्रेरक भाषणं देण्यासाठी ते देशभर फिरत असत. आपल्या कुटुंबीयांना, विशेषत: दोन मुली आणि त्यांच्यामध्ये सॅन्डविच झालेला मॅथ्यू यांना आपण पुरेसा वेळ देऊ शकत नाही, म्हणून त्यांना अपराधी वाटे. बरोबर एक आठवड्यापूर्वी तळघरात उचकाउचकी करत असताना त्यांना एक पिवळंसं रेडिओ-नियंत्रित विमान दिसलं. ते साधं विमान नव्हतं. त्याच्याशी एक गोष्ट निगडित होती. मॅथ्यूला छोट्या-छोट्या साधनांची (gadgets) खूप आवड होती. ती उघडून बघणं, दुरुस्त करणं, हा त्याचा छंद होता. लहानपणी तो कुलपंही दुरुस्त करायचा प्रयत्न करायचा. ट्रँझिस्टर आणि रिमोट कंट्रोल कार्स घेऊन चाळा करत असायचा. कॅटलॉगमधील पिवळ्या विमानाच्या तर तो प्रेमातच पडला. त्याने बरीच मनधरणी केल्यानंतर वडिलांनी त्याला थोडे पैसे द्यायचं कबूल केलं. मॅटने स्वत:च त्या विमानाचे भाग जुळवून विमान तयार केलं. त्याने ते, 'युनिव्हर्सिटी ऑफ मिशिगन वुल्व्हराईनस'च्या रंगावरून मक्यासारख्या पिवळ्या आणि निळ्या रंगात रंगवलं. पण मदत करायला डॅड मिळू न शकल्याने त्या विमानाने कधी उड्डाणच केलं नाही. एकापाठोपाठ एक काहीतरी होतच गेलं. कधी पावसाच्या चार सरी आल्या. नंतर डॅडनी आदल्या रात्री एक प्रसूती केल्यामुळे ते दमलेले होते. कधीतरी बारीकसारीक कामं होती. नेहमी काही ना काही उपटायचं.

तीन वर्षांनंतर फेनिंगरना तळघरात एका ताडपत्रीखाली ते विमान सापडलं. ते बाहेर काढलं, तर आजही मॅट खूष होईल, हे त्यांना ठाऊक होतं. या शनिवार-रविवारी ते काम करायचंच, अशी त्यांनी प्रतिज्ञा केली; पण ते व्हायचं नव्हतं. मिशिगनमधील त्या थंडगार दिवशी मॅट, डॉ. फेनिंगरसमोर होता आणि त्याची तब्येत बिघडली आहे, याची त्यांना कल्पना आली होती.

पुढच्या गोष्टी भराभर घडत गेल्या. जवळच्याच एका क्लिनिकमध्ये केलेल्या एमआरआयमध्ये त्याच्या डोक्यात एक संशयास्पद गाठ असल्याचं आढळलं. दुसऱ्यांदा केलेल्या स्कॅन्सवरून त्याच्या मेंदूच्या तळाकडच्या भागात एक ट्युमर वाढत असल्याची खात्री झाली. चाचण्या केल्यानंतर काही दिवसांनी त्यांचे रिपोर्ट्स मिळाले. मॅट वर्गात बसला असताना त्याच्या दहावीच्या गणिताच्या शिक्षकांनी त्याच्या हातात एक चिठ्ठी ठेवली: 'तुझ्या लॉकरजवळ तुझी आई उभी आहे, तिला

भेट.' ''काय झालं होतं ते माझ्या लक्षात आलं,'' मॅट मला म्हणाला. भयंकर, अतर्क्य असं काहीतरी कानावर पडणार याची कल्पना आल्यामुळे, सावकाश पावलं उचलत चालणाऱ्या त्या संवेदनशील मुलाची काय अवस्था झाली असेल, या विचाराने माझ्या मनावर दडपण आलं. रिकाम्या पॅसेजमध्ये फ्लुअरेसंट दिव्याखाली आई उभी असलेली दिसली. रडून-रडून तिचे डोळे लाल झाले होते. मॅट मला म्हणाला, ''आम्ही एकमेकांना मिठी मारली आणि दोघंही रडलो.''

नंतरच्या चाचण्यांवरून आढळून आलं की, मॅटला पिनिअल जर्मिनोमा नावाचा क्वचितच आढळणारा ट्युमर झाला होता. अख्ख्या अमेरिकेत वर्षभरात अशा चाळीस केसेसचं निदान होतं. त्या कुटुंबाला धक्का बसला. पण त्यातल्या त्यात एक जमेची बाजू होती. त्याच्यावर उपचार होण्यासारखे होते. डॉ. फेनिंगरनी सूत्रं हातात घेतली. आपल्या मुलावर उपचार करण्यासाठी त्यांनी देशातील निष्णात डॉक्टर शोधला. न्यूयॉर्कमध्ये शस्त्रक्रिया करायचं ठरलं.

हे सुरू होण्यापूर्वी त्या कुटुंबीयांनी रजेत हवाईला जाण्याची योजना आखली होती. आताही त्यांनी ठरल्याप्रमाणे हवाईला जायचं ठरवलं. पण मॅटची तब्येत दिवसेंदिवस खालावत चालली होती. त्याचा दुहेरी दृष्टीचा त्रास इतका वाढला की, 'व्हेल-वॉचिंग ट्रिप'च्या वेळी त्याला होडीच्या कठड्यापलीकडचं काहीही स्पष्ट दिसू शकलं नाही.

दोन दिवसांनी तो न्यूयॉर्कमध्ये होता. वाचनाची आवड असणारा तो किशोरवयीन मुलगा आपल्या निरागस अग्रक्रमांना मनात ठेवून शस्त्रक्रिया कधी होणार, त्याची वाट पाहत होता. ''मी मरेन अशी भीती मला वाटत नव्हती. पण मी पूर्वीसारखा राहणार नाही या विचाराने मी घाबरलो होतो,'' मॅथ्यू म्हणाला. ''माझ्या वर्गात बहुतेक वेळा मी टॉप करायचो. पण आता मात्र माझ्या मेंदूला इजा होऊन मी अपंग होईन, अशी मला भीती वाटत होती. माझे खूप मित्र माझ्यासाठी प्रार्थना करत होते. आणि देव मला मरू देणार नाही, याची मला खात्री होती.''

फेनिंगर कुटुंब दर रविवारी चर्चला जात असे. वैद्यकीय कारकीर्द सुरू करण्यापूर्वी डॉ. फेनिंगर रोमन कॅथलिकपंथीय पाठशालेत काही काळाकरिता जात होते. तरीही त्यांच्या घरात खास धार्मिक वातावरण होतं, असं म्हणता येणार नाही; पण मॅथ्यू याला अपवाद होता. आजारी पडण्यापूर्वीसुद्धा तो रोज काही वेळ देवाशी बोलत असे. ''मी खूप प्रार्थना करत असे,'' तो आज सांगतो, ''देव आणि मी आम्ही जिवलग मित्र होतो. मी कुत्र्याला फिरायला न्यायचो, तेव्हा मी प्रार्थना करायचो किंवा देवाशी गप्पा मारत ब्लॉकभोवती फेरी मारायचो.'' पण त्याच्या या छोट्याशा आयुष्यात पहिल्यांदाच त्याची श्रद्धा डळमळायची वेळ आली होती.

शस्त्रक्रिया यशस्वी झाल्यासारखी वाटत होती. एवढी की, यानंतर मॅटला

फक्त रेडिएशनचा उपचार देण्याची आवश्यकता होती. रेडिएशन कर्करोग तज्ज्ञाने त्याला सांगितलं की, कर्करोग पुन्हा उद्भवण्याची शक्यता हजारात एक एवढीच असते. फेनिंगर यांची योजना यशस्वी झाली होती. त्यांनी आपल्या मुलाला वाचवलं होतं. पण लवकरच, विचित्र चिन्हं दिसू लागली. जसजसा उन्हाळा सरत आला, तसतशी, नेहमी आनंदी असणाऱ्या मॅटला दुःस्वप्नं पडू लागली आणि त्याला औदासीन्याने घेरून टाकलं. तो सप्टेंबरमध्ये पुन्हा शाळेत जाऊ लागला; पण त्यामुळेही त्याची उदासीनता कमी झाली नाही. "मी विक्षिप्तपणे वागू लागलो होतो," तो म्हणतो. "खरंतर मी भानावरच नव्हतो."

गतगोष्टींचा विचार करता असं वाटतं की, ती नंतर घडणाऱ्या घटनांची नांदी होती. शाळा सुरू झाल्यानंतर काही आठवड्यांनी मॅटचा फॉलो-अप एमआरआय करायचा होता. हजारात एक अशी शक्यता असल्यामुळे कोणालाही विशेष काळजी वाटत नव्हती. पण रेडिओलॉजिस्टच्या पडलेल्या चेहऱ्याकडे पाहून काहीतरी गडबड आहे, हे फेनिंगर कुटुंबाच्या लक्षात आलं.

नवीन एमआरआयमध्ये चार ट्युमर्स आढळले. त्यापैकी तीन मॅटच्या डोक्याच्या कवटीच्या मागच्या बाजूला होते, आणि एक पाठीचा कणा जिथून सुरू होतो, तिथे होता. त्यापैकी प्रत्येक ट्युमर जवळजवळ गोल्फ बॉलएवढा होता. ट्युमर्स पुन्हा तयार झाले होते. फेनिंगर कुटुंबीय उद्ध्वस्त झाले. मॅटच्या आई-वडिलांना वाटत होतं की, आपला मुलगा आता बरा झाला. पण आता मात्र तो हातचा जातो की काय, या भीतीने ते गर्भगळीत झाले. मॅटने मला सांगितलं, "मला अजूनही वाटत होतं की देव आहे. मी त्याला विचारत होतो, 'पहिल्यांदा तू मला बरं व्हायला मदत केलीस. मग तू पुन्हा मला आजारी का पाडलंस?' " मॅटने चर्चच्या तरुण मुलांच्या गटातील त्याच्या मित्रांना गोळा केलं आणि सर्वांनी मिळून प्रार्थना केली. त्यांनी मॅटचे हात धरले आणि सगळ्यांनीच अश्रूंना वाट मोकळी करून दिली. मॅटने मला सांगितलं की, त्या रात्री त्याला एक सुंदर दृश्य दिसलं - उल्का पडताना पाहिलं त्याने. तो म्हणतो की, मिशिगनमध्ये हिवाळ्यात दिसणारं दुर्मीळ दृश्य होतं ते. मॅटला तो स्वर्गातून मिळालेला शुभशकुन वाटला.

उल्कापात हा शुभशकुन म्हणावा, तर इतर गोष्टी वेगळंच काही सुचवत होत्या. डॉक्टरांनी मॅट आणि त्याच्या कुटुंबीयांना सांगितलं की, ट्युमर्स खूपच वेगाने वाढत होते, अगदी भीतिदायक वेगाने. त्यांच्या जागा पाहिल्या तर दुसरी शस्त्रक्रिया हा पर्याय नव्हता. त्याऐवजी, डॉक्टरांनी आक्रमक केमोथेरपीचा उपचार करायचं ठरवलं. एक सत्र तीन दिवस चालणारं होतं, पण मॅटचं शरीर जेरीस आलं होतं. केमोच्या दुसऱ्या फेरीनंतर, तर त्याला आठवडाभर रुग्णालयात राहावं लागलं होतं. रात्रंदिवस त्याला उलट्या होत होत्या आणि जवळजवळ सतत त्याला रक्त

द्यावं लागत होतं. मॅटच्या कर्करोगतज्ज्ञाने सांगितलं की, त्याचा प्रतिसाद हे दुसरं वाईट लक्षण आहे. याचा अर्थ मॅटची तब्येत अजूनच बिघडत चालली होती. केमोची तिसरी फेरी जवळ येत असताना, मॅटने वडिलांना एक वेगळीच गोष्ट करायला सांगितली. वडिलांना ती गोष्ट खूपच चमत्कारिक वाटली. मॅटने वडिलांना सांगितलं, ''तुमच्या ओळखीच्या सर्वांना गोळा करा आणि माझ्यासाठी प्रार्थना करायला सांगा.''

फेनिंगर स्वत:ला विज्ञाननिष्ठ समजत होते. ते बहुतेक रविवारी चर्चला जात असले, तरी पूर्वीची पराकाष्ठेची धार्मिक श्रद्धा त्यांनी दोन दशकांपूर्वीच सोडून दिली होती. ते प्रार्थना करणाऱ्यांपैकी नव्हते. श्रद्धेची सार्वजनिक अभिव्यक्ती त्यांना त्रासदायक वाटत असे; पण ही गोष्ट वेगळी होती. हा त्यांच्या मुलाच्या आयुष्याचा प्रश्न होता. म्हणून त्यांनी मॅटने सांगितल्याप्रमाणे करण्याचं कबूल केलं. दुसऱ्या दिवशी मिडलॅन्ड क्लिनिकमध्ये काम करणारे लोक आणि जिथे मॅटला केमो दिलं जात होतं, त्या मिशिगन मेडिकल सेंटरमधील अनेक डॉक्टरांच्या मेलबॉक्समध्ये पत्रं होती. त्या पत्रांत लिहिलं होतं, ''माझ्यावर मेहरबानी करा. माझा मुलगा मरणाच्या दारात आहे. बाकी सर्व प्रयत्न व्यर्थ गेले आहेत. मला तुमच्या मदतीची गरज आहे.''

चौदा वर्षांनंतर ही गोष्ट सांगताना फेनिंगरांचा गळा दाटून येतो. ''मी त्यांना माझ्याबरोबर फक्त प्रार्थना करायला सांगितलं. अलौकिक शक्ती खरोखरच असते की नाही, मला माहीत नाही. पण मी त्यांना फक्त सांगितलं, 'तुम्ही वैद्यकेतर उपचारक (healers) आहात. आपण जे करू शकतो, त्या यांत्रिक गोष्टींच्या पलीकडे जाऊन जोडलं गेलं पाहिजे.'' मॅटच्या धर्मोपदेशकांना ही सार्वजनिक प्रार्थना चर्चमध्ये ठेवायची होती. पण ती रुग्णालयातच ठेवावी, या विचारावर जॅक ठाम होते. कारण ते आणि त्यांचे सहकारी डॉक्टर त्याला तिथेच बरं करणार होते. त्यामुळे तिथेच ते मदत मागणार होते.

आरोग्य आणि वैद्यकशास्त्र यांत प्रार्थनेची भूमिका विवाद्य आहे, यात प्रश्नच नाही. तरीही बरेच लोक हा संबंध गृहीत धरून चालतात, हेही वादातीत सत्य आहे. कोणत्याही चर्चमध्ये जा. रुग्णासाठी प्रार्थना चालू असतील. बहुतेक रुग्णालयांत धर्मोपदेशक तैनात केलेले असतात. शस्त्रक्रियेच्या खोलीबाहेरील प्रतीक्षालयात डोकावलं, तर घट्ट धरलेले हात, पुटपुटणारे ओठ त्या उच्चशक्तीला आळवताना दिसतील. या संदर्भातील पाहण्यांमध्ये आढळून आलं आहे की, जवळजवळ निम्मे अमेरिकन लोक आजारपणाचा – सततच्या वेदनांपासून ते अगदी कर्करोगापर्यंत – सामना करताना प्रार्थनेची मदत घेतात. ते स्वत:साठी तर प्रार्थना करतातच; पण जास्त करून ते आपल्या जवळच्या व्यक्तींसाठी प्रार्थना करतात. काही रुग्ण तर

डॉक्टरांनाही आपल्यासाठी प्रार्थना करायला सांगतात. आणि बरेच डॉक्टर करतातही. मी शस्त्रक्रिया करायला जाण्यापूर्वी माझ्या हातांना 'आशीर्वाद' देणारे रुग्ण आणि त्यांचे कुटुंबीयही मला भेटले आहेत; तर रुग्णांच्या कुटुंबीयांनी रुग्ण ठेवण्याच्या खोलीत, त्यांच्याबरोबर मलाही गुडघे टेकायला लावलं आहे. एकदा तर मी एका माणसाच्या मेंदूतील ट्युमर काढत होतो आणि ती शस्त्रक्रिया पूर्ण होईपर्यंतचे चार तास त्याची मुलंबाळं बाहेर स्तोत्रं म्हणत बसली होती.

मी सोळा वर्षं डॉक्टरी पेशात आहे. एक न्यूरोसर्जन म्हणून मायक्रोस्कोपमधून निरीक्षण करून चांगल्या ऊती आणि आजारी ऊती यांतील फरक ओळखण्यात तसंच तीक्ष्ण हत्याराने किंवा विद्युत्भारीत बोथट सळईने समस्याग्रस्त भाग कोरून काढून टाकण्यात माझी बरीचशी हयात गेली आहे. श्रद्धा वगैरेंविषयी मी जास्त बोलत नाही. आम्ही रुग्णालयात करतो त्या प्रकारची रोगमुक्तता आणि आपल्या स्वत:च्या मनाच्या खोल गाभाऱ्यात घडणारी वैद्यकेतर रोगमुक्तता यांतील परस्परक्रियांच्या संदर्भातील औपचारिक प्रशिक्षण मी कधीही घेतलेलं नाही. तरीही काही काळानंतर रोगमुक्ततेच्या प्रक्रियेत प्रार्थनेचं स्थान काय आहे, ते मला खोलवर कळलेलं आहे.

काही वर्षांपूर्वी हा संशोधनाचा ज्वलंत विषय होता. काही पाहण्यांत आढळून आलं होतं की, प्रार्थना आणि ध्यानधारणेने रोगप्रतिकारशक्ती वाढू शकते आणि नियमितपणे चर्चला जाणारे लोक गंभीर आजारातूनही लवकर बरे होण्याची जास्त शक्यता असते. यात आणखी संशोधन करण्यासाठी लक्षावधी डॉलर्स ओतले गेले. यातील विशेष उल्लेखनीय संशोधन हार्वर्डचे कार्डिऑलॉजिस्ट हर्बर्ट बेन्सन यांच्या नेतृत्वाखाली झालं. त्यांनी सहा मोठ्या रुग्णालयातील १८०२ हृदयरोग्यांची पाहणी केली. तीन ख्रिस्ती गटांना त्यांनी काही रुग्णांची नावं देऊन त्यांच्यासाठी प्रार्थना करायला सांगितलं. त्या रुग्णांसाठी 'यशस्वी शस्त्रक्रिया, जलद आणि पूर्ण रोगमुक्तता, कोणत्याही प्रकारच्या गुंतागुंतीचा अभाव' अशी प्रार्थना करायचं त्या गटाच्या सदस्यांनी मान्य केलं.

या पाहणीच्या निष्कर्षाने माझ्याप्रमाणेच तुम्हीही चकित व्हाल. सर्वांत पहिली गोष्ट म्हणजे ज्या रुग्णांसाठी प्रार्थना केली होती, त्या रुग्णांची प्रगती, ज्यांच्यासाठी प्रार्थना केली गेली नव्हती, त्यांच्यापेक्षा जास्त चांगली नव्हती. याही पुढची पायरी म्हणजे आपल्यासाठी प्रार्थना केली जात आहे, हे ज्या रुग्णांना कळलं, त्यांच्या आजारात उलट आणखी भरच पडली. कारण? याला काही कारणं असावीत. काही जणांना वाटतं की, ज्या लोकांसाठी प्रार्थना केली जाते, ते इतर रुग्णांपेक्षा जास्त आजारी असतात. त्या रुग्णांची प्रगती न होण्याचं कारण हे होतं; प्रार्थना नव्हे. त्याला अजून एक कारण असू शकेल की, आपल्यासाठी प्रार्थना केली जातं आहे हे ज्यांना ठाऊक होते, त्यांनी कणवेच्या या असामान्य भावनातिरेकाची सांगड गंभीर

आजाराशी घातली असावी आणि त्या भूमिकेशी स्वत:ला जुळवून घेतलं असावं. खरंतर हे समजावून सांगणं कठीण आहे, पण माझ्या अनुभवावरून सांगतो की, कोणतंही संशोधन लोकांना प्रार्थना करण्यापासून परावृत्त करू शकत नाही आणि तसं केलंही जाऊ नये.

मॅट फेनिंगरला मात्र तसं वाटत नव्हतं. आपल्या वडिलांनी जे केलं त्यामुळे त्याला भरून आलं. ''ही गोष्ट करणं, माझ्या वडिलांच्या दृष्टीने धाष्ट्यांचं होतं'', मॅट म्हणतो, ''त्यांना वाटलं, त्यांचं हसं होईल. फारफार तर त्यांचे मित्र येतील.'' पण जेव्हा मॅट आणि त्याचे वडील त्या दिवशी संध्याकाळी मिडलॅन्डमधील मिडमिशिगन मेडिकल सेंटरमध्ये पोहोचले, तेव्हा ते गोंधळून गेले. शेकडो लोक बसू शकतील एवढं मोठं प्रेक्षागृह पूर्ण भरून वाहत होतं. हॉलबाहेरील पॅसेजमध्येही गर्दी होती. डॉक्टर्स, स्नेही, रखवालदार, रुग्णालयाचे कारकून ..... . त्या इमारतीतील मॅटला ओळखणारे सर्व लोक आले होते आणि न ओळखणारेही बरेच जण आले होते. त्या गर्दीत सगळ्या प्रकारचे लोक होते. चर्चमध्ये नियमितपणे जाणारे लोक तर होतेच; पण एक छातीचे सर्जनही (thoracic surgeon) त्यात होते. त्या सर्जननी जॅकना सांगितलं, ''बऱ्याचदा असं झालं आहे की, माझा रुग्ण माझ्या हातात शेवटचा श्वास घेत आहे असं मला वाटलं आणि मी प्रार्थना केली आणि खरंच काहीतरी घडलं. मला अनुभव आला आहे.'' जॅक यांच्याबरोबर दहा वर्ष काम करणारे दुसरे डॉक्टर म्हणाले,''असल्या फालतू गोष्टींवर माझा विश्वास नाही. पण मी इथे आलो आहे ते तुमच्या मुलासाठी.'' पराकोटीचा भावनाविवश करणारा अनुभव होता तो. ते सगळं आटोपलं, तेव्हा जॅक फेनिंगर कसेबसे पाय ओढत घरी पोहोचले आणि बिछान्यात कोसळले.

इथेच या कथेला एक आश्चर्यकारक वळण मिळतं. या कोपऱ्यावर वैद्यकशास्त्र आणि श्रद्धा यांची टक्कर झाली. विश्वात कुठेतरी थोडीशी चलबिचल झाली आणि पुन्हा एकदा जीवन आणि मृत्यूमधील सीमारेषा सरकली. सर्व लोकांनी एकत्र येऊन प्रार्थना केली, त्या विलक्षण गोष्टीनंतर एक आठवड्याने मॅथ्यू पुन्हा एकदा एमआरआय स्कॅनरमध्ये होता. मागच्या तीन महिन्यांच्या अनुभवाने फेनिंगर कुटुंबीयांची अवस्था दारुण झाली होती. त्या उल्लेखनीय सार्वजनिक प्रार्थनेच्या आठवणी अंधूक झाल्या होत्या. अटळ वाटणाऱ्या गोष्टीचा सामना करायला मॅथ्यूने आपलं मन पोलादासारखं घट्ट केलं होतं.

पण एमआरआयचे निष्कर्ष थक्क करणारे होते. ट्युमर्स गेले होते. गोल्फ बॉलच्या आकाराएवढे मोठे असणारे ट्युमर्स फक्त लहानच झाले नव्हते, तर पूर्णपणे नाहीसे झाले होते. आपण पाहत आहोत तो स्कॅन आपल्या मुलाचाच आहे यावर जॅक फेनिंगरचा प्रथम विश्वासच बसला नाही. पण द्रवाचा निचरा होण्यासाठी

सर्जननी मॅटच्या डोक्यात प्लॅस्टिक ट्युब (shunt) घातली होती. बरोबर त्याच जागी त्या शंटची खूण दिसत होती. त्याच्या पूर्वीच्या शस्त्रक्रियांच्या वणाचा पुरावाही होताच. नुकतंच जे घडलं होतं, त्याचं वर्णन फेनिंगर्स फक्त एकाच शब्दात करू शकत होते: चमत्कार!

काही वर्षांपूर्वी चार्ल्स बरोज या छप्पन वर्ष वयाच्या, लष्करात सेवा केलेल्या सैनिकाच्या बाबतीत अशीच गोष्ट घडली. त्यांना यकृताचा कर्करोग झाल्याचं निदान झालं. त्यावर शस्त्रक्रिया करणं शक्य नव्हतं. या निदानानंतर दोन महिन्यांनी त्यांना ताप आला, मळमळू लागलं आणि ते थरथर कापू लागले. काही दिवसांतच त्यांच्या लक्षात आलं की, त्यांच्या मधल्या भागातील वेदना आणि स्पष्ट दिसणारी गाठ दोन्ही गायब झाली होती. फिनिक्स व्हेटेरनस अफेअर्स हेल्थकेअर सिस्टिममधील मॅग्नेटिक रिझोनन्स इमेजिंग स्कॅनमध्ये कर्करोगाचं कोणतंही चिन्ह दिसलं नाही. फिनिक्स हॉस्पिटलमध्ये बरोजना तपासणाऱ्या डॉ. नूमन गिलानींना ट्युमर होता त्या जागी 'रिकामी जागा' दिसली. गोंधळलेल्या गिलानींनी आपण बघितलं, ते नक्की काय होतं ते समजून घेण्यासाठी थोडं वाचन केलं, तेव्हा त्यांना अशा प्रकारच्या दोन डझनांहूनही जास्त केसेस आढळल्या. यकृताचा कर्करोग झालेल्या या रुग्णांवर कोणतेही परंपरागत उपचार केल्याशिवायच त्यांच्यात स्वयंस्फूर्त रोगमुक्तता होऊन ते रुग्ण पूर्णपणे बरे झाले. त्यापैकी एका रुग्णाचं वय पंचाऐंशी होतं.

हे फक्त यकृताच्या कर्करोगाच्या बाबतीतच झालं असं नाही. आश्चर्यकारकरीत्या आणि अनाकलनीय पद्धतीने ट्युमर्स नाहीसे झाल्याच्या शेकडो केसेसची कर्करोग तज्ज्ञांनी नोंद केली आहे. गणितज्ञ आणि समाजशास्त्रज्ञ ॲलिस एपस्टिन यांना १९८५मध्ये मूत्रपिंडाच्या कर्करोगाचं निदान झालं. एक मूत्रपिंड काढलं; पण कर्करोग फुप्फुसांपर्यंत पसरला होता. त्या जेमतेम तीन महिने जगतील असं डॉक्टरांनी सांगितलं. पण एपस्टिननी आणखी शस्त्रक्रिया आणि केमोथेरपी या दोन्हींनाही नकार दिला आणि तरीही वर्षभरानंतर ट्युमर्स गेले होते.

या कथा माझ्यापुढे सादर झाल्या, तेव्हा माझ्या डोक्यात काय-काय आलं, ते मी तुम्हाला सांगितलं नाही, तर तो माझा कामचुकारपणा ठरेल. विज्ञानप्रशिक्षित अशा अनेक लोकांप्रमाणेच मीही याची कारणमीमांसा करण्याचा प्रयत्न केला. तेव्हा माझ्या मनात विचार आला : या प्रश्नाचं उत्तर आपल्या शरीरातच खोलवर कुठेतरी आधीपासूनच असलं तर? त्यांची स्वत:ची रोगप्रतिकारयंत्रणा अचानक जास्त प्रमाणात कृतिशील झाली आणि तिने त्या आगंतुक कर्करोगपेशींना नष्ट केलं असेल तर? ज्यांचा कर्करोग अचानक गायब झाला अशा बऱ्याच लोकांना, चार्ल्स बरोजप्रमाणेच, अचानक कसले तरी आजार झाले होते. कदाचित त्या संसर्गदोषाविरुद्ध सुरू झालेल्या रोगप्रतिकाराच्या प्रतिसादामुळे ट्युमरचाही नाश झाला असेल. यात

रोगप्रतिकारक यंत्रणेचा हात असण्याची दाट शक्यता आहे. त्या यंत्रणेला कर्करोगाच्या पेशींवर हल्ला करायला प्रेरित कसं करावं, यावर कर्करोगविरोधी प्रगत संशोधनाचा जास्त भर आहे.

एक शास्त्रज्ञ या नात्याने मी या घटनांकडे ईश्वरी हस्तक्षेप किंवा काहीतरी गूढ म्हणून पाहू शकत नाही. मला या अपूर्व घटनेचं स्पष्टीकरण शोधणं भाग आहे. तसं असलं तरी, मी एक वैद्यकीय पत्रकार असल्यामुळे मी नेहमीच असामान्य कथांच्या मागावर असतो. जेव्हा एखाद्या रुग्णाचा कर्करोग आपोआप नाहीसा होतो किंवा एखाद्या मुलाचे खूप पुढच्या अवस्थेतील ट्युमर्स सामुदायिक प्रार्थनेनंतर अदृश्य होतात – तुम्ही कदाचित यांना चमत्कार म्हणाल. पण चमत्कार म्हणजे नक्की काय, याचा तुम्ही विचार, फेरविचार करावा असं मला वाटतं.

परंपरागत वैद्यकशास्त्राने आणि व्यावहारिक ज्ञानानेही ज्यांची आशा पार सोडून दिली आहे, असे लोक कशामुळे बरे होतात, एवढंच नव्हे, तर त्यांची तब्येत जोमाने सुधारू लागते, याच संदर्भात हे अख्खं पुस्तक आहे. बहुतेक डॉक्टर सांगतील की, त्यांचा चमत्कारावर विश्वास नाही. त्यांचा विश्वास असतो परिश्रमांवर, आवश्यक ती पूर्वतयारी करण्यावर आणि आशा, प्रयत्न न सोडण्यावर. ह्यामुळेच तर ते मृत्यूला चकवू शकतात.

* * *

डॉ. डेव्हिड गॉर्स्कींना 'वैद्यकीय चमत्कार' या शब्दांची चीड आहे. गॉर्स्की हे वेडन स्टेट युनिव्हर्सिटीमध्ये सर्जन आणि कर्करोग संशोधक आहेत. ते 'रिस्पेक्टफुल इन्सलन्स' आणि 'सायन्स बेस्ड मेडिसिन' हे दोन ब्लॉग्ज लिहितात. 'ओरॅक' या टोपणनावाने लिहीत असलेल्या 'रिस्पेक्टफुल इन्सलन्स'मध्ये २००८चा आरंभ करताना गॉर्स्की नववर्षाच्या संकल्पाविषयी लिहितात : " 'अनपेक्षितपणे बचावणं' या अर्थाने 'चमत्कार' हा शब्द वापरणं, आपण बंद केलं पाहिजे." त्यांच्या मते अनेक चमत्कारांचं श्रेय अव्वल दर्जाच्या वैद्यकीय उपचारांना दिलं पाहिजे. उरलेले चमत्कार म्हणजे सहजगत्या घडलेल्या शक्यतांचा परिणाम. यांना जर चमत्कार म्हटलं, तर रुग्ण सत्यापासून दूर जातील – आणि निरुपयोगी किंवा अगदी धोकादायक उपचार चालू ठेवतील.

ॲलसाइड्स मोरेनोचं उदाहरण घ्या: न्यूयॉर्कचा, खिडक्या धुणारा हा माणूस डिसेंबर २००७मध्ये सत्तेचाळिसाव्या मजल्यावरून खाली पडूनही वाचला. गॉर्स्की म्हणतात की, त्याचं नशीब खूपच बलवत्तर होतं; पण त्याला वाचवणाऱ्या वैद्यकीय व्यावसायिकांचं कौशल्यही तेवढंच महत्त्वाचं. "त्या माणसाला वाचवलं ते अनेक लोकांच्या एकजुटीने केलेल्या प्रयत्नांनी, आणि दुसरं म्हणजे मानवी

शरीरविषयक ज्ञानाने,'' गॉर्स्की सांगतात.

गॉर्स्कींनी मोहीम सुरू केली पुराव्यावर आधारित वैद्यकशास्त्राची. याचा अर्थ असा – उपचारपद्धती उपयुक्त असल्याचा भरभक्कम पुरावा असेल, तरच तिचा वापर करण्यात यावा. म्हणजे कर्करोगाच्या जगातील बऱ्याच प्रसन्न करणाऱ्या आशादायी कथांची दाणादाण उडणार. त्यांना थोड्या प्रमाणात पछाडून टाकणाऱ्या केसेसपैकी एक केस होती स्टारचाइल्ड ॲब्राहम चेरिक्सची. (हो, हे त्याचं खरं नावच आहे.) व्हर्जिनियामधील या किशोरवयीन मुलाला हॉजकिन्स लिम्फोमा (Hodgekin's Lymphoma) झाला होता. परंपरागत उपचारपद्धती नाकारण्याचा हक्क बजावण्यासाठी त्याला कायद्याची मोठीच लढाई लढावी लागली होती. तो त्या भयानक रोगातून बराही झाला. डॉक्टरांनी केमोथेरपीची शिफारस केली होती; पण चेरिक्स आणि त्याचे कुटुंबीय तिजुआना येथील क्लिनिकमध्ये उपचार करून घेण्यासाठी लांब प्रवास करून गेले. त्या क्लिनिकमध्ये हॉक्ससे (Hoxsey) पद्धतीने उपचार केला जातो. यात ॲन्टिमनी, जस्त, ब्लडरूट, आर्सेनिक (अगदी थोड्या प्रमाणात), ज्येष्ठमध, लाल तीनपाती गवत (red clover), बरडॉकचं (Burdock) मूळ, स्टिलिंजिआ मूळ, बार्बरी, कॅस्कारा, काटेरी ॲशची सालं, बकथॉर्नची (buckthorn) सालं, पोटॅशियम आयोडाइड, प्रोकेन हायड्रोक्लोराइड आणि जीवनसत्त्वं, यकृत आणि निवडुंग – त्याचप्रमाणे गंधक व टॅल्क – या विविध गोष्टींचं मिश्रण करून ते त्वचेला लावलं जातं. कोर्टाने मध्ये हस्तक्षेप केला आणि त्यांच्या परतीच्या प्रवासात अडथळा आणला, आणि त्यांना तडजोड करायला भाग पाडलं. त्यानुसार नेहमीचा रेडिएशन उपचार आणि वनौषधी व नेहमीपेक्षा वेगळ्या प्रकारचा उपचार (Alternative therapies) यांचा संयुक्त उपचार देणाऱ्या स्थानिक कर्करोगतज्ज्ञाकडे जायला चेरिक्स तयार झाला. २००८च्या शरद ऋतूपर्यंत चेरिक्स पूर्णपणे बरा झाला, असं बातमीपत्रात म्हटलं होतं.

मध्यंतरी २००७मध्ये व्हर्जिनिया राज्यात 'ॲब्राहमचा कायदा' म्हणून नवा कायदा पारित केला. त्यानुसार 'प्राणघातक विकार' असलेल्या चौदा ते सतरा वर्षे वयाच्या मुलाच्या कुटुंबीयांना त्यांच्या निवडीप्रमाणे कोणतीही उपचारपद्धती रुग्णासाठी वापरात आणण्याचा किंवा न आणण्याचा अधिकार दिला. 'नेहमीपेक्षा वेगळ्या प्रकारच्या उपचारांचा विजय' अशा तऱ्हेच्या मथळ्याखाली ही बातमी प्रसिद्ध झाली. गॉर्स्कींना मात्र ते हास्यास्पद वाटतं. ''हॉक्ससे पद्धत कुचकामी असल्याचे खूप पुरावे उपलब्ध आहेत,'' ते म्हणतात. ''नि:संशय रेडिएशनमुळेच ॲब्राहमचे ट्युमर्स आक्रसत गेले.''

हे पुरावाधिष्ठित वैद्यकशास्त्र. दैवी उपायांच्या शोधात यात्रेकरू शेकडो वर्षं जिथे जात आहेत, त्या 'लूर्देस'सारख्या ''वैद्यकेतर उपचारक'' स्थानांची संकल्पना

गॉर्स्की मोडीत काढतात. प्रार्थनाही (वैद्यकेतर) उपचारक आहे, हा समजही त्यांना अमान्य आहे. ''त्याचा काही उपयोग नाही, हे स्पष्टच आहे,'' असं ते म्हणतात. बहुतेक शास्त्रज्ञांचा दृष्टिकोन असाच असतो, निदान उघड तरी. पण मला ठाऊक आहे, त्यांच्या - यात माझाही समावेश आहे – मनात काही प्रश्न सलत असतातच. अगदी केमोथेरपीमुळे म्हटलं, तरी मॅथ्यू फेनिंगरच्या रोगमुक्त होण्याचा वेग विलक्षण, अगदी आश्चर्यचकित करणारा होता. ट्युमर्स पूर्णपणे नाहीसं होणं सोडाच, पण त्यांचा आकार लहान होण्याचं चिन्ह दिसायलाही कित्येक महिने जावे लागतात. एखाद्या चमत्कारासारखी रोगमुक्ती झाल्याच्या बऱ्याच घटना अधूनमधून ऐकायला येत असतात – अर्थात चमत्कार हा शब्द न्यूरोसर्जन नाही; पण वैद्यकीय पत्रकार वापरेल त्या अर्थाने.

कधीकधी खरोखरच कोणीतरी कर्करोगावर मात केल्याचं आढळतं. ते लॉटरी लागल्यासारखंच असतं. कदाचित तो चमत्कार असेल. किंवा प्रार्थनांना आलेलं फळ असेल. नाहीतर वेगळंच काहीतरी असेल. तसं असेल, तर मात्र डॉक्टरांनी किंवा पत्रकारांनी खोलात शिरून त्याचा शोध घेतलाच पाहिजे. महत्त्वाची गोष्ट म्हणजे निदान चुकीचं असण्याची शक्यताही विचारात घ्यावी लागेल. चार्ल्स बरोज किंवा अगदी मॅट फेनिंगरच्या केसप्रमाणे व्यवस्थितपणे लेखी नोंदी नसलेल्या केसेसमध्ये त्या व्यक्तीला कर्करोग झालेलाच नसण्याची दाट शक्यता आहे. रुग्णालयात घडणारा एक मनोरंजक प्रकार म्हणजे गटविचार. एखाद्या रुग्णाला एखाद्या रोगनिदानाचं किंवा संभाव्य चढउताराच्या पूर्वनिदानाचं लेबल लागलं की, आरोग्यसेवापथकाचे इतर बहुतेक सदस्य स्वत: शहानिशा करण्याच्या भानगडीत पडत नाहीत. अशा वेळी 'दुसरं मत' महत्त्वाचं ठरतं. त्या समस्येचा कोणत्याही प्रभावाशिवाय, नव्या दृष्टीने विचार होतो.

पण हे अजूनच गुंतागुंतीचं होतं. वैद्यकशास्त्राच्या वहिवाटीत सतत बदल होत असतात. नवीन शोध लागतात, नवीन दृष्टिकोन येतात. एखाद्या रुग्णाला त्याचा फायदा होऊ शकतो किंवा त्यामुळे इजाही पोहोचू शकते. दुसरं म्हणजे प्रत्येक रुग्ण हा ज्ञात, अज्ञात बाबतीत इतरांपेक्षा वेगळा असतो. वैद्यकीय चाचण्या आणि काळजीपूर्वक केलेलं संशोधन याला आपण महत्त्व देत असलो, तरी डॉक्टर बहुधा मत देतात ते त्यांच्या वैयक्तिक अनुभवावरूनच किंवा त्यांच्या ओळखीच्या वा त्यांच्या वाचनात आलेल्या इतर डॉक्टरांच्या अनुभवावरून. 'एखाद्या घडलेल्या कथेचा पुरावा असावा,' त्याप्रमाणे या गोष्टी असतात. काही जणांना तर त्या शब्दांविषयी तिरस्कार वाटतो. त्यांच्या 'तो *फक्त* गोष्टीतील पुरावा आहे' असं म्हणण्यातही उपहास दिसून येतो; पण शेवटी, प्रत्येक रुग्ण म्हणजे एक कथा असते. आणि काही लोक बरे होतात तर काही होत नाहीत, याची कारणंही बरेचदा

स्पष्ट नसतात.

आणखी एक खरीखुरी शक्यता म्हणजे त्या व्यक्तीचं निव्वळ भाग्यवान असणं. आपल्याला लॉटरी लागेल, असं समजून खरोखरच कोणी चालत नाही. पण बहुतांश वेळा जिंकलेलं तिकीट खरोखरच कोणाकडे तरी असतं. महत्त्वाची गोष्ट म्हणजे आकडेवारी, शक्यता, अनुकूल-प्रतिकूल घडण्याचा संभव हे सगळं विचारात घेतलं पाहिजे. पॉवरबॉल खेळताना, अनुकूल-प्रतिकूल घडण्याच्या शक्यता आपल्याला *माहीत* असतात. तुम्हाला कुतूहल वाटत असेल, तर एका तिकिटावर जिंकण्याची शक्यता १९,५२,४९,०५४ ला १ एवढीच असते. पण वैद्यकशास्त्राची गोष्ट वेगळी आहे. कोणताही डॉक्टर एवढं तंतोतंत सांगू शकणार नाही. प्रत्येक केसशी संबंधित गोष्टी, प्रकाशित संशोधन आणि आमचा स्वतःचा अनुभव यांच्या आधारे आम्ही अनुमान करतो; पण शेवटी तो फक्त एक अंदाज असतो. चांगली योग्यता असलेला आणि पुराव्याने सिद्ध झालेला अंदाज. पण शेवटी तो अंदाजच असतो. मार्क रागुचींना लाइफ सपोर्टवरून काढावं, असं त्यांच्या कुटुंबीयांना सांगणारे डॉक्टर उच्चशिक्षित, भरपूर अनुभव असलेले होते. त्यांचा उद्देशही चांगला होता. पण ते चुकीचे ठरले.

१९९६च्या उन्हाळ्यात दुपारच्या वेळी डेव्हिड बेली हा तीस वर्षांचा माणूस पोक काढून फोन करत बसला होता. प्रत्येक कॉलनंतर त्याची हॅन्डलवरील पकड अधिकच घट्ट होत होती. त्याचे प्राण वाचवू शकतील, अशा लोकांची त्याने यादी केली होती. त्या यादीवरून तो फोन करत होता. कॉम्प्युटर सॉफ्टवेअरचा यशस्वी विक्रेता असलेल्या बेलीच्या सभोवती अर्धवट भरलेले पुठ्ठ्याचे खोके होते. दोन आठवड्यांपूर्वी म्हणजे ४ जुलैला तो आणि त्याची बायको सामानाची बांधाबांध करत होते. त्याला बोस्टनच्या उपनगरात नवी नोकरी मिळाली होती. त्यामुळे सुटीत ते उत्तर व्हर्जिनियाचं घर सोडून बोस्टन उपनगरात जाण्याची तयारी करत होते. आदल्याच दिवशी तो मॅसेच्युसेट्सहून मोटार चालवत घरी आला होता. अकरा तासांच्या प्रवासामुळे त्याचं डोकं एवढं दुखत होतं की, जणू आता डोकं फुटेल की काय, असं वाटत होतं.

सकाळी तर त्याची तब्येत आणखी बिघडली. सामानाची बांधाबांध करणं थांबवावं लागलं. ब्रेकफास्टनंतर थोड्याच वेळात बेलीला मळमळू लागलं आणि भोवळ येऊ लागली. तो अडखळून बैठकीच्या खोलीत पडला. ''माझ्या पत्नीने ९११ला फोन केला आणि मला रुग्णवाहिकेतून नेलं. पण लोक उगीचच एवढे चिंताक्रांत झाले आहेत, असं मला वाटलं,'' त्याने मला सांगितलं,''यानंतरचं

काहीही मला आठवत नाही.''

रुग्णवाहिकेत, बेलीला एक छोटी आकडी आली. रुग्णालयात पोहोचल्यावर त्याला अपस्माराचा मोठा झटका आला. त्याच्या मेंदूच्या एमआरआयमध्ये एक मोठा गड्डा आढळून आला. त्याच दिवशी त्याला शस्त्रक्रियेसाठी नेण्यात आलं. चौथ्या दिवशी त्याला जाग आली. तेव्हा त्याला खूपच बरं वाटत होतं. पण ते ती बातमी मिळेपर्यंतच टिकलं. ''ते मला म्हणाले की, माझं आयुष्य जेमतेम सहा महिनेच आहे,'' तो म्हणाला, ''ट्युमर म्हणजे ग्लाओब्लास्टोमा (glioblastoma) होता. त्यांनी मला शुभेच्छा दिल्या.''

रुग्णालयात ऐकू येणाऱ्या शब्दांमध्ये सर्वांत जास्त नाउमेद करणारा शब्द आहे 'ग्लाओब्लास्टोमा' किंवा जीबीएम. मेंदूच्या कर्करोगाच्या, आपल्याला माहीत असलेल्या १२६ प्रकारांपैकी सर्वांत जास्त आढळणारा; पण सर्वांत जास्त प्राणघातक प्रकार म्हणजे ग्लाओब्लास्टोमा. मेंदूच्या इतर ट्युमर्ससारखाच हाही तसा क्वचितच म्हणजे वर्षभरात फक्त दहा हजार लोकांना होतो. त्याला 'मॅलिग्नंट ग्लाओमा' असंही म्हटलं जातं. या प्रकारच्या ट्युमरला तंतू येतात. मूळ ट्युमरपासून फांद्या फुटतात. मी शस्त्रक्रिया करण्यासाठी मेंदू उघडतो, तेव्हा हे ट्युमर्स *'एलिएन'*मधील भयंकर प्राण्याची, आपल्या सैतानी तंतूनी भक्ष्य पकडणाऱ्या त्या मॉन्स्टरची लहान आवृत्ती असल्यासारखे दिसतात. मॅलिग्नंट ग्लाओमाची वाढ खूप वेगाने होते. त्याला वैद्यकीय परिभाषेत 'अतिशय आक्रमक' असं म्हणतात. त्याच्यावर उपचार केले नाहीत, तर काही *दिवसांतच* तो आकाराने दुप्पट होतो. तेवढीच धोकादायक असणारी दुसरी गोष्ट म्हणजे मॅलिग्नंट ग्लाओमा हा ''डिफ्यूझ'' असतो. याचा अर्थ असा की, वेगवेगळ्या प्रकारच्या पेशींचा बनलेला असतो. या पेशी वेगवेगळ्या उपचारांना वेगवेगळ्या प्रकारे प्रतिसाद देतात. हे खूप महत्त्वाचं आहे. कारण कोणतीही एकच उपचारपद्धती मॅलिग्नंट ग्लाओमाच्या सर्व पेशींना मारू शकत नाही. मी या बाबतीत पॅथॉलॉजी डिपार्टमेंटमधील सहकाऱ्यांशी बोलतो, तेव्हा त्यात अजून कोणकोणत्या प्रकारच्या पेशी आहेत तेही आपल्याला नीटसं कळलेलं नाही. याची ते आठवण करून देतात.

हा रोग कशामुळे होतो, तेही नक्की ठाऊक नाही. बहुतेक केसेसमध्ये, तो होण्याचं कारण गूढ आहे. कारण माहीत नसल्यामुळे त्याला प्रतिबंध कसा करावा ते डॉक्टर सांगू शकत नाहीत; पण मॅलिग्नंट ग्लाओमाज्वरील सर्व संशोधनावरून आढळून येतं की, हा विश्वास बसणार नाही एवढा गुंतागुंतीचा आणि लवचीक असा विनाशक रोग आहे. महत्त्वाची गोष्ट म्हणजे या ट्युमरमधील पेशींमध्ये सतत आणि जलद जनुकीय बदल होत असतात. शस्त्रक्रियेच्या वेळी केलेली बायोप्सी आणि काही महिन्यांनी पुन्हा तयार झालेल्या ट्युमरची बायोप्सी यात विलक्षण भिन्नता

आढळून येते. जणू तो पूर्णपणे वेगळाच रोग असतो. पेशींच्या या विविधतेला 'विजातीयता' (heterogeneity) असं म्हणतात. या विजातीयतेमुळेच डॉक्टर कॅन्सर रुग्णांना बहुविध प्रकारचे औषधोपचार करतात. एका प्रकारच्या पेशींना मारणाऱ्या औषधाचा दुसऱ्या प्रकारच्या पेशींवर काहीही परिणाम होत नाही आणि त्या वाढतच राहतात. याहूनही वाईट गोष्ट म्हणजे इष्ट परिणाम न करणाऱ्या औषधांना प्रतिकार करणाऱ्या, ट्युमरच्या पेशी जिवंत राहतात. आणि त्या जेव्हा बहुगुणित होतात, तेव्हा नंतरच्या सर्व पेशींमध्ये त्या औषधांना प्रतिकार करण्याची शक्ती येते. त्यामुळे फक्त एकाच प्रकारचे उपचार – उदाहरणार्थ, फक्त केमोचं औषधी द्रव्य – वास्तविक, परिणामकारक ठरत नाहीत.

ग्लाओब्लास्टोमा हा शारीरिकदृष्ट्या पुढे जात राहणारं लक्ष्य आहे. नॉर्थ कॅरोलिना येथील डरहममधील 'ड्युक मेडिकल सेंटर' येथील 'प्रेस्टन रॉबर्ट टिश ब्रेन ट्युमर सेंटर'चे संचालक डॉ. डॅरल बिग्नर यांच्या मते, लहान मुलांच्या विकसनशील मेंदूतील पेशींप्रमाणेच ग्लाओब्लास्टोमाच्या पेशीही बहुधा नेहमीच, मेंदूमध्ये स्थलांतर करण्याची क्षमता विकसित करत असतात. कर्करोग झाल्याचं उघडकीस येईपर्यंत त्या पेशी पार मेंदूच्या दुसऱ्या भागात पोहोचलेल्या असतात. कधीकधी तर खाली ब्रेन स्टेमपर्यंत गेलेल्या असतात. याच कारणामुळे या प्रकारचा कर्करोग पूर्णपणे काढून टाकायला शस्त्रक्रिया असमर्थ ठरते.

याचा अर्थ, शस्त्रक्रिया ही रुग्णाचा जीव वाचवण्यासाठी अत्यावश्यक गोष्ट नाही, असा होत नाही. रुग्णाच्या मेंदूवर दबाव आणणारा ट्युमर अल्पावधीत कापून टाकायला शस्त्रक्रिया गरजेची असते. न्यूरोसर्जन म्हणून मी अनेक तंत्रं अवगत केली आहेत आणि त्यामुळे दहावीस वर्षांपूर्वीपेक्षा कर्करोगविरोधी अस्त्र म्हणून शस्त्रक्रिया अधिकच प्रभावशाली झाली आहे. कोणत्याही शस्त्रक्रियेपूर्वी आम्ही मेंदूचं आणि ट्युमरचं ३-डी मॉडेल तयार करतो. यावरून ट्युमर नेमका कोणत्या जागी आहे, हे नक्की कळतं. त्याचप्रमाणे वाचा आणि हालचाल या क्रियांसाठी निर्णायक असणाऱ्या, मेंदूच्या केंद्रांच्या संदर्भात त्या ट्युमरचं स्थान काय, हेही स्पष्ट होतं.

अलीकडच्या काही वर्षांत, या जीवनावश्यक क्षेत्रांचा आराखडा काढण्यासाठी एक जास्त नाट्यपूर्ण पद्धत सर्जन्सनी आत्मसात केली आहे. बरेचसे सर्जन्स रुग्णाला भूल देऊन बधिर न करताच त्याच्या मेंदूची शस्त्रक्रिया करतात. (मेंदूला स्वत:ला वेदना जाणवत नाहीत, त्यामुळे हे शक्य होतं). सिनेटर टेड केनेडी यांची शस्त्रक्रिया ड्युकमध्येच झाली होती. ते याच प्रकारचे रुग्ण होते. तथाकथित 'जागृत शस्त्रक्रिये'त वैद्यकीय पथक सतत रुग्णाशी संवाद साधत असतं. त्याला पाठ केलेलं एखादं वाक्य म्हणायला सांगतात किंवा चेंडू पकडायला सांगतात. त्याद्वारे,

मोठं नुकसान होईल असा मेंदूचा कोणताही भाग कापला जात नाही, अशी सर्जन्स खात्री करून घेत असतात. याचा अर्थ असा की, सर्जन्स जास्त आक्रमक होण्याचं स्वातंत्र्य घेऊ शकतात. मेंदूच्या संवेदनशील क्षेत्रांचं रक्षण करण्यासाठी जास्त समास सोडण्याची गरज उरत नाही, त्यामुळे ते ट्युमरचा जास्त भाग कापू शकतात. पण तरीही रुग्ण पूर्ण बरा होत नाही. शेवटी शस्त्रक्रियेने केल्या जाणाऱ्या उपचारांवरही मर्यादा असतात. कारण आम्हाला जेवढं दिसतं तेवढंच आम्ही काढू शकतो. आणि या स्तरावर मुख्य समस्या असते ती आम्हाला दिसू न शकणाऱ्या, ट्युमरच्या पेशींची.

या सगळ्याची गोळाबेरीज केली तर हेच दिसून येतं. हे निदान म्हणजे ऐतिहासिकदृष्ट्या मृत्युदंडच आहे. औषधोपचार केले नाहीत तर रुग्णाचं सरासरी उर्वरित आयुष्य काही महिनेच असतं. नेमून दिलेले उपचार – ट्युमर कापण्याची शस्त्रक्रिया आणि त्यानंतर रेडिएशन आणि केमोथेरपी – करूनही रुग्ण वर्षभरापेक्षा जास्त काळ जगू शकत नाही. जेमतेम ३ टक्के रुग्ण पाच वर्षांपर्यंत जगतात आणि हे रुग्ण कर्करोग होण्याच्या वयाचे नसतात. तिशीत, चाळिशीत किंवा पन्नाशीत असतात.

शस्त्रक्रियेनंतर एक आठवड्याने डेव्हिड बेली डॉक्टरांकडे गेला. त्याचा जीव वाचवण्यासाठी पुढची पावलं कोणती उचलायची, याविषयी ते बोलतील अशी बेलीची अपेक्षा होती. "त्यांनी स्टॅपल्स आणि टाके काढले. मी त्यांना विचारलं, 'पुढे काय करायचं ठरवलं आहे?' त्यांनी मला एका माणसाला फोन करायला सांगितलं," बेली सांगतो. "मी म्हटलं, 'ठीक आहे. तुमच्याकडे त्याचा नंबर आहे का?' आणि नंतर 'मी तुमच्या फोनवरून करू?' मी थोडी माहिती मिळवली होती. त्यावरून मला कळलं होतं की, याचा आकार दहा दिवसांत दुप्पट होतो. इथे तर, बारा दिवस उलटून गेले होते," डॉक्टरांना तातडी वाटत नव्हती, हे बेलीच्या लक्षात आलं. मग त्याला विचारावंच लागलं, "हा नेहमी प्राणघातक असतो का?"

"याच्यावर मात करणं खूप कठीण असतं –" मरगळलेलं उत्तर.

जीबीएम हे एवढं कठोर निदान असतं की, खूप डॉक्टर त्याचा सामना करायचा प्रयत्नही करत नाहीत. ते सरळ रुग्णाला आयुष्याच्या अंतकाळाचा उपचार करायला लागतात म्हणजे रोगाशी लढायचं सोडून त्रास, वेदना कमी करायची औषधं देतात. पण डेव्हिड बेली त्यासाठी तयार नव्हता. निराशाजनक परिस्थितीत आशेचा किरण शोधण्यासाठी मॅट फेनिंगर प्रार्थनेकडे वळला. बेली इंटरनेटकडे

वळला. तो घरी गेला आणि त्याने वेब सर्फ करायला सुरुवात केली. जुन्या, डायल करायच्या मोडेममुळे त्याला थोडा वेळ लागला. पण त्याला एक वेबसाइट सापडली. www.virtualtrials.com त्यावरील, या निराशादायक परिस्थितीवर विजय मिळवण्यासाठी केलेले सर्व प्रयोग, संभाव्य नवीन पद्धतींच्या सर्व चाचण्या यांची त्याने यादी तयार केली. त्याला जरा बरं वाटलं. पण ते फक्त फोन करायला सुरुवात करेपर्यंतच टिकलं. त्याच्या बोटाच्या सांध्याच्या पांढरट दिसणाऱ्या हाडाने त्याने फोन घट्ट धरला होता.

"मी पहिला नंबर फिरवला आणि म्हटलं, 'हॅलो, मी डेव्ह बेली. मला मेंदूचा ट्युमर झाला आहे. तुम्ही मदत करू शकाल का?" बेली आठवण सांगतो.

"काय झालं आहे तुम्हाला?"

"ग्लाओब्लास्टोमा."

"ओहह!"

बेली म्हणतो, "तिच्या सुरावरून सगळं कळलं." तसंच पुढच्या फोनवरच्या माणसाच्या सुरावरून, त्यानंतरच्या ..... "तो खिन्न सूर ऐकूनच मला वाटायचं ते म्हणत आहेत, 'मी काही करू शकत नाही.' मग मी फोन ठेवायचो. मी जे शोधत होतो, ते हे नव्हतं."

त्या लांबलचक दिवशी हेच चाललं होतं. एका बंद रस्त्यानंतर दुसरा बंद रस्ता. पण चोविसाव्या कॉलच्या वेळी त्याला वेगळंच काहीतरी ऐकू आलं. "एका मुलीने फोन उचलला आणि मी एक छोटसं भाषण केलं. ती म्हणाली, 'असं? मला तुमच्या आजाराविषयी सगळं सांगा.' सुरात अगदी किंचित फरक. मी म्हटलं, 'हो. सांगतो सगळं.' तिला माझ्या भावना कळत होत्या. तिने आस्थेने सगळं ऐकून घेतलं आणि नंतर ती म्हणाली, 'मी डॉक्टरांना सर्व तपशील सांगते. ते रात्री तुम्हाला फोन करतील.' "

का कोणास ठाऊक, तिने निरोप घेतला, तेव्हा त्याला हिरमोड झाल्यासारखं वाटलं. डझनावारी बंद रस्त्यांनंतर आताही त्याला पुन्हा एकदा उडवून दिल्यासारखंच वाटलं; पण रात्री साडेदहा वाजता फोन वाजला. "आणि मला आवाज ऐकू आला, 'हाय! मी डॉ. फ्रिडमन – ड्युकमधला. मला कळलं की, तुम्हाला मेंदूचा ट्युमर झाला आहे. तुम्ही त्याविषयी काय करायचं ठरवलं आहे?' आणि मी म्हटलं, 'ते मला माहीत नाही; पण माझी केस मी तुमच्यावर सोपवतो आहे.' "

फोनवरील आवाज डॉ. हेन्री फ्रिडमन यांचा होता. प्रेस्टन रॉबर्ट टिश ब्रेन ट्युमर सेंटरच्या उपसंचालकांचा. मी जेव्हा हेन्री फ्रिडमन यांच्याशी बोललो, तेव्हा त्यांनी डयुकचा स्वेटशर्ट आणि जीन्स घातली होती. माझ्या डोळ्यांसमोर आले होते, तसे ते नव्हते. अनादरशीलतेकडे झुकणाऱ्या विनोदबुद्धीने ते त्यांच्या भोवतीच्या

सगळ्यांना भारून टाकत होते. मला सगळ्यात भावलेली गोष्ट म्हणजे त्यांचा सेलफोन सतत वाजत होता. मला नंतर कळलं की, ते त्यांच्या सर्व रुग्णांना त्यांचा फोन नंबर देतात आणि त्यांना फोन करायला प्रोत्साहन देतात. हा त्यांच्या उपचारपद्धतीचाच एक भाग होता.

फ्रिडमन म्हणतात की, बेलीच्या बाबतीत जे घडलं ते प्रातिनिधिक स्वरूपाचं होतं. ''माझ्या जवळजवळ प्रत्येकच रुग्णाला इथे येण्याअगोदर त्याच्या डॉक्टरने सांगितलेलं असतं की, त्याचे दिवस भरत आले आहेत. अगदी प्रत्येक रुग्णाला,'' फ्रिडमन म्हणतात. ते म्हणतात की, बऱ्याच डॉक्टरांना वाटतं की, बेलीसारख्या रुग्णाच्या बाबतीत काही करताच येणार नाही. याचा अर्थ फ्रिडमन यांना प्रथम लढावं लागतं, ते रुग्णांच्या या समजाशी. ''जीबीएमने माणूस मरतोच असं नाही. नियम नाही असा काही आणि असा नियम नाही म्हणूनच आपण आशादायक हस्तक्षेप करू शकतो. आशा हे तुमच्या हातातील खरं हुकमाचं पान आहे. कोणत्याही लढाईत, कोणत्याही आजारात तेच जास्त आवश्यक असतं.'' डेव्हिड बेलीला याच संदेशाची प्रतीक्षा होती. दुसऱ्या दिवशी सकाळी त्याने आणि त्याच्या बायकोने त्याच्या मेंदूचे सगळे स्कॅन्स एका पाकिटात घातले, कारमध्ये सामान भरलं आणि चार तास प्रवास करून ते डरहमला पोहोचले.

ते १९९६ साल होतं. मेंदूच्या स्कॅन्सची अजून एक फेरी, चर्चासत्र झाल्यानंतर बेलीला टेमोझोलोमाइडवर (temozolomide) ठेवलं गेलं. आता ते औषध टेमोडॅर (Temodar) या ब्रॅन्ड नावाखाली विकलं जातं. ते औषध घेणारा बेली हा फक्त बारावा माणूस होता. त्या परिस्थितीत जेवढं आशावादी राहणं शक्य असेल, तेवढे फ्रिडमन आशावादी होते. बेली हा जोमदार तरुण होता. त्याच्या पहिल्या शस्त्रक्रियेत त्याचा ट्युमर कापून मसुरीएवढा केला होता. पुढचे तीन महिने चांगले गेले. नेहमीची केमोथेरपी आणि रेडिएशन यांच्या जोडीला टेमोझोलोमाइड दिल्याने बेलीच्या मेंदूचे स्कॅन्स निर्दोष आले होते.

रेडिएशन आणि औषधोपचारांनंतर, प्रमाणभूत उपचारपद्धतीत पुढे काहीही केलं जात नाही. पण बेली आणि फ्रिडमन थांबणारे नव्हते. दुसऱ्या शस्त्रक्रियेत, ॲलन फ्रिडमनने (यांचा हेन्रीशी काहीही संबंध नाही.) एक पोर्ट किंवा शंट म्हणजे एक नळी बेलीच्या मेंदूत घातली होती. त्याद्वारे इतर प्रायोगिक औषधोपचार करणं शक्य झालं असतं.

या पद्धतीला 'मोनोक्लोनल ॲन्टिबॉडी थेरपी' म्हणतात. मॅलिग्नंट ग्लाओमामधील प्रथिनं माणसाच्या संसर्गमुक्त पेशीत घालतात. त्यामुळे त्या पेशी त्या प्रथिनांना प्रतिसाद द्यायला शिकतात. त्या पेशींचं प्रयोगशाळेत क्लोनिंग केलं जातं आणि ते रेडिओॲक्टिव्ह आयोडीनला बांधले जातात. ते शंटमधून शरीरात सोडले की

एखाद्या अद्ययावत बॉम्बसारखे परिणाम होतात. संसर्गमुक्त पेशींच्या मार्गदर्शनाखाली रेडिएशन कर्करोगाच्या पेशींना 'शोधा आणि मारा' या मोहिमेवर निघतं. पण हे चालू असताना ते सभोवतीच्या, मेंदूच्या पेशींना थोडीही इजा पोहोचवत नाहीत.

बेलीसाठी हा अनुभव थोडासा अस्वस्थ करणारा होता. 'न्यूक्लिअर रेग्युलेटरी कमिशन'चा अधिकारी, गेगर काउन्टर घेऊन रोज बेलीच्या खोलीत येत असे आणि रेडिएशन ॲन्टिबॉडीजमधून रुग्णालयात झिरपत नाही ना, याची खात्री करून घेत असे. पण बेलीने त्या उपचारांना चांगला प्रतिसाद दिला – खूपच चांगला. जीबीएमच्या बहुसंख्य केसेसमध्ये काही महिन्यांतच पुन्हा कर्करोग होतो आणि आणखी काही महिन्यांनी रुग्ण मृत्युमुखी पडतो. पण माझं पथक जेव्हा डेव्हिड बेलीला भेटलं, तेव्हा लेशमात्रही मॅलिग्नंट वाढ त्याच्या शरीरात नसल्याला एक डझन वर्षांपेक्षाही जास्त काळ लोटला होता. हा नेत्रदीपक परिणाम होता. इतका चांगला की त्याला चमत्कार म्हणता *येईल*.

पण खोलात शिरलं तर त्यातून नक्की काहीतरी निष्पन्न होईल. वैज्ञानिकदृष्ट्या पाहिलं, तर बेलीने सर्वांना खोटं पाडलं. नेहमी घातकच असणारा असा मेंदूचा कर्करोग होऊनही त्याने त्याच्यावर अविश्वसनीयरीत्या मात केली. कशी? मी म्हटल्याप्रमाणे, बहुतेक डॉक्टरांचा दैवी हस्तक्षेपावर विश्वास नसतो. रुग्ण बरा होण्यामागे काहीतरी सबळ कारण असलं पाहिजे, असं त्यांचं ठाम मत असतं. तसं स्वत:ला श्रेय घेण्याकडेही आमचा कल असू शकतो. त्यामुळे डॉक्टरने जे काही केलं त्यामुळेच रुग्ण बरा झाला, असं आम्ही म्हणतो. पण त्याला एक जमेची बाजूही असते. याचा अर्थ, आम्ही नेहमी त्यामागचं कारण शोधत असतो. त्यावरून आम्ही शिकलेल्या धड्यामुळे इतरांना फायदा होऊ शकेल. पण एखाद्या गोष्टीचा वैज्ञानिक दृष्टीने खुलासा झाला, तर ती कमी आश्चर्यकारक, कमी विलक्षण ठरते, असं म्हणणं योग्य नाही. मेंदूच्या स्कॅनवर आपल्याला धार्मिक भावना शोधता येतात या वास्तवामुळे आदरयुक्त भीतीच्या त्या भावना कमी प्रभावी होत नाहीत.

काही झालं तरी, बेलीसारखी, बचावण्याची कथा हे एक मोठं कोडं आहे. ते एक गूढ आहे. त्याच्या खाणाखुणा इतक्या सूक्ष्म असतात की, एखाद्या प्रभावशाली सूक्ष्मदर्शकयंत्राखाली, रासायनिक बॉन्डमध्ये, मानवी डीएनएच्या रचनेतच फक्त, त्या दिसू शकतात. एकामागोमाग एक असं त्या सुगाव्यांकडे बघणं हे उद्‌बोधक असतं. हे म्हणजे चमत्काराचं वैज्ञानिक विच्छेदन करण्यासारखं आहे. या पुस्तकातील, मृत्यूला चकवणाऱ्या इतरांप्रमाणेच बेलीच्याही काही जमेच्या बाजू होत्या. पहिलं म्हणजे तो तरुण होता. ग्लाओब्लास्टोमाचे रुग्ण तरुण असतील, तर ते बऱ्यापैकी सुधारतात. कर्करोग होण्यापूर्वी तो तसा निरोगी होता. त्याच्यावर अनेक प्रकारचे औषधोपचार करण्यात आले. त्यापैकी काही नेहमीचे होते, तर काही प्रायोगिक.

त्याच्यावर शस्त्रक्रिया करण्यात आली. परंपरागत केमोथेरपी, प्रमाणभूत रेडिएशन, नवीन प्रायोगिक औषधं आणि नंतर प्रायोगिक मोनोक्लोनल ॲन्टिबॉडीज या सगळ्या पद्धतींचे उपचार त्याच्यावर करण्यात आले. यापैकी कोणता उपचार किंवा कोणते उपचार त्याच्या जगण्याच्या संदर्भात निर्णायक ठरले?

आपण नक्की सांगू शकत नाही. आतापर्यंत ड्युक तसंच यूसीएलए आणि ह्युस्टनच्या एम.डी. ॲन्डरसन कॅन्सर सेंटरसारख्या इतर शैक्षणिक कर्करोग केंद्रांमधील इतर बऱ्याच रुग्णांवर बेलीसारखेच प्रायोगिक औषधोपचार करण्यात आले, शिवाय काही अजूनही नवीन अशा उपचार पद्धतींचा लाभ त्यांना झाला. थोडंफार यश पदरात पडलं. मोनोक्लोनल ॲन्टिबॉडी उपचारपद्धतीच्या पाहण्यांमध्ये बचावण्याचा सरासरी दर जवळजवळ दुप्पट म्हणजे दोन वर्षांपर्यंत झाला. पण डझनभर वर्षांपर्यंत कोणीही पोहोचलं नाही. कोणताही त्रास न होता तर कोणीच नाही. मग डेव्हिड बेलीच्या बाबतीत असं काय आहे? तो विचित्र योगायोग आहे का? तो सुदैवी आहे का? देवानेच त्याचे प्राण वाचवले का? की त्याच्या कथेत खरोखरच असं काहीतरी आहे, ज्याचा इतरांना उपयोग होऊ शकेल?

द प्रेस्टन रॉबर्ट टिश ब्रेन ट्युमर सेंटरमध्ये या कोड्याचे तुकडे जोडण्याचा प्रयत्न करतात. तेथील संचालक डॉ. डॅरेल बिग्नर हे सौम्य आवाजात, सौजन्यपूर्ण दक्षिणी हेल काढून बोलतात. कथांच्या स्वरूपात नोंदल्या गेलेल्या त्यांच्या वैज्ञानिक कारकिर्दीत, त्यांनी अनेक अत्याधुनिक उपचारांचा पाया घातला आहे. मोनोक्लोनल ॲन्टिबॉडीज हा त्यापैकी एक. ही पद्धत त्यांच्याच प्रयोगशाळेत प्रथम विकसित झाली. मेंदूच्या कर्करोगाच्या उपचारात थोडीफार प्रगती झाली असली, तरी या लढाईत शेवटी विजय त्या रोगाचाच होतो, असं बिग्नर बेधडक सांगतात. ''या रोगाच्या संभाव्य चढउताराचं पूर्वनिदान नीटसं करता येत नाही. गेल्या तीस वर्षांत फक्त दोन उपचारपद्धती विकसित झाल्या आहेत. आणि खरं सांगायचं तर त्या दोन्ही तितक्याशा परिणामकारक नाहीत,'' बिग्नर सांगतात. ''(साधारणत:) त्यांच्यामुळे आयुष्य थोडं वाढेल, आयुष्याचा दर्जाही थोडा सुधारेल; पण हे सर्व काही महिन्यांपुरतचं असेल.''

'नॅशनल कॅन्सर इन्स्टिट्युट'ने ग्लाओब्लास्टोमासाठी मुक्रर केलेली उपचारपद्धती आहे – शस्त्रक्रिया, त्यानंतर रेडिएशन आणि टेमोडॅर. फक्त रेडिएशनच्या तुलनेत या मिश्र उपचारपद्धतीचा वापर केल्याने रुग्णाचं आयुष्य सरासरी दोन महिन्यांनी वाढतं, असं आढळून आलं आहे. हे वाईट नाही. पण हे खूपच चांगलं आहे, असंही नाही. आपल्याला याहूनही चांगलं काहीतरी पाहिजे आहे, हे तर स्पष्टच

आहे. म्हणूनच हेन्री फ्रिडमन आणि ड्युकमधील इतर डॉक्टर्स वैद्यकीय चाचण्यांवर एवढा भर देतात. ड्युकच्या दारातून आत येणाऱ्या, मेंदूचा कर्करोग झालेल्या रुग्णांपैकी जवळजवळ दोन तृतीयांश रुग्णांना प्रायोगिक प्रोटोकॉलवर ठेवलं जातं. ''शस्त्रक्रिया, रेडिएशन, टेमोडॅर – एवढं पुरेसं आहे, असं आम्हाला वाटत नाही. आम्हाला खरंच नाही वाटत, हे पर्याप्त आहे असं,'' फ्रिडमन सांगतात.

विमा कंपन्या पैसे द्यायला तयार असतील आणि फ्रिडमन आक्रमकपणे त्यांना भागही पाडतात – तर बहुतेक सर्व रुग्णांना अधिक काहीतरी देता येईल: उदाहरणार्थ, एखादं प्रायोगिक स्तरावरील औषध, प्रक्रिया किंवा लस. पहिलं अधिक म्हणजे ॲवास्टिन (Avastin) ही मोनोक्लोनल ॲन्टिबॉडी. ही ट्युमरला पोसणाऱ्या रक्तवाहिन्यांच्या वाढीत अडथळा आणते. अशा तऱ्हेच्या प्रायोगिक वापरापासून वर्षानुवर्षं आशादायक निष्कर्ष मिळाल्यानंतर मे २००९मध्ये 'फूड ॲन्ड ड्रग ॲडमिनिस्ट्रेशन'ने, जीबीएमचा उपचार म्हणून ॲवास्टिनला अधिकृत मान्यता दिली (यापूर्वी त्यांनी, मोठ्या आतड्याच्या कर्करोगाचा उपचार म्हणून ॲवास्टिनला मान्यता दिली होती). ड्युकमधील इतर रुग्ण मोनोक्लोनल ॲन्टिबॉडीज आणि रेडिएशन यांच्या संयोगावरील – बेलीला मिळालेले उपचार – अभ्यासात किंवा कर्करोगावरील लसीच्या अभ्यासात सहभागी केले जातात.

अलीकडेच ड्युकमधील एका लसीच्या चाचणीने सर्वांचं लक्ष वेधून घेतलं. त्या लसीतील पदार्थ होता 'सीडीएक्स-११०'. १९९०मध्ये ग्लाओब्लास्टोमा त्याचप्रमाणे स्तनाचा, बीजकोशाचा, प्रोस्टेट आणि कोलोरेक्टल कर्करोगांच्या पेशींच्या पृष्ठभागावरील प्रथिनांच्या बाबतीत काहीतरी वेगळंच घडत असल्याचं बऱ्याच कर्करोग संशोधकांच्या – यात डॅरेल बिग्नरही होते – लक्षात आलं. त्यांचं लक्ष वेधणारं ते प्रथिन 'एपिडर्मल ग्रोथ फॅक्टर रिसेप्टर' किंवा 'इजीएफआर' या नावाने ओळखलं जातं. निरोगी पेशींच्या बाबतीत, ते 'एपिडर्मल ग्रोथ फॅक्टर' (इजीएफ) या दुसऱ्या प्रथिनाला बांधलं जातं. पेशींच्या नियंत्रित विभाजनासाठी अत्यावश्यक असणाऱ्या प्रक्रियेचा हा भाग आहे.

निरोगी पेशींपेक्षा ट्युमरच्या पेशींच्या पृष्ठभागावर खूप जास्त प्रमाणात इजीएफआर असल्याचं संशोधकांच्या ध्यानात आलं. अधिक आश्चर्याची गोष्ट म्हणजे कर्करोगाच्या पेशींच्या बाबतीत इजीएफआरमध्ये जनुकीय बदल झाल्याचं आढळून येतं. त्या नवीन आवृत्तीचं नाव अगदी 'स्टार ट्रेक'च्या भागातून आल्यासारखं वाटणारं आहे – इजीएफआर व्ही ३ (EGFRvIII) किंवा 'इजीएफआर फॅक्टर थ्री'. डॉ. जॉन सॅम्पसन या ड्युकमधील कर्करोगतज्ज्ञांच्या मते, जर इजीएफआर हा पेशीविभाजनाला नियंत्रणात ठेवणारं बटण असेल, तर इजीएफआरव्ही३ हे सदैव 'ऑन' असणारं बटण आहे – ट्युमरच्या पेशींना विभाजित व्हायचा सिग्नल सतत देत असलेलं.

हे प्रथिन ओळखणं म्हणजे कर्करोग विशेषज्ञांसाठी लक्ष्य सापडण्यासारखं होतं. ड्युक, स्टॅनफोर्ड, जॉन्स हॉपकिन्स, एम. डी. ॲन्डरसन आणि इतर मोठमोठ्या केंद्रांमधील शास्त्रज्ञांनी या संशोधनात महत्त्वाची भूमिका बजावली. त्यांनी इजीएफआर व्ही३ या प्रथिनाचा थोडा भाग घेऊन तो, शरीराच्या रोगप्रतिकारयंत्रणेला, थकून जाईपर्यंत दामटवणाऱ्या इतर पदार्थांत मिसळला. हे मिश्रण अंगात टोचल्यावर ती लस, शरीराच्या रोगप्रतिकार यंत्रणेचा चाप ओढते आणि ती यंत्रणा, जनुकीय बदल झालेल्या इजीएफआरच्या आवृत्तीने भारित झालेल्या पेशींवर – म्हणजे दुसऱ्या शब्दात सांगायचं तर ट्युमरच्या पेशींवर हल्ला करते. हे उष्णतेच्या शोधात निघालेल्या क्षेपणास्त्रासारखं असतं. सुरुवातीच्या संशोधनात रुग्णांना टेमोडॅर आणि रेडिएशन यांच्या जोडीने सीडीएक्स -११० देण्यात आलं. त्या लसीमुळे रुग्णांचं उर्वरित आयुष्य दुपटीपेक्षा जास्त वाढलं. सामान्यत: रुग्ण फक्त एका वर्षाऐवजी दोन वर्षांहूनही जास्त काळ जगू लागला.

ड्युकमध्ये तर हा फरक स्पष्ट जाणवण्याजोगा होता. पूर्वी रुग्ण काही महिन्यांकरिता घरी जात आणि मरत. आता ते स्कीइंग करताना हाडं मोडली याासारखे आजार घेऊन येतात. सॅम्पसन सांगतात, ''आमच्याकडे परत येणाऱ्या लोकांचे आजार आणि समस्या, मेंदूचा ट्युमर झालेल्या लोकांमध्ये अजिबात *आढळणार* नाहीत, अशा असतात. उदाहरणार्थ, चार वर्षांपूर्वी तसं निदान झालेला एक माणूस, जो तीन वर्षांपूर्वीच मरायचा – तो स्कीइंगला गेला होता आणि त्याच्या गुडघ्याला इजा झाली.''

कल्पना करा, ही गोष्ट फक्त सहा महिन्यांचं आयुष्य उरलेल्या माणसाची आहे. ही आशेची करामत आहे. सॅम्पसन म्हणतात, ''तुम्ही लोकांना नुसतीच आशा लावू शकत नाही. जो पूर्णपणे रोगमुक्त झाला आहे, असा माणूस त्यांना दाखवावा लागतो. हे, पॅराशूटशिवाय विमानातून उडी मारण्यासारखं आहे. खाली येताना तुम्ही कितीही आशावादी असलात, तरी शेवटी व्हायचं ते होणारच. आता पॅराशूट उघडायचा दुसरा दोर हाताला लागला तर गोष्ट वेगळी.''

आता देशभरातील वीस कर्करोग केंद्रांमध्ये सीडीएक्स -११० या लसीवर मोठ्या प्रमाणात संशोधन चालू आहे. त्याने आशा खूप वाढल्या असल्या, तरी आपल्याला लक्षात ठेवलं पाहिजे की, ही उपचारपद्धती सिद्ध न होण्याचं प्रमाण खूप मोठं आहे. पण सीडीएक्स-११० हा कर्करोगाच्या व्यक्तीनुरूप उपचारांच्या रोखाने जाणाऱ्या मोठ्या प्रथेचा भाग आहे. कारण तो जनुकीय बदल होऊन तयार झालेल्या इजीएफआर व्ही ३ प्रथिनांना लक्ष्य बनवतो, म्हणजे सॅम्पसन यांच्या मते तो चाळीसएक टक्के ग्लाओब्लास्टोमाजवर उपयुक्त आहे. ड्युकमध्ये जनुकीय गाळणी हे सर्वसामान्य प्रमाण आहे. सध्याच्या चाचण्यांत भाग घेणाऱ्या ड्युक

आणि इतर केंद्रांत प्रत्येक मॅलिग्नंट ग्लाओमाची ऊती तपासून त्यात इजीएफआर व्ही ३ आहे का ते पाहिलं जातं. तो असेल तर त्या रुग्णांना उपचाराचा भाग म्हणून इजीएफआर प्रतिबंधक दिला जातो. हे खूप गुंतागुंतीचं आणि अनिश्चिततेने भरलेलं आहे. पण चमत्कार असेच तर होतात आणि रहस्यंही अशीच उलगडतात.

रुग्णाच्या दृष्टीने पाहिलं तर सगळे प्रयत्न केले पाहिजेत, कोणतीही गोष्ट सुटता कामा नये. पण एक डॉक्टर म्हणून मात्र संभाव्य फायदे आणि धोका यांचा नीट विचार करावा लागतो. कारण त्याचे साइड इफेक्ट्स अक्षरश: प्राणघातक ठरू शकतात. पण बऱ्याच संशोधकांची – अर्थात त्यातील बरेच लोक डॉक्टरही आहेत – विचारपद्धती वेगवेगळी असते. त्यामुळे वेगळीच समस्या उद्भवते. हे कोडं सोडवण्यासाठी नेमका कोणता उपचार करावा, याचा विचार ते करत असतात. त्या भांडणात जर रुग्णच लक्ष्य झाला तर कशाचा उपयोग होतो आणि कशाचा नाही हे ठरवणं कठीण जाईल.

स्पष्ट सांगायचं तर, बहुतेक मोठमोठी कर्करोग केंद्रं रुग्णांना बहुविध उपचार देतात. पण कर्करोगाच्या उपचारासाठी लागणारी पवित्र थाळी (Holy Grail = अंत्यभोजनासाठी येशूने वापरलेलं ताट) म्हणजे कोणत्या तऱ्हेने केलेला उपचार कोणत्या रुग्णाला उपयोगी पडेल त्याचा अंदाज घेण्याची पद्धत. इथे जनुकीय गाळणीचा उपयोग होऊ शकतो. आपल्या शरीराचा पाया घालणाऱ्या वीस हजारपेक्षाही जास्त जनुकांपैकी, मेंदूच्या ट्युमरच्या घटनेशी संबंधित असणारी वीस जनुकं शास्त्रज्ञांनी शोधून काढली आहेत. त्या माहितीच्या आधारे, त्यांनी आणखी काही विशिष्ट जनुकं शोधून काढली आहेत. उपचार सुरू करण्यापूर्वीच, त्या विशिष्ट उपचारांचा फायदा होईल की नाही, हे त्या विशिष्ट जनुकांमुळे कळतं. उदाहरणार्थ, टेमोडॅर हे ग्लाओब्लास्टोमाच्या फक्त ३० टक्के रुग्णांना उपयोगी पडतं. त्याचा उपयोग होण्यासाठी शरीरात एक विशिष्ट जनुक असावं लागतं.

मी सर्जन या नात्याने सांगतो की, भविष्यातील उपचार हे ऑपरेशन थिएटरबाहेर होतील. लक्षात ठेवा. या रोगावर अजूनही उपाय सापडलेला नाही. मला वाटतं की, डेव्हिड बेली आणि जगभरातील अगणित रुग्ण यांच्यासाठी भविष्यात व्यक्तीनुरूप वैद्यकाचा वापर केला जाईल, कारण ग्लाओब्लास्टोमा, या रुग्णांच्या वेगवेगळ्या गटात वेगवेगळ्या स्वरूपाचा असतो. ऑपरेशन थिएटरमध्ये सगळे ट्युमर्स सारखेच दिसतात, हे खरं आहे. पण सूक्ष्मदर्शक यंत्राखाली, आण्विक अगर जनुकांच्या स्तरावर विभाजन करून पाहिल्यास ते वेगळे दिसतात. भविष्यात आपल्याकडे टेमोडॅरसारखी पुष्कळ उदाहरणं असू शकतील – आपल्याला कळेल की, तुमच्यात 'क्ष'जनुक असेल, तर तुम्ही 'य' उपचारांना प्रतिसाद द्याल. माझा असाही तर्क आहे की, एक दिवस, जनुकीय रूपरेषांच्या आधारे आपण चार्ल्स बरोज किंवा ॲलिस

एपस्टिन – यांच्या शरीरांनी स्वत:हूनच कर्करोगाला झिडकारलं होतं – यांच्यासारख्या अतिशय दुर्मीळ केसेसचा खुलासा करू शकू. तो अजून एक पुरावा ठरेल – तसं आपल्याला आधीपासून माहीतच होतं म्हणा की, प्रत्येक रुग्ण हा वेगळा असतो आणि प्रत्येक ट्युमरसुद्धा वेगळा असतो.

डेव्हिड बेलीसाठी प्राणघातक कर्करोगाचं निदान हा नवा आरंभ होता – शेवट नव्हता. पूर्ण बरं व्हायला त्याला सहा महिने लागले. रेडिएशन थेरपीमुळे गेलेले केस अजून आले नव्हते. आपल्या व्हर्जिनियामधील दिवाणखान्यात बसून तो विचार करत होता – मोनोक्लोनल अ‍ॅन्टिबॉडीज कर्करोगाला यानंतरही दूर ठेवू शकतील ना? आपलं पुढचं आयुष्य – जे काही उरलं आहे ते आपण कसं घालवणार आहोत, हाही प्रश्न त्याला पडला होता. मॅसेच्युसेट्समधील नोकरी तर गेलीच होती. डोकेदुखी, अस्थिर मन:स्थिती, स्मरणशक्तीच्या समस्या या पार्श्वभूमीवर सॉफ्टवेअर विक्रीचा विचार करणंसुद्धा अशक्य होतं. तो सोफ्यावर बसून विचारात गढला असताना त्याच्या बायकोने त्याच्या हातात गिटार आणून ठेवली. तो हायस्कूल आणि कॉलेजमध्ये असताना गिटार वाजवत असे; पण हल्ली मात्र कित्येक वर्षांत त्याने गिटारला स्पर्शही केला नव्हता.

"मला रडूच आलं," त्याला आठवतं. "माझी दृष्टी अधू झाली होती. माझी बोटं कितपत चालतील, याची मला कल्पना नव्हती. पण मी पुढे झालो आणि त्याच दिवशी गिटार वाजवायला सुरुवात केली. आणि माझ्यासाठी बरीच दारं भराभरा उघडत गेली." त्याने गिटारचा सराव करायला आणि गीतं लिहायला सुरुवात केली. प्रत्येक जाणाऱ्या आठवड्यागणिक त्याच्या हातात शक्ती येत गेली. पुढच्या प्रत्येक निर्दोष एमआरआयगणिक त्याचा आत्मविश्वास वाढत गेला. लवकरच तो स्थानिक कॉफी शॉपमध्ये कार्यक्रम करू लागला. दोन वर्षांतच त्याची पहिली सीडी निघाली – वीसपेक्षा जास्त सीडींमधील पहिली.

आतापर्यंत चव्वेचाळीस राज्यांत आणि युरोपमध्ये, सर्व प्रकारच्या स्थळी त्याने कार्यक्रम केले आहेत; पण तो म्हणतो की, त्याला कर्करोगाच्या रुग्णांसाठी कार्यक्रम करणं जास्त अर्थपूर्ण वाटतं. "मी मागे जातो आणि मला आठवतं," बेली सांगतो, "प्रेक्षकांपैकी बहुतेकांना, माझं फक्त स्टेजवर जाऊन 'बारा वर्षं (निदान झाल्यानंतरची)' असं म्हणणं म्हणजेसुद्धा विजय वाटतो."

त्याने मला सांगितलं, "मला आठवतं. सुरुवातीच्या काही आठवड्यांत (निदानानंतरच्या), मी लांबपर्यंत फिरायला गेलो. तसं फिरताना मी जे केलं, ते बरेच लोक करत असतील, असं मला वाटतं. मला देवाचा प्रचंड राग आला होता.

आकाशाकडे बघून मी मूठ उगारली आणि रागाने देवाला विचारलं, 'मीच का? मीच का?' ही गोष्ट मी सांगतो आणि प्रेक्षकांच्या मनाला ते भिडतं. आताशी मला वाटतं की, देव म्हणत आहे, 'चुकीचा प्रश्न. का?' असं विचारू नकोस. 'आता काय?' असं विचार.' तो एक मोठा साक्षात्कार आहे; पण त्याने एक मोठी जबाबदारीही अंगावर पडते. आपण स्वत:ला बळी समजत होतो; पण आपण बळी नाही, हे लक्षात येतं.''

'फ्रॅजाइल' ('Fragile') या त्याच्या नवीन गीतात त्याने तेच सांगितलं आहे:

मी पाहिलं जेव्हा बाहेरून
खोलवर आत डोकावून
कसं सांगू काय काय गेलं
माझ्या डोळ्यांसमोरून
वादळं तर रोजचीच आहेत
जाई झंझावातही परतून
बळकट कसं बनायचं
ते घेतलं आहे मी शिकून
आता सहजासहजी तसा
जाणार नाही मी मोडून

मती गुंग करून टाकणाऱ्या प्रतिकूल परिस्थितीवर मात करण्यासाठी, आश्चर्यकारकरीत्या रोगमुक्त होण्यासाठी काही महत्त्वाचे घटक आवश्यक असतात. धीर न सोडणारा, भक्कम मनोबल असणारा रुग्ण, मदत शोधण्यासाठी आवश्यक ते साधन आणि *कोणताही* प्रयोग करून पाहायला तयार असणारा डॉक्टर. आशेचीही आवश्यकता असते. हेन्री फ्रिडमनने दाखवलेल्या प्रकारची आशा. लक्षावधी छोटे निर्णय, वैद्यकीय निर्णय घेण्यात, जीवरक्षक उपचारांत भर घालणारी 'चुका आणि शिका' पद्धत या सर्वांचं मार्गदर्शन करणाऱ्या प्रकारची आशा.

''त्यांचं बोधवाक्य अतिशय साधं आहे,'' बेली म्हणतात. '' 'ड्युकमध्ये आशा आहे'. पण आश्चर्याची गोष्ट म्हणजे बरेच लोक ते किती महत्त्वाचं आहे, हे जाणून घ्यायची संधी गमावतात. आमच्यासाठी खोटी आशा असा प्रकार नसतोच. एक तर आशा असते किंवा आशा नसते. माझ्या मैफलीत मी हे गुंफून घेतो, लोकांना सांगतो – तुम्हाला निवड करायची आहे: पक्का निर्धार करा, आशा तुमच्यात भिनू द्या. नाहीतर सरपटत कोपऱ्यात जा आणि मरा. या दोन टोकांच्या मध्ये काहीही नसतं.''

डेव्हिड बेलीची कथा जेव्हा कळली, तेव्हा मला एका गोष्टीचं कुतूहल वाटलं होतं. डॅरेल बिग्नर यांनी माझं लक्ष त्याच गोष्टीकडे वेधलं. त्यांनी मला सांगितलं की, १९९०पूर्वी दीर्घकालपर्यंत जिवंत राहाणाऱ्या ग्लाओब्लास्टोमाच्या रुग्णांचं निदानच चुकीचं झालेलं असण्याची शक्यता असावी. इतर काही केसेसमध्ये ट्युमर कमी आक्रमक असे. बेलीच्या बाबतीत तो मुद्दा नव्हता. मेंदूचे बहुविध स्कॅन्स आणि बायोप्सीज या सर्व एवढ्या मोठ्या कर्करोग केंद्रात झाल्या होत्या की, त्याला प्राणघातक ग्लाओब्लास्टोमा झाला होता, यात शंकाच नव्हती. त्याचं पहिलं निदान झालं त्या वेळी या रोगातून वाचून एक दशकापेक्षा जास्त काळ झालेला माणूस औषधालासुद्धा सापडला नसता. आणि तरीही २००८मध्ये तो 'अलाइव्ह अॅन्ड वेल' ('जिवंत आणि निरोगी') होता – अगदी त्याच्या नवीन सीडीच्या शीर्षकासारखा.

बिग्नर म्हणतात की, पुढील गोष्टीसारख्याच अनेक गोष्टी आहेत. "आमची इच्छा असते की, रुग्णाने त्या परिस्थितीला निराशाजनक मानू नये. दुर्दैवाने मृत्यूला शह देण्यासाठी कृतिशील असलेली माणसं सोडली तर वैद्यकीय पेशातील बहुसंख्य माणसं हेच सांगत असतात. आमच्या रुग्णांना सदासर्वदा हेच तर ऐकावं लागतं: "तुम्हाला मेंदूचा मॅलिग्नंट ट्युमर झाला आहे. आता बाकी काहीही करता येणार नाही. फक्त वेदनाशामक औषधं घ्यायची. तुमचं मृत्युपत्र तयार करा. सुटीची मजा लुटा आणि मरणाला तयार राहा. आणि खरंतर ती केस तशी नसतेच मुळी."

इतर डॉक्टर रुग्णांची आशा सोडतात, अशी हेन्री फ्रिडमन टीका करतात. त्या वेळी ते स्टेफान मायर आणि लान्स बेकर यांनी वापरलेले 'रोगनिवारक शून्यवाद' हेच शब्द वापरतात. याचा अर्थ 'आता काहीही करणं शक्य नाही.' शेवटच्या अवस्थेत असलेल्या रुग्णांच्या बाबतीत ते खरं असेलही. पण नव्या दमाने विचार करायचं ठरवलं, तर ग्लाओब्लास्टोमासारख्या प्राणघातक रोगाच्या बाबतीतही आशेचे किरण दिसू शकतात. " 'जशीच्या तशी स्थिती' स्वीकारणं हेच अस्वीकारार्ह आहे," फ्रिडमन म्हणतात, "आतापर्यंत नेहमी वापरत आलेलेच हस्तक्षेप आपण वापरले, तर त्याचे परिणाम वेगळेच होतील, अशी अपेक्षा कशी करता येईल? पण आपण आशा बाळगली आणि नवीन पद्धतीचे हस्तक्षेप केले तर ...." क्षणभर त्यांचा आवाज अस्पष्ट होत जातो. "तर आपल्यासमोरचा कॅनव्हास कोराकरकरीत असतो."

मरणाच्या तावडीत सोडून दिलेल्या इतर रुग्णांच्या आपण ऐकलेल्या कथांचा प्रतिध्वनीच आहे हा. १९९९मध्ये, डेव्हिड बेलीच्या मेंदूच्या कर्करोगाचं निदान झालं त्याच सुमारास अॅना बॅगनहॉमसारखी स्कीअर गोठलेल्या पाण्याखाली दोन तास अडकल्यानंतर हॉस्पिटलपर्यंतही पोहोचू शकली नसती. झेयाद बाराझांजींसारखे हृदयक्रिया बंद पडलेले बळी – ज्यांचा श्वासोच्छ्वास तब्बल पाच मिनिटं थांबला

होता – कोमामध्ये खितपत पडले असते. आणि मार्क रागुचींचं काय? त्यांचे डॉक्टर तर म्हणाले होते की, यदाकदाचित हे जगलेच तर उरलेलं सगळं आयुष्य व्हेजिटेबलसारखं जगायचं यांच्या नशिबात आहे. आतापर्यंतच्या पानांमधून आपल्याला भेटलेल्या स्टेफान मायर, गॉर्डन एवी, मॅड्स गिल्बर्ट या डॉक्टरांसारखंच फ्रिडमनही सर्व प्रश्नांची उत्तरं मिळायची वाट पाहत थांबत नाहीत. त्यांच्याकडे जे काही आहे, त्यावरच ते कामाला लागतात. नवीन काहीतरी आजमावून पाहण्यासाठी रुग्णांमध्ये जिद्द निर्माण करतात, सहकाऱ्यांना प्रेरणा देतात. त्यांचे प्रयत्न जेवढे जास्त असतील, तेवढे जास्त रुग्ण लढायचा निर्धार करतील आणि आपल्याला तेवढे जास्त डेव्हिड बेली बघायला मिळतील.

मॅट फेनिंगरची गोष्ट थोडी वेगळी आहे. मॅटचा, मेंदूचा ट्युमर पिनिअल जर्मिनोमा हा नेहमी प्राणघातक असतोच असं नाही. अमेरिकन कॅन्सर सोसायटीनुसार सगळं मिळून पाहता, वाचण्याचं प्रमाण ६० टक्के आहे. असं असलं तरी कर्करोगावर मात करण्याचा मार्ग नेहमीच लांब आणि वळणावळणाचा असतो. यावरून आपण पुन्हा एकदा फेनिंगरांच्या मिडलॅन्डमधील घराकडे वळतो.

असं पाहा. मन हेलावणारी सार्वजनिक प्रार्थना आणि त्यानंतर चमत्कारासारख्या झालेल्या मॅथ्यूच्या रोगमुक्तीला जेमतेम सहा महिने झाले होते. आता खरी कथेला सुरुवात होते. ट्युमर्स पुन्हा आले. तेही मेंदूच्या दोन बाजूला असलेल्या दोन जागी आले. ते एवढ्या नाजूक जागी होते की, ते काढण्याकरिता शस्त्रक्रिया करणं शक्यच नव्हतं. "माझी तब्येत खूपच बिघडण्याची ती सुरुवात होती," मॅटने मला सांगितलं.

त्या वेळी त्यांच्या आधीच्या इतरांप्रमाणेच फेनिंगरांनीही डरहमचा, प्रेस्टन रॉबर्ट टिश ब्रेन ट्युमर सेंटरचा रस्ता धरला आणि ते डॉ. हेन्री फ्रिडमनना भेटले. फ्रिडमन आणि पेडिॲट्रिक ऑन्कॉलॉजिस्ट (बालकर्करोगतज्ज्ञ) डॉ. जोॲन कर्ट्‌जबर्ग यांनी त्याच्यावर उपचार करायला सुरुवात केली. मॅटला बोन मॅरो आरोपणाच्या मालिकेतून जावं लागलं. त्याचं आयुष्यभराचं स्वप्न पुरं करण्याइतपत त्याची तब्येत सुधारली. तो ॲन आरबर येथील मिशिगन विद्यापीठात जाऊ लागला; पण ते पुरं व्हायचं नव्हतं. त्या पहिल्या वर्षाच्या काही आठवड्यातच त्याने ते सोडण्याचं ठरवलं. मॅटने मला सांगितलं, "मला खाताही येत नव्हतं. औषधांचा साइड इफेक्ट म्हणून माझ्या टाळ्याला भोक पडायला सुरुवात झाली होती. हे सहन करणं ही थट्टा नव्हती. हा आपल्या आयुष्यातील सर्वांत उत्तम काळ असतो आणि मी अतिशय दुःखी होतो."

पुढची दोन वर्षं मॅटला ज्या दिव्यातून जावं लागलं, त्याच्या कल्पनेनेही बहुतेकांच्या अंगावर काटा उभा राहील. पण मॅटने मला ते एवढं तपशीलवार सांगितलं की, मी थक्कच झालो. ट्युमर त्याच्या फुफ्फुसांपर्यंत पोहोचला होता. त्यावर शस्त्रक्रिया केली गेली. एक रोहिणी आणि एक नीला एकजीव झाल्या होत्या. त्यामुळे अजून एक शस्त्रक्रिया करावी लागली. यात त्याचं एक तृतीयांश फुफ्फुस काढावं लागलं. नंतर एक दिवस मॅट घरी वडिलांबरोबर बसून टॅकोजचं जेवण घेत असताना त्याला घशाच्या मागे द्रव आल्यासारखं वाटलं. सिंककडे उभं राहून खाकरल्यावर दोन लीटर रक्त पडलं. वडील कार चालवत होते आणि मॅट हातातील सॅलेड वाढायच्या वाडग्यात रक्ताची उलटी करत होता. असं करत करत त्यांनी कसंबसं हॉस्पिटल गाठलं. प्रतीक्षालयात तो बेशुद्ध पडला. ''मला वाटलं की, मी आता मरणार,'' त्याने मला सांगितलं. ''खूप शांत वाटत होतं. माझ्या माणसांना मी सोडून जाणार होतो. त्यांच्यासाठी मला वाईट वाटत होतं; पण मला भीती मात्र अजिबात वाटत नव्हती.'' नर्सेस हताश होऊन त्याच्या नाकात कापूस घालून रक्तस्राव थांबवायचा प्रयत्न करत होत्या.

तिथून ते आणखी एका बोन मॅरो आरोपणासाठी पुन्हा ड्युकमध्ये गेले. मॅट थट्टेने म्हणतो की, या फेऱ्यांमध्ये मी फक्त एका डॉक्टरना भेटलो नाही – स्त्रीरोगतज्ज्ञांना. सतत तीन महिने, रोजच्या रोज मॅटला रक्त द्यावं लागत होतं. वैद्यकीय बिलाचा आकडा वीस लाख डॉलर्सपर्यंत गेला होता. त्याच्या घसाभर ट्युमर्स आले होते. रक्ताच्या गुठळ्या सतत होत होत्या. त्यामुळे त्याला घुसमटायला होण्याची भीती होती. एक दिवस खूप रक्त गेल्यामुळे तो बेशुद्ध पडला. त्यामुळे तातडीने श्वासनलिकाछेदन (tracheotomy) करावं लागलं. शेवटी त्याला रेस्पिरेटरवर ठेवावं लागलं. तो खाऊ शकत नव्हता. पाच महिने तो रुग्णालयात होता. त्याच्या पित्ताशयात नळी घातली होती आणि पोटात फीडिंग ट्युब घातली होती. पहिल्यांदा जेव्हा त्याच्या पोटात फीडिंग ट्युब घातली, तेव्हा ती व्यवस्थित घट्ट केली नव्हती. ती गळू लागली. त्यामुळे त्याच्या पोटात तीव्र संसर्गदोष झाला. तो स्वत:हून टॉयलेटलाही जाऊ शकत नव्हता.

रुग्णायातील पूर्ण, सात महिन्यांच्या काळात मॅटची आई, आजी आणि त्याच्या बहिणी आळीपाळीने त्याच्यापाशी थांबत होत्या. वडील तिकडे मिडलॅन्डमध्ये घर संभाळत होते. अनेकदा जॅक फेनिंगरना ड्युकमधून फोन येई. 'मुलाची तब्येत इतकी ढासळली आहे की, आजची रात्र जाईल की नाही, ते सांगता येत नाही,' असं सांगून त्यांना बोलावलं जाई. मॅट सांगतो, त्या वेळी ''मी मरणाची वाट बघत होतो. मी तयार होतो मरायला. डॉक्टर मला सांगत असायचे की, सगळं ठीक होईल; पण माझी खात्री झाली होती की सगळं संपलं आहे.''

एक दिवस त्याला असह्य वेदना होत होत्या. तेव्हा जॅक फेनिंगर त्याच्या खाटेच्या गजावर वाकले आणि त्यांच्या आयुष्यातील सर्वांत कठीण शब्द कुजबुजले, ''तुला सोडायचं असेल, तर सोडून दे. मी तुला धरून ठेवणार नाही. मी तुला जास्त सोसायला लावणार नाही.'' त्यांनी मुलाला जवळ घेतलं. ते जायला निघाले. दार उघडायला म्हणून त्यांनी हात पुढे केला. तोच त्यांच्या कानावर शब्द आले, ''डॅड, आय लव्ह यू. आणि मला घरी यायचंय.''मॅट जीव एकवटून बोलला होता. जॅकना ते मुलाने जिद्दीने दिलेलं वचन वाटलं.

मॅट फेनिंगरला मरणाच्या दारात नेऊन ठेवणाऱ्या दीर्घ आजाराला कलाटणी देणारा क्षण अचानक कसा आला, ते कोणालाच सांगता येणार नाही. पण त्या वचनाच्या दिवसानंतर अचानक त्याच्या तब्येतीत सुधारणा दिसू लागली. सर्वांनी मिळून केलेल्या प्रार्थनेनंतर त्याचे ट्युमर्स नाहीसे झाले होते, तसाच हाही चमत्कार असू शकेल. ते काहीही असो, त्यानंतरच्या एमआरआयमध्ये त्याच्या मेंदूतील ट्युमर्स होते तसेच होते. पण त्यानंतरची गोष्ट म्हणजे ते आक्रसू लागले होते. वडील भेटायला आले होते, त्यानंतर दोन महिन्यांच्या आतच मॅट मिडलॅन्डला जायला निघाला. विमानातून त्याला आकाशात धुराने लिहिलेला 'वेलकम होम मॅट' असा संदेश दिसला, तेव्हा तो आश्चर्यचकित झाला. तो १९९७ सालचा फादर्स डे होता.

वण अजूनही आहेत; म्हणजे लाक्षणिक अर्थाने आणि अक्षरश:ही! एक ट्युमर काढताना डॉक्टरांना मॅटच्या स्वरतंतूंचा काही भाग कापावा लागला. त्यामुळे त्याचा आवाज कर्णकटू आहे आणि एवढा मोठा आहे की, तो किंचाळत असल्यासारखा वाटतो. पण काही का असेना, कर्करोगाशी तीन वर्षं झुंज दिल्यानंतर, मॅटने आधी जिथे सोडलं होतं, त्याच बिंदूपासून पुन्हा सुरुवात केली. तो पुन्हा कॉलेजात जाऊ लागला. त्याच्या घराजवळच्याच सॅजीनॉ व्हॅली स्टेट युनिव्हर्सिटीमधून सरासरी ४.० ग्रेड पॉइंटच्या जवळपास मिळवून ग्रॅज्युएट झाला. नंतर त्याने पुन्हा ॲन आरबरमध्ये जाऊन इलेक्ट्रिकल इंजिनियरिंगमधील पदवी घेतली. आज तो जनरल इलेक्ट्रिकमध्ये सॉफ्टवेअर डिझाइन करतो आणि त्याचं विधिलिखित काय होतं, हे पाहून तो अचंबित होतो.

दैवी हस्तक्षेपावर तुमचा विश्वास असो वा नसो, अगदी काही कट्टर शास्त्रज्ञ आणि कर्करोगतज्ज्ञही सकारात्मक विचारसरणीच्या परिणामकारकतेला मानतात. मॅथ्यूने नेहमीच सकारात्मक विचार केला होता. संशोधनानुसार अगदी प्राथमिक स्तरावर, सकारात्मक दृष्टिकोनामुळे रोगप्रतिकारशक्तीही वाढते. एका पाहणीवरून तर असं आढळलं की ध्यान, प्रार्थना करणारे लोक त्यांच्या नाकात गेलेल्या फ्लूच्या रोगजंतूंचा चांगल्या प्रकारे प्रतिकार करू शकले. त्याही पलीकडे, जीवनेच्छा ही

महत्त्वाची आहे, असं मला ठामपणे वाटतं. हे कदाचित असंही असेल की, जो रोगाशी झुंज द्यायचा निर्धार करतो, तो वैद्यकीय मदत शोधण्यात जास्त आक्रमक असतो. सगळे डॉक्टर तुम्हाला हेच सांगतील की, जास्त त्रासदायक, तक्रारखोर रुग्णच बहुधा चांगली प्रगती करतात. मार्क रागुचींचंही तसंच. किंवा कदाचित असंही असेल की, झुंज देण्याएवढी ज्यांची तब्येत चांगली आहे, ते मुळातच शारीरिकदृष्ट्या लवचीक असतात.

खूप लोक 'आशेचं जीवशास्त्र' अशी त्याची गोळाबेरीज करतात. संशयात्मा डेव्हिड गॉर्स्कींना मात्र हे पटत नाही, "मी हे ताबडतोब अमान्य करत नाही. पण सध्याचं संशोधन याला पुष्टी देतं, असं मला वाटत नाही." याउलट डॉ. हेन्री फ्रिडमन – अतिशय विवेकी, तळमळीचे शास्त्रज्ञ – म्हणतात की, आशा ही जीव वाचवते, यात प्रश्नच नाही. ती नक्की कसं कार्य करते, ते मात्र त्यांना माहीत नाही.

फ्रिडमननी मला सांगितलं, "माझ्या मते खरा संदेश हाच आहे की, एखाद्याला कर्करोग झाला म्हणजे तो मरणार, असं तत्त्वज्ञान मनात ठेवून तुम्ही उपचाराला सुरुवात केलीत, तर तो मरणारच. पण कर्करोगाच्या रुग्णांना तुम्ही हातचं न राखता मदत केलीत तर बचावणाऱ्या लोकांची संख्या वाढतच जाईल."

एखादा संशयवादी माणूस म्हणेल की, मॅथ्यू फेनिंगरसाठी लोकांनी व त्याने स्वतः केलेल्या प्रार्थनांचा उपयोग झाला नाही. कारण नंतरही ट्युमर्स पुन:पुन्हा येतच राहिले. तो बरा झाला असेल तर केवळ त्याला ड्युकमधील उत्कृष्ट दर्जाचे उपचार मिळाले म्हणून. पण तशा निवडक रुग्णांमधीलही काही जण बरे होत नाहीत. मॅट एवढा सुदैवी कशामुळे ठरला, ते कोणालाच सांगता येणार नाही. त्याची श्रद्धा कधी नव्हती एवढी प्रबळ झाली आहे. पण तरीही या आजारानंतर, पायाखालची जमीन सरकल्यासारखी अस्वस्थता त्याच्या मनात दाटून राहिली आहे. त्याच्या भावना शब्दांत पकडण्यासाठी तो धडपडतो आणि नंतर मला सांगतो, "मला अजून सगळं कळलं नाही. वर्षानुवर्षं चाललं आहे. पण माझ्या आयुष्यात त्याचा काय अर्थ आहे, ते अजूनही माझ्या लक्षात येत नाही. पण मला वाटतं की, आपल्याला वाटतं त्यापेक्षा देव आणि येशू म्हणजे खूप काही आहे."

जॅक फेनिंगर म्हणतात की, किती व काय गमावलं या विचाराने ते अजूनही कधीकधी व्याकूळ होतात. "मला अजूनही त्या गोष्टींची चीड येते. मी मॅटला विचारतो, 'तुझ्या या वर्णांविषयी तुझ्या मित्रांना काय वाटतं? तुला फुलब्राइट शिष्यवृत्तीवर पाणी सोडावं लागलं. तुझी उमेदीची वर्षं फुकट गेली. तुला राग नाही येत?' आणि तो मला सांगतो, 'नाही. मी जगातील सर्वांत जास्त भाग्यवान माणूस आहे. मी बोलतो, चालतो, स्वतः जेवतो-खातो, मी गिटार वाजवतो (मॅट हौशी गिटारिस्ट आणि गीतकार आहे) आणि मी इंजिनियर आहे. जर तुम्ही डॉक्टर नसता

आणि माझ्या डोळ्यांची समस्या तुमच्या लक्षात आली नसती, तर मी एव्हाना मेलोच असतो.' '' यावर जॅक फेनिंगर पुढे सांगतात, ''मी शास्त्रज्ञ आहे. तो कसा काय बरा झाला ते मला कळत नाही. खरंतर तो मरायचाच. कोणी वाचवलं त्याला? देवाने? मला ठाऊक नाही.''

आपण डॉक्टर असू वा रुग्ण जीवन आणि मृत्यू हे आपल्या नियंत्रणात आहेत, असं मानण्याकडे आपला कल असतो. एका मर्यादेपर्यंत ते आहेतही. म्हणून तर आपण पहिल्यांदा डॉक्टरांकडे जातो. आपण बरं होण्यासाठी त्यांची मदत घेतो. त्यातूनच हेन्री फ्रिडमन आणि इतर आधुनिक, स्वतंत्र बुद्धीच्या वैद्यकीय व्यावसायिकांना – आपण या पुस्तकात पाहिलेल्या – प्रेरणा मिळते. त्यांच्यामुळे आपल्या ज्ञानाच्या कक्षा विस्तारतात. ते जीवन आणि मृत्यूमधील सीमारेषेच्या वाळूत मारलेल्या रेषा सरकवण्याचा प्रयत्न करतात. त्या प्रक्रियेत अनेक जीव वाचतात. विज्ञानाची प्रगती होत असते पण त्याबरोबरच दुसरंही काहीतरी - विज्ञानाच्या पलीकडचं - असतं. ते, सर्वांनी आशा सोडली असतानाही कोणाला तरी बरं करतं, रोगमुक्त करतं. एक गोष्ट माझ्या लक्षात आली आहे की, आपण खऱ्या अर्थाने मृत्यूला जिंकू शकत नाही. पण आपण त्याला कसं चकवलं, याच्या कथा अगणित असतील.

८

वेगळा दिवस

Lateat scintillula forsan. एक छोटं स्फुलिंग कदाचित दडूनही राहू शकेल.

– रॉयल ह्युमेन सोसायटीचं बोधवाक्य

आपण झेयाद बाराझांजींना सोडलं तेव्हा ते वैद्यकीय मार्गाने निर्माण केलेल्या कोमात होते. त्यांची हृदयक्रिया बंद पडली होती. जवळजवळ चार मिनिटांचा क्लिनिकल मृत्यू. त्यांच्या कवटीला अत्यंत सूक्ष्म अशी चीर पडली होती. या सर्वांतून ते वाचले होते. पण त्यांच्यावरचं अरिष्ट टळलं नव्हतं. न्यूयॉर्क प्रेस्बायटेरियन हॉस्पिटल/कोलंबिया युनिव्हर्सिटी मेडिकल सेंटरमधील डॉक्टरांनी त्यांची सूज आणि दाह कमी करण्यासाठी त्यांचं पूर्ण शरीर खास पॅड्स लावून थंडगार केलं होतं. ही प्रक्रिया बहुधा तीन दिवस चालते. नंतर ती थांबवतात. पण इथे एक आठवड्यानंतर पुन्हा पॅड्स लावावी लागली. या खेपेला उद्देश होता बाराझांजींच्या शरीरयंत्रणा उकळवणाऱ्या ज्वराला थंड करणं.

त्यांना कसलीही जाणीव नव्हती. एरव्ही चलाख असणारा हा मेंदू, चार भाषा जाणणाऱ्या या व्यावसायिक अनुवादकाचे मनोव्यापार पूर्णपणे शांत होते. बाराझांजींच्या मेंदूत तरंग उठवून त्याला बरं व्हायला अडथळा उत्पन्न करणाऱ्या, सतत येत राहणाऱ्या आकड्यांना शमवण्यासाठी डॉक्टरांनी त्यांच्या या रुग्णाला प्रभावी उपशामकाच्या मोठ्या डोसवर ठेवलं होतं. त्या डॉक्टरांनी बाराझांजींना वैद्यकीय मार्गाने निर्माण केलेल्या कोमात ढकललं होतं. आता त्यांच्या हातात फक्त प्रतीक्षा करणं एवढंच होतं. ते ७ नोव्हेंबरला आले होते. आता १८ नोव्हेंबर होता.

राउआ बाराझांजीला तर ते सगळं असह्य होत होतं. तिच्या पतीप्रमाणे तिचाही जन्म सिरिआमध्येच झाला होता. चौदा वर्षांपूर्वी ती त्यांना ब्रॉन्क्समध्ये भेटली होती. त्यानंतर काही महिन्यांतच ती दोघं विवाहबद्ध झाली – १९९२च्या नववर्षदिनी. ही झेयाद यांची दुसरी पत्नी होती. त्यांना मूलबाळ नव्हतं. झेयादना पहिल्या बायकोपासून झालेली मुलगी आता मोठी झाली होती. झेयाद हे राउआचं सर्वस्व होतं. तिने सगळे दिवसभर आणि बऱ्याच रात्रीही त्यांच्या बिछान्यापाशी जागता पहारा ठेवला होता. खिडकीतून आत येणाऱ्या उन्हाकडे आणि नवऱ्याला लाक्षणिक अर्थाने, एवढंच नव्हे तर शब्दश:ही आधार देणाऱ्या नळ्या आणि तारांकडे ती आळीपाळीने पाहत होती. ती हल्ली इथून निघायची तेव्हा ती ब्रॉन्क्समध्ये जात असे. तिथे तिचा जास्त वेळ नातेवाइकांना फोन करून पतीच्या तब्येतीची अद्ययावत खबर देण्यात जात असे. स्वत:चं अवसान टिकवण्यासाठी ती झेयादना आवडणारे सिरिअन पदार्थ बनवत असे.

ती झोपायला जाई, तेव्हा रात्रीच्या जेवणातील पदार्थांच्या वासाने घर भरलेलं असे. सकाळी उठून ती पुन्हा सबवे, पूल पार करून मॅनहटनला पतीकडे जात असे. सकाळी बहुधा सगळं सोपं वाटत असे. सोबतीला मित्रमंडळी असत. त्यापैकी काही तर पार दमास्कसहून आलेले असत. राउआ एकटी असताना मात्र ती निराशेने घेरून जात असे. कधीकधी तिच्याही नकळत ती नवऱ्याजवळ उभी राही आणि जोरात ओरडे, "जागा हो! डोळे उघड!" क्वचित कधी ते डोळे उघडतही. जेव्हा पहिल्यांदा त्यांनी असे डोळे उघडले, तेव्हा न्यूरोअतिदक्षता विभागाचे प्रमुख डॉ. मायर यांना आश्चर्य वाटलं. पण ते म्हणाले – कधीकधी असं होऊ शकतं. झेयादना बरं वाटेल अशी उमेद सर्व जण बाळगून होते. झेयाद एखादा आग्रह धरत असत, तेव्हा त्यांची हनुवटी पुढे येत असे. आताही राउआ स्वत:ला सांगत असे की, तिला त्यांची हनुवटी पुढच्या बाजूला वळल्यासारखी वाटते. त्यांना हालचाल करता येत नव्हती. पण यातून ते निरोप देत असावेत : 'मी कुठेही जात नाही.'

एकोणीस नोव्हेंबरला झेयादना भेटायला आलेले मित्र आणि नातलग निघायच्या तयारीत होते. आपले कोट चढवता चढवता त्यांनी राउआला विचारलं की, शहराच्या मध्यवर्ती भागात त्यांना काहीतरी खायला कुठे मिळेल? 'द व्हिलेज' असा काहीतरी आवाज कॉटकडून आला. राउआ आणि त्या दोन मित्रांनी वळून पाहिलं. खरोखरच आवाज येत होता – वायर्सच्या वेटोळ्यांखालून. खरंतर ते शब्द तितकेसे अर्थपूर्ण नव्हते; पण तिचा पती बोलत होता, तो जागृत होता, पाहुणचार करत होता. त्यानंतर मात्र थोडे दणके बसले. पुन्हा ताप आला, मग जबरदस्त नागीण – पण वीस दिवसांनंतर मात्र बाराझांजी रुग्णालयातून घरी गेले. ते हाडाच्या सांगाड्यासारखे दिसत होते. त्यांच्या १८५ पौंडाच्या शरीरयष्टीतील ६५ पेक्षा जास्त पौंड वजन कमी झालं होतं. पण ते जिवंत होते. त्यांनी मृत्यूला चकवलं होतं.

हृदयक्रिया बंद पडलेले अनेक लोक मृत्युमुखी पडतात. मग झेयाद बाराझांजीच मृत्यूला का चकवू शकले, या प्रश्नाला सोपं उत्तर नाही. सत्य हेच आहे की, *बहुतांश* लोक त्यात यशस्वी होत नाहीत; पण बाराझांजी बऱ्याच बाबतींत भाग्यवान होते. त्यांना लगेचच आजूबाजूच्या लोकांची आणि पॅरॅमेडिक्सची मदत मिळाली. त्यांच्या पुतणीने त्यांना उत्कृष्ट दर्जाच्या रुग्णालयात नेण्याची व्यवस्था केली. डॉ. स्टेफान मायर यांचा रोगनिवारक हायपोथर्मिआ आणि न्यूरोअतिदक्षतेच्या वाढत्या विशेषतेवर खूप भरवसा आहे. शीतोपचार हा अतिशय महत्त्वाचा घटक आहे असं त्यांना वाटतं. बाराझांजींच्या – शब्दश: – शेजारच्या खोलीत असणाऱ्या तरुण रुग्णाशी त्यांची तुलना होणं अपरिहार्य आहे. तो आणि बाराझांजी एकाच दिवशी त्या रुग्णालयात आले होते. पण त्याआधी तीनएक आठवडे तो दुसऱ्या रुग्णालयात होता. तिथे त्याच्यावर शीतोपचार केले गेले नव्हते. बाराझांजी रुग्णालयातून गेल्यानंतर थोड्याच दिवसांत त्याचा अंत झाला. पण देवाच्या कृपेमुळेच .....

बाराझांजींचे मित्र त्यांच्या दुराग्रही स्वभावाविषयी त्यांची थट्टा करत असतात. बाराझांजींनी मला सांगितलं, ''मला आठवत नाही. पण माझी बायको सांगते की, मी एका डॉक्टरला की नर्सला एकीकडे ओढलं आणि सांगितलं, 'ऐक. मी शांत रुग्ण नाही. मी म्हणजे तुमच्यासाठी एक आव्हान आहे.' '' तुम्ही अनुमान केलंच असेल की, जगण्याच्या दुर्दम्य इच्छेमध्ये स्पष्ट आणि निश्चित असं काहीतरी आहे. एक अंत:शक्ती आहे, असा माझा विश्वास आहे. ते जे काही होतं, त्याने ते वाळूचं घड्याळ रितं होण्यापूर्वीच थांबवलं. बाराझांजी मरत होते, ते क्लिनिकली मृतच होते; पण ते घड्याळ पुन्हा चालू केलं गेलं.

या आणि इतर केसेसमध्ये वाळूवरची रेषा सरकते आहे. त्यातून नवीन तंत्रज्ञानाची उत्तेजकता आणि त्यासोबत येणारी अनिश्चितता यांचं प्रतिबिंब दिसतं. पूर्वी मला वाटत असे की, मृत्यू हा अपरिवर्तनीय आहे. पण 'दि युनिव्हर्सिटी ऑफ पेनसिल्व्हेनिया स्कूल ऑफ मेडिसिन'च्या 'द सेंटर फॉर रिससिटेशन सायन्स'चे संचालक डॉ. लान्स बेकर म्हणतात की, वैद्यकशास्त्रातील प्रगतीने मृत्यूची व्याख्याच बदलून टाकली आहे. ''मृत्यूविषयी बोलताना वापरण्यात येणाऱ्या एकदोन शब्दांचा सर्वांनाच त्रास होतो,'' बेकर म्हणतात, '' 'अपरावर्तनीय' (irreversible) किंवा 'शाश्वत.' हे मजेदार आहे. कारण त्याविषयी विचार केला, तर लक्षात येतं की, 'अपरावर्तनीय' आणि 'शाश्वत' हे शब्द फक्त गतगोष्टींचा विचार करतानाच आपण वापरू शकतो.''

प्राण्यांना स्थगित चैतन्याच्या अवस्थेत नेणारे शास्त्रज्ञ मार्क रॉथ यांना तुम्ही विचारलंत की, मृत्यू झाला आहे का; तर ते साधारण असं उत्तर देतील, ''नक्की

माहीत नाही. तुम्ही किती वेळ वाट पाहिली?''

तुम्हाला हा निरर्थक शब्दच्छल वाटेल; पण वैद्यकीय व्यवसायावर, रुग्णांच्या उपचारावर त्याचा थेट प्रभाव पडतो. बेकर यांचा अंदाज आहे की, त्यांच्या पंचवीस वर्षांच्या वैद्यकीय कारकिर्दीत त्यांनी हजारएक माणसं मृत झाल्याचं जाहीर केलं आहे. इतर डॉक्टरांप्रमाणेच त्यांनाही हे सांगताना चाचपडावं लागतं. 'द सेंटर फॉर रिससिटेशन सायन्स'मध्ये सामान्यत: हे कसं होतं, हे सांगताना बेकर म्हणतात, ''तुम्ही प्रयत्न करत आहात. जे-जे शक्य आहे, ते सर्व तुम्ही करत आहात. त्या माणसाची नाडी मिळत नाही. तुमच्याकडे दुसरं औषध नाही. तुम्ही तिथे बसता आणि एखाद्या रेसिडेंटला म्हणता, 'ओके, तो चार्ट द्या माझ्याकडे. दुसरं काही चाललं आहे का, ते बघतो,' तुम्ही चार्ट बघता. मग तुमच्या पथकातील लोकांना विचारायला लागता : 'तुम्हाला दुसरं काही करायचं सुचतं आहे का? तुम्हाला?' मग कोणालाच काही सुचलं नाही, तर आम्ही ठरवतो.'' मृत्यूची वेळ पहाटेचे २.१५.

खरोखरच मृत्यूची व्याख्या, 'डॉक्टर थांबतात तो क्षण' अशी करणं शक्य आहे का? ''हो, मला तरी असंच वाटतं,'' बेकर म्हणतात. तुम्ही स्वत:शी म्हणत असाल की, ते अतिशयोक्ती करत आहेत. डॉक्टर थोडेच मृत्यूविषयी अशी चर्चा करणार? पण माझं पथक या पुस्तकासाठी संशोधन करत होतं, तेव्हा आम्हाला सगळ्या प्रकारची उदाहरणं – वाळूतील रेखा अजिबात स्पष्ट नसण्याची – पाहायला मिळाली.

त्यापैकी काही तर खूपच विचित्र आहेत. क्लेरवियस नारसीस या माणसाची हाइती येथील गोष्ट आमच्या कानावर आली. हा १९६२ साली 'पोर्टओप्रिन्स हॉस्पिटल'मध्ये वारला. डॉक्टरांनी त्याच्या मृत्यूचं कारण कुपोषण असं सांगितलं होतं. त्याला किंवा निदान कोणालातरी स्थानिक कबरस्तानात पुरलं होतं. पण १९८० साली एक आजारी, वयस्कर माणूस नारसीसच्या गावात येऊन आपणच नारसीस असल्याचं सांगू लागला. त्याची बहीण आणि कुटुंबातील इतर सदस्यांनी त्याला लगेचच ओळखलं. मधल्या अठरा वर्षांत काय घडलं, ते स्पष्ट झालं नाही. पण नारसीस आणि त्याचे कुटुंबीय सांगतात की, त्याला मादक पदार्थ देऊन एका दूरच्या साखरेच्या मळ्यावर गुलाम म्हणून ठेवला होता. त्या मळ्याचा मालक मेला आणि त्या विषाचा परिणाम नाहीसा झाला, तेव्हा आपण स्वत:ची सुटका करून घेतली, असं त्याने सांगितलं.

तो झॉम्बीचा शापच आहे म्हणा ना! हाइतिअन लोककथांमध्ये, मांत्रिक जादूटोणा करून एखाद्याच्या मनाचा ताबा मिळवतो आणि त्याला किंवा तिला जीवन आणि मृत्यूच्या मधल्या अवस्थेत ठेवतो. म्हणजे ना धड जिवंत, ना धड मृत. हे असंभाव्य वाटतं. मानववंश-वनस्पतिशास्त्रज्ञ आणि मानुष्यकशास्त्रज्ञ असलेले कॅनडाचे वेड डेव्हिस याचा खरा पुरावा सापडल्याचा दावा करतात. म्हणजे जादूटोण्याचा नाही; पण तेवढ्याच चमत्कारिक गोष्टीचा. १९८०च्या दरम्यान डेव्हिस काही काळ

हाइतीमध्ये होते. तेव्हा ते व्हूडू पाद्र्यांशी मित्रत्वाने वागले. तेव्हा त्यांनी डेव्हिसना 'झॉम्बी पावडर' – असा ते दावा करतात – दिली. त्यांनी वॉशिंग्टन डी. सी. येथील प्रयोगशाळेत तिचं पृथक्करण केलं. (या अनुभवाचं तपशीलवार वर्णन त्यांनी *'द सरपंट ॲन्ड द रेनबो'* आणि *'पॅसेज ऑफ डार्कनेस'* या दोन पुस्तकांमध्ये केलं आहे. डेव्हिस यांच्या मते त्या पावडरचा महत्त्वाचा घटक आहे टेट्रोडोटॉक्सिन. हाच पदार्थ प्राणघातक पफर माशात असतो. या पावडरचा जवळजवळ प्राणघातक असा डोस गिळल्यास त्या बळीला हालचाल करणं अशक्य होतं. त्याचा परिणाम कमी होऊ लागला की, त्या झॉम्बीला आजूबाजूच्या परिस्थितीची जाणीव होते; पण तरीही तो हालू शकत नाही. कल्पना केल्याप्रमाणे क्लेरवियस नारसीससारखे बळी वर्षानुवर्षं गुलाम म्हणून ठेवले जाऊ शकतात. स्कोलोपेमाइन (Scolopamine), ॲट्रॉपाइन (atropine) आणि हायोस्क्यिमाइन (hyoscyamine) किंवा धोतऱ्यासारख्या विभ्रम उत्पन्न करणाऱ्या वनस्पतीत सापडणाऱ्या रासायनिक पदार्थांपासून बनवलेली औषधं देऊन त्यांना गोंधळलेल्या मन:स्थितीत किंवा गाढ तंद्रीत ठेवलं जातं. झॉम्बी हे मृतांसारखे दिसतात. त्यांना मृत म्हणून जाहीर केलेलं असतं. आणि तरीही ते जिवंत लोकांमध्येच वावरत असतात.

डेव्हिसच्या कामाचे तपशील वादग्रस्त आहेत. पण अशा तऱ्हेच्या गोष्टींचं लोकांना स्वाभाविकत: आकर्षण वाटतं. ते फक्त झॉम्बी आणि न-मृतांच्या (undead) भयपटातच नसून लोकप्रिय संस्कृतीतही बऱ्याचदा दिसून येतं. पूर्वी एकोणिसाव्या शतकाच्या सुरुवातीला कॅटलॉगस आणि फॅशनेबल दुकानांत, हवेच्या रबरी नळ्या, काचेची झाकणं, कबरस्तानातील घंटेला बांधता येईल असा दोर अशा वैशिष्ट्यांनी सुसज्ज अशा वेगवेगळ्या प्रकारच्या शवपेट्या विकल्या जात. सर्वांत लोकप्रिय 'घंटे'ची शवपेटी बेटसन पुनरुज्जीवन साधन (Bateson Life Revival Device) म्हणून ओळखली जाई. आजच्या मोक्याच्या ठिकाणाहून पाहिलं, तर ते पॅरनॉइआ या मानसिक आजाराने पछाडल्यासारखं वाटतं. पण हे वेड नवीन वैद्यकीय प्रगतीमधून उद्‌भवलं होतं : प्राथमिक स्वरूपाचं, तोंडाने कृत्रिम श्वासोच्छ्‌वास देऊन करण्यात येणारं पुनरुज्जीवन, डिफिब्रिलेशन तंत्र. शिवाय आतासारखेच, मेलेल्या रुग्णाला अक्षरश: जिवंत केल्याच्या काही गोष्टी ऐकून लोक पागल झाले होते. एक गोष्ट मी तुमच्या नजरेस आणून देऊ इच्छितो की, यापैकी एकाही 'संरक्षक शवपेटी'चा योग्य उपयोग झाल्याची नोंद नाही. पण मृत्यू पावलेल्या रुग्णाला शवागारात नेऊन फ्रीझरमध्ये ठेवलं आणि तो जागृत झाला, मदतीसाठी हाका मारू लागला अशा, आधुनिक अमेरिकेतील कित्येक केसेसची नोंद झालेली *आहे*.

या कथा तर आपल्याला भारावून टाकतातच; पण मार्क रॉथ आणि लान्स बेकर यांच्यासारख्या लोकांनी विज्ञानात केलेली खरोखरीची प्रगती मला जास्त भुरळ पाडते. ते आपल्याला आठवण करून देतात की, आपण कितीही प्रगती केली असली तरी मृत्यूला चकवण्याची गोष्ट येते तेव्हा आपण केलेली प्रगती म्हणजे फक्त वरवर केलेला विचार असतो. वैद्यकशास्त्राच्या काही शाखा मृत्यूला इतकं सहजपणे हाताळू शकतात की, त्यात काही आक्षेपार्ह वाटत नाही. फक्त 'द सेंटर फॉर रिससिटेशन सायन्स'मध्येच पाहिलं तर दिवसाला वीस ते तीस रुग्णांचं हृदय हेतुपुरस्सर थांबवलं जातं – अंतर्गत डिफिब्रिलेटर बसवताना. तसं ते फक्त काही सेकंदांचंच काम असतं. पण त्या काही सेकंदांत आणि झेयाद बाराझांजींना मृत्यूच्या दाढेत नेणाऱ्या, हृदयक्रिया बंद पडण्याच्या, सुरुवातीच्या काही सेकंदात अजिबात फरक नसतो. जोपर्यंत घड्याळाची टिकटिक थोडीशी का होईना, सुरू होऊ शकते, तोपर्यंत मेलेल्याला जिवंत करणं यात विशेष काही नाही.

"नेमक्या त्या क्षणी वाचण्याचं प्रमाण कल्पनातीत असतं," बेकर म्हणतात. "पाच मिनिटांपर्यंत ते खूपच चांगलं असतं,पण आपण तो झरोका जर तीस मिनिटांपर्यंत वाढवू शकलो तर वर्षाला २ लाख लोक वाचतील." सेकंदांपासून मिनिटांपर्यंत, तासांपर्यंत, अगदी दिवसांपर्यत – रोगनिवारक हायपोथर्मिआ आणि कदाचित हायड्रोजन सल्फाइडसारख्या हस्तक्षेपाने. हे सगळं कुठपर्यंत जाऊ शकतं? अल्कॉर येथील क्रायोजेनिक्स (Cryogenics = अतिशय कमी तपमानाशी संबंधित, भौतिकशास्त्राची शाखा) फाउन्डेशनला आतापर्यंत हजार ग्राहक मिळाले आहेत. अजूनपर्यंत अज्ञात असलेल्या वैद्यकीय चमत्काराची प्रतीक्षा करत स्वत:ला डीपफ्रीझरमध्ये ठेवून घेण्यासाठी प्रत्येकी १,५०,००० डॉलर्स द्यायला ते तयार आहेत. ते गोठलेल्या स्थितीतून बाहेर येतील तोपर्यंत डॉक्टरांना, त्या प्रक्रियेने झालेली इजा बरी कशी करायची ते कळलेलं असेल, यासाठी ते आपला वारसा पणाला लावत आहेत.

जखमांवर उपचार करायच्या चांगल्या पद्धती आणि त्याचीच पुढची पायरी म्हणून आयुष्य वाढवायचे मार्ग यांवर संशोधन करण्यासाठी लष्कर आटोकाट प्रयत्न करत आहे. दुसरी सीमा – त्यांच्याच भाषेत – म्हणजे अवकाश. जर मानवाने आपल्या सूर्यमालेच्या पलीकडे जाण्याएवढी प्रगती केली, तर आपल्याला स्थगित चैतन्याचं परिणामकारक साधन आवश्यक ठरेल. नाहीतर, अगदी प्रकाशवेगाने गेला तरी मुक्कामाला पोहोचायच्या कितीतरी आधी तो अवकाशयात्री मेलेला असेल.

संशोधनाचं क्षेत्र म्हटलं की, खास आव्हानं आलीच. आपण त्वचेची काळजी घेण्याविषयी नाही, तर जीवन आणि मरणाविषयी बोलतो आहोत. त्यामुळे यातील गुंतवणूक कमाल आहे. खास करून अमेरिकेत मोठ्या संशोधनांना मान्यता मिळणं खूप कठीण जातं. कारण नवीन उपचारपद्धतीची चाचणी नियंत्रित गटावर केली

जाते. यात प्रमाणभूत उपचार दिला जातो किंवा अजिबात उपचार केला जात नाही. एथिक कौन्सिल आणि रिव्ह्यू बोर्डचं महत्त्वाचं काम असतं अनावश्यक धोक्यांपासून रुग्णांना वाचवणं. पण आहे त्या स्थितीलाच चिकटून राहणंही जोखमीचं असतं. रोगनिवारक हायपोथर्मिआचं काय झालं, ते पाहा. यशाची प्रचंड शक्यता असूनही ती उपचारपद्धती अशक्यप्राय परिस्थितीत सापडली. पुरेसा पुरावा नसल्यामुळे त्याच्या वापराला मान्यता देता येत नाही असं एका सरकारी एजन्सीने सांगितलं. पण याहून जास्त पुरावा मिळणं शक्य नव्हतं कारण दुसऱ्या एजन्सीने सांगितलं की, या उपचारांचा फायदा होतो हे स्पष्ट आहे. त्यामुळे रुग्णांना तो उपचार नाकारणं अनैतिक आहे.

इमर्जन्सी शुश्रूषेवरील संशोधन, परंपरागत शहाणपणाला आव्हान देऊन निर्णायक अंतर्ज्ञान पुरवतं. याचं एक उदाहरण : १९७०पासून, हृदयक्रिया बंद पडण्यावरील प्रमाणभूत उपचारात एपिनेफ्राइनचं – अ‍ॅड्रेनलाइन इंजेक्शन आणि त्याच्या जोडीला एखादा सीपीआर आणि डिफिब्रिलेशन यांचा अंतर्भाव असतो. पण नॉर्वेतील डॉक्टर गेली पाच वर्षं हजारांहून अधिक रुग्णांवर संशोधन करत होते. हृदयक्रिया बंद पडल्यावर एपिनेफ्राइन मिळालेले रुग्ण आणि ज्यांना ते दिलं गेलं नव्हतं, असे रुग्ण अशा दोन्ही गटांचा रुग्ण वाचण्याच्या संदर्भात तुलनात्मक अभ्यास त्यांनी केला होता. त्यांचं संशोधन नुकतंच संपलं, आणि दोन्ही गटांतील रुग्णांच्या बचावात काहीही फरक नव्हता. याचा अर्थ प्रमाणभूत उपचारांचा उपयोग झाला नाही.

त्याचे निष्कर्ष जाहीर होण्याआधी काही महिने टारजी लीयर सॅल्वेसेन या लोकप्रिय टेलिव्हिजन बातमीदार आणि अन्वेषण पत्रकाराला या संशोधनाचा सुगावा लागला आणि त्याने ते उजेडात आणलं. त्याने त्या अभ्यासाला 'लॉटरी' म्हटलं. कारण अर्ध्या रुग्णांना हा जीवनरक्षक उपचार नाकारण्यात आला होता. नंतर एवढा आरडाओरडा झाला की, त्यांना ते संशोधन मध्येच थांबवावं लागलं.

ही समस्या तुमच्या लक्षात आली असेल. आपण जेव्हा परंपरागत ज्ञानाला आव्हान देतो, तेव्हा आपल्या लक्षात येऊ शकतं की, आपण गृहीत धरून चाललो होतो ते उपचार – रूढ असलेल्या सीपीआरप्रमाणे – जास्त परिणामकारक नाहीत. आणि मग आपण त्यापेक्षा परिणामकारक असणारे नवीन मार्ग शोधू लागतो. नॉर्वेच्या उदाहरणात एपिनेफ्राइन हा जीवनरक्षक समजला जाणारा उपचार खरा जीवनरक्षक नव्हताच असं आढळून आलं. आणि ते संशोधन सुरुवातीलाच थांबलं असतं, तर ते कोणाला कळलंही नसतं. लेखकांपैकी एक असलेले डॉ. जेटिल संडे यांना काही महिन्यांनंतर माझं पथक भेटलं, तेव्हाही ते चिडलेलेच होते. ते आम्हाला म्हणाले, "तुम्ही खंडीभर औषधं दिलीत, तरच तुम्हाला लोक चांगला डॉक्टर समजतात. तुम्ही जर त्याला परंपरागत डॉक्टरी ज्ञानाने बरं केलंत, तर ते तुम्हाला

वाईट डॉक्टर समजतात.''

वास्तविक, हे पुस्तक लिहीत असताना पुन:पुन्हा मला दिसलेली गोष्ट म्हणजे इमर्जन्सी उपचारांच्या बाबतीत साधेसुधे उपचार ही खरोखरच जीवनरक्षक पद्धत असते. रोगनिवारक हायपोथर्मिआ ही निखालस, कमी तंत्रज्ञानाची पद्धत आहे. साध्या बर्फाच्या थैल्या वापरूनही तो परिणाम साधता येतो. इमर्जन्सी पुनरुज्जीवनाच्या क्षेत्रातील गेल्या तीस वर्षांतील शोध म्हणजे सीपीआरची नवी आवृत्ती. रुग्णाची छाती नेटाने आणि जलद दाबणं यापलीकडे त्यात दुसरं काहीही नसतं.

गोठलेल्या प्रवाहाखाली दोन तास राहणाऱ्या ॲना बॅगनहॉमला वाचवणाऱ्या डॉ. मॅड्स गिल्बर्ट या धाडसी डॉक्टरांचा मंत्र आहे वेग आणि साधेपणा. नॉर्वेच्या उंच कड्यांमधील लांब, अरुंद आखातापासून जेवढं दूर जाणं शक्य आहे तेवढं दूर ते बराच काळ व्यतीत करतात. वर्षातून अनेकदा ते विकसनशील देशांत जात असतात. ते, अभावग्रस्त डॉक्टरांना (गाझामधल्यांसारख्या) आवश्यक त्या वस्तूंचा पुरवठा करतात. इमर्जन्सी वैद्यकीय तंत्रज्ञांच्या आवाक्याबाहेर असणाऱ्या ठिकाणच्या सामान्य लोकांना ते मूलभूत इमर्जन्सी वैद्यकीय तंत्रं शिकवतात.

'व्हिलेज युनिव्हर्सिटी' नावाचा हा इमर्जन्सी अभ्यासक्रम विकसित करण्यात गिल्बर्ट यांचं मोठं योगदान आहे. त्याचा खूप प्रभाव पडल्याचं आढळतं. गिल्बर्ट यांचा एक प्रकल्प उत्तर इराकमध्ये होता. दुसरा प्रकल्प होता कंबोडियात. या दोन्ही ठिकाणी चाळीस वर्षांपूर्वी जमिनीत पेरून ठेवलेल्या सुरुंगांमुळे आजही ग्रामीण लोकांना फार मोठ्या प्रमाणावर इजा होते. एकमेकांपासून लांब असलेल्या या दोन प्रदेशांत गिल्बर्ट यांच्या मार्गदर्शनाखाली झालेल्या प्रत्येकी बारा ते पंधरा दिवसांच्या दोन सखोल प्रशिक्षण सत्रांनंतर, सुरुंग फुटल्याने अपघाती मृत्यू होण्याचं प्रमाण ४० टक्क्यांवरून फक्त १५ टक्क्यांवर आलं. त्यात रणांगणासाठी ना वैद्यकीय क्षेत्रातील मोठा शोध होता, ना उच्च तंत्रज्ञानावर आधारित औषधं. गिल्बर्ट आणि त्यांच्या सहकाऱ्यांनी शेतकऱ्यांना आणि गावाच्या पुढाऱ्यांना अगदी साध्या-साध्या गोष्टी शिकवल्या – जखम वाढू नये म्हणून काय खबरदारी घ्यावी, ते शिकवलं. त्याचप्रमाणे औपचारिक वैद्यकीय मदत मिळण्याच्या स्थानांपर्यंत जखमींना लवकरात लवकर नेण्यासाठी वाहतुकीचं – जास्त करून मोटरबाइकने नेण्यासाठी – जाळं विकसित करायला मदत केली.

अशाच तऱ्हेची व्हिलेज विद्यापीठं त्यांनी बर्मा आणि अंगोलामध्येही काढली आहेत. तिथेही त्यांना असंच यश मिळालं आहे. गिल्बर्ट म्हणतात,''या सगळ्या गोष्टी अत्याधुनिक नाहीत, साध्याच आहेत. आम्ही एवढ्या लोकांचे जीव वाचवले ते – तुम्ही म्हणता तशा – अनवाणी डॉक्टरांबरोबर (प्राथमिक आरोग्यसेवक) काम करून, वैद्यकीय शिक्षण घेतलेल्या डॉक्टरांसाठीच राखून ठेवलेल्या – निदान

आपल्या जगात तरी – मूलभूत तंत्रांचं प्रशिक्षण त्यांना देऊन.''

यापासून आपल्यालाही धडा घेतला पाहिजे. लान्स बेकर म्हणतात की, इमर्जन्सी उपचारांच्या क्षेत्रात, क्षितिजावर दिसू लागलेला सर्वांत मोठा बदल म्हणजे परंपरागत विशेषतांच्या भिंती तोडून टाकणं. रोगनिवारक हायपोथर्मिआचा उपयोग एखाद्या रुग्णावर करणं यात तांत्रिकदृष्ट्या काहीही अवघड नाही. पण त्यासाठी बऱ्याच गोष्टींचा समन्वय साधावा लागतो. अगदी इमर्जन्सी रूमच्या कर्मचाऱ्यांपासून ते कार्डिऑलॉजी पथकापर्यंत, सर्जन्सपासून ते न्यूरोइंटेन्सिव्ह विशेषज्ञांपर्यंत सर्वांनी तिथे हजर असावं लागतं. ही खरी समस्या आहे, असं बेकर म्हणतात. ''आता अवयवांवर लक्ष केंद्रित करण्याची आपली मानसिकता आहे. गेल्या दोनशे वर्षांच्या काळात कार्डिऑलॉजिस्ट्स हृदयाची काळजी घेतात, पल्मोनोलॉजिस्ट्स फुफ्फुसांवर उपचार करतात, मूत्रपिंडं नेफ्रॉलॉजिस्ट्सच्या कक्षेत येतात वगैरे वगैरे. हे म्हणजे आंधळ्या माणसाने हत्तीच्या वेगवेगळ्या भागांकडे बघण्यासारखं झालं.''

आता आपल्या लक्षात आलं आहे की, मृत्यू ही गुंतागुंतीची घटना आहे. प्रत्यक्षात मृत्यू, एका वेळी एका अवयवाचा असा होत नाही. बहुतकरून नेहमीच पुरीच्या पुरी यंत्रणाच बिघडत जाते, पेशी-पेशींच्या आत दुर्दैवी घटनांचा उद्रेक होतो. ''आपण सर्व संस्थांचा एकत्रितपणे विचार केला पाहिजे,'' बेकर म्हणतात. ''येत्या दहा वर्षांत हा बदल घडेल असं मी भाकीत करतो. मला अशी आशा वाटते. कारण विज्ञानाचे बरेच विभाग हळूहळू एकत्र येत आहेत. सर्वांचं एकीकरण करणाऱ्या उपचारपद्धती उदयाला येतील. पण अजून तरी आपण तिथपर्यंत पोहोचलेलो नाही.''

मृत्यू ही क्षणात घडणारी गोष्ट नसून तो बराच काळ, हळूहळू फैलावत जात असतो. या संकल्पनेवर मानसशास्त्रज्ञ आणि लेखक रॉबर्ट कॅस्टनबॉम यांनी बरंच काही लिहिलं आहे. मृत्यूच्या दिशेने चाललेल्या वाटचालीतील कोणत्याही क्षणी, आपण मृत्यूला थोपवू शकतो, चकवू शकतो. जरी ते अत्याधुनिक विज्ञान असलं, तरी त्याची पाळंमुळं जुन्या समजुतींमध्येच आहेत.

> ऐतिहासिक परंपरा .... या परंपरेने वारंवार कल्पना केली आहे की, मृत्यू ही काही काळ चालणारी प्रक्रिया आहे, अनियमिततेला पात्र आहे. जगभरातील बहुतेक धर्मप्रणालींमध्ये मृत्यूच्या प्रक्रियेविषयी असाच दृष्टिकोन आढळतो. आणि एकविसाव्या शतकातही तो तितकाच प्रभावी आहे. उदाहरणार्थ, इस्लामच्या तत्त्वप्रणालीनुसार मृत्यू म्हणजे आत्म्याचं शरीरापासून विलग होणं आणि आत्मा शरीराच्या कोणत्याही भागात वास करत नसेल तेव्हाच मृत्यू पूर्ण होतो.

आतापर्यंतच्या रोमांचक वैद्यकीय बदलांपैकी कोणताही बदल आपल्याला मृत्यूवर पूर्ण नियंत्रण मिळवून देऊ शकणार नाही. मृत्यूच्या कल्पनेपाठोपाठ येणाऱ्या दरारा आणि गूढतेच्या भावनांनाही हे बदल दूर करू शकरार नाहीत. आणि माझं असं मत आहे की, प्राणघातक आजार असणाऱ्या रुग्णांच्या किंवा त्यांच्यावर उपचार करणाऱ्या डॉक्टरांच्या समोर उभे ठाकणाऱ्या, त्यांना सलत राहाणाऱ्या प्रश्नांना उत्तर द्यायलाही, हे बदल असमर्थ असतील.

जेव्हा एखादा रुग्ण मृत्यूच्या दारात असतो – उदाहरणार्थ, मार्क रागुची – त्याचे कुटुंबीय एखाद्या चमत्काराची अपेक्षा करत असतात. पण चमत्कार म्हणजे नक्की काय? कधीकधी बिनचेहऱ्याच्या, तंत्रज्ञानाच्या जोरावर चालणाऱ्या प्रगत वैद्यकशास्त्राच्या जगतात, डॉक्टर जे करतात, त्यात किती अनिश्चितता आहे, त्याविषयी चर्चा करायला ते डॉक्टर तयार नसतात. डॉक्टर तर 'प्रॅक्टिस' करत असतात. त्याचा ध्वन्यर्थ असा की, ते त्यांच्या आत पोहोचलेलंच नसतं. आणि हे खरं आहे.

चमत्कार कसे घडतात ते, आपलं प्रचलित ज्ञान आणि आपल्या स्वत:च्या अपेक्षा आणि आशा यांच्या चाळणीतूनच समजून घ्यावं लागेल. हे पुस्तक लिहीत असताना आम्हाला भेटलेल्या अतिशय असामान्य माणसांतील एक म्हणजे डेव्हिड बेली. आधी सॉफ्टवेअर विक्रेता असलेला बेली नंतर म्युझिशिअन झाला. 'द प्रेस्टन रॉबर्ट टिश ब्रेन ट्युमर सेंटर'मधील प्रायोगिक उपचारांच्या मदतीने त्याने मेंदूच्या प्राणघातक ट्युमरशी झुंज दिली. तो फक्त सहा महिने जगायची शक्यता आहे, असं त्याला सांगण्यात आलं होतं. माझं पथक पहिल्यांदा त्याला भेटलं, तेव्हा त्याची बारा वर्षं कर्करोगमुक्त गेली होती. पण आम्ही या पुस्तकाचा पहिला मसुदा संपवत आणला होता, त्याच आठवड्यात आम्हाला ही ई-मेल मिळाली:

"तुम्हाला कळलं की नाही, ते माहीत नाही. पण पाल्हाळ न लावता थोडक्यात सांगतो. गेला आठवडाभर मी ड्युकमध्ये होतो. तिथे माझ्या मेंदूची निमइमर्जन्सी शस्त्रक्रिया (क्र.३) झाली. द्रवाने भरलेलं ८ से.मी.चं सिस्ट आणि विचित्र ट्युमर काढून टाकला. त्याची बायोप्सी करण्यात येणार आहे.

आता घरी आहे. खूप बरं वाटत आहे. चेहऱ्याच्या, बाजूच्या भागातील रेल्वेमार्गाची आता सवय होत आहे. :-) मी काही मदत करू शकत असेन तर कळवा. हॅव अ ग्रेट थँक्सगिव्हिंग - आभार मानण्यासारखं बरंच काही (!)

डेव्हिड

कर्करोगाने पुन्हा डोकं वर काढलं होतं. कहाणी असं वळण घेईल असं वाटलं

नव्हतं. अर्थात यामुळे, जे घडलं तो चमत्कार नव्हता, असं म्हणता येणार नाही. बहुतेक लोकांचा काही महिन्यांतच बळी घेणारा आजार होऊनही बेली कर्करोगमुक्त अवस्थेत बारा वर्षं जगला, हा चमत्कारच होता; पण तरीही त्याची ज्यांच्याशी गाठ पडली, त्या सर्व डॉक्टरांच्या आणि त्याच्या या आश्चर्यकारक प्रवासात त्याने जोडलेल्या मित्रांच्या दृष्टीने तो एक धक्काच होता. आता मी हे लिहीत आहे, त्यावेळी तो पुन्हा ड्युकमध्ये मोनोक्लोनल अँन्टिबॉडी थेरपीची पुढची फेरी घेत आहे. याच प्रायोगिक उपचारांनी त्याला एवढ्या वर्षांपूर्वी वाचवलं होतं. त्या उपचारपद्धतीत आता आणखी सुधारणा झाली असण्याची शक्यता आहे. त्यामुळे ती अजूनही प्रभावी झाली असेल, अशी आशा आहे.

एखादा माणूस आजाराने मरतो, तेव्हा आपण म्हणतो की, नैसर्गिक कारणाने त्याचा मृत्यू झाला. पण आपण आजाराशी झुंज देतो, तेही तेवढंच नैसर्गिक आहे. बुडणारा माणूस तराफ्याला चिटकून राहतो तसं आपण जीवनाला कवटाळतो. जीवन ही एकच गोष्ट आपल्याला ठाऊक आहे.

झेयाद बाराझांजींच्या दिवाणखान्यातून सूर्य उतरणीला लागलेला दिसत होता. दिवाणखान्यात कुजबुजल्यासारखं चाललेल्या संभाषणाचा आवाज हळूहळू मोठा होत होता. स्वयंपाकघरातून येणाऱ्या खमंग वासांनी तोंडाला पाणी सुटत होतं.

बाराझांजींनी दाराकडे हात दाखवला आणि ते म्हणाले की, त्यांना आम्हाला काहीतरी दाखवायचं आहे. आम्ही जिना उतरून, अडुसष्ट वर्षांपासूनच्या पायऱ्यांना आलेला बाक ओलांडून खाली आलो. मागील दारातून बाहेर पडून फुटपाथवर आलो. सरत्या उन्हाळ्यातील उबदार दुपारी आम्ही फेरफटका मारत होतो. आमच्यापासून एक ब्लॉक अंतरावर उभ्या चढाची, वळणावळणाची टेकडी होती. बागेभोवती आम्ही फेरी मारली. बागेत कितीतरी लोक कुत्र्यांना फिरवत होते. खेळाच्या मैदानावरून मुलांचे आवाज येत होते. बाराझांजींनी एका इमारतीकडे बोट दाखवून ती रिव्हरडेलमधील सर्वांत जुनी इमारत आहे असं सांगितलं. तिथून पुढे फेरफटका मारायच्या प्रशस्त रस्त्यावरून आम्ही अजून अर्धा ब्लॉक गेलो. तिथून खालचं हेन्री हडसन पार्क दिसत होतं. पुढच्या जिन्याच्या वरच्या बाजूला आम्ही थांबलो. फुटक्या दगडी पायऱ्या बागेकडे जात होत्या. हे त्यांचं आवडतं ठिकाण होतं, असं ते म्हणाले. त्यांच्या पुनर्वसनाच्या काळात ते इथेच येत असत. कनेक्टिकटच्या दिशेने जाणाऱ्या ट्रेन्स बघाव्याशा वाटल्या की, ते इथे येत. हडसन नदीतील होड्या, त्यापलीकडचा सूर्यास्त हे सगळं ते पाहत असत. त्यांनी डोळे मिटून घेतले. मृत्यू कुठेच दिसत नव्हता.

■